संन्याशासारखा विचार करा

संन्याशासारखा विचार करा

दैनंदिन शांततेसाठी आणि उद्देशपूर्तीसाठी तुमच्या मनाला प्रशिक्षित करा

जय शेट्टी

अनुवाद : मीना शेटे-संभू

MANJUL

मंजुल पब्लिशिंग हाउस

MANJUL

मंजुल पब्लिशिंग हाउस

व्यावसायिक आणि संपादकीय कार्यालय

दुसरा मजला, उषा प्रीत कॉम्प्लेक्स, 42 मालवीय नगर, भोपाळ – 462 003

विक्री आणि विपणन कार्यालय

सी-16 सेक्टर 3, नोएडा, उत्तर प्रदेश – 201301, भारत

www.manjulindia.com

वितरण केंद्रे

अहमदाबाद, बेंगलुरू, कोची, कोलकाता, चेन्नई,

हैदराबाद, मुंबई, नवी दिल्ली, पुणे

THINK LIKE A MONK by Jay Shetty – Marathi Edition

जय शेट्टी लिखित *थिंक लाइक अ मंक*

या मूळ इंग्लिश पुस्तकाचा मराठी अनुवाद

प्रथम मराठी आवृत्ती हार्पर कॉलिन्स पब्लिशर्स इंडिया प्रा.लि. यांच्या सहयोगाने

मंजुल पब्लिशिंग हाउस तर्फे 2020 साली प्रकाशित

प्रस्तुत चौथी आवृत्ती 2025 साली प्रकाशित

ISBN : 978-93-90085-24-8

अनुवाद : मीना शेटे-संभू

मुद्रण व बाइंडिंग : सौरभ प्रिंटर्स प्रा. लि.

माझ्या पत्नीला,

ती वृत्तीने माझ्याहूनही जास्त संन्यासी आहे

मी कधीच तेवढ्या प्रमाणात संन्यासी बनू शकणार नाही.

अनुक्रमणिका

भाग दोन

विकास करून घ्या

भाग तीन

द्या

उपोद्घात

तुम्हाला नवीन कल्पना हवी असेल, तर जुने पुस्तक वाचा.

– (इतर काही लोकांप्रमाणेच) इव्हान पावलॉवनेही हे म्हटल्याचं मानलं जातं

मी अठरा वर्षांचा होतो आणि लंडनमधील कास बिझनेस स्कूल या महाविद्यालयात पहिल्या वर्षात शिकत होतो, त्या वेळी माझ्या एका मित्राने मला त्याच्याबरोबर एका संन्याशाचं व्याख्यान ऐकायला येण्यास सांगितलं.

मी विरोध केला. 'एखाद्या संन्याशाचं व्याख्यान ऐकायला मी का जावं?'

महाविद्यालयाच्या परिसरात मी नेहमीच सीईओंना, प्रसिद्ध व्यक्तींना आणि इतर यशस्वी लोकांना व्याख्याने देताना पाहत होतो; पण मला एखाद्या संन्याशामध्ये बिलकूल स्वारस्य नव्हतं. ज्या लोकांनी प्रत्यक्षात आपल्या आयुष्यात *काही गोष्टी मिळवलेल्या* आहेत, अशा वक्त्यांचं व्याख्यान ऐकण्यास मी प्राधान्य देत होतो.

माझ्या मित्राने आग्रहच धरला आणि अखेरीस मी म्हणालो, 'जर त्यानंतर आपण बारमध्ये जाणार असलो तरच मी येईन.' 'प्रेमात पडणं' हा वाक्प्रचार जवळजवळ नेहमीच अगदी निर्णायकपणे शृंगारिक नातेसंबंधांचं वर्णन करण्यासाठी वापरला जातो; पण त्या रात्री मी त्या संन्याशाला त्याचे अनुभव सांगताना ऐकलं आणि मी त्याच्या प्रेमातच पडलो. व्यासपीठावर असलेली ती व्यक्ती साधारणपणे तीस वर्षांची भारतीय व्यक्ती होती. त्याने मुंडन केलं होतं आणि भगवी कफनी घातली होती. तो बुद्धिमान, रसाळ वक्तृत्वशैली असलेला आणि भुरळ पाडणाऱ्या आकर्षक व्यक्तिमत्त्वाचा होता. 'निःस्वार्थी त्याग' या तत्त्वाविषयी तो बोलला. ज्या झाडाच्या सावलीत बसण्याचा आपला विचार नसेल, अशी झाडं आपण लावली पाहिजेत, असं त्याने सांगितलं त्या वेळी माझ्या शरीरातून एक अपरिचित शिरशिरी निघून गेल्याचं मला जाणवलं.

विशेषतः तो मुंबई आयआयटीचा म्हणजे भारताच्या एमआयटीचा विद्यार्थी होता हे समजल्यावर तर मी जास्तच प्रभावित झालो. एमआयटीप्रमाणेच मुंबई आयआयटीतही प्रवेश मिळणं जवळजवळ अशक्य असतं. मी आणि माझे मित्र ज्या ज्या गोष्टी मिळवण्यासाठी अहमहमिकेने प्रयत्न करत होतो, अशी प्रत्येक गोष्ट मिळवण्याची संधी निव्वळ संन्यासी बनण्याच्या बदल्यात त्याने सोडून दिली होती.

काहीही नसण्यापासून काहीतरी मिळवण्यापर्यंत पोहोचलेल्या लोकांकडे – म्हणजे दरिद्री अवस्थेतून वैभवशाली बनेपर्यंतचा प्रवास केलेल्या लोकांकडे मी संपूर्ण आयुष्यभर आकर्षित होत राहिलो होतो. आता अगदी पहिल्यांदाच मी ज्याने जाणीवपूर्वक याच्या अगदी विरुद्ध गोष्ट केली होती, अशा व्यक्तीच्या सान्निध्यात होतो. आपण सगळ्यांनी ज्या आयुष्याची इच्छा धरली पाहिजे, असं मला जगाने सांगितलं होतं, तसं आयुष्य त्याने सोडून दिलं होतं; पण त्यामुळे एखादी कडवट, अपयशी व्यक्ती बनण्याऐवजी तो एकदम हर्षोल्हासाने भरलेला, आत्मविश्वासू आणि मनःशांती मिळालेल्या अवस्थेत असल्याचं दिसत होतं. खरं तर मी तोपर्यंत ज्या व्यक्तींना भेटलो होतो, त्या सर्वांहून तो जास्त आनंदी दिसत होता. अठराव्या वर्षी मी अनेक श्रीमंत लोकांना भेटलो होतो. प्रसिद्ध, सामर्थ्यशाली, दिसायला चांगल्या असलेल्या किंवा या तिन्ही गोष्टी एकत्रितपणे लाभलेल्या कित्येक लोकांची व्याख्याने मी ऐकली होती; पण खरोखरच आनंदी असलेल्या कोणाला आपण भेटलो होतो, असं मला वाटत नाही.

त्यानंतर तो किती विलक्षण होता आणि त्याच्यामुळे मला किती प्रेरणा मिळाली होती ते सांगण्यासाठी गर्दीतून वाट काढत मी त्याच्यापर्यंत पोहोचलो. ''मला तुमच्याबरोबर आणखी जास्त वेळ कसं काय राहता येईल?'' मी त्याला विचारलं. मला हव्या असलेल्या गोष्टी असणाऱ्या लोकांसमवेत नव्हे, तर मला हवी असलेली मूल्यं असलेल्या लोकांसमवेत राहण्याची तळमळ माझ्या मनात निर्माण झाल्याचं मला जाणवलं.

त्या संन्याशाने मला सांगितलं की, तो संपूर्ण आठवडाभर तो यूकेमधून व्याख्याने देत फिरणार होता आणि त्याच्या उर्वरित कार्यक्रमांना जाण्याची माझी इच्छा असली तर माझं स्वागतच होतं. मग मी तसंच केलं.

त्या संन्याशाचं नाव गौरांग दास होतं आणि तो कुठली तरी योग्य गोष्ट करत होता, असं माझं त्याच्याविषयीचं पहिलं मत बनलं होतं. त्यानंतर त्या योग्य गोष्टीमागचं विज्ञान मी शोधून काढू शकेन, असंही मला वाटत होतं. ध्यान करत असताना संशोधकांना आपल्या मेंदूचं कार्य कसं चालतं ते पाहता यावं, यासाठी नेपाळच्या काठमांडूतून बाहेर पडलेला योंगेय मिंग्युर रिंपोचे नावाचा एक तिबेटी संन्यासी सन २००२मध्ये युनिव्हर्सिटी ऑफ विस्कॉन्सिन–मॅडिसन इथे गेला होता. शॉवर

घेताना केस भिजू नयेत म्हणून वापरल्या जाणाऱ्या टोपीसारख्या साधनाने (ईईजीने) संशोधकांनी त्या संन्याशाचं डोकं झाकलं. त्या साधनातून सेन्सर जोडलेल्या २५०हून अधिक सूक्ष्म तारा बाहेर पडत होत्या आणि त्या प्रयोगशाळेतील तंत्रज्ञाच्या टाळूशी जोडण्यात आल्या होत्या. हा अभ्यास करण्यात आला त्या वेळी त्या संन्याशाने त्याच्या हयातीत बासष्ट हजार तासांचा ध्यानाचा सराव केला होता.

नियंत्रक कक्षातून निरीक्षण करणाऱ्या वैज्ञानिकांच्या संघात, ध्यानधारणेत तज्ज्ञता प्राप्त केलेल्या काही वैज्ञानिकांचाही समावेश होता. वैज्ञानिकांनी तयार केलेल्या ध्यानाच्या प्रणालीनुसार त्या संन्याशाने ध्यानास सुरुवात केली. त्यात आलटून पालटून एक मिनिट करुणेवर ध्यान करायचं आणि तीस सेकंद विश्रांती घ्यायची असा नियम होता. रूपांतरकाराने दिलेल्या सूचक इशाऱ्यांनुसार या संरचनेतून त्या संन्याशाने झटपट सलग चार चक्रं पूर्ण केली. संशोधक चकित होऊन निरीक्षण करत होते. कारण, ज्या ज्या वेळी त्या संन्याशाने ध्यान करण्यास सुरुवात केली होती, नेमक्या त्याच क्षणी ईईजीने मेंदूच्या कार्याची तीव्रता प्रचंड प्रमाणात वाढल्याची नोंद केली होती. त्या संन्याशाने त्याची स्थिती बदलल्यामुळे किंवा त्याने केलेल्या हालचालीमुळे एवढ्या मोठ्या प्रमाणात झपाट्याने तीव्रता वाढली असावी, असं संशोधकांनी गृहीत धरलं. मात्र त्यांच्या नजरेला तर तो अगदी स्थिर बसल्याचं दिसत होतं.

संन्याशाच्या मेंदूच्या कार्यातील सातत्य म्हणजे ध्यानाची कृती सुरू करणं आणि ती थांबवून विश्रांतीच्या कालावधीत शिरणं या पुनःपुन्हा सुरू आणि बंद करण्याच्या कृतीतील सातत्य ही गोष्टच फक्त लक्षणीय नव्हती, तर या कृतींच्या तयारीसाठी त्याला 'वॉर्म अप' कालावधीची गरज भासत नव्हती, ही गोष्टही तितकीच लक्षणीय होती. जर तुम्ही ध्यान करणारी व्यक्ती असाल किंवा किमान तुमच्या मेंदूला शांत करण्याचा प्रयत्न करणारी व्यक्ती असाल तर तुम्हाला हे नक्कीच माहिती असेल की, तुमच्या मनातून सतत संचलन करत राहणारे, लक्ष विचलित करणारे विचार शांत करण्यासाठी थोडा काळ लागतो. खरोखरच एखादं बटण चालू आणि बंद केल्याप्रमाणे तो संन्यासी अगदी सहजगत्या ध्यानाच्या सामर्थ्यशाली अवस्थेत शिरू आणि बाहेर पडू शकत होता, असं दिसत होतं. या सुरुवातीच्या अभ्यासांनंतर सुमारे दहा वर्षांहून अधिक कालावधी उलटून गेल्यावर त्या एकेचाळीस वर्षांच्या संन्याशाच्या मेंदूचं विश्लेषण करण्यात आलं. त्यातून त्याच्या समवयस्क सहकाऱ्यांच्या तुलनेत त्याचा मेंदू वयस्करपणाची कमी लक्षणं दाखवत होता. त्याचा मेंदू त्याच्याहून सुमारे दहा वर्षांहून तरुण असलेल्या व्यक्तीएवढा तरुण होता.

बौद्ध संन्यासी मॅथ्यू रिकार्ड याच्या मेंदूचंही संशोधकांनी विश्लेषण केलं आणि त्याला 'जगातील सर्वाधिक आनंदी पुरुष' असं नामाभिधान देण्यात आलं. कारण, काळजीपूर्वक विचार करणं किंवा लक्ष देणं, स्मृती, अध्ययन आणि आनंदीपणा या

संदर्भात *विज्ञानाने आतापर्यंत नोंदवलेल्या* गॅमा लहरींच्या पातळीहून त्याच्या मेंदूत संशोधकांना गॅमा लहरींची सर्वोच्च पातळी आढळून आली. एखाद्या संन्याशाच्या नोंदी नियमित नोंदींहून भिन्न असणं ही गोष्ट कदाचित नेहमीच्या तुलनेत एक वेगळी असलेली गोष्ट म्हणावी लागेल; पण रिकार्ड हा याबाबतीतील एकमेव व्यक्ती नाही. विविध प्रकारच्या ध्यानांच्या वेळी आपल्या मेंदूचं विश्लेषण करून घेतलेल्या इतर एकवीस संन्याशांच्या मेंदूमध्येही ध्यान न करणाऱ्या व्यक्तींच्या तुलनेत ध्यानाच्या वेळी गॅमा लहरींच्या पातळी जोरदारपणे वाढल्याचं आणि तशाच दीर्घकाळ (अगदी झोपेतसुद्धा) टिकून राहिल्याचं आढळून आलं.

आपण संन्याशांप्रमाणे विचार का केला पाहिजे? तुम्हाला बास्केटबॉलच्या मैदानावर कसं वर्चस्व राखावं हे जाणून घेण्याची इच्छा असेल, तर तुम्ही बहुधा मायकेल जॉर्डनकडे वळाल. तुम्हाला नावीन्यपूर्ण कल्पना शोधण्याची इच्छा असेल, तर तुम्ही इलॉन मस्कचा तपास कराल, कशा प्रकारे कामगिरी करावी हे शिकायचं असेल तर तुम्ही बेयॉन्सचा अभ्यास कराल; पण तुम्हाला शांतता, शांती आणि उद्दिष्ट यांचा शोध घेण्यासाठी मनाला प्रशिक्षित करण्याची इच्छा असेल तर? मग याबाबतीत संन्यासीच तज्ज्ञ असतात. ब्रदर डेव्हिड स्टिन्डल-रास्ट या बेनेडिक्टिन संन्याशाने सेंटर फॉर स्पिरिच्युअल स्टडीची स्थापना केली. या केंद्रात यहुदी, हिंदू, बौद्ध, ख्रिश्चन आणि इस्लाम या विविध धर्मांना एकत्र आणलं जातं. रास्टने लिहिलं आहे की, 'वर्तमानकाळात सातत्याने जिवंत राहण्याचं सजग उद्दिष्ट बाळगणारी सामान्य व्यक्ती म्हणजे संन्यासी होय.'

संन्यासी मोहापासून दूर राहतात, टीकाटिप्पणी करण्यापासून स्वतःला परावृत्त करतात, दुःखांशी आणि चिंतांशी दोन हात करतात. अहंभावाचं शमन करतात आणि उद्दिष्टांनी व अर्थांनी काठोकाठ भरलेल्या आयुष्यांची उभारणी करतात. मग पृथ्वीवरच्या अशा सर्वाधिक शांत, आनंदी आणि अत्यंत अर्थपूर्ण लोकांकडून आपण का शिकू नये? संन्याशांसाठी शांत, प्रसन्न आणि निवांत राहणं ही गोष्ट सोपी असते, असा विचार तुम्ही कदाचित करत असाल. जिथे त्यांना कामांशी आणि शृंगारिक जोडीदारांशी जमवून घ्यावं लागत नाही आणि होय, रहदारीच्या तुफान गर्दीच्या वेळांनाही तोंड द्यावं लागत नाही, अशा शांत रचनांच्या, परिस्थितींच्या ठिकाणी दूरवर ते लपून राहतात, त्यामुळे या *आधुनिक जगात संन्यासी मला मदत करू शकतो, असा विचार करणं कसं काय शक्य आहे, असा विचारही कदाचित तुम्ही करत असाल.*

सगळ्यात पहिली गोष्ट म्हणजे संन्यासी हे जन्मतःच संन्यासी नसतात. ते स्वतःचा कायापालट करण्याची निवड केलेले आणि सर्व प्रकारच्या पार्श्वभूमीतून आलेले लोक असतात. 'जगातील सर्वाधिक आनंदी पुरुष' असलेला मॅथ्यू रिकार्ड हा पूर्वाश्रमीच्या आयुष्यात जीवशास्त्रज्ञ होता, हेडस्पेस या ध्यानाच्या ॲपचा सहसंस्थापक ॲंडी

पुड्डीकोंबने सर्कशीत प्रशिक्षण घेतलं होतं. आधी वित्तीय क्षेत्रात आणि रॉक बँड्समध्ये असलेले संन्यासीही मला माहिती आहेत. ते तुमच्यासारखेच शाळांमधून, गावांमधून आणि शहरांतून लहानाचे मोठे झालेले असतात. संन्यासी बनण्यासाठी तुम्हाला घरात मेणबत्त्या पेटवण्याची, अनवाणी फिरण्याची किंवा पर्वतशिखरांवर वृक्षासन करत उभे असल्याची तुमची छायाचित्रं पोस्ट करण्याची गरज नसते. संन्यासी बनणं ही एक प्रकारची मनोवस्था आहे आणि ती कोणीही स्वीकारू शकतो.

आजच्या बहुतांश संन्याशांप्रमाणेच मीही एखाद्या आश्रमात वाढलो नाही. माझं बहुतांश बालपण मी संन्याशांशी कसलंच साधर्म्य नसलेल्या गोष्टी करण्यात घालवलं. चौदाव्या वर्षापर्यंत मी एक आज्ञाधारक मूल होतो. लंडनच्या उत्तरेकडच्या भागात माझ्या पालकांसमवेत आणि माझ्या लहान बहिणीसमवेत मी मोठा झालो. मी एका मध्यमवर्गीय भारतीय कुटुंबातील आहे. अनेक पालकांप्रमाणे माझे पालकही शिक्षणाशी आणि मला तातडीने चांगल्या भवितव्याकडे नेण्याशी बांधील होते. मी संकटांपासून दूर राहिलो, शाळेत चांगला अभ्यास केला आणि प्रत्येकाला आनंदी बनवण्यासाठी शक्य तितके उत्तम प्रयत्न केले.

पण माध्यमिक शालेय शिक्षण सुरू झाल्यानंतर या सगळ्याला कलाटणी मिळाली. आधी मी भरपूर वजन असलेला एक लठ्ठ मुलगा होतो आणि त्यामुळे माझा नेहमीच उपहास, छळ केला जात होता; पण आता मात्र माझं वजन मी कमी केलं आणि सॉकर व रग्बी खेळायला सुरुवात केली. पारंपरिक भारतीय पालक सहसा ज्या विषयांना अनुकूल नसतात, ते कला, डिझाईन आणि तत्त्वज्ञान या विषयांकडे मी वळलो. हे सारं काही सुरळीतपणे सुरू राहिलं असतं; पण त्याच वेळी मी चुकीच्या टोळक्यांमध्ये मिसळण्यास सुरुवात केली. वाईट मुलांच्या संगतीत मी राहू लागलो. मादक पदार्थ चाखून पाहू लागलो. मारामाऱ्या करू लागलो. खूप प्रमाणात दारू पिऊ लागलो. माझं सारं काही सुरळीतपणे सुरू नव्हतं. हायस्कूलमध्ये मला तीन वेळा निलंबित करण्यात आलं. अखेरीस मला शाळा सोडण्यास सांगण्यात आलं.

'मी स्वतःला बदलेन,' असं मी वचन दिलं, 'तुम्ही मला शाळेत राहू दिलं तर मी माझ्यात बदल घडवून आणेन.' शाळेने मला ठेवून घेतलं आणि मी जबाबदारीने वागण्यास सुरुवात केली.

अखेरीस, महाविद्यालयात गेल्यावर कठोर परिश्रम, त्याग, शिस्त आणि आपल्या उद्दिष्टपूर्ततेच्या प्रयत्नांमधील सातत्य या गोष्टींचं मूल्य माझ्या लक्षात येऊ लागलं. यातली समस्या अशी होती की, त्या वेळी चांगली नोकरी मिळवणं, एखाद्या दिवशी लग्न करणं, आपलं कुटुंब तयार करणं यांसारख्या नेहमीच्या गोष्टींखेरीज माझ्यासमोर दुसरं कुठलंही उद्दिष्ट नव्हतं. याहून काहीतरी अधिक सखोल असलं पाहिजे असा संशय मला येत होता; पण ते काय होतं ते मला माहिती नव्हतं.

माझ्या महाविद्यालयात गौरांग दास व्याख्यान देण्यासाठी येईपर्यंत मी नवनवीन कल्पनांचा धांडोळा घेणं, जगण्याचा नवीन नमुना शोधणं आणि (माझ्यासकट) प्रत्येकालाच मी जो मार्ग चोखाळावा, असं वाटत होतं, त्याहून वेगळ्या मार्गाचा शोध घेणं हीच मला सर्वांत महत्त्वाची गोष्ट वाटत होती. मला विनयशीलता करुणा आणि समरसता या गोष्टींना केवळ सैद्धान्तिक संकल्पना म्हणून समजून घ्यायचं नव्हतं, तर मला त्या गोष्टी जगायच्या होत्या. शिस्त, चारित्र्य आणि सचोटी, प्रामाणिकपणा या गोष्टी फक्त मी वाचलेल्या गोष्टी म्हणून तेवढ्यापुरत्याच मर्यादित राहाव्यात, असं मला वाटत नव्हतं. मला त्या जगायच्या होत्या.

त्यानंतरची पुढची चार वर्षं मी दोन जगांमध्ये हातचलाखी करत फिरत राहिलो. बारमध्ये आणि मांसाहारी पदार्थांच्या खानावळींमध्ये जाण्यापासून ते ध्यान करणं आणि जमिनीवर झोपणं इथपर्यंतच्या दोन जगांत मी वावरत होतो. लंडनमध्ये वर्तनशास्त्र विषयावर भर देऊन मी व्यवस्थापन विषयाचा अभ्यास केला आणि एका मोठ्या सल्ला संस्थेत प्रशिक्षणार्थी म्हणून काम केलं. माझ्या कुटुंबाबरोबर आणि मित्रांसोबत वेळ घालवला. माझ्या ख्रिसमसच्या आणि उन्हाळी सुट्ट्यांपैकी बहुतेक सुट्ट्या मी मुंबईतील आश्रमात संन्याशांच्या सान्निध्यात राहण्यात, प्राचीन ग्रंथांच्या वाचनात आणि अभ्यासात घालवल्या. हळूहळू माझ्या मूल्यांमध्ये बदल घडून आला. मला संन्याशांच्या *आसपास* राहण्याची इच्छा असल्याचं माझ्या लक्षात आलं. खरं तर संन्याशाच्या मनोरचनेत *स्वतःला बुडवून टाकण्याची* माझी इच्छा होती. औद्योगिक जगात मी करत असलेलं काम मला अधिकाधिक निरर्थक असल्यासारखं वाटू लागलं. जर त्याचा कोणावरही सकारात्मक परिणाम होत नसेल तर त्यात काय अर्थ होता?

महाविद्यालयातून पदवी मिळवल्यानंतर मी सुटाऐवजी कफनी घातली आणि जिथे आम्ही जमिनीवर झोपत होतो आणि जिमच्या लॉकर्सहून बाहेरच्या जगात जगत होतो त्या आश्रमात प्रवेश केला. मी भारतात राहिलो आणि भारतात, यूकेमध्ये व युरोपमध्ये सर्वत्र प्रवास केला. रोज मी तासन्‌तास ध्यान केलं आणि प्राचीन ग्रंथांचा अभ्यास केला. मुंबईच्या बाह्य भागातील एका खेड्यात असलेल्या आश्रमाचं पर्यावरणस्नेही आध्यात्मिक एकांतवासाच्या सुरक्षित ठिकाणात (गोवर्धन इकोव्हिलेज) रूपांतर करण्याच्या सुरू असलेल्या कामात साहाय्य करण्याची आणि माझ्या सहकारी संन्याशांबरोबर सेवा करण्याची संधी मला मिळाली. त्याचबरोबर रोज सुमारे दहा लाखांहून अधिक जणांना अन्नदान करण्याच्या (अन्नामृत) कार्यक्रमातही मला सहभागी होता आलं.

जर एखाद्या संन्याशासारखा विचार करण्यास मी शिकू शकतो, तर कोणीही तसा विचार करू शकतो.

मी ज्या हिंदू संन्याशांकडून शिकलो ते त्यांचे पायाभूत ग्रंथ म्हणून वेदांचा वापर करत होते (ज्ञान असा अर्थ असलेल्या *वेद* या संस्कृत शब्दापासून या ग्रंथांना हे शीर्षक देण्यात आलं आहे. संस्कृत ही प्राचीन भाषा असून दक्षिण आशियात आज बोलल्या जाणाऱ्या बहुतांश भाषांची ही अग्रभाषा आहे). सध्या पाकिस्तानात असलेले काही भाग आणि वायव्य भारत या परिसरातून किमान तीन हजार वर्षांपूर्वी निर्माण झालेल्या या ग्रंथांच्या प्राचीन संग्रहातून हिंदू धर्माचा पाया असलेल्या तत्त्वज्ञानाचा प्रारंभ झाला, असा युक्तिवाद तुम्ही करू शकाल.

होमरच्या अविस्मरणीय महाकाव्याप्रमाणेच वेदही पहिल्यांदा मौखिक पद्धतीनेच संक्रमित करण्यात येत होते. त्यानंतर अंतिमतः ते लिखित स्वरूपात तयार करण्यात आले; पण ते ज्यावर लिहिले गेले होते (भुर्जपत्रं आणि ताडपत्रं) त्या साहित्याच्या नाजूकपणामुळे सध्या आपल्याकडे टिकून राहिलेला बहुतेक दस्तऐवज हा काही शेकडो वर्षांपूर्वीचा आहे. वेदांमध्ये स्तोत्रांचा, ऐतिहासिक कथांचा, कवितांचा, प्रार्थनांचा, मंत्रांचा, समारंभांच्या-सोहळ्यांच्या विधींचा आणि दैनंदिन आयुष्यासाठीच्या सल्ल्यांचा समावेश आहे.

माझ्या आयुष्यात मी सतत गीतेचा संदर्भ घेतो आणि या पुस्तकातही मी वरचेवर भगवत् गीतेचा (परमेश्वराचं गीत असा त्याचा अर्थ आहे) संदर्भ दिला आहे. ख्रि.पू. सुमारे ८०० ते ४०० वर्षं लिहिल्या गेलेल्या उपनिषदांवर ती ढोबळमानाने आधारित आहे. भगवत् गीता ही जीवनविषयक वैश्विक आणि कालातीत माहितीपुस्तिका मानली जाते. यातील कथा ही संन्याशांविषयीची नाही किंवा आध्यात्मिक संदर्भातही ती आलेली नाही. एका बुद्धिमान धनुर्धारी असलेल्या विवाहित पुरुषाला ती सांगितली गेली आहे. ती फक्त एकाच धर्माला किंवा प्रदेशाला लागू केली जावी असा तिचा उद्देश नव्हता – ती संपूर्ण मानवजातीसाठी आहे. एकनाथ ईश्वरन् या आध्यात्मिक लेखकाने आणि प्राध्यापकाने भारताच्या अनेक पवित्र ग्रंथांचं भाषांतर केलं आहे. त्यामध्ये भगवत् गीतेचाही समावेश आहे, त्यांनी भगवत् गीतेला 'भारताने जगाला दिलेली सर्वाधिक मौल्यवान भेट' म्हटलं आहे. आपल्या १८४५च्या नियतकालिकात राल्फ वाल्डो इमर्सनने असं लिहिलं होतं की, 'माझ्या मित्राचा मी ऋणी आहे – आणि भगवत् गीतेच्या (*होय, गीतेच्याच*) त्या भव्यदिव्य दिवसाचाही मी ऋणी आहे. जणू काही एखादी साम्राज्यसत्ताच आपल्याशी बोलत असावी असं ते होतं, भगवत् गीतेतील कोणतीही गोष्ट लहान किंवा बिन महत्त्वाची नव्हती, तर ती भव्यदिव्य, पवित्र, सातत्यपूर्ण होती. दुसऱ्या एका युगात आणि वातावरणात चिंतन करण्यात आलेल्या पुरातन ज्ञानाचा तो आवाज होता आणि आपल्याला आजही पडणाऱ्या त्याच प्रश्नांना तिने निकाली काढलं होतं. सर्व पुस्तकांमधील अशा प्रकारचं ते पहिलंच पुस्तक होतं.' इतर कोणत्याही ग्रंथाच्या तुलनेत गीतेविषयी अधिक प्रमाणात भाष्यं करण्यात आली आहेत, असं म्हटलं जातं.

संन्यासी म्हणून मला देण्यात आलेल्या शिक्षणाचा पाया असलेल्या इतर प्राचीन शिकवणुकींसह या ग्रंथातील कालातीत विद्वत्तेशी जोडलं जाण्यास तुम्हाला मदत करणं हा हे पुस्तक लिहिण्यामागचा माझा एक हेतू आहे. आज आपण सर्वच जण ज्या आव्हानांना तोंड देत आहोत, त्यांच्याशी या ग्रंथांमधील विद्वत्ता लक्षणीयपणे समर्पक, सुसंबद्ध आहे.

मी संन्याशांचं तत्त्वज्ञान वाचलं, त्या वेळी गेल्या तीन हजार वर्षांत माणूस खरोखरच बदललेला नाही ही गोष्ट माझ्या मनाला सर्वाधिक भिडली. आपण नक्कीच अधिक उन्नत झालो आहोत आणि आपलं सरासरी आयुर्मानही वाढलं आहे; पण संन्याशाच्या शिकवणुकीत क्षमाशीलता, ऊर्जा, हेतू, उद्देशाधिष्ठित जगणं आणि अशाच प्रकारच्या आजच्या काळातही निनादत असलेल्या इतर मुद्द्यांवर भाष्य असतं हे बघून मी आश्चर्यचकित आणि प्रभावितही झालो. हे ग्रंथ ज्या काळात लिहिले गेले, त्या काळातही या गोष्टी नक्कीच अशाच निनादत, दुमदुमत राहिलेल्या असल्या पाहिजेत.

याहूनही अधिक प्रभावी गोष्ट म्हणंजे या पुस्तकात सर्वत्र आपण पाहू, त्याप्रमाणे संन्याशांच्या विद्वत्तेला विज्ञानाकडून मोठ्या प्रमाणात पाठबळ देणं शक्य आहे. कित्येक सहस्त्रकांपासून संन्याशांचा असा विश्वास आहे की ध्यान आणि विचारपूर्वकता या गोष्टी लाभदायक असतात, कृतज्ञता ही गोष्टच तुमच्या दृष्टीने चांगली असते, सेवा तुम्हाला अधिक आनंदी बनवते आणि अशाच इतर आणखी काही गोष्टीही तुम्ही या पुस्तकातून शिकाल. आधुनिक विज्ञानाला या कल्पना दाखवून देणं किंवा त्यांना वैध ठरवणं शक्य होण्याच्या कित्येक वर्षं आधीच त्यांनी या कल्पनांभोवती काही प्रघात, रीती विकसित केल्या.

आइन्स्टाईनने असं म्हटलं होतं, 'तुम्हाला सहजपणे एखादी गोष्ट स्पष्ट करता येत नसेल, तर तुम्हाला ती योग्य प्रकारे पुरेशा प्रमाणात समजलेली नाही.' मी शिकत असलेले धडे आधुनिक जगाशी किती समर्पक आहेत, हे मला दिसलं त्या वेळी इतरांनाही मला ते सांगता यावेत, यासाठी मला त्यांच्यामध्ये आणखी सखोल बुडी मारण्याची इच्छा झाली.

मी मुंबईत आल्यानंतर तीन वर्षांनी माझे गुरू गौरांग दास यांनी मला असं सांगितलं की, मी आश्रम सोडून देऊन, मी जे काही शिकलो होतो, ते जगाला सांगितलं तर त्यामुळे मी जास्त मोलाचा आणि सेवाभावी ठरेन, असा त्यांचा विश्वास होता. संन्यासी म्हणून मी व्यतीत केलेली तीन वर्षं ही जीवनाच्या शाळेसारखी होती. संन्यासी होणं ही गोष्ट कठीण होती आणि आश्रम सोडून जाणं ही त्याहूनही कठीण गोष्ट होती; पण आश्रमाच्या बाहेरच्या भागात जीवनाची विद्वत्ता वापरणं हा कर्मकठीण भाग होता – मला ते अंतिम परीक्षेसारखं वाटत होतं. रोजच माझ्या असं

लक्षात येत होतं की, संन्याशाची मनोरचना काम करते – ती प्राचीन विद्वत्ता अगदी धक्कादायकपणे, आश्चर्यकारकपणे आजही समर्पक आहे म्हणूनच मी ती सांगत आहे.

मी विवाहित आहे आणि संन्याशांना लग्न करण्याची परवानगी नसते म्हणून मी स्वतःचा संदर्भ 'माजी संन्यासी' असा देत असलो तरी या काळात अजूनही मी स्वतःला संन्याशीच समजतो. मी लॉस एंजेलिसमध्ये राहतो. लोक मला असं सांगतात की, लॉस एंजेलिस हे भौतिकतावादी, वरकरणी देखावा करणाऱ्या, फसव्या, कल्पनाजाल विणणाऱ्या आणि सर्वसामान्यपणे धोकेबाज, अविश्वसनीय असलेल्या जागतिक राजधान्यांपैकी एक शहर आहे; पण आधीच अज्ञान दूर झालेल्या, संस्कारसंपन्न ठिकाणी मुळातच का राहावं? आता जगात आणि या पुस्तकात मी जगलेल्या आयुष्यातून मी घेतलेल्या गोष्टींविषयी आणि मी जे शिकलो आहे, त्याविषयी मी सांगणार आहे. हे पुस्तक पूर्णपणे अ-सांप्रदायिक आहे. ही कोणत्याही प्रकारची धर्मांतर करण्याची चोरटी व्यूहरचना नाही, हे मी शपथपूर्वक सांगतो! मी सादर करत असलेल्या साहित्याशी तुम्ही जोडले गेलात आणि तुम्ही त्याचा सराव केलात तर तुमच्या आयुष्याचा खरा अर्थ, उत्कटता आणि हेतू तुम्हाला शोधता येईल.

याआधी कधीही लोक इतके असमाधानी नव्हते किंवा 'आनंद' मिळवण्यासाठी इतका निष्फळ खटाटोप करण्यात एवढे व्यग्र झालेले नव्हते. आपल्यासमोर कर्तबगार आणि यश मिळवलेल्या लोकांचे नमुने ठेवून आपली संस्कृती आणि प्रसारमाध्यमं आपल्या मनात आपण कोण आणि काय असावं याविषयीची प्रतिमा आणि संकल्पना भरवतात. प्रसिद्धी, पैसा, भुरळ पाडणाऱ्या गोष्टी आणि अत्यंत आकर्षक सौंदर्य, लैंगिकता यांपैकी कोणतीही गोष्ट अखेरीस आपलं समाधान करू शकत नाहीत. आपण फक्त या मंडलातील गोष्टी अधिकाधिक प्रमाणात शोधू लागतो आणि त्या आपल्याला नैराश्य, भ्रमनिरास, असमाधान, नाखुशी आणि शीण किंवा थकवा यांच्याकडे घेऊन जातात.

मला संन्यस्त मनोरचना आणि सहसा नेहमीच जिचा संदर्भ माकडाची मनोरचना असा दिला जातो, ती मनोरचना यांच्यातील विरोधाभास दाखवून देण्याची इच्छा आहे. आपलं मन एक तर आपली उन्नती घडवून आणतं किंवा आपली अधोगती करतं. आज आपण सगळेच जण अतिविचार, दिरंगाई आणि चिंता यांच्याशी संघर्ष करत आहोत आणि परिणामी, माकडाच्या मनाचे लाड पुरवत आहोत. माकडाचं मन हे निरुद्देशपणे एका विचारावरून दुसऱ्या विचारावर आणि कुठलंही आव्हान खरोखरच न सोडवता फक्त एका आव्हानावरून दुसऱ्या आव्हानावर टुणटुण उड्या मारत राहतं; पण आपल्याला काय हवं आहे याचा मुळापर्यंत सखोल शोध घेऊन आणि वाढीसाठी कृती करण्याजोग्या पायऱ्या निर्माण करून आपण स्वतःला संन्याशाच्या मनोरचनेपर्यंत उन्नत बनवतो. संन्याशाची मनोरचना आपल्याला संभ्रमातून, गोंधळातून आणि विचलितपणातून वर उचलते आणि स्पष्टता, अर्थपूर्णता आणि दिशा शोधण्यास मदत करते.

माकडाचं मन	संन्याशाचं मन
विविध शाखांनी पूर्णपणे झाकलं गेलेलं असतं	समस्येच्या मुळावर लक्ष केंद्रित झालेलं असतं
प्रवाशाच्या जागेवरच राहतं	हेतूतः आणि जाणीवपूर्वक जगतं
तक्रारी करतं, तुलना करतं, टीका करतं	करुणेने वागतं, काळजी घेतं, परस्पर सहकार्य करतं
अतिविचार करतं आणि दिरंगाई करतं	विश्लेषण करतं आणि स्पष्टोच्चार करतं
लहान, लहान गोष्टींनी विचलित होतं	शिस्तबद्ध असतं
अल्पकालीन समाधान मिळतं	दीर्घकालीन लाभ मिळतो
हुकूमत गाजवतं आणि हक्क दाखवतं	उत्साही, निश्चयी, संयमी असतं
लहरीनुसार बदलतं	मोहिमेशी, दृष्टिकोनाशी किंवा उद्दिष्टाशी बांधील असतं
नकारात्मकतेची आणि भीतींची तीव्रता वाढवतं	नकारात्मकता आणि भीती मोडून काढण्यावर काम करतं
आत्मकेंद्रित आणि झपाटून गेलेलं असतं	सेवा करण्यासाठी स्वतःची काळजी करतं
एका वेळी अनेक कामं करतं	एका वेळी एकच काम करतं
क्रोध, काळजी आणि भीती यांनी नियंत्रित असतं	ऊर्जेवर नियंत्रण ठेवतं आणि हुशारीने ऊर्जेचा वापर करतं
जे चांगलं वाटतं ते करतं	आत्मनियंत्रण आणि तज्ज्ञता यांचा शोध घेतं
आनंदाचा शोध घेतं	अर्थपूर्णतेचा शोध घेतं
तात्पुरत्या उपाययोजना शोधतं	अस्सल, प्रामाणिक उपाययोजना शोधतं

'संन्याशासारखा विचार करणं' ही गोष्ट आयुष्याकडे पाहण्याचा आणि आयुष्यापर्यंत पोहोचण्याचा आणखी एक मार्ग विचारार्थ पुढे ठेवते. बंडखोरी, अलिप्तता, पुनर्शोध, हेतू, लक्ष एकवटणं, शिस्त आणि सेवा यांचा हा मार्ग असतो. अहंभाव, असूया, लालसा, चिंता, क्रोध, कडवटपणा, ओझं यांपासून आयुष्याला मुक्त करणं हे संन्याशाच्या विचारसरणीचं उद्दिष्ट असतं. माझ्या मते, संन्याशाची मनोरचना स्वीकारणं फक्त शक्यच नाही, तर ते *आवश्यकही* आहे. आपल्याकडे

दुसरा पर्याय नाही. आपण अविचलपणा, नीरवता, शांतता यांचा शोध घेण्याची गरज असते.

संन्याशांच्या शाळेतील माझा पहिला दिवस मला अगदी लख्ख आठवतो, मी नुकतंच मुंडन केलं होतं; पण तोपर्यंत मी कफनी घालत नव्हतो आणि तेव्हाही लंडनवरून आल्यासारखाच दिसत होतो. माझं लक्ष एका लहान वयाच्या संन्याशाकडे गेलं – त्याचं वय नक्कीच दहाहून जास्त नसावं, तो पाच वर्षांच्या मुलांच्या गटाला शिकवत होता. तो अतिशय प्रभावशाली होता. त्याच्याकडे प्रौढांसारखं आत्मसंयमन आणि आत्मविश्वास होता.

'तू काय करतोयस?' मी विचारलं.

'आम्ही नुकताच त्यांना पहिला धडा शिकवून संपवला,' तो म्हणाला आणि नंतर त्याने मला विचारलं, 'शाळेत पहिल्या दिवशी *तुम्ही* काय शिकला होतात?'

'मी अक्षरं आणि आकडे शिकण्यास सुरुवात केली होती. *ते* काय शिकले?'

'श्वसन कसं करावं ही गोष्ट आम्ही त्यांना पहिल्यांदा शिकवतो.'

'का?' मी विचारलं.

'कारण तुमच्या जन्मापासून ते तुमच्या मृत्यूपर्यंत तुमच्या सोबत तुमचा श्वास, तुमचं श्वसन हीच गोष्ट कायम असते. तुमचे सगळे मित्र, तुमचं कुटुंब, तुम्ही राहत असलेला तुमचा देश या सगळ्या गोष्टी बदलू शकतात; पण तुमच्यासोबत जी गोष्ट कायम राहते ते तुमचं श्वसन असतं.'

त्या दहा वर्षांच्या साधूने पुढे सांगितलं, 'तुम्ही तणावात असता, त्या वेळी कशात बदल होतो? तुमच्या श्वसनात. तुम्ही संतप्त होता, त्या वेळी कशात बदल होतो? तुमच्या श्वसनात. श्वसनातील बदलासमवेतच आपण प्रत्येक भावनेचा अनुभव घेतो. ज्या वेळी तुम्ही आपल्या श्वसनावर नियंत्रण मिळवू शकता, त्याला दिशा देऊ शकता आणि त्याचं व्यवस्थापन करण्यास शिकता, त्या वेळी तुम्ही आयुष्यातील कोणत्याही परिस्थितीवर नियंत्रण ठेवू शकता, तिला दिशा देऊ शकता.' या संभाषणाच्या आधीपासूनच मला वृक्षाच्या पानावर किंवा समस्येच्या लक्षणांवर लक्ष केंद्रित करण्यास शिकवलं जात नव्हतं, तर गोष्टींच्या मुळावर लक्ष केंद्रित करण्यास शिकवलं जात होतं आणि एखादी व्यक्ती फक्त पाच किंवा दहा वर्षांचीच असली तरी कोणीही संन्यासी बनू शकतो ही गोष्ट मी थेट निरीक्षणाच्या माध्यमातून शिकत होतो.

जन्म झाल्याबरोबर आपल्याला जी पहिली गोष्ट करावीच लागते ती असते श्वसन; पण जसजसं त्या नवजात अर्भकाच्या दृष्टीने आयुष्य अधिकाधिक गुंतागुंतीचं बनत जातं तसतसं निश्चल अवस्थेत बसून श्वसन करणं अतिशय आव्हानात्मक

बनू शकतं. या पुस्तकातून तुम्हाला संन्याशाचा मार्ग दाखवला जाईल, अशी मला आशा आहे – आपण गोष्टींच्या मुळाशी जातो, आत्मपरीक्षणात सखोल शिरतो. या जिज्ञासेतून, चौकसपणातून, विचारांतून, परिश्रमातून आपण हे करत जातो आणि आपल्याला शांतता, नीरवता आणि हेतू सापडत असल्याची जाणीव होते. आश्रमातील माझ्या शिक्षकांनी दिलेल्या या विद्वत्तेचा वापर करून मी तुम्हाला त्या संदर्भात मार्गदर्शन करेन, अशी मला आशा आहे.

पुढच्या पानांतून मी तुम्हाला संन्याशाची मनोरचना स्वीकारण्याच्या तीन टप्प्यांमधून नेणार आहे. पहिला टप्पा हा आपल्याला मागे खेचणाऱ्या बाह्य प्रभावांपासून, अंतर्गत अडथळ्यांपासून आणि भीतींपासून आपली सुटका करून घेणं म्हणजेच त्या गोष्टी सोडून देणं हा असतो. याला आपण 'सोडून द्या' किंवा 'जाऊ द्या' असं म्हणतो. वाढीसाठी जागा मिळवण्याकरिता करावयाची साफसफाई म्हणून आपण याचा विचार करू शकतो. 'आपण वाढू किंवा वाढत राहा,' हा दुसरा टप्पा असतो. तुम्हाला हेतू, उद्दिष्ट आणि आत्मविश्वास यांच्यासह निर्णय घेणं शक्य व्हावं, यासाठी तुमच्या आयुष्याची पुन्हा नव्याने जडणघडण करण्यास मी तुम्हाला मदत करेन. अखेरीस, आपल्या पलीकडचं जग पाहून, आपल्या मनातील कृतज्ञतेची भावना व्यापक बनवून आणि ती इतरांशी वाटून घेऊन, तसंच आपले नातेसंबंध अधिक सखोल, दृढ बनवून 'आपण देऊन टाकू किंवा देऊन टाका' हा टप्पा येतो. आपल्याला लाभलेल्या देणग्या आणि प्रेम आपण इतरांशी वाटून घेतो आणि आपल्याला खऱ्या आनंदाचा शोध लागतो. सेवेमुळे होणाऱ्या लाभांनी आपण आश्चर्यचकित होतो.

या मार्गावर मी तुम्हाला ध्यानाचे तीन अतिशय वेगळे प्रकार सांगणार आहे. तुमच्या सरावात तुम्ही त्यांचा समावेश करावा, अशी मी शिफारस करतो. श्वसनकार्य, कल्पनाचित्र आणि ध्वनी हे ते तीन प्रकार आहेत. या सर्वांचे लाभ आहेत; परंतु त्यांच्यात फरक करण्याचा सर्वांत सोपा मार्ग म्हणजे तुम्ही शारीरिक लाभांसाठी – शांततेसाठी, निःस्तब्धतेसाठी आणि समतोलासाठी श्वसनाचे स्वाध्याय पार पाडता, मानसशास्त्रीय लाभांसाठी – भूतकाळातील जखमा भरून काढून भविष्याची तयारी करण्यासाठी कल्पनाचित्रं रेखाटता आणि परामानसी किंवा आत्मिक लाभांसाठी – आपल्या अत्यंत सखोल असलेल्या स्वत्वाशी आणि विश्वाशी जोडले जाण्यासाठी, खरोखरच्या शुद्धीकरणासाठी मंत्रपठण करता.

या पुस्तकातून लाभ मिळवण्यासाठी तुम्ही ध्यान केलंच पाहिजे असं नाही; पण तुम्हाला जर लाभ मिळवायचे असतील तर त्यासाठी मी दिलेली साधने अधिक तेजाळ, धारदार आहेत. हे संपूर्ण पुस्तक म्हणजेच एक ध्यानधारणा आहे, असं मी म्हणू शकेन. हे पुस्तक म्हणजे आपल्या विश्वासांवर, श्रद्धांवर, मूल्यांवर आणि हेतूंवर विचार करणं आहे. आपण स्वतःकडे कसं पाहतो, आपण कसे निर्णय घेतो,

आपल्या मनांना कसं प्रशिक्षित करतो आणि लोकांची निवड करण्याचे आणि त्यांच्याशी आंतरक्रिया करण्याचे आपले मार्ग कसे व कोणते आहेत, या सर्वांवर विचार करणं म्हणजे हे पुस्तक आहे, असं सांगण्यापर्यंतही मी पुढे जाऊ शकेन. अशा प्रकारची सखोल आत्मजागृती प्राप्त करणं हा ध्यानाचा हेतू आहे आणि तेच ध्यानामुळे मिळणारं बक्षीसही आहे.

एखाद्या संन्याशाने याविषयी कसा विचार करावा? हा प्रश्न अगदी आताच तुम्ही स्वतःला विचारण्याची गरज नसावी – बहुधा सध्या हा प्रश्न तुम्हाला फारसा जवळचाही वाटत नसावा – पण या पुस्तकाच्या अखेरीपर्यंत तुम्ही तो विचारू शकाल.

भाग एक

सोडून द्या

प्रकरण १

ओळख

माझ्याविषयी मी जसा विचार करतो तसाच मी आहे

कोणा दुसऱ्याच्या आयुष्याची नक्कल करून परिपूर्णतेने जगण्यापेक्षा
अपरिपूर्णतेने आपली स्वतःची नियती जगणंच अधिक चांगलं असतं.
– भगवत् गीता ३.३५

सन १९०२मध्ये समाजशास्त्रज्ञ चार्ल्स हॉर्टन कूली याने असं लिहिलं होतं की, 'मी जो कोणी आहे असं मला वाटतं तो मी नसतो आणि तुम्हाला मी कोण आहे असं वाटतं तोही मी नसतो. तुम्ही मला कोण समजता असं मला वाटतं, तो मी असतो.'

क्षणभरासाठी हा विचार तुमच्या मनात असाच वाहत, घोळत राहू दे.

आपली ओळख ही इतरांना आपल्याविषयी काय वाटतं यात किंवा अधिक नेमकेपणाने सांगायचं झालं तर इतर लोक आपल्याविषयी काय *विचार* करत असतील यात गुंडाळली गेलेली असते.

लोक आपल्याकडे कसे पाहतात असा आपण जो विचार करतो त्याच्याशी फक्त आपली आत्मप्रतिमाच संलग्न नसते, तर आत्म-सुधारणेचे आपले बहुतांश प्रयत्नही प्रत्यक्षात त्या कल्पना केलेल्या आदर्शापर्यंत पोहोचण्यासाठी केलेले असतात. आपल्याला जिचं कौतुक वाटत असतं, अशी व्यक्ती जर संपत्तीला यश मानत असेल तर आपण त्या व्यक्तीला प्रभावित करण्यासाठी संपत्ती मिळवण्याचे आटोकाट प्रयत्न करतो. जर आपला मित्र किंवा मैत्रीण आपण कसे दिसतो,

याचं मूल्यमापन करत आहे, अशी आपली कल्पना असेल, तर आपल्या दिसण्यात आपण सुधारणा करतो. *वेस्ट साईड स्टोरीमध्ये* मारिया तिच्या मनात असलेल्या मुलाला भेटते. मग ती लगेच म्हणत असलेलं गाणं कोणतं असतं? 'आय फील प्रिटी.'

तीनदा उत्तम अभिनेत्याचं ऑस्कर पारितोषिक पटकावणारा जगातील एकमेव अभिनेता डॅनियल डे-ल्युईस याने १९९८पासून मी हे लिहीत आहे त्या वेळेपर्यंत फक्त सहाच चित्रपटांमध्ये काम केलं होतं. मार्टिन स्कोर्सेसच्या *गँग्ज ऑफ न्यू यॉर्कमधील* बिल या खाटकाच्या भूमिकेसाठी त्याने खाटिककामाचं प्रशिक्षण घेतलं, सेटवर असताना आणि बाहेरही तो कर्कश, धसमुसळ्या आयरिश पद्धतीने बोलत राहिला आणि चाकू कसे फेकावेत हे शिकवण्यासाठी त्याने सर्कसमध्ये काम करणाऱ्या काही लोकांना पगारावर नेमलं. ही तर फक्त सुरुवात होती. तो फक्त एकोणिसाव्या शतकात अधिकृतपणे वापरले जात असलेले कपडेच वापरू लागला आणि त्या पात्रासारखं वर्तन करत अनोळखी लोकांशी वाद उकरून काढत आणि मारामाऱ्या करत रोमच्या रस्त्यांवरून भटकतही राहिला. बहुधा त्या कपड्यांमुळेच असावा; पण त्याला न्यूमोनिया झाला.

डे-ल्युईस हा 'मेथड ॲक्टिंग' या नावाने ओळखल्या जाणाऱ्या तंत्राचा वापर करत होता, त्यामुळे शक्य तितक्या जास्तीत जास्त प्रमाणात तो साकारत असलेलं पात्र जगणं त्या अभिनेत्याला शक्य होत होतं. हे एक अविश्वसनीय कौशल्य आणि कला आहे; पण सहसा नेहमीच मेथड ॲक्टिंगचा वापर करणाऱ्या कलाकारांच्या अंगात त्यांची भूमिका इतकी भिनते की त्यामुळे व्यासपीठाच्या किंवा पडद्याच्या पलीकडेही ते ती भूमिका जगतात आणि तिला जिवंत करतात. 'मी हे मान्य करेन की, मी अगदी वेडा झालो होतो, अगदी पूर्णपणे वेडा,' त्यानंतर काही वर्षांनी *इंडिपेंडंटशी* बोलताना डे-ल्युईसने म्हटलं होतं आणि 'आणि ती भूमिका माझ्या शारीरिक किंवा मानसिक आरोग्याच्या दृष्टीने तितकीशी चांगली नव्हती,' असंही त्याने म्हटलं होतं.

नकळत आपणही सगळेच जण काही प्रमाणात मेथड ॲक्टिंग करत असतो. आपल्यामध्ये ऑनलाइन काम करणारी, कामावर जाणारी, मित्रांबरोबर वागणारी आणि घरी वावरणारी अशी वेगवेगळी पात्रं असतात. त्यांच्यामुळे आपली बिलं भरण्यासाठी पैसा मिळवण्यास ती आपल्याला समर्थ बनवतात, आपल्याला सहसा नेहमीच कामाच्या ठिकाणी फारसं आरामदायक वाटत नाही; पण तिथे कार्य करण्यास ही पात्रं आपल्याला मदत करतात, आपल्याला खरोखरच न आवडणाऱ्या पण ज्यांच्या संपर्कात राहिलंच पाहिजे अशा व्यक्तींसमवेत ती आपल्याला नातं जोपासायला लावतात; पण नेहमीच आपल्या ओळखीला कित्येक स्तर असतात, त्यामुळे आपल्याला आपलं स्वत्व नेमकं कोण आणि काय होतं हे मुळातच

कधीतरी माहिती असेल, तर या अनेक स्तरांमुळे आपल्या या खऱ्या स्वत्वाच्या दर्शनापासून आपण दुरावतो. जाणीवपूर्वक नियंत्रण ठेवून किंवा हेतूतः आपण असे वागत नसलो तरीही आपण घरी येताना आपल्यासोबत आपलं कामाच्या ठिकाणचं पात्र घेऊन येतो आणि आपल्या शृंगारिक जीवनात आपल्या मित्रांसमवेत असताना आपण जे पात्र वठवत असतो त्याला घेऊन येतो. आपल्या भूमिका आपण कितीही यशस्वीपणे पार पाडत असलो तरीही आपल्या मनात अखेरीस असमाधानाची, नैराश्याची, कुचकामी ठरल्याची आणि नाखुशीची, दुःखाची भावना निर्माण होते. सुरुवातीला लहान आणि दुर्बल असलेला 'मी' आणि 'स्वतः' नंतरच्या काळात बिघडतो, विकृत स्वरूप धारण करतो.

अगदी आपल्या मूल्यांचा बळी देऊनही इतरांना आपल्याविषयी काय वाटत असावं, असं आपल्याला वाटतं त्यासारखं वागण्याचा आपण प्रयत्न करतो.

क्वचितच, कधीतरी आपण जाणीवपूर्वक, हेतुतः आपली स्वतःची मूल्यं निर्माण करतो. अशा प्रकारे याचा खराखुरा सखोल विचार करण्याऐवजी *आपण कोण असलं* पाहिजे, याविषयीच्या दोनदा प्रतिबिंबित झालेल्या प्रतिमेचा वापर करून आपण आयुष्यातील निवडी करतो. या प्रक्रियेला कूली 'आरशात दिसणारं स्वत्व' म्हणतो.

आपल्याविषयीच्या आकलनात आपण जगतो आणि परिणामी आपली खरी स्वत्वं आपण गमावलेली असतात. अशा प्रकारे दुसऱ्याच कोणाच्या तरी स्वप्नांच्या विपर्यस्त प्रतिबिंबाचा पाठलाग करत असताना आपण कोण आहोत आणि आपल्याला कशामुळे आनंद होईल, हे आपण कसं काय ओळखू शकू?

तुम्हाला कदाचित असं वाटू शकेल की, गमतीजमती, पार्ट्या करणं, लैंगिक सुख, टीव्ही बघणं, वस्तूंवरची मालकी, प्रत्यक्ष पलंगावर झोपणं (असो, तर आमच्या पलंगाचा भाग बराचसा ओबडधोबड होता) या गोष्टी सोडून देणं हा संन्यासी बनण्यातील कठीण भाग आहे; परंतु हे पाऊल उचलण्याआधी मला त्याहूनही अधिक मोठ्या अडथळ्याला पार करावं लागलं. मी निवडलेल्या या 'करिअर'च्या पर्यायाची माहिती माझ्या पालकांना देणं हा तो मोठा अडथळा होता.

महाविद्यालयात अंतिम वर्षातील माझं काम पूर्ण करेपर्यंत मला कोणता मार्ग निवडायचा आहे, ते मी ठरवून टाकलं होतं. माझ्या पालकांना मी सांगितलं की, माझ्या मार्गात येणाऱ्या नोकऱ्यांच्या संधी मी नाकारत आहे. मी नेहमीच असा विनोद सांगतो की, माझ्या पालकांचा विचार करता माझ्यासमोर करिअरचे तीन पर्याय होते : डॉक्टर, वकील किंवा अपयशी व्यक्ती बनणं. तुमच्या पालकांनी केलेली प्रत्येक गोष्ट निष्फळ ठरल्याचं त्यांना सांगायचं असेल तर त्यासाठी संन्यासी होण्याहून अधिक चांगला मार्ग नाही.

सर्वच पालकांप्रमाणे माझ्या पालकांच्याही मनात माझ्याविषयीची स्वप्नं होती; पण मी अठरा वर्षांचा झाल्यापासून दर वर्षी उन्हाळी सुट्टीचा काही काळ मी लंडनमधील वित्त क्षेत्रातील नोकरी करेन आणि काही काळ मुंबईतील आश्रमात प्रशिक्षण घेईन, असं सांगून मी त्यांचा ताण थोडासा हलका केला. मी निर्णय घेईपर्यंत माझ्या आईलाही प्रत्येक आईप्रमाणेच पहिली चिंता माझ्या हिताची होती. मला आरोग्याची काळजी घेणारी यंत्रणा उपलब्ध असेल का? ज्ञानाचा शोध घेणं हा दिवसभर काहीही न करता रिकामटेकडेपणाने राहत असल्याचं सांगण्याचा नावीन्यपूर्ण मार्ग होता का?

आमच्या सभोवताली डॉक्टर-वकील-अपयश ही यशाची व्याख्या सांगणारे मित्र आणि कुटुंबीय होते, ही माझ्या आईच्या दृष्टीने याहूनही अधिक आव्हानात्मक बाब होती. मी हे मूलगामी पाऊल उचलत असल्याची बातमी सांगोवांगीतून सगळीकडे पसरली आणि तिच्या मैत्रिणी तिला सांगू लागल्या की, 'पण तू तर त्याच्या शिक्षणात बरेच पैसे गुंतवले होतेस', 'त्याला बुद्धिभ्रष्ट करण्यात आलंय', 'तो त्याचं आयुष्य वाया घालवू पाहतोय'. माझ्या मित्रांनाही मी आयुष्यात अपयशी ठरत असल्याचं वाटू लागलं. माझ्या कानांवर असं आलं की, 'तुला पुन्हा कधीही नोकरी मिळणार नाही', 'उदरनिर्वाहासाठी कमाई करण्याच्या सगळ्या आशा तू उधळून लावत आहेस.'

ज्या वेळी तुमचं सर्वाधिक अस्सल, खरं आयुष्य जगण्याचा तुम्ही प्रयत्न करता, त्या वेळी तुमचे काही नातेसंबंध धोक्यात येतात, ते गमावण्याची जोखीम तर सहन करण्याच्याही पलीकडची असते, तुमच्या आयुष्यात त्यांना तसंच ठेवण्याचा मार्ग शोधणं हे तुम्ही पत्करावं असं आव्हान असतं.

सुदैवाने, मी हा निर्णय घेतला त्या वेळी माझ्या विकसित होत चाललेल्या संन्याशाच्या मनात माझ्या पालकांचे आणि त्यांच्या मित्र-मैत्रिणींचे आवाज ही मी वापरलेली सर्वाधिक महत्त्वाची मार्गदर्शक तत्त्वं नव्हती. त्याऐवजी माझ्या स्वतःच्या अनुभवावर मी अवलंबून होतो. अठरा वर्षांचा झाल्यापासून दर वर्षी मी दोन्ही आयुष्यांची चाचणी घेतली होती. मला रात्रीच्या जेवणाच्या वेळी भूक लागल्याखेरीज माझ्या उन्हाळी सुट्टीतील वित्त क्षेत्रातील नोकरीतून मी कधीही घरी येत नसे; पण तरीही दर वेळी मी आश्रम सोडून निघत असे त्या वेळी माझ्या मनात एक विचार येत असे, *ही विलक्षण गोष्ट होती. हा माझ्या आयुष्यातील सर्वोत्तम काळ होता.* या खूपच व्यापक वैविध्यपूर्ण अनुभवांवर, मूल्यांवर आणि श्रद्धाप्रणालींवर प्रयोग केल्यामुळे मला स्वतःला समजून घेण्यास मदत झाली.

संन्यासी बनण्याच्या माझ्या निवडीवरच्या प्रतिक्रिया ही आपण सगळेच जण आयुष्यभर ज्या दबावांचा सामना करत राहतो, त्या बाह्य दबावाची उदाहरणे आहेत. आपण सगळेच जण - आपली कुटुंबं, आपले मित्र-मैत्रिणी, समाज, प्रसारमाध्यमं

यांनी आपण कोण असलं पाहिजे आणि काय केलं पाहिजे हे सांगण्यासाठी तयार केलेल्या प्रतिमांनी आणि आवाजांनी वेढलेले असतो.

विरोधी मतांच्या, अपेक्षांच्या आणि बंधनांच्या गलबल्याने आपण वेढले जातो. हायस्कूलमधून थेट उत्तम महाविद्यालयात जा, किफायतशीर नोकरी मिळवा, लग्न करा, घर विकत घ्या, मुलं होऊ द्यात, बढती मिळू द्या, असं ते आपल्याला सांगतात. काही कारणाने यासाठी सांस्कृतिक निकषही लावले जातात – परिपूर्ण, सुफळ आयुष्य कसं असतं याचे नमुने देऊ करणारा समाज ही बिलकूल चुकीची गोष्ट नसते; पण विचार न करताच आपण या उद्दिष्टांची जबाबदारी स्वीकारली तर आपल्या मालकीचं घर का नाही किंवा आपण जिथे राहत आहोत तिथे आपण का आनंदी नाही, आपली नोकरी किंवा व्यवसाय आपल्याला पोकळ का वाटतो, आपल्याला जोडीदार खरोखरच हवा आहे की आपण यांपैकी एखाद्या उद्दिष्टासाठी तळमळत आहोत – या प्रश्नांची उत्तरं आपल्याला कधीच समजणार नाहीत.

आश्रमात जाण्याच्या माझ्या निर्णयाने माझ्या सभोवताली मतमतांतरांचा आणि चिंतांचा मोठा कल्लोळ उसळला; पण आश्रमातील माझ्या अनुभवांनी हा गोंधळ दूर करण्यासाठी आवश्यक असलेली साधने मला सहजगत्या मिळालेली होती. कारणं आणि उपाययोजना एकसारख्याच होत्या. सर्वसामान्य, सुरक्षित, व्यवहार्य, उत्तम गोष्ट काय आहे हे सांगणाऱ्या माझ्या सभोवतालच्या कोलाहलाला मी कमी प्रमाणात बळी पडत होतो. माझ्यावर प्रेम करणाऱ्या लोकांची तोंडं मी बंद केली नाहीत – मला त्यांची काळजी होती आणि त्यांनाही माझी काळजी वाटू नये, असं मला वाटत होतं; पण म्हणून माझ्या निवडींवर मी यशाच्या आणि आनंदाच्या त्यांच्या व्याख्यांना हुकूमत गाजवू दिली नाही. त्या वेळी तोपर्यंत मी घेतलेल्या कोणत्याही निर्णयाहून तो सर्वांत कठीण निर्णय होता आणि तो एक योग्य निर्णयही होता.

पालकांच्या, मित्र-मैत्रिणींच्या, शिक्षणाच्या आणि प्रसारमाध्यमांच्या अशा सर्वांच्या आवाजाची एका तरुण व्यक्तीच्या मनात गर्दी होते आणि विश्वासांची व मूल्यांची रुजवणूक होते. समाजाने केलेली आनंदी आयुष्याची व्याख्या ही प्रत्येकाचीच असते आणि कोणाचीही नसते. या कोलाहलाला दूर सारणं आणि आपल्या अंतर्यामी डोकावून पाहणं हाच अर्थपूर्ण आयुष्याची उभारणी करण्याचा एकमेव मार्ग असतो. तुमच्या संन्याशाच्या मनाची उभारणी करण्यातील ही पहिली पायरी असते.

ज्याप्रमाणे लक्ष विचलित करणाऱ्या गोष्टी दूर करून संन्यासी या प्रवासाला सुरुवात करतात, तशीच सुरुवात आपणही करणार आहोत. पहिल्यांदा आपल्याला आकार देणाऱ्या आणि आपल्या मूल्यांपासून आपलं लक्ष विचलित करणाऱ्या बाह्य शक्तींचा विचार करू या. त्यानंतर सध्या आपल्या आयुष्यांना आकार देणाऱ्या मूल्यांचा आणि आपल्याला जे कोणी होण्याची आणि जसं जगण्याची इच्छा आहे, त्याच्याशी ती मूल्यं सुसंगत आहेत का याचा आपण विचार करू.

ही धूळ आहे की हा मी आहे?

आपल्या खऱ्या स्वत्वाला झाकोळून टाकणाऱ्या बाह्य प्रभावांना उदाहरणांसह स्पष्ट करताना गौरांग दास यांनी मला एक सुंदर रूपक सांगितलं होतं.

न वापरली गेलेली पुस्तकं आणि हस्तकौशल्याच्या वस्तूंनी भरलेले पेटारे ओळीने मांडून ठेवलेल्या एका कोठीच्या खोलीत आम्ही गेलो. उर्वरित

आश्रम हा नेहमीच शिस्तबद्ध आणि चांगली झाडझूड करून सफाई केलेला असे, तशी ती जागा नव्हती. ती धूळभरली आणि कोळिष्टकांनी भरलेली होती. एक ज्येष्ठ संन्यासी मला आरशासमोर घेऊन गेला आणि त्याने मला विचारलं, 'तुला काय दिसतंय?'

धुळीच्या जाडसर थरांतून माझं प्रतिबिंबसुद्धा मी पाहू शकत नव्हतो. मी एवढं म्हटल्याबरोबर लगेच संन्याशाने मान डोलावली. त्यानंतर हात वर करून त्याच्या कफनीची बाही फिरवून त्याने आरसा पुसून टाकला. माझ्या चेहऱ्यावर धुळीचा लोट उडाला आणि माझे डोळे चुरचुरू लागले. घसाही धुळीने भरून गेला.

तो म्हणाला, 'धुळीने माखलेला आरसा ही तुझी ओळख आहे. तू पहिल्यांदा आरशात पाहिलंस त्या वेळी तू कोण आहेस आणि तू कशाला महत्त्व देतोस, या गोष्टी झाकोळलेल्या होत्या. अशा प्रकारे धूळ साफ करणं ही प्रसन्न करणारी गोष्ट असू शकणार नाही; पण फक्त ज्या वेळी ती धूळ दूर झाली त्याच वेळी तुझं खरं प्रतिबिंब तू पाहू शकलास.'

पंधराव्या शतकातील बंगाली हिंदू संत चैतन्य यांच्या शब्दांचं हे व्यावहारिक प्रात्यक्षिक होतं. चैतन्यांनी या प्रक्रियेला *सितो-दर्पण-मार्जनम* किंवा मनाचा अशुद्ध आरसा साफ करणं असं म्हटलं आहे.

शारीरिक आणि मानसिक वासनांवर प्रभुत्व मिळवून आयुष्याचा अर्थ शोधणं या - ज्या गोष्टीला सर्वाधिक महत्त्व असतं, तिच्यावर लक्ष एकाग्र करण्यापासून आपल्याला प्रतिरोध करणाऱ्या, लक्ष विचलित करणाऱ्या सगळ्या गोष्टी दूर करणं हाच वास्तविक सर्व मठांच्या, मठवासीयांच्या परंपरांचा पाया आहे. काही परंपरा बोलण्याचा त्याग करतात किंवा मौनाला महत्त्व देतात, काही लैंगिकतेचा त्याग करतात, तर काही ऐहिक वस्तूंवरच्या मालकीचा त्याग करतात आणि काही या तिन्ही गोष्टींचा त्याग करतात. आश्रमात आम्ही फक्त जगण्यासाठी अत्यावश्यक असलेल्या गोष्टींसह जगत होतो, त्याहून अधिक एकही गोष्ट आमच्याकडे नव्हती. मी त्यातूनच 'सोडून देणं' या गोष्टीच्या ज्ञानाचा थेट अनुभव घेतला. ज्या वेळी आपण अनावश्यक गोष्टींमध्ये आकंठ बुडालेले असतो, त्या वेळी खरोखरच काय महत्त्वाचं आहे, याचा मागोवा आपण घेऊ शकत नाही. मी तुम्हाला यांपैकी कुठलीही गोष्ट सोडून द्या, असं सांगत नाही; पण बाह्य प्रभावांचा गलबला ओळखण्यास आणि तो गाळून दूर करण्यास तुम्हाला मदत करण्याची माझी इच्छा आहे. अशा प्रकारे आपण धूळ साफ करू शकतो आणि तुमच्यावर खरोखरच परिणाम करणारी मूल्यं कोणती आहेत ते पाहू शकतो.

मार्गदर्शक मूल्यं ही आपल्यासाठी अत्यंत महत्त्वाची तत्त्वं असतात आणि आपल्याला कोण बनण्याची इच्छा आहे, आपण स्वतःला आणि इतरांना कशा प्रकारे वागवतो, यांसारख्या बाबतीत ती आपल्याला मार्गदर्शन करतील, असं आपल्याला वाटत असतं. मूल्यं ही सहसा एका शब्दांनी बनलेली असतात. उदा. स्वातंत्र्य, समता, करुणा किंवा कनवाळूपणा, प्रामाणिकपणा. ही गोष्टही संदिग्ध आणि आदर्शवादी वाटू शकते; पण मूल्यं खरोखरच व्यवहार्य असतात. ती एक प्रकारची नैतिक जीपीएस असतात आणि आयुष्यातून मार्ग काढत पुढे जाण्यासाठी आपण त्यांचा वापर करून घेऊ शकतो. तुमची मूल्यं तुम्हाला माहिती असतील, तर ती तुमच्यासाठी उत्तम असलेल्या माणसांकडे, कृतींकडे आणि सवयींकडे जाण्याची दिशा तुम्हाला दाखवतात. आपण एखाद्या नवीन परिसरातून गाडी चालवत असतो, त्या वेळी आपण निरुद्देशपणे कोणत्याही मूल्यांशिवाय भटकत राहतो, चुकीची वळणं घेतो, हरवतो आणि द्विधा वृत्तीत व डळमळीतपणात अडकतो. मूल्यांमुळे योग्य लोकांच्या संगतीत राहणं, अधिक अवघड असलेल्या व्यावसायिक निवडी करणं, तुमच्या वेळेचा अधिक हुशारीने उपयोग करून घेणं आणि महत्त्वाच्या गोष्टीवरच तुमचं लक्ष एकवटणं या गोष्टी अधिक सोप्या बनतात. मूल्यं नसतील तर लक्ष विचलित करणाऱ्या गोष्टींमुळे आपण कुठल्या कुठे भरकटत जातो.

मूल्यं कुठून येतात?

आपली मूल्यं आपण झोपेत असताना आपल्याकडे येत नाहीत. आपण त्यांचा जाणीवपूर्वक विचारही करू शकत नाही. आपण त्यांना क्वचितच शब्दांत मांडतो; पण तरीसुद्धा ती अस्तित्वात असतातच. प्रत्येक जण एका विशिष्ट वातावरणाच्या संचात जन्मतो आणि ज्या गोष्टींचा अनुभव घेतो, त्यावरून त्याची मूल्यं निश्चित होतात. आपण कष्टात जन्मलो होतो की ऐषआरामी वातावरणात? आपली कुठे प्रशंसा झाली? पालक आणि आपली काळजी घेणारे लोक हे नेहमीच आपली खूप मोठी स्तुती करणारे आणि टीकाकारही असतात. आपल्या किशोरावस्थेत आपण बंडखोरी करत असलो तरीही आपण या अधिकारवाणी असलेल्या लोकांना खूश करणं आणि त्यांची नक्कल करणं या गोष्टी आपोआपच करत राहतो. मागे वळून पाहताना तुमच्या पालकांबरोबरचा तुमचा वेळ कसा गेला याचा विचार करा. खेळण्यात, मजेत संभाषण करण्यात, एकत्रितपणे प्रकल्पांवर काम करण्यात? ते तुम्हाला सांगत होते त्यांपैकी कोणती गोष्ट सर्वाधिक महत्त्वाची होती? आणि त्यांना जी गोष्ट महत्त्वाची वाटत होती तिच्याशी ती सुसंगत होती का? तुम्ही कशात निष्णात बनावं, काय मिळवावं असं त्यांना वाटत होतं? तुम्ही कसं वागावं अशी त्यांची अपेक्षा होती? तुम्ही ते आदर्श आत्मसात केले होते का आणि त्यांचा तुम्हाला उपयोग झाला का?

सुरुवातीपासूनच आपलं शिक्षण हा आणखी एक शक्तिशाली परिणाम असतो. आपल्याला शिकवले जाणारे विषय, ज्या सांस्कृतिक दृष्टिकोनातून ते शिकवले जातात तो दृष्टिकोन आणि आपण कोणत्या प्रकारे शिकणं अपेक्षित असतं तो मार्ग या गोष्टी महत्त्वाच्या असतात. वस्तुस्थितीजन्य अभ्यासक्रम सर्जनशीलतेला प्रोत्साहन देत नाही, संकुचित सांस्कृतिक दृष्टिकोनामुळे विविध पार्श्वभूमीच्या आणि ठिकाणांच्या लोकांविषयीची सहिष्णुता वाढीस लागत नाही. आपल्याला बालपणापासूनच आपल्या उत्कट इच्छा माहिती असल्या तरीही त्यांच्यामध्ये स्वतःला बुडवून टाकण्याच्या, गुंग करण्याच्या अत्यल्प संधी असतात. शाळा आपल्याला आयुष्य जगण्यासाठी तयार करत नाहीत, असं इथे म्हणायचं नाही – त्या क्षेत्रात अनेक प्रकारचे शैक्षणिक नमुनेही आहेत, त्यांच्यापैकी काही नमुने कमी प्रतिबंधात्मक असतात; पण तुम्ही शाळांतून जी मूल्यं घेऊन बाहेर पडता ती तुमच्यासाठी योग्य आहेत, असं तुम्हाला वाटतं का याचा विचार करण्यासाठी एक पाऊल मागे जाणं महत्त्वाचं आहे.

द मीडिया माइंड गेम

संन्यासी म्हणून सुरुवातीलाच मी हे शिकलो होतो की, आपलं मन जे काही आत्मसात करतं त्याचा आपल्या मूल्यांवर प्रभाव पडतो. आपलं मन म्हणजे आपण नव्हे, तर तुमच्या अंतःकरणापासून तुम्हाला काय महत्त्वाचं आहे असं वाटतं ते ठरवण्याचं मन हे एक वाहन, एक साधन आहे. आपण पाहत असलेले चित्रपट, ऐकत असलेलं संगीत, वाचत असलेली पुस्तकं, आपण स्वैरपणे पाहत असलेले टीव्हीवरचे कार्यक्रम, ऑनलाइन आणि ऑफलाइन आपण ज्यांचं अनुकरण करतो ते लोक या सगळ्यांचा मूल्यांवर प्रभाव पडतो. एवढंच नव्हे, तर तुम्ही ऐकलेली बातमीही तुमच्या मनाला खाद्य पुरवते. प्रसिद्ध किंवा कोणत्याही व्यक्तींच्या खाजगी जीवनाविषयीच्या गप्पा, अफवा यांच्यामध्ये म्हणजेच गॉसिपमध्ये, यशाच्या प्रतिमांमध्ये, हिंसक व्हिडिओ गेम्समध्ये आणि त्रस्तता निर्माण करणाऱ्या बातम्यांमध्ये आपण जितक्या जास्त प्रमाणात गुंतून पडू तितक्या जास्त प्रमाणात द्वेष, चांगला–वाईट असा शिक्का मारून निवाडा करणं, स्पर्धा आणि असमाधान यांनी आपली मूल्यं कलंकित होतील.

निरीक्षण आणि मूल्यमापन या संन्याशासारखा विचार करण्याच्या गुरूकिल्ली आहेत आणि अवकाश व नीरवता, शांतता यांच्यापासून त्यांची सुरुवात होते. संन्याशांसाठी बाह्य प्रभावांचा कोलाहल गाळून टाकण्यातील पहिली पायरी म्हणजे एखाद्या गोष्टीला जाऊ देणं किंवा सोडून देणं होय. आश्रमाला भेट देणं, महाविद्यालयातून पदवी मिळवणं आणि नंतर अधिकृतपणे संन्यासी बनणं ही माझ्या आयुष्यातील तीन

हे करून पाहा : तुमची मूल्यं कुठून आली आहेत?

आपल्यावर सहजगत्या पडणाऱ्या प्रभावांचं आकलन करून घेणं ही कठीण गोष्ट असू शकते. मूल्यं या अमूर्त, सैद्धान्तिक, चटकन न आठवणाऱ्या गोष्टी असतात आणि आपल्याला काय हवं असलं पाहिजे, आपण कसं जगलं पाहिजे, आपण कोण आहोत, याविषयीच्या कल्पना आपण कशा तयार कराव्यात याविषयी आपण राहत असलेलं जग सातत्याने बेदरकार आणि सुप्त सूचना पुढे रेटत राहतं.

तुमच्या आयुष्याला आकार देणारी काही मूल्यं लिहून काढा. त्या प्रत्येकापुढे त्यांचा स्रोत लिहा. त्यांपैकी तुमच्याकडे खरोखरच असलेल्या प्रत्येक मूल्याच्या समोर बरोबरची खूण करा.

उदाहरण :

मूल्य	स्रोत	हे माझ्या बाबतीत लागू पडतं का?
दयाळूपणा	पालक	✓
दिसणं	प्रसारमाध्यमं	एकसारख्याच पद्धतीने नाहीत
संपत्ती	पालक	नाही
चांगल्या श्रेणी	शाळा	खऱ्या अध्ययनाचा ओझरता स्पर्श
माहिती	शाळा	✓
कुटुंब	परंपरा	कुटुंब : होय; पण पारंपरिक नाही

कामं होती. लंडनच्या उत्तरेकडे असलेल्या ग्रामीण परिसरातील भक्तिवेदांत मनोर या मंदिरात काही महिने प्रशिक्षण घेतल्यानंतर २०१०च्या सप्टेंबरच्या सुरुवातीला मी भारतातील खेड्यात असलेल्या आश्रमात आलो. तुलनेत फॅशनेबल असलेले माझे कपडे देऊन त्या बदल्यात मी दोन भगव्या कफन्या घेतल्या (एक घालायला आणि एक धुवायला). माझी खूपच छान, सफाईदार केशरचना मी गमावली – आता माझ्या डोक्यावर एकही केस नव्हता. आमचं मुंडन करण्यात आलं होतं आणि बाहेर जाण्याच्या जवळजवळ सगळ्याच संधींपासून मला वंचित ठेवण्यात आलं होतं. मला नंतर कोठीच्या खोलीत दाखवण्यात आलेल्या आरशाखेरीज आश्रमात एकही आरसा नव्हता, त्यामुळे आपल्या दिसण्याविषयीच्या भावनेने मन झपाटून टाकण्यापासून आम्हाला रोखण्यात आलं होतं. आम्ही क्वचितच वैविध्य असलेला आहार घेत होतो. जमिनीवर टाकण्यात आलेल्या पातळ चटयांवर झोपत होतो आणि मंत्रोच्चाराचा ध्वनी आणि आमची ध्यानधारणा थांबवणारे घंटांचे निनाद एवढंच काय ते संगीत आमच्या कानांवर पडत होतं. आम्ही चित्रपट किंवा टीव्हीवरचे कार्यक्रम पाहत नव्हतो आणि संपर्क क्षेत्रात असलेल्या व काही जणांमध्ये एक – अशा प्रकारे

ठेवण्यात आलेल्या डेस्कटॉप संगणकांवर आम्हाला मर्यादित बातम्या समजत होत्या आणि ई-मेल मिळत होत्या.

तिथे अवकाश, स्तब्धता आणि शांतता एवढ्याच गोष्टी होत्या. **लक्ष विचलित करणाऱ्या कोणत्याही गोष्टी तिथे नव्हत्या. ज्या वेळी आमच्या सभोवतालच्या जगाची मतं, अपेक्षा आणि बंधने आमच्या कानांवर पडेनाशी झाली, त्या वेळी आम्ही स्वतःचं म्हणणं ऐकू लागलो.** त्या शांततेत बाह्य कोलाहल आणि माझा स्वतःचा आवाज याच्यातील फरक मी ओळखू लागलो. माझ्या अंतःकरणातील विश्वास, श्रद्धा पाहण्यासाठी मी इतरांची माझ्यावर साचलेली धूळ साफ करू शकलो.

मी तुम्हाला वचन देतो की, मी तुम्हाला मुंडन करायला आणि कफनी घालायला सांगणार नाही; पण आधुनिक जगात जाणिवेची उभारणी करण्यासाठी आपण स्वतःला अवकाश, शांतता आणि स्तब्धता कशा प्रकारे मिळवून देऊ शकू? आपल्यापैकी बहुतेक जण शांतपणे आपल्या मूल्यांचा विचार करत नाहीत. आपल्या विचारांसमवेत एकांतात राहणं आपल्याला आवडत नाही. शांतता टाळण्याकडे, आपली डोकी भरून टाकण्याचा प्रयत्न करण्याकडे, सतत हालचाल करत राहण्याकडे आपला कल असतो. युनिव्हर्सिटी ऑफ व्हर्जिनियाच्या आणि हार्वर्डच्या संशोधकांनी केलेल्या अनेक अभ्यासमालिकांमध्ये सहभागी झालेल्या व्यक्तींना स्मार्टफोन, लिखाणाची साधने आणि वाचायलाही काहीच नसलेल्या खोलीत फक्त सहा ते पंधरा मिनिटं थांबण्यास सांगण्यात आलं. त्यानंतर संशोधकांनी त्यांना संगीत ऐकायला किंवा फोन वापरायला दिला. सहभागी व्यक्तींनी फोनना आणि संगीताला फक्त प्राधान्यच दिलं नाही, तर त्यांच्यापैकी अनेकांनी आपल्या विचारांसमवेत *एकांतात राहण्याऐवजी स्वतःला अचानक विजेचा धक्का बसवून घेण्याच्या* पर्यायाचीही निवड केली. तुम्ही रोज नेटवर्किंगच्या कार्यक्रमाला गेलात आणि जगण्यासाठी काय केलं पाहिजे हे तुम्हाला लोकांना सांगायचं असेल तर तुम्ही कोण आहात हे न सांगता ते टाळून पुढे जाणं ही कठीण गोष्ट असते. तुम्ही रोज रात्री *रिअल हाउसवाइव्हज* बघत असाल तर तुमच्या मित्राच्या किंवा मैत्रिणीच्या तोंडावर वाईनचे ग्लास फेकणं हे नियमित वर्तन आहे, असा विचार तुम्ही करू लागता. ज्या वेळी आपली आयुष्यं आपण अशी भरगच्चपणे भरून टाकतो आणि विचार करण्यासाठी आपल्याकडे थोडासाही वेळ आपण ठेवत नाही, त्या वेळी लक्ष विचलित करणाऱ्या या गोष्टी आपोआपच आपली मूल्यं बनतात.

आपण आधीच आपल्या विचारांना हाताळू शकत नाही आणि आधीच व्यग्र असलेल्या आपल्या मनाचा शोधही घेऊ शकत नाही. फक्त तुमच्या घरात बसून राहण्यातून तुम्ही काहीही शिकू शकत नाही. विचार करण्यासाठी अवकाशाची

निर्मिती करण्याचे तीन मार्ग मी तुम्हाला सुचवेन. पहिला मार्ग म्हणजे रोजच्या रोज तुम्ही शांतपणे बसून तो दिवस कसा गेला आणि तुमच्या मनात कोणत्या भावना तुम्हाला जाणवत आहेत, यावर विचार करावा. दुसरी गोष्ट म्हणजे वेगळ्या वातावरणात जाऊन स्वतःचा शोध घेण्यासाठी तुम्ही बदल म्हणून महिन्यातून एकदा तुम्ही आधी कधीही न गेलेल्या ठिकाणी जावं, त्यामुळे तुम्हाला बदलाचा अंदाज येऊ शकतो. मी हा अनुभव आश्रमात असताना घेतला होता; पण अशी जागा कोणतीही असू शकते. तो त्याआधी तुम्ही कधीही न गेलेला एखादा बगीचा किंवा ग्रंथालयही असू शकतं. अखेरीस जी गोष्ट तुमच्यासाठी अर्थपूर्ण असेल अशा एखाद्या गोष्टीत स्वतःला गुंतवून घ्या – तो एखादा छंद, धर्मादाय कार्य किंवा राजकीय ध्येय असू शकेल.

अवकाश निर्माण करण्याचा आणखी एक मार्ग म्हणजे आपण अवकाश कशा प्रकारे भरून टाकत आहोत, त्याचा अंदाज घेणं आणि त्या निवडींमुळे आपल्या खऱ्या मूल्यांवर परिणाम होत आहे का ते पाहणं.

तुमच्या आयुष्याचं लेखापरीक्षण करा

तुमची मूल्यं काय आहेत, याविषयी तुम्ही काहीही *विचार* करत असलात तरीही तुमच्या कृती खरी कथा सांगतात. आपल्या फावल्या वेळात आपण काय करतो यातून आपली मूल्यं दिसतात. उदाहरणार्थ, मूल्यांच्या यादीत तुम्ही कदाचित तुमच्या कुटुंबाबरोबर वेळ घालवण्याला सर्वोच्च स्थान दिलं असेल; पण तुमचा सगळा वेळ तुम्ही गोल्फ खेळण्यात आणि तुमच्या मूल्यांशी सुसंगत नसलेल्या कृती करण्यात घालवत असाल तर तुम्ही आत्मपरीक्षण करण्याची गरज आहे.

वेळ

पहिल्यांदा तुम्ही झोपलेले नसता किंवा काम करत नसता त्या वेळी तुमचा वेळ तुम्ही कसा घालवता त्याचं मूल्यमापन करू या. संशोधकांना असं आढळलं आहे की, आपल्या आयुष्याच्या अखेरीपर्यंत आपल्यापैकी प्रत्येक जण सरासरी तेहेतीस वर्षं अंथरुणात घालवतो (त्यांच्यापैकी सात वर्षं आपण झोपण्याचा प्रयत्न करण्यात घालवतो). एक वर्ष चार महिन्यांचा कालावधी व्यायामात आणि तीन वर्षांहून जास्त काळ सुट्ट्यांवर खर्च करतो. तुम्ही स्त्री असाल तर तुम्ही १३६ दिवस तयार होण्यात घालवता. तुम्ही पुरुष असाल तर हा कालावधी ४६ दिवसांपर्यंत घटतो. अर्थातच हे फक्त अंदाज आहेत; पण आपल्या दैनंदिन निवडींची यात आणखी भर पडते.

हे करून पाहा : तुमच्या वेळेचं लेखापरीक्षण करा

खालील गोष्टींना तुम्ही किती वेळ देता त्याचा मागोवा घेण्यात आठवडाभराचा कालावधी घालवा : कुटुंब, मित्र–मैत्रिणी, आरोग्य आणि स्वतःवर (आपण झोपणं, खाणं आणि काम करणं या गोष्टींना यातून वगळत आहोत याची नोंद घ्या. अनेकदा सर्व प्रकारचं काम अमर्यादपणे अस्ताव्यस्त पडलेलं असू शकतं. जर तुमच्या बाबतीत असं घडत असेल तर तुम्ही अधिकृतपणे कधी कामावर असता याच्या तुमच्या स्वतःच्या व्याख्या निश्चित करा आणि मग अतिरिक्त काम हा तुमच्या कामाचा आणखी एक प्रकार तयार करा). तुम्ही ज्या क्षेत्रांवर तुमचा बहुतांश वेळ घालवता, त्या क्षेत्रांचा आणि तुम्हाला ज्याचं सर्वाधिक मूल्य वाटतं त्याचा मेळ साधला गेला पाहिजे. उदाहरणार्थ, तुम्हाला एखाद्या कामासाठी किती वेळ हवा असतो, हे संबधित काम तुम्हाला किती महत्त्वाचं वाटतं, त्यावर अवलंबून असतं. त्या निर्णयाकडे तुम्ही अत्यंत बारकाईने पाहण्याची गरज असल्याचं ते चिन्ह असतं. तुम्हाला जी गोष्ट महत्त्वाची आहे, असं वाटत नसतं त्यावर वेळ घालवण्याचं तुम्ही ठरवलं असेल, तर त्या निर्णयामागची मूल्यं काय आहेत? तुम्हाला त्या कामातून मिळणारं उत्पन्न अंतिमतः तुमच्या मूल्यांची पूर्तता करतं का?

प्रसारमाध्यमं

तुम्ही असं लेखापरीक्षण केलं असेल, तर तुमचा लक्षणीय वेळ हा वाचनात किंवा माध्यमांवर जात असेल. संशोधकांनी असं अनुमान काढलं आहे की, आपल्यापैकी प्रत्येक जण टीव्ही पाहण्यात आणि समाज माध्यमांवर (सोशल मीडियावर) आयुष्यातील सरासरी अकरा वर्षांचा काळ घालवतो! कदाचित, तुम्ही करत असलेली माध्यमांची निवड अगदी सहजगत्या करण्यात आली असेल; पण त्यावर घालवलेला काळ मूल्यं दर्शवतो.

प्रसारमाध्यमांची अनेक स्वरूपं आहेत. आपल्यापैकी बहुतेक जण चित्रपट पाहण्यात, टीव्ही पाहण्यात किंवा मासिकं वाचण्यात अतिरेकी प्रमाणात वेळ घालवत नाही, तर आपण अतिरेकी प्रमाणात वेळ घालवतो तो 'डिव्हायसेस'वर किंवा साधनांवर. तुमचा आयफोन तुम्ही कसा वापरता ते अगदी सोईस्करपणे आयफोनच तुम्हाला सांगतो. सेटिंग्जमध्ये जाऊन गेल्या आठवड्यात तुम्ही किती वेळ फोनवर होतात ते पाहा, मग सोशल मीडियांवर, गेम्सवर, मेल्सवर आणि वेब ब्राऊजिंगमध्ये तुम्ही किती वेळ घालवला ते तुमच्या लक्षात येईल. तुम्ही जे पाहता ते तुम्हाला आवडत नसलं तर तुम्ही स्वतःवर काही नियंत्रणही घालू शकता. अँड्रॉईडवर तुम्ही सेटिंग्जअंतर्गत बॅटरीचा किती वापर झाला ते पाहू शकता आणि नंतर मेन्यूत जाऊन शो फुल डिव्हाईस युसेजवरूनही तुम्ही किती वापर केला ते पाहू शकता किंवा

सोशल फिव्हर (Social Fever) अगर मायॲडिक्टोमीटर (MyAddictometer) यांसारखी ॲप डाऊनलोड करू शकता.

पैसा

तुम्ही कोणती मूल्यं घेऊन जगत आहात ते पाहण्यासाठी वेळेप्रमाणेच तुम्ही खर्च केलेल्या पैशाकडेही पाहू शकता. घर, अवलंबून असलेल्या व्यक्ती, कार, बिलं, अन्न आणि कर्ज यांसारख्या आवश्यक गोष्टींना वगळा. आता तुमच्या स्वेच्छेखातर तुम्ही केलेल्या खर्चाकडे पाहा. या महिन्यातील तुम्ही केलेली सर्वांत मोठी गुंतवणूक कोणती होती? स्वेच्छेने केलेल्या खर्चातील कोणता खर्च तुम्ही सर्वांत जास्त केला आहे? तुमच्या दृष्टीने सर्वांत महत्त्वाच्या असलेल्या गोष्टीशी तुमचा हा खर्च संबंधित आहे का? तुमच्या सगळ्या खर्चावर तुम्ही चटकन एक दृष्टिक्षेप टाकला तर जी गोष्ट करण्याच्या योग्यतेची आहे असं आपल्याला वाटत असतं तिच्याविषयीचा आपला दृष्टिकोन विजोड, विसंगत असल्याचं आपल्या लक्षात येतं. मुलांच्या शाळेखेरीजच्या इतर शिकवण्यांवर कुटुंब अतिरेकी प्रमाणात खर्च करत असल्याची तक्रार करणाऱ्या एका महिलेला मी सल्ला देत होतो आणि अखेरीस तिच्या हे लक्षात आलं की, तिच्या शूजवर ती मुलांच्या संगीत शिकवण्यांपेक्षाही अधिक खर्च करत होती.

खर्च आणि आपले प्राधान्यक्रम यांची तुलना करणाऱ्या समाजमाध्यमांवरच्या पोस्ट बघितल्यावर वेळ आणि पैसा यांचा आपण ज्या प्रकारे विनियोग करतो त्याच्यातून आपली मूल्यं कशी दिसून येतात, याचा विचार मी करू लागलो.

६० मिनिटांचा टीव्हीवरचा खास कार्यक्रम ('झटपट जाणारा वेळ!')

पालकांबरोबर केलेलं ६० मिनिटांचं दुपारचं जेवण ('शाश्वत सत्य!')

रोजची कॉफीची सवय (प्रतिदिन ४ डॉलर्स, वार्षिक सुमारे १५०० डॉलर्स) ('ती गरजच असते!')

ताज्या, आरोग्यपूर्ण अन्नाची निवड (अतिरिक्त १.५०/ प्रतिदिन, वार्षिक सुमारे ५५० डॉलर्स.) ('तितक्या योग्यतेचं नसतं!')

समाजमाध्यमांवर १५ मिनिटं स्क्रोलिंग करणं ('मी स्वतःसाठी काढलेला वेळ!')

ध्यानासाठी १५ मिनिटं ('वेळ नाही!')

हे सगळं तुम्ही प्रत्येक गोष्टीकडे कसं पाहता त्यावर अवलंबून असतं. तुम्ही महिन्याभराच्या खर्चावर नजर टाकता त्या वेळी स्वेच्छेखातर केलेल्या कोणत्या खरेदी म्हणजे दीर्घ किंवा अल्पकालीन गुंतवणुकी आहेत, त्याचा विचार करा. बाहेर जाऊन केलेलं खूपच रुचकर, छानसं जेवण की नृत्याचा वर्ग? या गोष्टी मनोरंजनासाठी होत्या की ज्ञानप्राप्तीसाठी? तुमच्यासाठी होत्या की इतर कोणासाठी?

तुमच्याकडे व्यायामशाळेचं सदस्यत्व असेल; पण तिथे तुम्ही महिन्यातून फक्त एकदा गेला असाल आणि वाईनवर अधिक प्रमाणात खर्च केला असेल, तर तुम्ही काही प्रमाणात पुनर्विचार करण्याची गरज आहे.

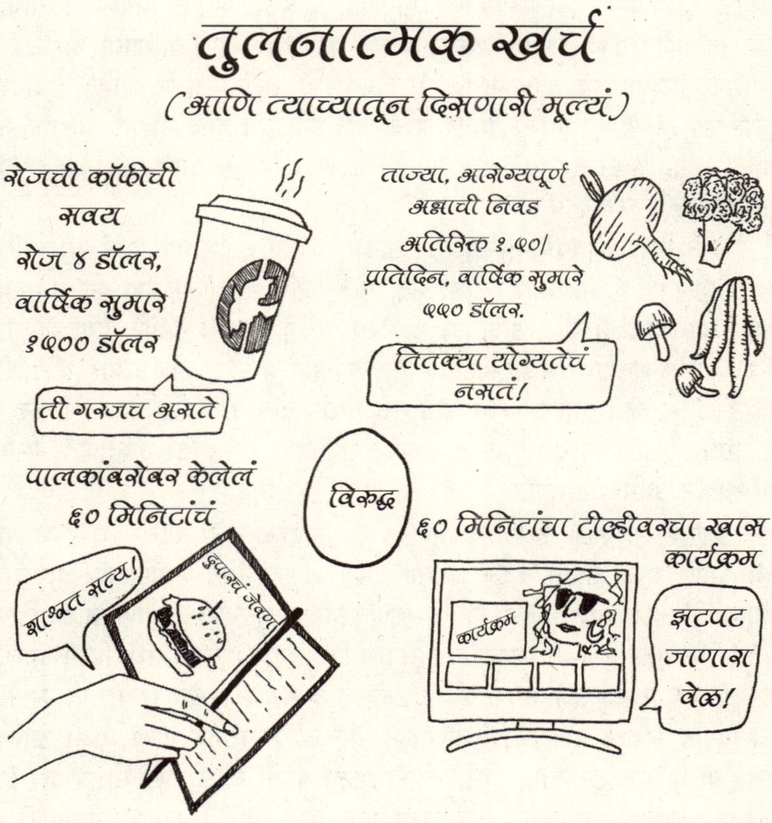

तुमच्या मूल्यांची निवड करा

आत्म-लेखापरीक्षण करण्यातून किंवा स्वतःचा लेखाजोखा मांडण्यातून तुमच्या आयुष्यात आपोआपच शिरलेल्या मूल्यांविषयी तुम्हाला समजतं. तुमची मूल्यं काय आहेत आणि तुमच्या निवडी त्यांच्याशी सुसंगत आहेत का हे ठरवणं ही त्यानंतरची पायरी असते. संन्याशाच्या मूल्यांवर चिंतन केल्यामुळे तुम्हाला स्वतःची मूल्यं ओळखण्यास मदत होऊ शकते. उच्चतर आणि कनिष्ठ अशी दोन प्रकारची मूल्यं असतात, असं आश्रमातील आमच्या गुरूंनी स्पष्ट केलं होतं. उच्चतर मूल्यं

आपल्याला आनंद, परिपूर्ती, आणि अर्थपूर्णता या दिशेने जाण्यास प्रेरित करतात आणि आपली उन्नती घडवून आणतात. कनिष्ठ मूल्यं आपली चिंता, नैराश्य आणि यातना यांच्या दिशेने अवनती घडवून आणतात. गीतेनुसार, निर्भयता, मनाची शुद्धता, कृतज्ञता, सेवाभाव आणि औदार्य व बंधुभाव, स्वीकारार्हता, त्याग करणं, सखोल अभ्यास, उग्र तपस्या आणि साधेपणा, खरेपणा, क्रोधाचा अभाव, सर्वसंगपरित्याग, यथार्थ दृष्टिकोन, चुका शोधण्यापासून परावृत्त होणं, सर्व सजीवांविषयी अनुकंपा, समाधान, हळुवारपणा/दयाळूपणा, निश्चयीपणा ही उच्चतर मूल्यं आहेत (आनंद आणि यश ही या मूल्यांमध्ये नाहीत याची नोंद घ्या. ती मूल्यं नाहीत, ती बक्षिसं आहेत – तो अखेरचा टप्पा आहे आणि चौथ्या प्रकरणात आपण त्यांच्याविषयी आणखी चर्चा करणार आहोत).

अतिलोभ, कामवासना/लालसा, क्रोध, अहंभाव, भ्रामक कल्पना आणि असूया म्हणजेच काम, क्रोध, लोभ, मद, मोह आणि मत्सर ही सहा कनिष्ठ मूल्यं आहेत. या कनिष्ठ मूल्यांना आपण थारा दिला तर ती आपला झटपट ताबा घेतात, ही या कनिष्ठ मूल्यांची वाईट बाजू आहे, तर चांगली बाजू अशी आहे की, ती संख्येने खूपच कमी आहेत किंवा माझे गुरू गौरांग दास आम्हाला आठवण करून देत असत, त्याप्रमाणे अधोगतीला जाण्याच्या मार्गांहून नेहमीच उन्नतीकडे नेणारे मार्ग संख्येने अधिक असतात.

आपण सहजपणे विरळ हवेतून अशा मूल्यांचा संच खेचून घेऊ शकत नाही आणि एका रात्रीत बदल घडवून आणू शकत नाही. त्याऐवजी आपल्या आयुष्यांतील अवकाश भरून टाकलेल्या चुकीच्या मूल्यांना आपण जाऊ दिलं पाहिजे. आश्रमाने आम्हा संन्याशांना निसर्गाचं निरीक्षण करण्याची संधी दिली आणि आमच्या गुरूंनी सर्व सजीवांच्या जीवनचक्राकडे आमचं लक्ष वेधलं. पालवी फुटते, तिचं पानांत रूपांतर होतं आणि ती गळून पडतात. सरपटणारे प्राणी, पक्षी आणि सस्तन प्राणी कात टाकतात, पिसं, लोकर गळून पडते. जाऊ देणं, सोडून देणं हा पुनर्जन्माप्रमाणेच निसर्गाच्या लयबद्धतेचा एक भाग आहे. आपण मनुष्यप्राणीच काही गोष्टींना चिकटून राहतो. त्यांमध्ये लोकांचा, कल्पनांचा, मालकीच्या भौतिक मालमत्तांचा, मारिया कोंडोच्या पुस्तकांच्या प्रतीचा समावेश होतो. या गोष्टी दूर करणं अनैसर्गिक असल्याचा विचार आपण करतो; पण त्यांना सोडून देणं किंवा जाऊ देणं हा अवकाशाकडे (शब्दशः) आणि स्तब्धतेकडे, शांततेकडे नेणारा थेट मार्ग आहे. आपली आयुष्यं भरून टाकणाऱ्या लोकांपासून आणि कल्पनांपासून आपण शारीरिकदृष्ट्या शक्य नसलं तरी मानसिकदृष्ट्या तरी आपल्याला स्वतंत्र ठेवू शकतो आणि नंतर आपल्याला ज्या नैसर्गिक प्रवृत्तींकडे वळणं भागच असतं त्यांचं निरीक्षण करण्यासाठी वेळ मिळवू शकतो.

रोजच आपल्या मार्गात निवडी येतात आणि आपण त्यांच्यात मूल्यं गुंफण्यास सुरुवात करू शकतो. अगदी विवाहासारखी एखादी मोठी निवड असो किंवा एखाद्या मित्राशी युक्तिवाद करण्यासारखी लहान निवड असो, ज्या ज्या वेळी आपण निवड करतो, त्या त्या वेळी उच्च किंवा कनिष्ठ अशा कोणत्याही प्रकारच्या आपल्या मूल्यांमुळे आपण ती करण्यास प्रवृत्त होतो. जर या निवडी आपल्यासाठी चांगल्या ठरल्या, तर आपली मूल्यं आपल्या कृतींशी सुसंगत असतात; पण ज्या वेळी त्या आपल्यासाठी उपयुक्त ठरत नाहीत, त्या वेळी तो निर्णय घेण्यासाठी तुम्ही कशामुळे प्रवृत्त झालात, त्याचं पुनरावलोकन करणं महत्त्वाचं असतं.

हे करून पाहा : पूर्वीची मूल्यं

तुम्ही आतापर्यंत केलेल्या निवडींपैकी तीन उत्तम आणि तीन अत्यंत वाईट निवडींचा विचार करा. तुम्ही त्या का केल्या होत्या? तुम्ही त्यापासून काय शिकलात? त्या वेळी तुम्ही कशा प्रकारे वेगळ्या निवडी करू शकला असतात?

वर दिलेल्या हे करून पाहाच्या तुमच्या उत्तरांचा बारकाईने विचार करा. त्यातच तुमची मूल्यं अंतर्भूत आहेत. तुम्ही निवड का केली होती? तुम्ही प्रेमाला महत्त्व देता याच कारणासाठी तुम्ही कदाचित योग्य किंवा अयोग्य व्यक्तीबरोबर असू शकाल किंवा तुम्ही देशभर फिरला असाल. कारण, तुम्हाला बदल हवा होता. कदाचित, साहस हे त्यामागचं मूल्य असावं. आता हीच गोष्ट भविष्यासाठीही करा. तुमच्या सर्वांत मोठ्या उद्दिष्टांचा विचार करा. ती आपण कसं जगावं याविषयीच्या इतर लोकांच्या, परंपरेच्या किंवा प्रसारमाध्यमांच्या कल्पनांतून प्रेरित झाल्यामुळे निर्माण झाली आहेत का?

हे करून पाहा : मूल्यांनी प्रेरित निर्णय

पुढच्या आठवड्यात ज्या वेळी तुम्ही अनावश्यक गोष्टींवर पैसा खर्च कराल किंवा तुमचा मोकळा वेळ कसा घालवायचा याचं नियोजन कराल, त्या वेळी क्षणभर थांबा आणि विचार करा : या निवडीमागे कोणतं मूल्य आहे? त्यासाठी फक्त सेकंदभराचा, क्षणभराच्या विचाराएवढाच वेळ लागतो. खरं पाहता हे क्षणिक थांबणं स्वाभाविक बनतं म्हणून तुम्हाला काय महत्त्वाचं वाटतं आणि त्यासाठी तुम्ही किती ऊर्जा खर्च करू शकता, याविषयीच्या निवडी तुम्ही सजगतेनं, जाणीवपूर्वक करू लागा.

ओईओंना गाळा, त्यांना प्रतिबंध करू नका

एकदा तुम्ही मतं (ओपिनियन्स), अपेक्षा (एक्सपेक्टेशन्स) आणि बंधने (ऑब्लिगेशन्स) यांना गाळून घेतलंत की तुम्ही जगाकडे वेगळ्या नजरेने पाहू लागाल. जगाला पुन्हा मनात परत बोलावणं ही त्यानंतरची पायरी असते. मी तुम्हाला बाह्य प्रभावांना दूर करण्यास सांगतो, त्या वेळी तुम्ही संपूर्ण जगाला अमर्यादपणे, अनिश्चित कालावधीसाठी हद्दपार करावं, अशी माझी इच्छा नाही. तुमचं संन्याशाचं मन इतर लोकांकडून शिकू शकतं आणि त्याने शिकलंच पाहिजे. ही गोष्ट स्वतःला काही साधे प्रश्न विचारून जाणीवपूर्वक करणं हे आव्हान असतं. हे प्रश्न असे असतात : माझ्या कुटुंबात, मित्र-मैत्रिणींमध्ये किंवा सहकाऱ्यांमध्ये मी कोणते गुणधर्म शोधतो/त्यासाठी त्यांची प्रशंसा करतो? विश्वास, आत्मविश्वास, निर्धार, प्रामाणिकपणा हे ते गुणधर्म आहेत का? ते कोणतेही गुणधर्म असले तरी ते गुणधर्म म्हणजे प्रत्यक्षात आपली स्वतःची मूल्यं असतात - आपल्या स्वतःच्या आयुष्यात आपल्याला मार्गदर्शन करण्यासाठी आपण ज्यांचा वापर केला पाहिजे, अशी तीच महत्त्वाची मार्गदर्शक तत्त्वं असतात.

तुम्ही एकटे नसता, त्या वेळी तुमच्या मूल्यांमध्ये चपखल बसणाऱ्या लोकांच्या सान्निध्यात राहा, त्यामुळे तुम्हाला काय बनायचं आहे हे प्रतिबिंबित करणारा समूह शोधण्यासाठी तुम्हाला मदत होईल. तुम्हाला हव्या असलेल्या भवितव्याशी साधर्म्य असलेला तो समूह असेल. महाविद्यालयात अंतिम वर्षात शिकत असताना संन्याशासारखं जगण्याची सुरुवात करणं माझ्यासाठी किती कठीण होतं ते आठवतं का? आणि आता लंडनमध्ये जगणं माझ्यासाठी तितकंच कठीण आहे. मी ज्यांच्या सान्निध्यात आणि ज्यांच्या जीवनमार्गांसह वाढलो, तिथे मला उशिरापर्यंत झोपणं, इतरांच्या खाजगी आयुष्याविषयी गप्पा मारणं, इतरांना बरोबर किंवा चूक ठरवणं या गोष्टींचा मोह होत होता. नवीन संस्कृतीमुळे मला स्वतःचा पुनर्शोध घेण्यास मदत झाली आणि आणखी एका नवीन संस्कृतीने माझ्या मार्गावर तशीच वाटचाल सुरू ठेवण्यास मला मदत केली.

दर वेळी तुम्ही घरं बदलता किंवा नवीन नोकरी करता किंवा नवीन नातेसंबंध सुरू करता त्या प्रत्येक वेळी तुमच्याकडे स्वतःचा पुनर्शोध घेण्याची सुवर्णसंधी असते. अनेक अभ्यासांतून असं दिसून आलं आहे की, आपण ज्या प्रकारे स्वतःला जगाशी जोडतो ते सांसर्गिक स्वरूपाचं असतं. मॅसॅच्युसेट्स गावात राहणाऱ्या लोकांचा वीस वर्षं अभ्यास करण्यात आला. त्यातून असं दिसून आलं की, आनंदीपणा आणि नैराश्य या दोन्ही गोष्टींचा सामाजिक वर्तुळांमध्ये फैलाव होतो. एखाद्या व्यक्तीपासून मैलभराच्या अंतराच्या आत राहणारा एखादा मित्र आनंदी झाला तर ती व्यक्तीही आनंदी होण्याच्या शक्यता २५ टक्के असतात. अगदी शेजारी राहणाऱ्यांच्या संदर्भात हा परिणाम अधिक उच्चतर असतो.

तुम्ही स्वतःला कोणाच्या सान्निध्यात ठेवता त्यानुसार तुमच्या मूल्यांना चिकटून राहण्यास आणि तुमची उद्दिष्टं साध्य करण्यास तुम्हाला मदत होते. तुम्हाला २:४५ मॅरेथॉनमध्ये धावण्याची इच्छा असेल तर ४:४५ मॅरेथॉनमध्ये धावणाऱ्या लोकांबरोबर तुम्ही प्रशिक्षण घेत नाही. तुम्हाला अधिक आध्यात्मिक बनण्याची इच्छा असेल तर इतर आध्यात्मिक लोकांबरोबर तुमच्या सरावाचा विस्तार करा. तुम्हाला आपला व्यवसाय वाढवायचा असेल तर स्थानिक चेंबर ऑफ कॉमर्समध्ये जा किंवा तुम्हाला हव्या असलेल्या यशासारख्या यशाकडे आकृष्ट झालेल्या व्यावसायिकांच्या ऑनलाइन गटात सहभागी व्हा. तुम्ही जर तुमच्या मुलांना प्राधान्य देण्याची इच्छा असलेले आणि अतिकाम करणारे पालक असाल, तर आपल्या मुलांना प्राधान्य देणाऱ्या इतर पालकांशी संबंध जोपासा, त्यामुळे तुम्हाला पाठिंबा आणि सल्ला यांची देवाणघेवाण करता येईल. त्याहूनही अधिक चांगली गोष्ट म्हणजे शक्य असेल तिथे एका गटाच्याही पलीकडे जा : मॅरेथॉन चालवणाऱ्या कुटुंबाभिमुख आध्यात्मिक व्यावसायिकांशी संबंध जोडा आणि ते जोपासा. असो, मी गंमत करतोय, तरीही आजच्या जगात आपल्याकडे पूर्वी कधीही नव्हते, इतके एकमेकांशी संलग्न होण्याचे, जोडले जाण्याचे मार्ग आहेत. त्यात लिंक्डइन आणि मीटअप यांच्यासारख्या व्यासपीठांचा आणि फेसबुक गटांसारख्या साधनांचा समावेश होतो. त्यांच्या साहाय्याने तुमच्याच प्रकारची जमात शोधणं अधिक सोपं झालं आहे. तुम्ही प्रेमाच्या शोधात असाल तर सेवांच्या संधी, फिटनेस किंवा क्रीडा कार्यक्रम, तुम्हाला स्वारस्य असलेल्या विषयावरच्या व्याख्यानमाला यांसारख्या मूल्यांकडे रोख असलेल्या जागी शोध घ्या.

तुमच्या मूल्यांच्या संदर्भात इतर लोक कितपत चपखल बसतात याविषयी तुमची खात्री नसेल तर स्वतःला एक प्रश्न विचारा : मी या व्यक्तीबरोबर किंवा गटाबरोबर वेळ घालवतो, त्या वेळी मला जी व्यक्ती बनायचं आहे, त्या माझ्या इच्छेच्या मी जवळ जातो की त्यापासून लांब जातो? याचं उत्तर निःसंदिग्धपणे स्पष्ट असू शकतं. तुम्ही पीएस२ वर फिफा सॉकर खेळण्यात एका वेळी चार तास घालवत असाल (मी असं कधी काळी केलंय असा याचा अर्थ नाही) किंवा त्या विरुद्ध म्हणजे तुमच्या आयुष्याचा दर्जा सुधारण्यासाठी अर्थपूर्ण चर्चेत गुंतणं पसंत करत असाल, त्यावरून याचं उत्तर स्पष्ट असेल. काही वेळा याचं उत्तर अधिक संदिग्धही असू शकतं. काही वेळा लोकांबरोबर वेळ घालवल्यावर तुम्हाला चीड येत असेल किंवा मानसिक गोंधळ निर्माण होत असेल. जे लोक आपल्यासाठी चांगले असतात त्यांच्या सान्निध्यात असणं चांगलं वाटतं; पण आपल्याला जे लोक पाठिंबा देत नाहीत किंवा आपल्या वाईट सवयी जाहीर करतात त्यांच्या बरोबर असणं आपल्याला आवडत नाही, चांगलं वाटत नाही.

हे करून पाहा : सोबत्यांचं लेखापरीक्षण

आठवडाभराच्या काळात तुम्ही बहुतांश काळ ज्या लोकांबरोबर घालवला असेल, त्या लोकांची यादी करा. प्रत्येक व्यक्तीसोबत तुम्ही जे मूल्य वाटून घेतलं असेल, त्याची यादी करा. तुमच्या मूल्यांशी खूपच जास्त प्रमाणात सुसंगत असलेल्या लोकांना तुम्ही आपला बहुतांश वेळ देत आहात का?

तुम्ही कोणाशी बोलता, तुमच्या वेळात तुम्ही काय करता, या सगळ्यांचे स्रोत मूल्यं आणि विश्वास यांना पुढे रेटत राहतात. तुमच्या मूल्यांविषयी प्रश्न न विचारताच तुम्ही एकापाठोपाठ एक दिवस जगत राहिलात तर तुमच्या कुटुंबापासून ते विपणनाच्या टोळक्यांपर्यंतच्या प्रत्येकाला तुम्ही कसा विचार करावा, असं वाटत असेल तसे विचार करत तुम्ही इकडून तिकडे हेलकावत राहाल. कोठीच्या खोलीतील त्या क्षणाची मी स्वतःला सतत आठवण करून देत राहतो. माझ्या मनात हा विचार येतो आणि मी स्वतःलाच विचारतो की, *हे मी निवडलेल्या मूल्यांमध्ये चपखल बसतं की इतरांनी माझ्यासाठी निवडलेल्या मूल्यांमध्ये चपखल बसतं? ही धूळ आहे की हा मी आहे?*

तुम्ही स्वतःला अवकाश आणि शांतता देता त्या वेळी तुम्ही धूळ साफ करू शकता आणि इतरांच्या डोळ्यांनी नव्हे, तर आपल्या आतल्या नजरेने स्वतःला पाहू शकता. तुमची मूल्यं ओळखणं आणि त्यांनाच आपल्याला मार्गदर्शन करू देणं या गोष्टींमुळे बाह्य प्रभाव गाळून घेण्यास तुम्हाला मदत होते. या कौशल्यांमुळे पुढच्या प्रकरणात बाह्य अनैच्छिक दृष्टिकोनांना आणि भावनांना गाळून घेण्यास तुम्हाला मदत होईल.

प्रकरण २

नकारात्मकता

दुष्ट राजा उपाशी राहतो

इतरांच्या दुःखावर स्वतःच्या आनंदाची
उभारणी करणं अशक्य असतं.
– दैसाकु इकेडा

माझं महाविद्यालयाचं तिसरं वर्ष संपल्यानंतरचा तो उन्हाळा होता. आश्रमात एक महिना व्यतीत करून मी परतलो होतो आणि आता मी एका वित्त कंपनीत प्रशिक्षणार्थी म्हणून काम करत होतो. माझ्या काही सहकाऱ्यांबरोबर मी दुपारचं जेवण करत होतो. आम्ही सँडविच घेतले आणि इमारतीच्या समोरच्या काँक्रीटच्या अंगणात ते घेऊन आलो. तिथे कमी उंचीच्या भिंती एकमेकींना छेदत होत्या आणि वास्तुशास्त्रीय रचनेत फक्त मानवनिर्मित गोष्टींचाच वापर करण्यात आला होता. कमालीच्या वातानुकूलित असलेल्या इमारतीत परतण्याआधी बर्फ दूर करणाऱ्या उन्हात सूट घातलेले तरुण भराभरा खात होते. मी पाण्याबाहेर काढलेल्या माशासारखा तिथे त्यांच्यात चपखल न बसणारा एक संन्यासी होतो.

'तू गेबविषयी ऐकलंयस का?' माझ्या एका मित्राने मोठ्या आवाजात कुजबुजल्यासारखं विचारलं. 'त्याच्या भागीदारांनी त्याचं प्रेझेंटेशन फाडून टाकलं.'

'तो माणूस झपाट्याने खोल गर्तेत चाललाय,' दुसऱ्या एका मित्राने मान हलवत म्हटलं.

माझ्या मनात गौरांग दासांनी वर्गात शिकवलेल्या गोष्टी आल्या. त्यांनी 'मनाचे कर्करोग : तुलना करणं, तक्रार करणं आणि टीका करणं' असं आम्हाला शिकवलं होतं. वर्गात आम्ही दुसऱ्यांच्या खासगी गोष्टींची चवीने चर्चा करण्याच्या सवयीसह नकारात्मक विचाराच्या सवयींविषयी बोललो होतो. तिथे आम्ही केलेल्या एका स्वाध्यायात आपण केलेली किंवा विचार करत असलेली प्रत्येक टीका पडताळून पाहण्याचा समावेश होता. त्यापैकी प्रत्येक टीकेसाठी आम्हाला त्या व्यक्तीविषयी दहा चांगल्या गोष्टी लिहून काढाव्याच लागत होत्या.

ती कठीण गोष्ट होती. आम्ही बंद क्वार्टरमध्ये एकत्र राहत होतो. समस्या निर्माण होत होत्या; पण त्या बहुतेक वेळा किरकोळ होत्या. शॉवर घेण्यासाठी संन्याशांना सरासरी चार मिनिटांचा कालावधी लागत होता. कोणता संन्यासी त्यासाठी जास्त वेळ लावतो यावर आम्ही पैजा लावत असू (फक्त याच एका गोष्टीवर आम्ही पैज लावत होतो. कारण : आम्ही संन्यासी होतो). घोरत पडणाऱ्यांना त्यांच्या स्वतःच्या खोलीतूनच हद्दपार केलं जात असलं तरीही काही वेळा घोरणारे नवीन लोक समोर येत होते. मग आम्ही त्यांच्या घोरण्यांचा विचार मोटरसायकलच्या आवाजांच्या पट्टीवर करत असू : अमुक संन्याशाचं घोरणं व्हेस्पाच्या आवाजासारखं आहे, तमुक संन्याशाचं घोरणं हार्ले डेव्हिडसनच्या आवाजासारखं आहे.

मी या स्वाध्यायातून गेलो आणि अगदी कर्तव्यनिष्ठपणे मी जाऊ दिलेली, सोडून दिलेली प्रत्येक टीका नोंदवून ठेवली. त्या प्रत्येकासमोर मी दहा सकारात्मक गुणधर्मांचं टाचण करून ठेवलं. या स्वाध्यायातला मुद्दा शोधून काढणं कठीण नव्हतं – प्रत्येक व्यक्ती वाईट होती त्याहून अधिक चांगली होती – पण पानावर ते पाहत असताना माझ्या बाबतीत हे गुणोत्तर बदललं होतं. यामुळे माझा स्वतःचा दुबळेपणा मला वेगळ्या प्रकारे पाहण्यास मदत झाली. माझ्या सामर्थ्यांवर माझ्या चुकांचा समतोल न साधता फक्त माझ्या चुकांवर लक्ष केंद्रित करण्याकडे माझा कल होता. ज्या वेळी मी स्वतःवरच टीका करत असल्याचं माझ्या लक्षात आलं, त्या वेळी माझ्याकडेही काही चांगले गुणधर्म होते, याची मी स्वतःलाच आठवण करून दिली. माझे नकारात्मक गुणधर्म या संदर्भात पाहिल्यामुळे माझ्या बाबतीतही तसंच गुणोत्तर असल्याचं ओळखण्यास मला मदत झाली म्हणजेच मीसुद्धा जितका वाईट होतो त्याहून अधिक चांगला होतो. या मागोवा घेण्याच्या वळणावर आम्ही वर्गात चर्चा केली : आपण ज्या वेळी दुसऱ्यांवर टीका करतो, त्या वेळी आपल्यातील वाईट गोष्टीही आपल्याला अपरिहार्यपणे दिसतातच; पण ज्या वेळी आपण इतरांमधील चांगल्या गोष्टींचा शोध घेतो, त्या वेळी आपण आपल्यातील उत्तम गोष्टींकडे पाहू लागतो.

माझ्या शेजारीच भिंतीवर बसलेल्या त्या मुलाने मला कोपराने ढोसलं आणि विचारलं, 'म्हणजे तो टिकून राहील असं तुला वाटतं का?'

आम्ही कशाविषयी बोलत होतो, त्यावरचं माझं लक्ष उडालं होतं. 'कोण?' मी विचारलं.

'गेब – त्याला मुळातच कामावर घ्यायलाच नको होतं. बरोबर?'

'हं... मला माहिती नाही,' मी म्हणालो.

एकदा आश्रमात वेळ घालवल्यावर मी अशा गॉसिपविषयी खूपच संवेदनशील बनलो होतो. प्राथमिक सकारात्मक ऊर्जेसह संभाषणांत सहभागी होण्याची मला सवय झाली होती. ज्या वेळी मी पहिल्यांदाच या जगात परतलो होतो, त्या वेळी मी अगदी चमत्कारिकपणे शांत होतो. मला नैतिकतेचा रक्षणकर्ता होण्याची इच्छा नव्हती; पण मला गॉसिपमध्ये सहभागीही व्हायचं नव्हतं. बुद्धाने असा सल्ला दिला आहे की, 'इतर लोक काय करतात किंवा काय करण्यात अपयशी ठरतात त्याकडे लक्ष देऊ नका, तुम्ही काय करता किंवा काय करण्यात अपयशी ठरता त्याकडे लक्ष द्या.' 'हं... मला नक्की माहिती नाही...' किंवा 'मी याविषयी काहीही ऐकलेलं नाही,' असं काहीतरी बोलण्याच्या क्लृप्त्या मी लवकरच शोधून काढल्या. त्यानंतर मी ते संभाषण एखाद्या अधिक सकारात्मक गोष्टीकडे वळवू लागलो. 'मॅक्सला पुढेही काम करण्यास त्यांनी सांगितलं हे तुमच्या कानांवर आलंय का? मला तसा अंदाज होताच.' काही परिस्थितींमध्ये गॉसिपना महत्त्व असतं. कोणतं वर्तन स्वीकारार्ह आहे, त्याचं नियमन करण्यास समाजाला त्यांचा उपयोग होता. दुसऱ्या व्यक्तीच्या वर्तनाविषयीच्या आपल्या निर्णयाशी आणि आपल्या मूल्यांशी इतर लोक सहमत आहेत ना हे पाहण्याची आपल्याला नेहमीच सवय असते; पण या प्रश्नांवर वाटाघाटी किंवा तडजोडी करण्याचे याहून अधिक चांगले, सौम्य, दयाळू मार्ग आहेत. गॉसिपचा वापर बहुतेक वेळा आपण इतरांना कमी लेखण्यासाठी करतो, त्यामुळे आपण त्यांच्यापेक्षा श्रेष्ठ आहोत असं आपल्याला वाटतं आणि/किंवा गटातील आपल्या दर्जाला बळकटी प्राप्त होते.

माझ्या काही मित्रांनी आणि सहकाऱ्यांनी माझ्याबरोबर गॉसिप करणं पूर्णपणे बंद केलं. त्याऐवजी आम्ही खरोखरचं संभाषण करू लागलो. मी इतरांविषयीच्या गॉसिपमध्ये सहभागी होत नाही, याचा अर्थ त्यांच्याविषयीच्या गॉसिपमध्येही मी सहभागी होणार नाही, असं वाटल्यामुळे काहींचा माझ्यावर अधिक विश्वास बसला. जर काही लोकांना मी अगदीच सरधोपट, कंटाळवाणा असल्यासारखं वाटलं असेल तर तेही ठीक आहे. मला त्यांच्याविषयी काहीही वाईट सांगायचं नाही.

नकारात्मकता सगळीकडे असते

तुम्ही जागे होता. तुमचे केस भयानकपणे अस्ताव्यस्त पसरलेले असतात. तुमची जोडीदार अशी तक्रार करते की, घरातली कॉफी संपलेली आहे. तुम्ही कामावर जात असताना ड्रायव्हर फोनवर संदेश पाठवत असल्यामुळे तुम्ही सिग्नल पडला तरी पुढे जाऊ शकत नाही. रेडिओवरची बातमी आदल्या दिवसाहून अधिक वाईट असते. तुमचा सहकारी तुम्हाला कुजबुजत्या आवाजात सांगतो की, आजही पुन्हा एकदा कॉन्डेसने आजारी पडल्याचं ढोंग केलंय... रोजच आपल्यावर नकारात्मकतेचे असे हल्ले होत असतात. आपण त्यांना स्वीकारतो आणि त्याबरोबरच त्यांचंच प्रक्षेपणही करतो, यात आश्चर्य वाटण्याजोगं काहीच नाही. दिवसभरातील छोट्या छोट्या आनंदांऐवजी आपण आपली दिवसभराची कुरकुर, दुखणी आणि वेदनाच सांगतो. आपल्या शेजाऱ्यांशी आपण आपली तुलना करतो, आपल्या जोडीदाराविषयी तक्रार करतो, आपल्या मित्र-मैत्रिणींच्या तोंडावर आपण जे कधीच बोलू शकणार नाही ते आपण त्यांच्याविषयी त्यांच्या पाठीमागे बोलतो. सोशल मीडियावरून लोकांवर टीका करतो, वाद घालतो, फसवतो अगदी आपल्या संतापाचा उद्रेकही होतो.

आपण कदाचित ज्याचा 'चांगला दिवस' असा विचार करू त्या दिवशीही या नकारात्मक वायफळ गप्पा सतत सुरू राहतात आणि तो तर कोणाच्याही नियोजनाचा भागही नसतो. *आज मी इतर लोकांशी किंवा त्यांच्या बाबतीत कशा प्रकारे दुष्टपणाने वागू शकेन? किंवा आज इतरांना अधिक वाईट वाटायला लावून मी स्वतःला अधिक चांगलं कसं काय वाटायला लावू शकेन?* असा विचार सकाळी उठल्यावर कोणीही करत नाही, असं मला अनुभवांवरून वाटतं, तरीही नेहमीच नकारात्मकता आतून येते. शांतता, प्रेम आणि समजून घेतलं जाणं या आपल्या तीन प्रमुख भावनिक गरजा असतात, असं मला वाटतं (निक लोवे आणि एल्व्हिस कॉस्टेलो यांचे आभार). संभाषण, भावना आणि कृती यांच्यातील नकारात्मकता या नेहमीच या तिन्ही गरजांपैकी एखाद्या गरजेला धोका निर्माण झाला की सहसा उफाळून बाहेर पडतात. वाईट गोष्टी घडण्याची भीती (शांतता भंग पावणं), आपल्यावर प्रेम केलं जाणार नाही अशी भीती (प्रेम गमावणं) किंवा आपला अनादर केला जाण्याची भीती (समजून घेतलं जाण्याला धोका) असे हे धोके असतात. या भीतींमध्येच इतर सगळ्या भावना अंतर्भूत असतात. त्यांच्यामध्ये पूर्णपणे दडपलं गेल्यासारखं किंवा झाकोळून गेल्यासारखं वाटणं, असुरक्षितता, दुखावलं गेल्यासारखं वाटणं, स्पर्धात्मकता, आपण गरजू, गरीब असल्यासारखं वाटणं इ. भावना यातून निर्माण होतात. तक्रारी, तुलना, टीका आणि इतर नकारात्मक भावना यांमधून ही नकारात्मकता आपल्यामधून

उफाळून बाहेर पडते. सोशल मीडियावरच्या ट्रोल्सचा विचार करा, वाईट गोष्टींचा कचरा फेकून देणं ही त्यांची लक्ष्यं असतात. कदाचित, त्यांच्याविषयी आदर बाळगला जात नाही अशी भीती त्यांच्या मनात असू शकते आणि त्यामुळे आपण महत्त्वाचे आहोत, असं वाटावं यासाठी ते ट्रोलिंगकडे वळतात किंवा कदाचित त्यांच्या राजकीय विश्वासांतून त्यांच्या मनात त्यांचं जग असुरक्षित असल्याची भीती निर्माण होत असावी (किंवा कदाचित त्यांना आपल्या अनुयायांची उभारणी करायची असू शकेल – जगातील प्रत्येक ट्रोलला नक्कीच भीतीतून प्रेरणा मिळालेली नसते).

आणखी एक उदाहरण पाहू. काही लोक फोन उचलून भावनांचे उद्रेक व्यक्त करणारी लांबलचक कंटाळवाणी सत्रंच्या सत्रं सुरू करतात आणि त्यादरम्यान त्यांचं काम किती वाईट आहे, जोडीदार, कुटुंब यांचं कसं चुकतं, ते कसा अन्याय करतात आणि काही गोष्टी कशा कधीच बदलणार नाहीत, याविषयीही ते बोलत राहतात... आपल्याला सर्वांनाच असे मित्र–मैत्रिणी असतात. अशा लोकांना काहीही बरोबर, योग्य असल्याचं दिसत नाही. अशा व्यक्ती वाईट गोष्टी घडू शकतील, याविषयीची त्यांची भीतीच बहुधा व्यक्त करत असतात – त्यांची शांततेची आणि सुरक्षिततेची गाभ्याची – मुख्य गरजच धोक्यात आलेली असते.

वाईट गोष्टीही नक्कीच घडतात. आपल्या आयुष्यात कोणत्या तरी टप्प्यावर आपण सगळेच बळी ठरलेले असतो – कदाचित, आपल्याला वांशिक भेदभावाची किंवा वगळणुकीची वागणूक दिली जाते; पण म्हणून आपण बळी पडण्याची मानसिकता स्वीकारली तर आपल्यामध्ये मोठ्या प्रमाणात हक्कांविषयी रडारड करण्याची जाणीव बळावण्याची आणि स्वार्थीपणाने वागण्याची शक्यता असते. स्टॅनफोर्डमधील मानसशास्त्रज्ञांनी १०४ जणांची दोन गटांत विभागणी केली. एका गटाला त्यांना कंटाळवाण्या वाटलेल्या काळाविषयी लिहिण्यास सांगण्यात आलं आणि दुसऱ्या गटाला आयुष्य अन्यायकारक असल्याचं वाटल्याच्या किंवा कोणाकडून तरी आपल्याला चुकीची वागणूक दिली गेल्याच्या अगर कमी लेखलं गेल्याच्या अनुभवाविषयी लिहिण्यास सांगण्यात आलं. नंतर संशोधकांना एका सोप्या कामात मदत करण्याची त्यांची इच्छा आहे का असं सहभागी व्यक्तींना विचारण्यात आलं. ज्या लोकांनी चुकीच्या वागणुकीविषयी लिहिलं होतं, त्यांच्यातून संशोधकांना मदत करण्याची इच्छा दर्शवणाऱ्या लोकांची संख्या दुसऱ्या गटातील लोकांच्या तुलनेत २६ टक्क्यांनी कमी होती. अशाच प्रकारच्या आणखी एका अभ्यासात, ज्या सहभागी व्यक्तींकडे बळीची मानसिकता असल्याचं दिसून आलं होतं, त्यांनी नंतर फक्त स्वार्थी दृष्टिकोनच व्यक्त केला नव्हता, तर त्यांनी त्यांच्या मागे कचरा तसाच सोडून दिला होता आणि काही जणांनी तर प्रयोग करणाऱ्यांची पेनंही पळवली होती!

नकारात्मकता सांसर्गिक असते

शांतता, प्रेम आणि समजून घेणं या आपल्याला आयुष्यात हव्या असलेल्या बहुतेक गोष्टी आपल्याभोवती आपण गोळा केलेल्या समूहाकडून मिळणारे आपण सामाजिक प्राणी आहोत. आपले मेंदू आपोआप सुसंवादाशी आणि मतभेदांशी जुळवून घेतात. आपण नकळतपणे इतरांना खूश करण्याचा कसा प्रयत्न करत असतो, याविषयी आपण आधीच बोललो आहोत. असो, तर आपल्याला इतरांशी सहमत व्हायला आवडतं. बहुतेक माणसांना सामाजिक अनुरूपता इतकी आवडते की, त्यांच्या गटातील लोकांचं म्हणणं अगदी उघडउघड चुकीचं असलं तरीही गटाशी जुळवून घेण्यासाठी ते स्वतःचे प्रतिसाद बदलतात – अगदी त्यांचं आकलनही बदलतात.

सन १९५०मध्ये सोलोमन ॲशने महाविद्यालयीन विद्यार्थ्यांच्या गटांना गोळा केलं आणि त्यांच्या दृष्टीची चाचणी घेतली जात असल्याचं त्यांना सांगितलं. यातली गोम अशी होती की, प्रत्येक गटात फक्त एका व्यक्तीखेरीज प्रत्येक जण सहभागी व्यक्ती असल्याचा अभिनय करत होता आणि ती एक व्यक्ती हीच चाचणीचा खरा विषय होती.

ॲशने सर्व सहभागी व्यक्तींना पहिल्यांदा एका लक्ष्यरेषेची प्रतिमा दाखवली, त्यानंतर तीन रेषांची मालिका दाखवली. त्यांच्यापैकी एक रेषा लक्ष्यरेषेहून लहान, एक मोठी आणि एक अगदी स्पष्टपणे लक्ष्यरेषेएवढ्याच लांबीची होती. काही वेळा अभिनय करण्यासाठी घेण्यात आलेल्या लोकांनी अचूक उत्तरं दिली, तर काही वेळा जाणीवपूर्वक चुकीची उत्तरं दिली. दर वेळी या अभ्यासातील खऱ्या सहभागी व्यक्तीला अखेरीस उत्तर विचारलं गेलं. अचूक उत्तर हे अर्थातच स्पष्ट होतं; पण अभिनय करणाऱ्या लोकांच्या प्रभावामुळे सुमारे ७५ टक्के लोकांनी गटातील लोकांचं अनुकरण केलं आणि किमान एकदा तरी चुकीचं उत्तर दिलं. या प्रक्रियेला *ग्रुपथिंक बायस* (गट–विचार पूर्वग्रह) असं म्हटलं जातं.

आपली प्रवृत्ती ही सहमत होण्याची असते. तुमचा मेंदू खरं तर संघर्ष आणि वाद यांना हाताळत नाही. तो समान मानसिकता असलेल्या लोकांच्या समाधानी, दिलासादायक वातावरणात आरामशीर पडून राहण्यास अधिक प्राधान्य देतो. आपण समजा, संन्याशांच्या सान्निध्यात असलो तर ही गोष्ट तशी वाईट नसते; पण आपण जर गॉसिप, संघर्ष आणि नकारात्मकता यांनी घेरले गेलो असलो तर रेषेविषयीच्या ॲशच्या प्रयोगातील लोक जसे आपल्या स्वतःच्या नजरेच्या विरोधात गेले होते, त्याप्रमाणे आपणही या सगळ्या गोष्टींच्या नजरेतून, त्यांच्या संदर्भातून जगाकडे पाहण्यास सुरुवात करतो.

सहमतीच्या अंतःप्रेरणेचा आपल्या जीवनांवर प्रचंड परिणाम असतो. तक्रारीच्या संस्कृतीत आपण का तणावग्रस्त बनतो आणि झिजून जातो, त्याचं हेही एक कारण आहे.

...आणि आपण जितक्या अधिक प्रमाणात नकारात्मकतेने घेरले जातो, तितक्या अधिक प्रमाणात आपणही नकारात्मक बनत जातो. आपल्याला असं वाटतं की, तक्रार करण्याने आपल्या रागावर प्रक्रिया करण्यास आपल्याला मदत होईल; पण भावनांचा उद्रेक झाल्यानंतर अधिक चांगलं वाटत असल्याचं सांगणारे लोकही तीव्र उद्रेकानंतरही अधिक आक्रमक असतात, असं संशोधनातून निश्चितपणे समोर आलं आहे.

अॅशचा प्रयोग

कार्ड क्र. १ :
याच्यावर विशिष्ट लांबीची रेषा आहे.

कार्ड क्र. २ :
याच्यावर तीन रेषा आहेत. त्यांच्यापैकी एका रेषेची लांबी तंतोतंत वर दिलेल्या आधीच्या रेषेएवढी आहे.

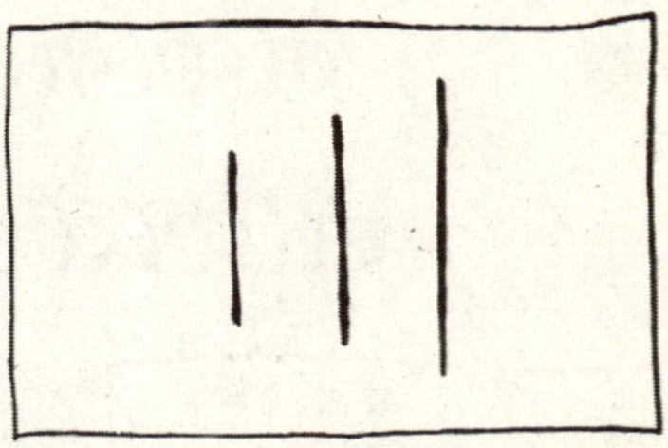

गट-विचार पूर्वग्रह (ग्रुप थिंक बायस) ही एक विचारपद्धत किंवा निर्णय प्रक्रिया आहे. तिच्याद्वारे वैयक्तिक जबाबदारीपासून परावृत्त केलं जातं.

भक्तिवेदांत मनोरमध्ये एका संन्याशाने मला अगदी वेडं बनवलं होतं. सकाळी त्याला कसं वाटत होतं असं मी विचारलं तर रात्री आपल्याला किती वाईट झोप लागली आणि ती कोणाची चूक होती ते तो सांगत असे. जेवण वाईट होतं आणि कधीही पुरेसं नव्हतं, अशी तक्रार तो करत असे. तो एक अथक मौखिक अतिसार होता, तो इतका नकारात्मक होता की, मला कधीही त्याच्या आसपास असावं अशी इच्छा होत नव्हती.

नंतर मी स्वतःच त्याच्याविषयी इतर संन्याशांकडे तक्रार करू लागल्याचं माझ्या लक्षात आलं आणि मी ज्याबद्दल टीका करत होतो, नेमका तसाच मीही बनलो होतो. तक्रार करणं हे संसर्गजन्य असतं आणि त्याने तो संसर्ग माझ्यापर्यंत फैलावला होता.

अभ्यासांतून असं दिसून येतं की, माझ्या उदाहरणाप्रमाणेच नकारात्मकता स्वैरपणे, कसलाही संबंध नसलेल्या लोकांपर्यंत आक्रमकतेने वाढत जाते आणि तुमचा दृष्टिकोन जितका अधिक नकारात्मक असेल तितक्याच अधिक प्रमाणात भविष्यातही तुम्ही अधिक नकारात्मक दृष्टिकोन बाळगता. अभ्यासांतून असंही दिसून आलं आहे की, तक्रार करण्यातून निर्माण झालेल्या दीर्घकालीन तणावामुळे प्रत्यक्षात तर्काधिष्ठित निष्कर्ष काढण्याशी, युक्तिवादाशी आणि स्मृतीशी संबंधित असलेला हिप्पोकॅम्पस हा मेंदूतील भाग आक्रसतो. कॉर्टिसॉल हे तणावामुळे निर्माण होणारे हार्मोन हिप्पोकॅम्पसची हानी करते आणि रोगप्रतिकारशक्ती कमजोर बनवते (आणि या हार्मोनचे इतरही अनेक हानिकारक परिणाम असतात). मी प्रत्येक आजाराचा दोष नकारात्मकतेला देत नाही; पण जर मी सकारात्मक राहिल्यामुळे हिवाळ्यात होणाऱ्या सर्दीपैकी एका वेळची सर्दी जरी रोखली गेली तरी मी सकारात्मक राहण्यासाठी शक्य ते सारं काही करेन.

नकारात्मक लोकांचे प्रकार

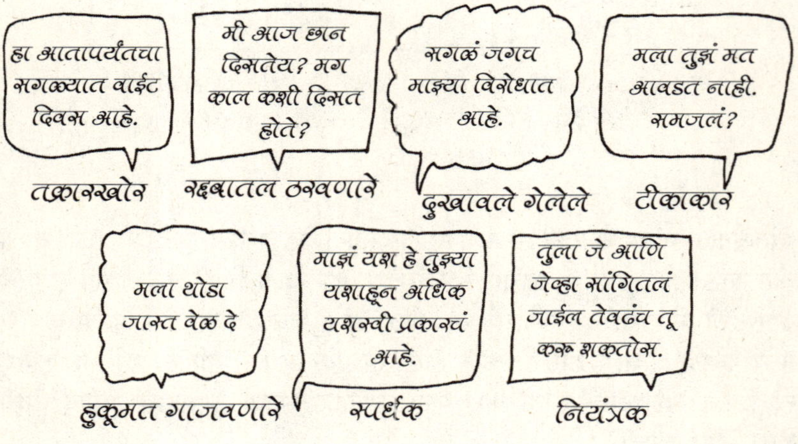

नकारात्मक लोकांचे प्रकार

नकारात्मक वर्तने आपल्याला इतकी सातत्याने वेढून राहतात की, आपल्याला त्यांची सवय होऊन जाते. तुमच्या आयुष्यात पुढीलपैकी एखाद्या प्रकारची व्यक्ती आहे का त्याचा विचार करा.

- उपाययोजना शोधण्याऐवजी जो अथकपणे तक्रार करत राहतो, आधी सांगितलेल्या फोनवर बोलणाऱ्या मित्राप्रमाणे सतत तक्रार करत राहणारे लोक. आयुष्य ही अशी समस्या आहे, जी सोडवणं अशक्य नसलं तरी निश्चितपणे कठीण आहे.
- नकारात्मक लोक प्रशंसेचे शब्दही वेगळ्या दिशेला फिरवतात. : 'आज तू छान दिसतोस/दिसतेस' या वाक्याचा अर्थ 'म्हणजे मी काल वाईट दिसत होतो/होते असं तुम्हाला म्हणायचं आहे की काय?' असा काढला जातो.
- कोणत्या ना कोणत्या गोष्टीचे बळी ठरलेले काही लोक जग त्यांच्या विरोधात आहे, असा विचार करतात आणि त्यांच्या समस्यांबद्दल इतरांवर दोषारोप करतात.
- वेगळं मत असल्याबद्दल किंवा टीकाकाराने ज्या निवडी केल्या असत्या त्यांच्याहून भिन्न निवडी केल्याबद्दल टीकाकार इतरांचा निवाडा करतात.
- जरब असलेल्या, हुकूमत गाजवणाऱ्या लोकांना स्वतःच्या मर्यादा माहिती असतात; पण ते इतरांवर यशस्वी होण्यासाठी दबाव टाकतात. प्रत्यक्षात ते स्वतःही कामात व्यग्र असले तरी ते सगळे असं म्हणतील की, 'तुझ्याकडे माझ्यासाठी कधी वेळच नसतो.'
- ते स्वतः किंवा त्यांच्या निवडी अधिक चांगल्या वाटाव्यात, यासाठी स्पर्धा करणारे लोक नियंत्रण राखून, चलाखीने स्वतःची तुलना इतरांशी करतात. त्यांना स्वतःला इतकं दुःख होत असतं की ते इतरांना खाली खेचू पाहतात. अशा लोकांच्या सान्निध्यात असताना आपल्याला नेहमीच आपलं यश कमी करून सांगावं लागतात. कारण, ते त्याचं कौतुक करणार नाहीत हे आपल्याला माहिती असतं.
- नियंत्रक, हे लोक नेहमीच देखरेख करत राहतात आणि त्यांचे मित्र किंवा जोडीदार आपला वेळ कसा आणि कोणाबरोबर घालवतात आणि कोणत्या निवडी करतात, त्याविषयी त्यांना मार्गदर्शन करण्याचा प्रयत्न करतात.

या यादीत कोण चपखल बसत असेल त्याचा विचार करून तुम्हाला गंमत वाटू शकेल; परंतु ही वर्तने ज्या वेळी तुमच्या समोर येतील त्या वेळी ती लक्षात

घेऊन त्यांना या चौकटीत बसवण्यास तुम्हाला मदत करणं हा यातला खरा मुद्दा आहे. तुम्ही प्रत्येकाला नकारात्मकतेच्या एकाच पेटीत ठेवू लागलात, तर या प्रत्येक नातेसंबंधाचं व्यवस्थापन कसं करावं हे ठरवण्याच्या जवळपासही तुम्ही पोहोचू शकणार नाही.

आणखी सहा नवीन संन्याशांसह इंग्लंडवरून मी आश्रमात पोहोचलेल्या दिवशीच त्यांनी आम्हाला असं सांगितलं की, आमचं नवीन घर म्हणजे एक रुग्णालय होतं आणि आम्ही सगळे तिथले रुग्ण होतो असं आम्ही समजावं. संन्यासी बनणं, सगळ्या भौतिक आयुष्यापासून संबंध तोडणं म्हणजे एखादी यशस्वी कामगिरी आहे, असं तिथे मानलं जात नव्हतं. याचा फक्त एवढाच साधा अर्थ होता की, आम्ही जखमा बऱ्या करण्याच्या ठिकाणी भरती झालो होतो आणि आत्म्याच्या ज्या आजाराचा आम्हाला संसर्ग झाला होता आणि आम्ही दुर्बल बनलो होतो, त्या आजारावर मात करण्यावर आम्ही तिथे काम करू शकणार होतो.

आपल्याला सर्वांनाच माहिती असतं त्याप्रमाणे रुग्णालयातील अगदी डॉक्टरही आजारी पडू शकतात. कोणीही पूर्णपणे सुरक्षित नसतं. ज्येष्ठ संन्याशांनी आम्हाला अशी आठवण करून दिली होती की, प्रत्येकाचं आजारपण वेगवेगळं होतं. प्रत्येक जण अजूनही शिकत होता आणि ज्याप्रमाणे आपण एकमेकांच्या आरोग्याच्या समस्यांना बरं-वाईट ठरवून त्यांचा निवाडा करत नाही, त्याप्रमाणेच ज्याने वेगळ्या प्रकारचं पाप केलं असेल, त्याचा आपण निवाडा करता कामा नये. गौरांग दास यांनी एका संक्षिप्त रूपकाच्या स्वरूपात याची पुनरुक्ती केली. त्यांनी आम्हाला असं सांगितलं की, इतरांविषयीच्या नकारात्मक विचारांना मनात थारा देता कामा नये, याची आम्ही स्वतःला सतत आठवण करून देण्याची सवय लावून घेतली पाहिजे. *वेगळा आजार असलेल्या एखाद्याला वाईट किंवा चांगला ठरवून त्याचा निवाडा करू नका. कोणीही परिपूर्ण असावं, अशी अपेक्षा बाळगू नका. तुम्ही परिपूर्ण आहात असाही विचार करू नका.*

नकारात्मक वर्तनाचा निवाडा करण्याऐवजी आम्ही तो हल्ला निष्फळ बनवण्याचा आणि अगदी त्याला सकारात्मकतेत बदलण्याचा प्रयत्न करतो. एकदा का तक्रारखोर व्यक्ती उपाययोजना शोधत नसल्याचं तुम्ही ओळखलं की, तुम्ही त्या उपाययोजना त्याला पुरवल्याच पाहिजेत, याची आवश्यकता नसल्याचं तुमच्या लक्षात येतं. जर हुकूमत गाजवणाऱ्या, आदेश देणाऱ्या व्यक्तीने असं म्हटलं की, 'तुझ्याकडे माझ्यासाठी वेळच नसतो,' तर 'आपल्या दोघांच्याही सोईची ठरणारी वेळ आपण शोधून काढू या का?' असं तुम्ही म्हणू शकता.

बाह्य नकारात्मकता

संबंधित परिस्थितीतील आपल्या भूमिकेविषयी स्पष्ट विचारांच्या साहाय्याने निःसंदिग्धपणे निर्णय घेण्यासाठी नकारात्मक व्यक्तीपासून दूर राहण्यास वर दिलेली वर्गवारी आपल्याला साहाय्यभूत ठरते. तुम्हाला स्वतःलाच परिस्थितीचं वर्णन करणं शक्य व्हावं, यासाठी मुळापर्यंत जाणं, निदान करणं आणि परिस्थिती स्पष्ट करणं हा संन्याशाचा मार्ग आहे. नकारात्मक लोकांना हाताळण्याच्या व्यूहरचना ठरवण्यासाठी या दृष्टिकोनाचा वापर करू या.

वस्तुनिष्ठ निरीक्षक बना

संन्यासी जाणीवपूर्वक नेतृत्व करतात. क्षणिक भावनिक हल्ल्यापासून स्वतःला दूर रोखण्यासाठी आपण एक पाऊल मागे सरकतो आणि अशा प्रकारे खरं तर नकारात्मकतेपर्यंत – म्हणजे कोणत्याही प्रकारच्या संघर्षापर्यंत पोहोचतो. थॉमस किटिंग या कॅथलिक संन्याशाने असं म्हटलं होतं की, 'इतर लोक आपल्याला ज्या प्रकारे वागवतात, त्यामुळे आपण अस्वस्थ झालंच पाहिजे असं सांगणारी कोणतीही ईश्वरी आज्ञा नाही. आपण अस्वस्थ होतो त्यामागचं कारण असं असतं की, आपल्या मनात एक भावनिक कार्यक्रम असतो आणि तो आपल्याला असं सांगतो की, 'जर एखादी व्यक्ती माझ्याशी अनुदारपणे, तिटकारा वाटण्याजोग्या प्रकारे वागली तर मी आनंदी राहू शकत नाही किंवा मला स्वतःविषयी चांगलं वाटू शकत नाही...' अशा प्रकारे सक्तीने प्रतिसाद देण्याऐवजी आणि जशास तसं वागून सूड घेण्याऐवजी माणूस म्हणून आपल्या स्वातंत्र्याचा आपण आनंद घेऊ शकतो आणि अस्वस्थ होणं नाकारू शकतो.' आपण शब्दशः नव्हे, तर भावनिकदृष्ट्या एक पाऊल मागे जाऊ शकतो आणि जणू काही आपण त्या परिस्थितीच्या मध्यभागी नाही असं समजून त्या परिस्थितीकडे पाहू शकतो. ज्याला विरक्ती किंवा सर्वसंगपरित्याग असं म्हणतात, त्यात आपण या परिस्थितीपासून आणखी जास्त अंतर दूर जातो. पुढच्या प्रकरणात आपण त्यावर अधिक भाष्य करणार आहोत. सध्यासाठी मी असं सांगेन की, कोणाचाही चांगला किंवा वाईट असा निवाडा न करता समझोता शोधून काढण्यास याची आपल्याला मदत होते. नकारात्मकता हा एखाद्याचा गुण असतो, ती त्याची ओळख नसते. व्यक्तीचा खरा स्वभाव ढगांनी झाकोळून जाऊ शकतो; पण ढगांनी झाकोळला असला तरी ज्याप्रमाणे तिथे सूर्य असतोच तसाच व्यक्तीचा खरा स्वभावही अस्तित्वात असतोच. आपल्यापैकी कोणावरही ढग मात करू शकतात. नकारात्मक ऊर्जा बाहेर टाकणाऱ्या, ही ऊर्जा झिरपत असलेल्या लोकांना हाताळत असताना आपण हे समजून घेतलंच पाहिजे. ज्याप्रमाणे कोणी आपला निवाडा करू नये,

असं आपल्याला वाटेल, त्याप्रमाणेच कोणाच्याही बाबतीत आपण तसं करणार नाही, याची आपणही दक्षता घेतलीच पाहिजे. तुम्हाला कोणीतरी दुखावतात. कारण, ते दुखावले गेलेले असतात. फक्त त्यांचं दुखावलं जाणं असं बाहेर पडून पसरत जातं. त्यांना मदतीची गरज असते आणि दलाई लामा म्हणतात त्याप्रमाणे, 'तुम्हाला शक्य असेल तर इतरांना मदत करा; पण तुम्हाला ते शक्य नसेल तर निदान कोणाला हानी तरी करू नका.'

हळूहळू दूर जा

समजून घेण्याच्या स्थितीतच नकारात्मक ऊर्जा दूर करण्यास आपण अधिक चांगल्या प्रकारे सज्ज होतो. हळूहळू दूर जाणं हा सर्वांत साधा प्रतिसाद असतो. आधीच्या प्रकरणात आपण पाहिलं आहे त्याप्रमाणे आपल्या मूल्यांमध्ये हस्तक्षेप करणाऱ्या प्रभावांना आपण सोडून देतो किंवा जाऊ देतो. तसंच आपला दृष्टिकोन झाकोळून टाकणारे नकारात्मक दृष्टिकोन (ते अतिशय तापदायक असतात) दूर करून आपल्याला आपली सफाई करण्याची इच्छा असते. जाणीव असणं, या विषयाचा जनक मानला जाणारा थिच हाट न्हान हा बौद्ध भिक्षू द *हार्ट ऑफ बुद्धाज टिचिंगमध्ये* असं लिहितो की, 'एखादी गोष्ट सोडून देण्यामुळे, तिचा त्याग करण्याने आपल्याला स्वातंत्र्य, मुक्तता मिळते आणि स्वातंत्र्य हीच आनंदप्राप्तीसाठीची एकमेव आवश्यक स्थिती आहे. जर आपल्या हृदयात आपण क्रोध, चिंता किंवा मालमत्ता यांसारख्या एखाद्या गोष्टीला अजूनही कवटाळून बसलो असलो, तर आपण मुक्तता मिळवू शकत नाही.' नकारात्मक विचारांच्या आणि भावनांच्या शारीरिक चापांचा कलंक धुऊन काढण्यास किंवा ते टाळण्यास मी तुम्हाला प्रोत्साहन देत आहे. तुमच्या आधीच्या प्रियकराने किंवा प्रेयसीने दिलेला स्वेटशर्ट किंवा तुमच्या आधीच्या मित्रासोबत तुम्ही ज्या कॉफी शॉपमध्ये जात असाल ते कॉफीशॉप या गोष्टी टाळा. तुम्ही शारीरिकदृष्ट्या, प्रत्यक्षात या गोष्टी सोडून दिल्या नाहीत, तर भावनिकदृष्ट्या तुम्ही कधीही त्या सोडून देऊ शकणार नाही.

पण यात ज्या वेळी कुटुंबातील एखादा सदस्य, मित्र किंवा सहकारी गुंतलेला असतो, त्या वेळी त्याच्यापासून अंतर राखून राहणं हा नेहमीच एक पर्याय किंवा आपण देऊ इच्छित असलेला पहिला प्रतिसाद असू शकत नाही. अशा वेळी आपण इतर व्यूहरचना वापरण्याची गरज असते.

तत्त्व

तुमच्या आयुष्यातील प्रत्येक नकारात्मक व्यक्तीमागे तुमच्या आयुष्यात उन्नत पातळीवरचे तीन लोक असले पाहिजेत. माझ्यापेक्षा अधिक आनंदी, अधिक

आध्यात्मिक प्रवृत्तीच्या अशा कोणत्या ना कोणत्या प्रकारे माझ्याहून अधिक चांगल्या असलेल्या लोकांच्या सान्निध्यात राहण्याचा मी नेहमीच प्रयत्न करतो. खेळाप्रमाणेच आयुष्यातही आपल्या आसपास अधिक चांगले खेळाडू असले तर त्यामुळे तुमच्या विकासाला प्रोत्साहन मिळतं. हे सगळं तुम्ही अगदी शब्दशः घ्यावं आणि प्रत्येक मित्राला नकारात्मक किंवा उन्नती घडवून आणण्यास मदत करणारा असं शीर्षक चिकटवावं, असं मला वाटत नाही; पण तरीही तुमचा ७५ टक्के वेळ तुम्ही आपल्याला खाली खेचणाऱ्या लोकांच्याऐवजी तुम्हाला प्रेरित करणाऱ्या, स्फूर्ती देणाऱ्या लोकांच्या संगतीत घालवला आहे, असं तुम्हाला वाटलं पाहिजे. मैत्री करताना उन्नतीदर्शक देवाणघेवाण होईल, अशा प्रकारे तुमची भूमिका ठेवा. तुम्ही ज्यांच्यावर प्रेम करता त्यांच्याबरोबर फक्त वेळ घालवू नका – त्यांच्याबरोबर विकसित व्हा. एखादा क्लास लावा, पुस्तक वाचा, एखाद्या कार्यशाळेत सहभागी व्हा. *संघ* हा समाजासाठीचा संस्कृत शब्द आहे आणि जिथे लोक एकमेकांची सेवा करतात आणि एकमेकांना प्रेरित करतात असं आश्रयस्थान असा अर्थ त्याच्यातून सूचित होतो.

वेळेची विभागणी करा

तुम्हाला नकारात्मकता दूर करता येत नसेल तर ती कमी करण्याचा आणखी एक मार्ग म्हणजे लोकांच्या ऊर्जेच्या आधारावर तुम्ही त्यांना किती वेळ द्यायचा याचं नियमन करणं हा होय. आपल्याला काही आव्हानांचा सामना हा आपण त्यांना आपल्याला आव्हान देण्याची मोकळीक देतो म्हणून करावा लागतो. काही लोकांना तुम्ही महिन्यातून एखादा दिवस, काहींना दिवसात एकदा किंवा काहींना आठवड्यात एकदा सहन करू शकता. कदाचित, जेमतेम मिनिटभरच ज्यांना तुम्ही सहन करू शकता असे लोकही तुम्हाला माहिती असतील. त्यांच्याबरोबर किती वेळ घालवणं तुमच्यासाठी उत्तम आहे त्याचा विचार करा आणि या वेळात वाढ करू नका.

तारणहार बनू नका

कोणालाही त्याचं म्हणणं ऐकून घेतलं जाण्याची गरज असते. फार ऊर्जा न घालवता तुम्ही ऐकून घेऊ शकता. आपण जर समस्या सोडवणारे बनण्याचा प्रयत्न केला तर ज्या वेळी आपला चतुराईचा, बुद्धिमानतेने दिलेला सल्ला लोक ऐकत नाहीत, त्या वेळी आपण नैराश्यग्रस्त होतो. इतरांना वाचवण्याची इच्छा अहंभावातून निर्माण होते. तुमच्या स्वतःच्या गरजांतून तुमच्या प्रतिसादाला आकार येऊ देऊ नका. *डेझर्ट फादर्स* हे सगळ्यात आधीचे ख्रिश्चन संन्यासी होते.

मध्य-पूर्वेतील वाळवंटांमधील आश्रमांमध्ये ते राहत असत. त्या लोकांच्यामध्ये एक म्हण प्रचलित होती : 'कोणा दुसऱ्याच्या तोंडातील दात मोजू नका.' त्याप्रमाणेच तुमच्याकडे आवश्यक कौशल्यं असल्याखेरीज समस्या सोडवण्याचा प्रयत्न करू नका. आता असा विचार करा की, तुमचा मित्र बुडत आहे. तुम्ही जर पट्टीचे पोहणारे असाल, प्रशिक्षित जीवनरक्षक असाल तर तुमच्याकडे संकटात असलेल्या पोहणाऱ्या व्यक्तीला मदत करण्याचं सामर्थ्य आणि आवश्यक साधन आहे असं म्हणता येईल. त्याचप्रमाणे दुसऱ्या व्यक्तीला मदत करण्यासाठी तुमच्याकडे वेळ आणि मानसिक अवकाश असेल तर तुम्ही ते काम करा; परंतु तुम्ही फक्त चांगले पोहणारेच असाल आणि तुम्ही बुडणाऱ्या व्यक्तीला वाचवण्याचा प्रयत्न केला तर ती व्यक्ती तिच्याबरोबर तुम्हालाही खाली खेचेल. त्याऐवजी तुम्ही जीवनरक्षकाला बोलवा. त्याचप्रमाणे तुमच्याकडे मित्रांना मदत करण्याची ऊर्जा आणि अनुभव नसेल तर त्या क्षेत्रातील अनुभवी लोकांशी तुम्ही तुमच्या मित्रांची ओळख करून देऊ शकता किंवा त्यांना कदाचित मदत करू शकतील, अशा कल्पनाही सुचवू शकता. कदाचित, दुसरा कोणीतरी त्यांची सुटका करणारा, त्यांचा तारणहार असू शकतो.

अंतर्गत नकारात्मकतेला उलट दिशेला वळवा

बाहेरच्या बाजूने आतल्या दिशेला काम करणं हा गोंधळ कमी करण्याचा नैसर्गिक मार्ग आहे. एकदा आपण बाह्य नकारात्मकता ओळखल्या आणि त्यांना निष्क्रिय करण्यास सुरुवात केली की, आपल्या स्वतःच्या नकारात्मक प्रवृत्ती आपण अधिक चांगल्या प्रकारे पाहू शकतो आणि त्यांना उलट्या दिशेने वळवू शकतो.

काही वेळा आपण स्वतः बाह्य जगात सोडलेल्या नकारात्मकतेविषयीची आपली जबाबदारी आपण नाकारतो; पण नकारात्मकता नेहमीच इतर लोकांकडून येत नाही आणि ती नेहमीच आपल्या सभोवताली मोठमोठ्याने बोलून व्यक्तही केली जात नाही. असूया, तक्रार, क्रोध – अशा सगळ्या नकारात्मकतेच्या संस्कृतीसाठी आपल्या सभोवतालच्या लोकांवर दोषारोप करणं अधिक सोपं असतं; पण आपल्या स्वतःच्या विचारांचं शुद्धीकरण करण्याने इतरांच्या प्रभावापासून आपलं संरक्षण होतं.

आश्रमात शुद्धीकरणाविषयीच्या आमच्या उत्कट इच्छा इतक्या उच्च होत्या की, संन्यासी स्वरूपात असतानाही आमच्यात स्पर्धा निर्माण झाली होती ('मी अमुक एका संन्याशाहून कमी खातो,' 'मी इतर सर्वांहून अधिक काळ ध्यान करतो'); परंतु 'माझ्याकडे पाहा तरी मी त्या सर्वांहून आगळावेगळा, जास्त श्रेष्ठ आहे,' असा विचार जर ध्यानाच्या अखेरीस संन्याशाच्या मनात आला तर त्याने

स्वतःचाच उपहास केला पाहिजे. जर तो या विचारापर्यंत पोहोचला असेल तर ध्यान करण्यात काय अर्थ होता? हन्ना वॉर्ड आणि जेनिफर वाईल्ड यांनी संकलित केलेल्या उताऱ्यांच्या *द मोनॅस्टिक वे* या पुस्तकात सिस्टर ख्रिस्तीन व्लादिमीरॉफने असं म्हटलं आहे की, '(आश्रमात) फक्त प्रेम आणि आदर दाखवण्याच्या बाबतीत एकमेकांशी स्पर्धा करून एकमेकांना मागे टाकण्यास परवानगी असते.'

स्पर्धेतून हेवा किंवा असूया निर्माण होते. महाभारतातील एका कथेनुसार, एका दुष्ट योद्ध्याला दुसऱ्या एका योद्ध्याचा हेवा वाटत होता आणि त्यामुळे त्याने सारं काही गमावलं पाहिजे, अशी त्याची इच्छा होती. त्या दुष्ट योद्ध्याने त्याला असूया वाटत असलेल्या योद्ध्याच्या अंगावर भिरकावण्यासाठी आपल्या अंगरख्यात जळता निखारा लपवला; पण त्याऐवजी त्या निखाऱ्याने आधीच पेट घेतला आणि तो योद्धा स्वतःच भाजला. त्याच्या असूयेने त्याला स्वतःचाच शत्रू बनवलं.

विघ्नसंतुष्टपणा म्हणजेच दुसऱ्याच्या दुःखात आनंद घेणं हा असूयेचा मत्सरी चुलतभाऊ आहे. इतर लोकांच्या अपयशांतून आपण आनंद मिळवतो, त्या वेळी दुसऱ्या कोणाच्या तरी अपरिपूर्णतेच्या किंवा दुर्दैवाच्या खडकाळ पायावर आपण आपली घरं आणि अभिमान यांची उभारणी करतो ती स्थिर भूमी नसते. खरं तर ज्या वेळी आपण इतरांना चांगलं-वाईट ठरवून त्यांचा निवाडा करतो, त्या वेळी आपण त्याची दखल घेतली पाहिजे. प्रत्यक्षात आपण अडकून पडलेले असताना आपण पुढे चाललो आहोत, असा विचार करायला लावून आपलं मन आपल्याशी लबाडी करत असल्याचं ते चिन्ह असतं. तुम्ही काल विकलेल्या सफरचंदांच्या तुलनेत मी आज जास्त सफरचंदं विकली तर त्याच्यातून सफरचंद विक्रेता म्हणून माझ्या कामात सुधारणा होत असल्याचं काहीच दिसून येत नाही. **आपल्या आजूबाजूच्या लोकांच्या संदर्भात आपण जितक्या जास्त प्रमाणात स्वतःची व्याख्या करू लागू तितके आपण अधिक हरवून जाऊ.**

आपण असूया, द्वेष, लोभ, लालसा, क्रोध, अहंभाव आणि आभास यांपासून कदाचित कधीही आपलं संपूर्ण शुद्धीकरण करून घेऊ शकणार नाही; पण म्हणून आपण त्यासाठी कधीच प्रयत्न करू नये असा त्याचा अर्थ नाही. संस्कृतमध्ये *अनर्थ* असा एक शब्द आहे. त्याचा अर्थ *नको असलेल्या गोष्टी* असा आहे आणि अनर्थ - निवृत्तीचा सराव करणं म्हणजे नको असलेल्या गोष्टी दूर सारणं होय. स्वातंत्र्य याचा अर्थ आपल्याला हवं ते बोलण्यास आपण मुक्त असणं असं आपल्याला वाटतं. स्वातंत्र्य याचा अर्थ आपल्या सगळ्या इच्छा पूर्ण करून घेऊ शकणं असंही आपल्याला वाटतं. नकोशा गोष्टींना आणि आपल्याला अनैच्छिक अखेरींकडे नेणाऱ्या अनियंत्रित इच्छांना घालवून देणं किंवा जाऊ देणं यात खरं स्वातंत्र्य असतं.

सोडून देणं किंवा जाऊ देणं याचा अर्थ नकारात्मक विचारांना, भावनांना किंवा कल्पनांना पूर्णपणे पुसून टाकणं असा नसतो. यातलं सत्य असं आहे की, हे विचार नेहमीच मनात उद्‌भवतात – फक्त आपण त्यांचं काय करतो यामुळे फरक पडतो. शेजाऱ्याचा भुंकणारा कुत्रा ही संतापजनक, त्रस्त करणारी गोष्ट असते. ती नेहमीच तुमच्या कामात व्यत्यय आणते. अशा वेळी तुमच्या प्रतिसादाला तुम्ही कशी दिशा देता, कसं मार्गदर्शन करता हा खरा प्रश्न असतो. आत्म-जाणीव ही खऱ्या स्वातंत्र्याची गुरूकिल्ली आहे.

तुमच्या स्वतःच्या नकारात्मकतेचं तुम्ही मूल्यमापन करत असताना अगदी छोट्या छोट्या कृतींचेही परिणाम असतात ही गोष्ट लक्षात ठेवा. अगदी ज्या वेळी इतरांच्या नकारात्मकतेविषयी आपल्या मनात अधिक जाणीव निर्माण होते आणि आपण म्हणतो की, 'ती सतत तक्रार करते,' त्या वेळी आपण स्वतःच नकारात्मक बनत असतो. आश्रमात आम्ही मच्छरदाण्यांमध्ये झोपत होतो. रोज रात्री आमच्या मच्छरदाण्या आम्ही बंद करून घेत होतो आणि आत डास किंवा इतर कीटक नसल्याची खात्री करून घेण्यासाठी फ्लॅशलाइट्सचा वापर करत होतो. एके दिवशी सकाळी मी उठलो त्या वेळी माझ्या मच्छरदाणीत मला एक डास आढळला आणि त्याने मला किमान दहा तरी चावे घेतल्याचंही दिसलं. दलाई लामांच्या विधानाचा मी विचार केला. त्यांनी म्हटलं होतं की, 'बदल घडवून आणण्याच्या दृष्टीने आपण खूपच लहान आहोत असा तुम्ही विचार करत असाल तर डास असलेल्या जागेत झोपण्याचा प्रयत्न करा.' डासांप्रमाणेच क्षुद्र, नकारात्मक विचार आणि शब्द हे कितीही छोटे असले तरी आपल्या मनातील शांतता हिरावून घेतात.

शोधा, थांबा आणि अदलाबदल करा

ज्याप्रमाणे मी त्या एका डासाची नोंद घेतली नव्हती, जवळजवळ त्याप्रमाणेच आपल्यापैकी अनेक जण आपल्या नकारात्मक विचारांची नोंद घेत नाहीत. संन्यासी आपल्या विचारांचं शुद्धीकरण करण्यासाठी जाणिवेच्या, हाताळण्याच्या आणि सुधारणा करण्याच्या प्रक्रियेविषयी बोलतात. मला ही गोष्ट शोधा, थांबा आणि अदलाबदल किंवा देवाणघेवाण करा अशा प्रकारे लक्षात ठेवायला आवडतं. पहिल्यांदा आपल्याला एखाद्या भावनेची किंवा समस्येची जाणीव होते म्हणजेच आपण ती *शोधतो*. त्यानंतर आपण ती भावना काय आहे आणि कुठून आली आहे ते समजून घेण्यासाठी थबकतो किंवा *थांबतो* आणि अखेरीस त्या आपल्या वर्तनात आपण सुधारणा करतो म्हणजेच त्या क्षणावर प्रक्रिया करण्याच्या नवीन मार्गात आपण जुने वर्तन सोडून देऊन नवीन वर्तन स्वीकारतो, सुधारणा करतो. – आपण *अदलाबदल* घडवून आणतो. **शोधा, थांबा, अदलाबदल करा.**

शोधा, थांबा, अदलाबदल करा

शोधा : भावना किंवा समस्या शोधा
थांबा : ते काय आहे ते समजून घ्या
अदलाबदल करा : प्रक्रियेच्या नव्या पद्धतीने अदलाबदल करा

शोधा

नकारात्मकतेची जाणीव होणं, याचा अर्थ तुमच्या भोवतालच्या विषारी प्रेरणा शोधून काढणं. आपल्या स्वतःच्या नकारात्मकतेचा सामना करण्यास मदत करण्यासाठी आमच्या संन्याशांच्या गुरूंनी आम्हाला आठवडाभर तक्रार न करण्याचा, तुलना न करण्याचा आणि टीका न करण्याचा प्रयत्न करण्यास आणि यात आम्ही किती वेळा अपयशी ठरलो, त्याची नोंद ठेवण्यास सांगितलं होतं. दैनंदिन नोंदींमध्ये घट होत चालल्याचं दिसावं हे यामागचं उद्दिष्ट होतं. या प्रवृत्तींची आपल्याला जितकी अधिक प्रमाणात जाणीव होते, तितक्याच अधिक प्रमाणात आपण त्यांच्यापासून स्वतःला मुक्त करतो.

तुमच्या नकारात्मक विचारांची आणि विधानांची यादी केल्यामुळे तुम्हाला त्यांच्या उगमांविषयी चिंतन करण्यास मदत होईल. तुमच्या मित्राच्या किंवा मैत्रिणीच्या दिसण्याचा तुम्ही निवाडा करत आहात का आणि आपल्या स्वतःच्या बाबतीतही तुम्ही तितक्याच कठोरपणे विचार करता का? कामातील आपल्या स्वतःच्या सहभागाचा विचार न करता तुम्ही कुरकुर करत आहात का? तुमच्या स्वतःच्या कनवाळूपणाकडे लक्ष वेधून घेण्यासाठी तुम्ही तुमच्या मित्राच्या किंवा मैत्रिणीच्या आजारपणाची माहिती देत आहात की त्या मित्राला किंवा मैत्रिणीला अधिक पाठबळ मिळवून देण्यासाठी कळकळीने प्रयत्न करण्याची तुमची इच्छा आहे?

हे करून पाहा : तुमच्या नकारात्मक विधानांचा हिशेब ठेवा.

आठवडाभरात तुम्ही जितके नकारात्मक शेरे मारत असाल त्यांची नोंद ठेवा. तुमची दैनंदिन आकडेवारी तुम्ही कमी करू शकता का ते पाहा. ही आकडेवारी शून्यावर यावी हे उद्दिष्ट आहे.

काही वेळा एखाद्या गोष्टीविषयी नकारात्मक प्रतिक्रिया व्यक्त करण्याऐवजी आपण काय असू शकेल किंवा घडू शकेल याविषयी नकारात्मकतेतून अंदाज बांधत असतो. हा संशय असतो. एका चांगल्या राजाला भेटायला गेलेल्या एका दुष्ट राजाची एक नीतिकथा सांगितली जाते. रात्रीच्या भोजनासाठी तिथेच राहण्यासाठी त्याला आमंत्रित करण्यात आल्यानंतर दुष्ट राजाने त्याच्या ताटाची चांगल्या राजाच्या ताटाशी अदलाबदल करण्यास सांगितलं. चांगल्या राजाने त्याला त्याचं कारण विचारल्यावर दुष्ट राजा उत्तरला, 'तू या अन्नात कदाचित विष कालवलं असू शकेल.'

चांगला राजा हसला.

त्यामुळे तो दुष्ट राजा अधिकच हताश झाला आणि कदाचित वरवर प्रामाणिक वाटणाऱ्या कृतीने प्रत्यक्षात आपली खरी फसवणूक झाली असावी, असं वाटून त्याने पुन्हा एकदा ताटं बदलली. चांगल्या राजाने फक्त मान हलवली आणि आपल्या समोरच्या ताटातील अन्नाचा घास घेतला; पण तो दुष्ट राजा त्या रात्री जेवलाच नाही.

आपण एखाद्याचा ज्या कोणत्या गोष्टीसंदर्भात निवाडा करतो किंवा त्याच्याविषयी असूया बाळगतो अगर संशय घेतो त्या संदर्भात आपल्या अंतरंगात असलेल्या अंधाऱ्या बाजूचा आपल्याला बोध होतो. त्या दुष्ट राजाने चांगल्या राजाविषयी आपल्या मनात असलेली अपमानाची किंवा अप्रतिष्ठेची भावना त्याच्या कृतीतून दाखवून दिली होती. त्याप्रमाणेच दुसऱ्या एखाद्या व्यक्तीविषयी आपल्याला वाटत असलेल्या असूयेतून किंवा उतावळेपणातून अगर संशयातून आपल्या स्वतःच्या असुरक्षितता प्रतिबिंबित होतात आणि आपल्या मार्गातील अडथळा बनतात. जर तुमचा वरिष्ठ अधिकारी तुमच्या विरोधात आहे, असं तुम्ही ठरवून टाकलं तर त्याचा तुमच्यावर भावनात्मक दृष्टिकोनातून विपरीत परिणाम होऊ शकतो – तुम्ही त्यामुळे कदाचित इतके हतोत्साहित व्हाल की तुमचं काम तुम्ही चांगल्या प्रकारे करू शकणार नाही किंवा व्यवहार्यदृष्ट्या विचार करता तुम्ही ज्या बढतीसाठी पात्र असाल तिच्याविषयी तुम्ही विचारणा करणार नाही. यांपैकी कोणत्याही प्रकारे त्या दुष्ट राजाप्रमाणे सरतेशेवटी तुम्हीच भुकेले राहाल!

थांबा

आपल्या नकारात्मकतेची मुळं ज्या वेळी तुम्हाला अधिक चांगल्या प्रकारे समजतील, त्या वेळी त्यांचं निर्मूलन करणं किंवा त्यांना हाताळणं ही त्यानंतरची पायरी असेल. तुमच्या आयुष्यापासून काहीतरी हिरावून घेणाऱ्या नव्हे, तर तुमच्या आयुष्यात कसली तरी चांगली भर टाकणाऱ्या विचारांना आणि कृतींना जागा मिळावी म्हणून तुमच्या नकारात्मकतेला शांत करा. श्वसनाने सुरुवात करा. आपण तणावात असतो त्या वेळी आपण श्वास रोखून धरतो आणि जबडा आवळतो. पराभवाच्या वेळी आपण धपकन कोसळतो किंवा आपले खांदे ताठरतो. दिवसभरात तुमच्या शारीरिक अवस्थेचं निरीक्षण करा. तुम्ही जबडा घट्ट आवळून धरलेला आहे का? तुमच्या भुवया वक्र झाल्या आहेत का? तसं असेल तर शारीरिकदृष्ट्या आणि भावनिकदृष्ट्या सैलावण्यासाठी आपल्याला श्वसन करण्याची आठवण ठेवण्याची गरज आहे याची ही चिन्हं आहेत.

भगवत् गीता बोलण्यातील साधेपणाचा उल्लेख करते. ती असं सांगते की, आपण फक्त सत्य, सर्वांना लाभदायक ठरणारे, आनंददायी आणि इतरांची मनं प्रक्षुब्ध न करणारे शब्दच बोलले पाहिजेत. प्राचीन बौद्ध ग्रंथ वाकसुत्तामधून अशाच प्रकारची विद्वत्ता प्रदान करण्यात आली आहे. त्यात असं म्हटलं गेलं आहे की, 'योग्य वेळी बोललं गेलेलं वचन हेच चांगल्या प्रकारे बोललं गेलेलं वचन असतं. त्याच्यातून सत्य तेच सांगितलं जातं. ते प्रेमाने बोललं जातं. ते लाभदायक ठरेल अशा प्रकारे बोललं जातं. ते सदिच्छापूर्वक बोललं जातं.'

एक गोष्ट लक्षात ठेवा, आपल्याला जे हवं असेल ते, जेव्हा हवं तेव्हा आणि आपल्याला कशा प्रकारे हवं असेल त्या प्रकारे बोलणं म्हणजे स्वातंत्र्य नव्हे. या गोष्टी बोलण्याची गरज न भासणं हेच खरं स्वातंत्र्य असतं.

आपल्या नकारात्मक बोलण्यावर आपण मर्यादा घातल्या की, आपल्याकडे बोलण्यासारख्या खूपच कमी गोष्टी आहेत, असं आपल्या लक्षात येतं. आपल्याला कदाचित आपल्या मनावर दडपण आल्यासारखंही वाटतं. कोणालाही अवघडल्यासारखं वाटेल अशी, बोजड शांतता नको असते; पण त्याच वेळी आपल्याला नकारात्मकतेपासून मुक्तता देण्याच्या दृष्टीने अशी शांतता मूल्यवानही असते. दुसऱ्या एखाद्याच्या कामाच्या तत्त्वप्रणालीवर टीका करण्याने तुम्हाला काम करणं अधिक अवघड बनतं. केवळ तुमच्या विवाहाची तुलना दुसऱ्या कोणाच्या तरी वैवाहिक जीवनाशी करण्याने तुमचे वैवाहिक जीवन अधिक चांगलं बनत नाही, तर तुमचं वैवाहिक जीवन तुम्हाला अधिक विचारपूर्वक आणि उत्पादकतेने अधिक चांगलं बनवावं लागतं. निवाडा करण्यातून आभास निर्माण होतो : कारण जर तुम्हाला आपण निवाडा करण्यास योग्य आहोत, असं वाटत असेल तर तुम्हाला आपण अधिक चांगले आहोत असं वाटत असतं, जर कोणी तरी अपयशी होत आहे असं

तुम्हाला वाटत असेल तर तुम्ही नक्कीच प्रगतिपथावर आहात असं तुम्हाला वाटत असतं; पण खरं तर काळजीपूर्वक, विचारपूर्वक निरीक्षणांतूनच आपली प्रगती होते.

नकारात्मकता रोखणं याचा अर्थ फक्त नकारात्मक अंतःप्रेरणा मुद्दामहून टाळणं किंवा त्यांच्यापासून दूर राहणं एवढाच नसतो. त्यांच्या अधिक जवळ जा. ऑस्ट्रेलियातील समाजसेवक नील बरिंगहॅमने असं म्हटलं होतं की, 'तुम्ही जिथे पाणी घालता तिथे गवत अधिक हिरवंगार असतं.' तुमची नकारात्मकता कोणत्या गोष्टीमुळे चेतवली जाते ते शोधा. इतरांकडे अधिक वेळ, अधिक चांगली नोकरी, अधिक सक्रिय सामाजिक जीवन असल्यासारखं दिसतं का? कारण, अदलाबदल या तिसऱ्या पायरीत तुम्हाला त्या तुमच्या स्वतःकडच्या हिरवळीत याच सगळ्याची बीजं शोधून काढून आपल्याला त्यांची लागवड करायची आहे. उदाहरणार्थ, तुम्हाला एखाद्याच्या अत्यंत वेगवान सामाजिक जीवनाविषयी असूया वाटत असेल, तर त्यामधून एखाद्या पार्टीचं आयोजन करण्याची स्फूर्ती तुम्हाला शोधायची आहे किंवा त्यातूनच पुन्हा एकदा तुमच्या जुन्या मित्र-मैत्रिणींच्या संपर्कात राहणं किंवा कामानंतरच्या स्नेहसंमेलनाचं आयोजन करणं अशा गोष्टींसाठीची स्फूर्ती तुम्हाला शोधायची आहे. इतर लोक अधिक चांगले आहेत असा विचार करून नव्हे, तर आपल्याला जशी व्यक्ती बनण्याची इच्छा आहे तशी व्यक्ती बनून आपल्याला आपल्या जीवनाची अर्थपूर्णता आणि महत्त्व यांचा शोध घ्यायचा आहे.

अदलाबदल करा

तुमच्या हृदयातील, मनातील आणि बोलण्यातील नकारात्मकता शोधून आणि तिला रोखून तुम्ही तिच्यात सुधारणा करण्याची सुरुवात करू शकता. आमच्यापैकी अनेक संन्यासीही तक्रार करणं, तुलना करणं आणि टीका करणं या गोष्टी पूर्ण टाळू शकत नव्हते आणि तुम्हीसुद्धा या सवयीतून पूर्ण बरे व्हाल, अशी अपेक्षा बाळगू शकत नाही. शिवाय संशोधकांना असं आढळून आलं आहे की, आनंदी लोकांचाच तक्रार करण्याकडे कल असतो... यासाठी तक्रार करण्याआधी विचारपूर्वक थांबा, प्रतीक्षा करा... विचार न करता तक्रारी करत राहण्याने तुमचा दिवस अधिक वाईट बनतो, तर अस्वस्थ करणाऱ्या घटनांविषयी वहीत लिहिणं, तुमच्या विचारांकडे आणि भावनांकडे लक्ष पुरवणं यांमुळे वाढ शाश्वत बनते आणि फक्त मानसिक पातळीवरच्याच नव्हे, तर शारीरिक जखमाही भरून येतात.

आपण ठाम राहून आपल्या नकारात्मकतांकडे लक्ष पुरवू शकतो, त्यांचा सावधपणे विचार करू शकतो. आपण कसे आहोत, असा प्रश्न आपल्याला एखाद्याने विचारला तर सहसा आपण 'छान', 'ठीक', 'चांगले', किंवा 'वाईट (बरे नाही)' अशा शब्दांत त्याला उत्तर देतो. काही वेळा आपल्याला खरंखुरं, तपशीलवार उत्तर अपेक्षित किंवा इच्छित नाही हे माहिती असल्यामुळे आपण असं करतो; पण आपण

तक्रार करतो, त्या वेळीही इतक्याच संदिग्धपणे बोलण्याकडे आपला कल असतो. ज्या वेळी आपला अपमान होतो किंवा आपण दुखावलो जातो अगर आपण निराश होतो, त्या वेळी आपण कदाचित असं म्हणतो की, आपल्याला राग आला आहे किंवा वाईट वाटत आहे. त्याऐवजी शब्दांची काळजीपूर्वक निवड करून आपल्या भावना आपण अधिक चांगल्या प्रकारे हाताळू शकतो. राग आल्यासारखं वाटणं, दुःख होणं, चिंता वाटणं, दुखावलं जाणं, शरमिंदेपणा जाणवणं किंवा आनंद होणं अशा शब्दांत आपलं वर्णन करण्याऐवजी *हार्वर्ड बिझनेस रिव्ह्यूमध्ये* यांपैकी प्रत्येक भावनेसाठी अधिक चपखलपणे वापरण्यासाठी अधिक नेमक्या नऊ शब्दांची यादी देण्यात आली आहे. क्षुब्ध होणं, संरक्षणात्मक वागणं किंवा खुनशीपणाने, सूडबुद्धीने वागणं असे शब्द आपण राग येणं किंवा संतप्तपणाने वागणं या गोष्टींचं वर्णन करण्यासाठी वापरू शकतो. संन्याशांचा विचार निश्चल व्यक्ती असा केला जातो. कारण, त्यांना शब्दांची निवड इतक्या काळजीपूर्वक करण्यासाठी प्रशिक्षित केलं जातं की, त्यामुळे त्यांना बोलण्यासाठी थोडा वेळ लागतो. आम्ही काळजीपूर्वक शब्दांची निवड करतो आणि त्यांचा हेतुतः वापर करतो.

वाईट संवादातून किंवा संपर्कातून खूप काही गमावलं जातं. उदाहरणार्थ, तुमचा जोडीदार रोज घरी उशिरा येत असल्याबद्दल काहीही करू न शकणाऱ्या तुमच्या मैत्रिणीकडे तक्रार करण्याऐवजी तुमच्या जोडीदाराशी थेट आणि जाणीवपूर्वक संवाद साधा. तुम्ही असं म्हणू शकाल की, 'तू कठोर परिश्रम करतोस आणि तुझ्याकडे खूपच समतोलपणा आहे, याचं मला कौतुक वाटतं. तू निश्चितपणे घरी परत येण्याची जी वेळ सांगितलेली असते, त्याहून तू उशिरा घरी आलास तर त्यामुळे मी सैरभैर होते. तुला उशीर होणार असल्याचं समजल्याबरोबर लगेच तू मला तसा संदेश पाठव.' ज्या वेळी आपल्या स्वतःकडून आणि इतरांकडून आपल्या तक्रारी समजून घेतल्या जातात, त्या वेळी त्या अधिक उत्पादक बनू शकतात.

आपली नकारात्मकता अधिक उत्पादक बनवण्याखेरीज आपण तिला जाणीवपूर्वक सकारात्मकतेत बदलू शकतो. मी आधीच उल्लेख केला आहे, त्याप्रमाणे असं करण्याचा एक मार्ग म्हणजे असूया किंवा मत्सराप्रमाणंच आपल्या नकारात्मकतेचाही आपल्याला जे हवं आहे ते मिळवण्यासाठीचं मार्गदर्शन प्राप्त करण्यासाठी वापर करून घेणं हा आहे. इतरांना भोगाव्या लागणाऱ्या वेदनांची किंवा दुःखांची जाणीव करून घेण्याची क्षमता आपल्याकडे असल्याचं व्यक्त करण्यासाठी इंग्रजीत एम्पथी (समरसता) आणि कम्पॅशन (करुणा किंवा अनुकंपा) असे दोन शब्द आहेत; पण दुसऱ्याने भोगलेल्या आनंदाचा पुनःप्रत्यय घेण्याच्या भावनेसाठी, इतर लोकांच्या वतीने आनंद व्यक्त करण्यासाठी इंग्रजीत शब्द नाही. कदाचित, आपण सर्वांनीच यावर काम करण्याची गरज असल्याचं हे चिन्ह आहे. ***मुदित* हे इतरांच्या सुदैवात निःस्वार्थीपणाने किंवा सहानुभूतीने आनंद घेण्याचं तत्त्व आहे.**

मला फक्त माझ्या यशातच आनंद मिळाला तर माझ्या आनंदावर मी मर्यादा घालत आहे; पण जर माझ्या मित्रांच्या आणि कुटुंबीयांच्या यशातही मला आनंद वाटू लागला तर असे माझ्या जवळचे लोक दहा-बारा-पंधराही असू शकतील! त्यामुळे मला पन्नास पटीने अधिक प्रमाणात आनंदाचा आणि हर्षभरित होण्याचा अनुभव घेता येऊ शकेल. कोणाला हे नको असेल?

भौतिक जगाने आपल्याला अशी खात्री दिली आहे की, फक्त मर्यादित महाविद्यालयंच प्रवेश घेण्याच्या पात्रतेची आहेत, फक्त मर्यादित लोकच सुदैवी बनू शकतात. अशा मर्यादित जगात, आवतीभोवती फक्त तितकंच, मर्यादित यश आणि आनंद असतो आणि ज्या वेळी इतर लोक तो अनुभव घेतात, त्या वेळी तुम्हाला तो अनुभव मिळण्याच्या संधी कमी होतात; पण संन्याशांचा असा विश्वास असतो की, ज्या वेळी आनंदाचा आणि हर्षभरित होण्याचा प्रश्न येतो, त्या वेळी नेहमीच त्यात तुमच्या नावाची एक जागा असते. दुसऱ्या शब्दांत, कोणी तरी तुमची जागा पटकावेल याची याबाबतीत तरी तुम्ही चिंता करण्याची गरज नसते. आनंदाच्या नाट्यगृहात, मर्यादित जागा नसतात. *मुदितमध्ये* ज्या कोणाला सहभागी होण्याची इच्छा असते त्याला तो कार्यक्रम पाहणं शक्य असतं. अमर्यादित जागा असल्यामुळे कार्यक्रम पाहता न येण्याची भीती नसते.

राधानाथ स्वामी हे माझे आध्यात्मिक गुरू आहेत. द *जर्नी होम* या पुस्तकासह त्यांनी अनेक पुस्तकं लिहिली आहेत. मी त्यांना विचारलं की, इतकी प्रचंड नकारात्मकता असताना शांततेत कसं राहावं आणि जगातील सकारात्मक शक्ती

हे करून पाहा : असूयेला उलट दिशेला फिरवा

तुम्हाला काळजी असलेल्या; पण तरीही ज्यांच्याविषयी तुम्हाला स्पर्धा वाटते अशा पाच लोकांची यादी तयार करा. त्या प्रत्येकाविषयी तुम्हाला असूया वाटण्याचं किमान एकेक कारण लिहा : त्यांनी मिळवलेली एखादी गोष्ट, ते ज्या गोष्टीत अधिक चांगले आहेत अशी एखादी गोष्ट, त्यांच्या बाबतीत घडलेली एखादी चांगली गोष्ट. त्यांच्या या यशामुळे तुमच्यापासून एखादी गोष्ट हिरावली गेली आहे का किंवा दूर गेली आहे का? आता तुमच्या मित्राला किंवा मैत्रिणीला त्यामुळे कसा लाभ झाला आहे, त्याचा विचार करा. त्या कामगिरीमुळे किंवा यशामुळे त्यांना मिळालेली किंवा त्यांच्या बाबतीत घडलेली प्रत्येक चांगली गोष्ट नजरेसमोर आणा. जर तुम्हाला शक्य झालं तर ज्या गोष्टी तुम्हाला मिळणार नाहीत हे तुम्हाला माहिती आहे, अशा गोष्टींपैकी एखादी गोष्ट त्यांच्याकडून काढून घेण्याची तुमची इच्छा आहे का? जर तसं असेल तर या असूयेमुळे तुमच्यापासून हर्ष दूर जात आहे. तुमच्या मित्राने किंवा मैत्रिणीने जितक्या प्रमाणात यश मिळवलं आहे, त्याहूनही जास्त प्रमाणात तुमच्यासाठी असूया ही गोष्ट जास्त विघातक आहे. यात परिवर्तन घडवून आणण्यासाठी तुमच्या ऊर्जेचा वापर करा.

कसं बनावं? त्यांनी सांगितलं, 'आपल्या सभोवताली सर्वत्र विषारीपणा आहे. वातावरणात, राजकीय वातावरणात असा सगळीकडे तो आहे; पण त्याचा उगम हा लोकांच्या हृदयात असतो. आपल्या स्वतःच्या हृदयाची परिसंस्था स्वच्छ करेपर्यंत आणि हीच गोष्ट करण्यासाठी इतरांना प्रेरणा देईपर्यंत आपण वातावरण प्रदूषित बनवणारं साधनच असू; पण जर आपल्या स्वतःच्या हृदयात आपण शुद्धतेची निर्मिती करू शकलो, तर मग आपल्या सभोवतालच्या जगात शुद्धता पसरवण्याच्या कार्यात आपण सहभागी होऊ शकू.'

क्षमा : क्रोधात सुधारणा करणं

तुमच्या आयुष्यातील दैनंदिन नकारात्मकतेचं व्यवस्थापन करण्याच्या आणि ही नकारात्मकता कमीत कमी करण्याच्या व्यूहरचनांविषयी आपण बोललो आहोत; पण तक्रार करणं, तुलना करणं आणि गॉसिप करणं या गोष्टी वेदना आणि क्रोध यांसारख्या अधिक मोठ्या नकारात्मक भावनांनंतर, व्यवस्थापन करणं शक्य असलेल्या गोष्टी असल्यासारखं वाटतं. आपल्या सगळ्यांच्या मनात क्रोध साचलेला असतो : भूतकाळातील क्रोध किंवा आपल्या आयुष्यात मोठी भूमिका बजावणाऱ्या लोकांविषयीचा क्रोध आपल्या मनात असतो. दुर्दैवाविषयीचा क्रोध असतो. हयात आणि मृत व्यक्तींविषयीचा क्रोध असतो. अंतर्भागात, अंतर्यामात वसत असलेला क्रोध असतो.

आपण ज्या वेळी तीव्र दुखावले जातो, त्या वेळी क्रोध किंवा राग हा आपल्या प्रतिक्रियेचा एक भाग असतो. क्रोध हा नकारात्मक भावनेचा भला मोठा जळता गोळा असतो आणि ज्या वेळी कितीही प्रयत्न केले तरी आपण त्याला सोडून देत नाही, जाऊ देत नाही, त्या वेळी क्रोधात चेतना निर्माण होते, तो स्वतःला जिवंत करतो. यामुळे होणारी हानी प्रचंड असते. आपल्याला इतर लोकांविषयी वाटणाऱ्या रागाला कसं हाताळावं, याविषयी मी नेमकेपणाने बोलणार आहे.

क्षमा हा माफ करण्यासाठीचा संस्कृत शब्द आहे. त्याच्यातून इतरांशी वागताना तुम्ही जी सहनशीलता, धीर आणि संयम दाखवता – त्या गोष्टी सूचित होतात. काही वेळा आपण इतके मोठ्या प्रमाणात दुखावले गेलेलो असतो की, आपल्याला इतकं दुखावलेल्या व्यक्तीला आपण कसं काय माफ करू शकू याची कल्पनाही आपण करू शकत नाही; पण त्याउलट आपल्यापैकी बहुतेकांचा असा विश्वास असतो की, क्षमाशीलता ही प्रामुख्याने आपल्या अंतर्यामातून आपण करत असलेली कृती असते. काही वेळा त्या व्यक्तीशी मुळीच थेट संपर्क न ठेवणं ही गोष्ट अधिक चांगली (आणि अधिक सुरक्षित व अधिक निकोप) असते, इतर वेळी आपल्याला दुखावलेली व्यक्ती तिला थेट माफ करण्यासाठी आपल्या जवळपास नसते; पण

या घटकांमुळे क्षमाशीलतेत बाधा येत नाही, कारण ती अंतर्यामी असलेली पहिली आणि सर्वांत आधीची गोष्ट असते. ती तुम्हाला क्रोधापासून मुक्त करते.

माझ्याकडे आलेल्या एका व्यक्तीने मला असं सांगितलं होतं की, 'माझ्यावर कोणीही प्रेम केलं नव्हतं आणि मी क्षुल्लक होतो असं मला का वाटत होतं ते शोधून काढण्यासाठी मला पुन्हा एकदा माझ्या बालपणात शिरावंच लागलं. माझ्या आजीने (माझ्या वडिलांची आई) माझ्या मनात या भावनेचा कल निर्माण केला आहे. तिला माझी आई आवडत नव्हती, त्यामुळे ती माझ्या बाबतीत दुजाभाव करत असल्याचं माझ्या लक्षात आलं होतं. ती आधीच मरण पावली असली तरी मला तिला माफ करावंच लागेल. माझ्या असं लक्षात आलं आहे की, मी नेहमीच महत्त्वाचा होतो आणि नेहमीच प्रेम करण्याच्या योग्यतेचा होतो. ती मनाने मोडून पडली होती, मी नव्हे.'

भगवत् गीता तीन *गुणांचं* वर्णन करते. *तामस*, *राजस* आणि *सत्त्व (सात्त्विक)* म्हणजेच 'अज्ञान', 'भावनावशता' आणि चांगुलपणा. कोणत्याही कृतीला हे तिन्ही जीवनमार्ग लागू करता येतात, असं मला आढळून आलं आहे. उदाहरणार्थ, ज्या वेळी तुम्ही संघर्षातून माघार घेता आणि समजूतदारपणाचा शोध घेता, त्या वेळी ही कृती *राजसपासून* म्हणजेच भावनाविवशतेपासून आणि उत्कट आकांक्षांपासून *सात्त्विकतेकडे* म्हणजेच चांगुलपणाकडे, सकारात्मकतेकडे आणि शांततेकडे वळण्याचा प्रयत्न करण्यासाठी अत्यंत उपयुक्त असते. हे मार्ग हेच क्षमाशीलतेकडे पाहण्याच्या माझ्या दृष्टिकोनाचा पाया आहेत.

परिवर्तनात्मक क्षमाशीलता

क्षमाशीलतेकडे जाण्याचा मार्ग शोधण्याआधी आपण क्रोधात जखडलेले असतो. आपल्याला अगदी सूड घेण्याची, आपल्याला दुःख किंवा वेदना दिलेल्या व्यक्तीलाही तशाच वेदना देण्याची इच्छा असते. डोळ्याच्या बदल्यात डोळा, असा हा प्रकार असतो. सूड हा अज्ञानाचा मार्ग आहे – दुसऱ्या कोणाला तरी खिळखिळं करून तुम्ही स्वतःला ठाम बनवू शकत नाही, असं नेहमीच म्हटलं जातं. संन्यासी इतरांच्या वर्तनांच्या आधारावर स्वतःच्या निवडींना आणि भावनांना अवलंबून राहू देत नाहीत. तुमच्या सुडाला त्या दुसऱ्या व्यक्तीने दिलेला प्रतिसाद बघितल्यावर तुम्हाला अधिक चांगलं वाटेल, असा तुमचा विश्वास असतो; पण ज्या वेळी तुमची खुनशीपणाची किंवा सूडबुद्धीची कृती तुम्ही पार पाडता आणि त्या वेळी त्या व्यक्तीकडून तुम्ही कल्पना केलेला प्रतिसाद तुम्हाला मिळत नाही, त्या वेळी काय होतं त्याचा काही अंदाज? फक्त *तुम्हालाच* आणखी जास्त वेदना होतात. सूड प्रतिहल्ला करतो, उलटतो.

तुम्ही सुडाच्या पलीकडे पोहोचता त्या वेळी तुम्ही क्षमाशीलतेची प्रक्रिया सुरू करू शकता. लोकांचा कल दुहेरी स्वरूपात विचार करण्याकडे असतो : तुम्ही एक तर एखाद्याला क्षमा करा किंवा त्या एखाद्याला क्षमा करू नका; पण (या पुस्तकात एकदाहून अधिक वेळा मी हे सुचवणार आहे) एखाद्या गोष्टीच्या संदर्भात नेहमीच अनेकविध पातळ्या असतात. या पातळ्या आपण कुठे आहोत हे समजण्यासाठी, आपल्या स्वतःला लागणारा वेळ घेऊन प्रगती करण्यासाठी आणि या मार्गावर शक्य तितक्या वरपर्यंत आपल्याला चढता यावं, उन्नत होता यावं यासाठी आपला विचलनमार्ग दाखवतात. क्षमाशीलतेच्या मापनपट्टीवर तळ (हा सुडाहूनही अधिक उच्चतर पातळीवर असतो) म्हणजे *शून्य क्षमाशीलता* असते. 'काय वाटेल ते होवो, मी त्या व्यक्तीला मुळीच क्षमा करणार नाही. मला त्यांना दुखावण्याची इच्छा नाही; पण मी त्यांना क्षमाही करणार नाही,' अशा प्रकारच्या व्यक्ती तळाशी असतात. या पायरीवर आपण अजूनही रागाला चिकटून असतो आणि त्याच्यातून सुटका नसते. तुम्ही कदाचित कल्पना करू शकाल की राहण्याच्या दृष्टीने ही अत्यंत अस्वस्थ करणारी जागा असते.

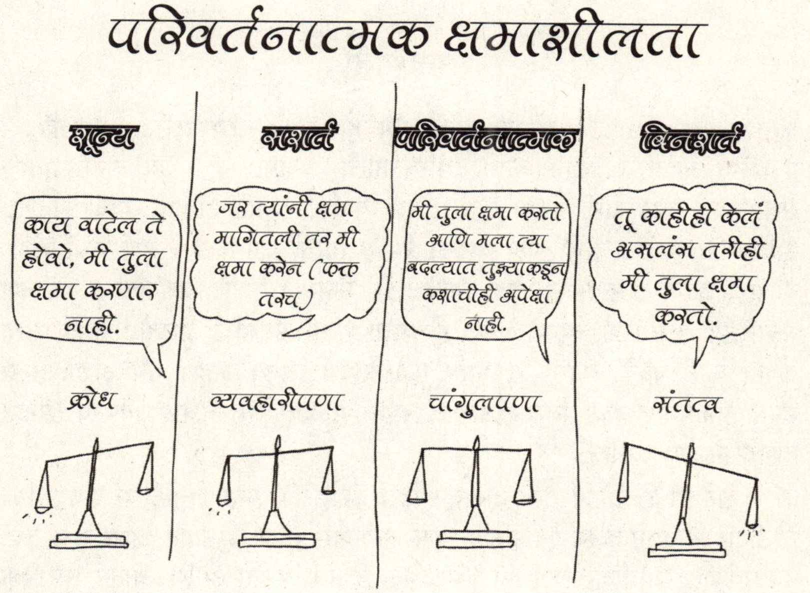

यापुढची पायरी म्हणजे *सशर्त क्षमाशीलता* : जर त्यांनी माफी मागितली तर मी त्यांना क्षमा करेन. जर पुन्हा कधीही ते तसं करणार नाहीत, असं त्यांनी मला वचन दिलं तर मी त्यांना माफ करेन. व्यवहारवादी क्षमाशीलता ही आवेगातून निर्माण होते. अशी क्षमाशीलता ही आपल्या स्वतःच्या भावनांचं पोषण करण्याच्या गरजेतून

निर्माण होते. ल्युथर कॉलेजमधील संशोधनातून असं दिसून आलं आहे की, ज्या वेळी आपल्याला माफी मिळते किंवा आपण माफी देतो त्या वेळी क्षमा करणं अधिक सोपं असल्यासारखं वाटतं; पण आपण अशा सशर्त क्षमाशीलतेवर लक्ष केंद्रित करावं असं मला वाटत नाही. मला तुम्ही आणखी अधिक उन्नत मार्गावर पोहोचावं असं वाटतं.

यापुढच्या पायरीला *परिवर्तनात्मक क्षमाशीलता* असं काहीसं म्हणता येईल. ही क्षमाशीलता चांगुलपणाच्या मार्गावर असते. परिवर्तनात्मक क्षमाशीलतेत आपल्याकडे क्षमेच्या बदल्यात माफी किंवा इतर कोणत्याही गोष्टी न मिळवता क्षमा करण्याइतपत ताकद आणि शांतता असते.

बिनशर्त क्षमा ही क्षमाशीलतेच्या शिडीची यापुढची आणखी एक वरची पायरी असते. पालक नेहमीच आपल्या मुलाला करत असलेली क्षमा ही या पायरीवरची असते. यातली चांगली बातमी अशी आहे की, मी तुम्हाला या प्रकारच्या क्षमाशीलतेचं उद्दिष्ट ठेवा असं सांगत नाही. तुम्ही परिवर्तनात्मक क्षमाशीलता प्राप्त करावी, असं मला वाटतं.

मनःशांती

क्षमाशीलतेतून आपल्याला मनःशांती प्राप्त होत असल्याचं दिसतं. क्षमाशीलता प्रत्यक्षात शांततेचं जतन करते. परिवर्तनात्मक क्षमाशीलता ही आरोग्यातील सुधारणेकडे वळण्याशी संलग्न असते. यात कमी प्रमाणात औषधं घ्यावी लागणं, अधिक चांगल्या दर्जाची झोप येणं आणि शारीरिक व्याधींची लक्षणं कमी होणं, यांचा समावेश असतो. पाठदुखी, डोकेदुखी, मळमळ आणि अशक्तपणा जाणवणं यांसारख्या शारीरिक व्याधी कमी होण्याचा यात अंतर्भाव असतो. क्षमाशीलता तणाव कमी करते. कारण, त्यानंतर पुढे आपण जागृत आणि सुप्त अशा दोन्ही मनांत पुनःपुन्हा संतप्त विचार आणत नाही. मुळात हेच विचार आपल्या मनात तणाव निर्माण करतात.

खरं तर विज्ञानाने असं दाखवून दिलं आहे की, ज्या निकटच्या संबंधांमध्ये जोडीदार किंवा नातलग एकमेकांना माफ करण्यास समर्थ असतात अशा निकटच्या नातेसंबंधात, जोडीदारांमध्ये कमी भावनिक तणाव असतो आणि त्यातून शारीरिक आरोग्य चांगलं राहण्यास उत्तेजन मिळतं. *पर्सनल रिलेशनशिप* या नियतकालिकाच्या सन २०११च्या आवृत्तीत प्रसिद्ध झालेल्या एका अभ्यासात अडुसष्ट विवाहित दाम्पत्यांनी एका जोडीदाराने 'वैवाहिक जीवनाचे नियम मोडल्याची' घटना अलीकडेच घडल्याचं मान्य केलं होतं. त्यानंतर त्या जोडप्यांना पुन्हा एकदा त्या मुलाखती दाखवण्यात आल्या आणि त्या वेळी त्यांचं स्वतंत्रपणे निरीक्षण करण्यात

हे करून पाहा : क्षमा मागा आणि मिळवा

या स्वाध्यायात आपण वेदनेची गाठ सोडवण्याचा आणि/किंवा त्या संघर्षातून निर्माण झालेल्या क्रोधाची गाठ सोडवण्याचा प्रयत्न करत आहोत. जरी तो नातेसंबंध वाचवण्याची तुमची इच्छा नसली किंवा तुमच्याकडे त्याची पुनर्उभारणी करण्याचा पर्याय नसला तरीही या स्वाध्यायामुळे तुम्हाला रागाला जाऊ देण्यास किंवा सोडून देण्यास आणि शांतता मिळवण्यास मदत होईल.

तुम्ही सुरुवात करण्यापूर्वी दुसऱ्या व्यक्तीच्या जागी तुम्ही आहात अशी कल्पना करा. त्यांचं दुःख किंवा वेदना मान्य करा आणि त्या वेदनांमुळेच ते तुम्हालाही वेदना देत होते हे समजून घ्या.

त्यानंतर क्षमा मागणारं पत्र लिहा.

१. दुसऱ्या व्यक्तीने तुमच्या बाबतीत ज्या ज्या मार्गाने चुकीच्या गोष्टी केल्या असं तुम्हाला वाटतं त्या सगळ्या मार्गांची यादी करा. दुसऱ्या व्यक्तीला प्रामाणिकपणाने आणि नेमकेपणाने माफ करणं ही गोष्ट नातेसंबंधांतील दुरावा दीर्घकाळापर्यंत दूर करण्याच्या दिशेने जाते. प्रत्येक गोष्टीची सुरुवात 'मी तुला .....साठी माफ करतो किंवा करते,' या वाक्याने करा. सगळ्या गोष्टी बाहेर पडेपर्यंत हे लिहीत राहा. आपण हे पत्र पाठवणार नाही, त्यामुळे एकच गोष्ट पुनःपुन्हा मनात येत राहिली, तर ती पुनःपुन्हा लिहीत राहा. तुम्हाला जी जी गोष्ट सांगायची होती; पण ती सांगण्याची संधी कधीच मिळाली नसेल, अशी प्रत्येक गोष्ट लिहून काढा. तुम्हाला क्षमाशीलतेची जाणीव करून घेण्याची गरज नाही. अद्याप तरी. तुम्ही हे लिहून काढता त्या वेळी तुम्हाला ती वेदना अधिक नेमकेपणाने जाणवण्यास सुरुवात होते, त्यामुळे तुम्ही तिला हळूहळू जाऊ देऊ शकता.

२. तुमच्या स्वतःच्या कमतरता मान्य करा. जर त्या परिस्थितीत किंवा भांडणात अगर संघर्षात तुमचा एखादा नियम असलाच, तर तो काय होता तुम्ही कोणत्या मार्गांनी चुकीच्या गोष्टी केल्या असं तुम्हाला वाटतं त्यांची यादी करा. 'कृपया, मला...... साठी माफ कर,' या वाक्याने या यादीतील प्रत्येक गोष्टीची सुरुवात करा. एक गोष्ट लक्षात ठेवा. तुम्ही भूतकाळ पुन्हा परत आणू शकत नाही; पण तुमच्या भूमिकेची जबाबदारी घेतल्यामुळे तुम्हाला स्वतःविषयीचा आणि इतर व्यक्तीविषयीचा राग समजून घेण्यास आणि तो सोडून देण्यास मदत होते.

३. तुमचं हे पत्र लिहून पूर्ण झालं की, तुम्ही ते वाचत असताना त्याचं ध्वनिमुद्रण करा (बहुतांश फोन हे करू शकतात). आता स्वतःला वस्तुनिष्ठ निरीक्षकाच्या भूमिकेत ठेवून ते पुन्हा एकदा ऐका. एक गोष्ट लक्षात ठेवा. तुमच्यावर लादली गेलेली वेदना तुमची नाही. ती दुसऱ्या कोणाची तरी वेदना आहे. तुम्ही संत्रं पिळता त्या वेळी तुम्हाला संत्र्याचा रस मिळतो. तुम्ही ज्या वेळी वेदनेने भरलेल्या कोणाला तरी पिळवटता, त्या वेळी त्याच्यातून वेदना किंवा दुःख बाहेर पडतं. ते शोषून घेण्याऐवजी किंवा परत पाठवून देण्याऐवजी जर तुम्ही माफ केलं तर वेदना किंवा दुःख विखरून टाकण्यास तुम्हाला मदत होते.

आलं आणि रक्तदाबही मोजण्यात आला. यांपैकी अन्यायाला बळी पडलेले जोडीदार त्यांच्या जोडीदारांना माफ करू शकले होते, *त्यांच्यामध्ये* दोन्ही जोडीदारांचा रक्तदाब संतुलित होता. यातून फक्त एवढंच दाखवून देण्यात आलं होतं की, क्षमाशीलता ही प्रत्येकासाठीच चांगली असते.

क्षमा करणं आणि मिळवणं या दोन्ही गोष्टी आरोग्यासाठी लाभदायक असतात. ज्या वेळी आपण क्षमाशीलतेला आपल्या आध्यात्मिक सरावाचा नियमित भाग बनवतो, त्या वेळी आपले नातेसंबंध बहरू लागल्याचं आपल्या लक्षात येतं. आपण त्यानंतर आपल्या मनातील आकस तसाच धरून ठेवत नाही, त्यामुळे कमी प्रमाणातील नाट्यात्मकतेला हाताळावं लागतं.

क्षमाशीलता हा दुहेरी मार्ग असतो

क्षमाशीलता ही दोन्ही दिशांना वाहती असावीच लागते. आपल्यापैकी कोणीही परिपूर्ण नाही आणि जरी काही परिस्थितींमध्ये तुम्ही निर्दोष असलात तरीही तंट्याच्या दोन्ही बाजूंच्या लोकांनी चुकीची पावलं उचलल्याच्या वेळाही असतात. ज्या वेळी तुम्ही इतरांना दुःख किंवा वेदना देता आणि इतर लोकही तुम्हाला दुःख किंवा वेदना देतात, त्या वेळी जणू काही तुमची हृदयं एकत्रितपणे एका अस्वस्थ करणाऱ्या गाठीत पिळवटली जातात. ज्या वेळी आपण क्षमा करतो, त्या वेळी आपण त्या गाठीपासून आपापली हृदयं सोडवून घेण्यास सुरुवात करतो आणि भावनिकदृष्ट्या आपल्या जखमा बऱ्या करण्याचीही सुरुवात करतो; पण त्याच वेळी जेव्हा आपण क्षमा करण्यास सांगतो, त्या वेळी आपण एकत्रितपणे गाठ सोडवण्याची सुरुवात करतो. ही गोष्ट थोडीशी अवघड असते. कारण, इतर लोकांच्या चुका शोधणं आणि नंतर त्यांना क्षमा करणं आपल्याला अधिक आरामशीर वाटतं. आपल्या चुका मान्य करणं आणि आपल्या आयुष्यामध्ये आपण जे काही निर्माण केलेलं असतं, त्याची जबाबदारी घेणं याची मात्र आपल्याला सवय नसते.

स्वतःला क्षमा करणे

आपल्या पूर्वीच्या काही कृतींबद्दल आपल्याला काही वेळा अपराधीपणा किंवा शरमिंदेपणा वाटतो. कारण, त्या कृती आपल्या सध्याच्या नीतितत्त्वांशी किंवा मूल्यांशी आता सुसंगत नव्हत्या किंवा नाहीत. आता ज्या वेळी आपल्या पूर्वाश्रमीच्या स्वत्वांकडे आपण पाहतो, त्या वेळी त्यांच्या निर्णयांशी आपण स्वतःला जुळवून घेऊ शकत नाही. ही प्रत्यक्षात चांगली बातमी असते – आपल्या भूतकाळामुळे आपण स्वतःला दुखावतो याचं कारण आपण प्रगती केलेली असते हे असतं. त्या

वेळी आपल्याला एखादी गोष्ट जितकी उत्तम करणं शक्य असतं तितकी ती आपण केलेली असते; पण आता आपण ती अधिक चांगल्या प्रकारे करू शकतो. पुढे जात राहण्याहून कोणती गोष्ट अधिक चांगली असू शकेल? आपण आधीच जिंकत असतो. आपण पूर्वीची गोष्ट आधीच चिरडून टाकत असतो.

आपण भूतकाळ पुन्हा परत आणू शकत नाही, ही वस्तुस्थिती आपण मान्य करतो, त्या वेळी आपल्या अपरिपूर्णता, कमतरता आणि चुका आपण मान्य करू लागतो, आपल्याला माफ करू लागतो आणि असं करत असताना आपल्याला ज्या भावनिक जखमा भरून येण्याचा ध्यास असतो त्या भरून येण्यापर्यंत आपल्या स्वतःला आपण खुलं करतो.

हे करून पाहा : स्वतःला माफ करा.

तुम्हाला स्वतःला माफ करण्यासाठीही वर दिलेल्या स्वाध्यायाचा वापर तुम्ही करू शकता. प्रत्येक ओळीची सुरुवात 'मी स्वतःला.........साठी माफ करतो किंवा करते' अशी करा. ज्या गोष्टींमुळे तुम्हाला स्वतःचाच राग येत असेल किंवा स्वतःविषयी निराशा वाटत असेल अशा सगळ्या गोष्टींची यादी करा. नंतर ती मोठ्याने वाचा आणि तिचं ध्वनिमुद्रण करा आणि नंतर स्वतःच ते ध्वनिमुद्रण ऐका. तुमच्यातील वस्तुनिष्ठ निरीक्षकाला बाहेर आणा आणि स्वतःला समजून घ्या व दुःख किंवा यातना सोडून द्या. त्यांना जाऊ द्या.

उन्नत व्हा

ज्या व्यक्तीने तुम्हाला यातना किंवा दुःख दिलं असेल, त्याचंही भलं चिंतणं हा क्षमाशीलतेचा परमोत्कर्ष आहे.

'मी बौद्ध बनले. कारण, माझ्या पतीचा मी तिरस्कार करत होते.' ही तुम्हाला नियमितपणे ऐकू येणारी गोष्ट नव्हे; पण बौद्ध जोगीण आणि *व्हेन थिंग्ज फॉल अपार्टची* लेखिका पेमा कोड्रॉन हिने हे फक्त गमतीने म्हटलं आहे. तिच्या घटस्फोटानंतर ती नकारात्मकतेच्या आवर्तात गेली, तिथे ती सुडाच्या कल्पनांमध्ये स्वतःचं मन रमवत राहिली. कारण, तिच्या पतीचं प्रेमप्रकरण होतं. अखेरीस तिच्या वाचनात चोग्यॅम ट्रुंग्पा रिंपोचे यांचं लिखाण आलं. रिंपोचे हे ध्यानतज्ज्ञ असून त्यांनी कोलोरॅडो इथे नारोपा युनिव्हर्सिटीची स्थापना केली आहे. त्यांचं पुस्तक वाचल्यावर कोड्रॉनच्या लक्षात आलं की, त्यांचा नातेसंबंध हा मृतवत होण्याऐवजी एखाद्या आवाळूसारखा बनला होता. तिच्या क्रोधामुळे आणि आरोपांमुळे त्यांचे नातेसंबंध संपुष्टात येण्याची नकारात्मकता पसरत चालली होती. कोड्रॉनने स्वतःला

अगदी ठाम, कट्टर राखण्याऐवजी प्रवाही बनवल्यानंतर (स्वतःला खडकाऐवजी नदी बनवल्यानंतर) ती तिच्या पतीला माफ करून आयुष्यात पुढे जाऊ शकली. आता तिच्या पूर्वाश्रमीच्या पतीचा उल्लेख ती आपल्या महानतम शिक्षकांपैकी एक असा करते.

तुम्ही आणि इतर व्यक्ती यांच्यातील नकारात्मकता जर तुम्हाला घालवून टाकायची असेल, तर तुमच्या दोघांच्याही जखमा भरून याव्यात अशी इच्छा तुम्हाला धरावीच लागेल. तुम्हाला ही गोष्ट त्या व्यक्तींना थेट सांगण्याची गरज नाही; पण तुम्ही सदिच्छेची ऊर्जा पाठवून दिली पाहिजे. तुम्हाला ज्या वेळी सर्वाधिक मुक्तता आणि शांतता यांची जाणीव होते त्या वेळी हे घडतं – कारण, त्या वेळी खऱ्या अर्थाने तुम्ही ते सगळं सोडून देण्यास समर्थ असता.

नकारात्मकता हा आयुष्याचा नैसर्गिक भाग आहे. आपण चिडवतो आणि चिथावणी देतो, कमजोरी, संवेदनशीलता व्यक्त करतो, मोठ्या प्रमाणात सांगितल्या गेलेल्या मूल्यांशी आणि भीतींशी जोडले जातो. नकारात्मक निरीक्षणांवर आधारित नसलेला एखादा विनोदी कार्यक्रम शोधणं तर अगदी कठीण आहे; पण ज्या नकारात्मकता आपल्या आयुष्याला दिशा देण्यासाठी आपल्याला मदत करतात आणि ज्या नकारात्मकता जगात अधिक दुःख आणि यातना आणतात त्यांच्यामध्ये फरक असतो. एखाद्याच्या मुलाला व्यसनांमुळे तोंड द्यावं लागणाऱ्या समस्यांविषयी तुम्ही कदाचित यासाठी बोलता की, आपल्या कुटुंबाच्या बाबतीत तसं घडेल की काय अशी भीती तुम्हाला वाटत असते आणि ते टाळावं असंही तुम्हाला वाटतं; पण कदाचित त्या कुटुंबाचा निवाडा करण्यासाठी आणि आपलं कुटुंब त्यांच्याहून किती अधिक चांगलं आहे हे दाखवण्यासाठी तुम्ही त्याच विषयावर गॉसिप करता. एलेन डीजेनेरस या संदर्भातील सूत्र स्पष्टपणे पाहते. *परेड* या नियतकालिकाला दिलेल्या मुलाखतीत तिने असं म्हटलं होतं की, 'लोकांची टिंगल करणं ही गोष्टच विचित्र आणि चमत्कारिक आहे. जग नकारात्मकतेने भरलेलं आहे. मला असं वाटतं की, लोकांनी माझ्याकडे पाहावं आणि असा विचार करावा की, मला चांगलं वाटत आहे आणि आज मी दुसऱ्या एखाद्या व्यक्तीलाही चांगलं वाटायला लावणार आहे.' याच उत्साहातून, चैतन्यातून संन्याशांना मजा वाटते – आम्ही आनंदी असतो आणि सहज हसतो. नवीन संन्यासी मठात येतात, त्या वेळी आम्हाला खूपच गांभीर्याने घेतात (मला ते चांगलंच माहिती आहे, कारण मीही तेच केलं होतं) आणि 'थोडे शांत व्हा, तुमच्या पहिल्या दिवसावरच सगळी ऊर्जा वाया घालवू नका,' असं म्हणत असताना ज्येष्ठ संन्याशांच्या डोळ्यांत एक प्रकारची चमक असते. ज्या वेळी पुजाऱ्याने आम्ही नेहमी खात असलेल्या साध्या अन्नाहून अधिक गोड आणि चवदार असा प्रसाद आणला की, अधिक तरुण संन्यासी विनोद

करत – पहिल्यांदा ते आपल्याला मिळावं म्हणून एकमेकांशी गमतीने मारामारी करत असत. एखादा संन्यासी ध्यानाच्या दरम्यान झोपी गेला आणि घोरू लागला तर आम्ही सगळे एकमेकांकडे पाहत असू. अगदी आपलं लक्ष विचलित झाल्याचं आम्ही लपवतसुद्धा नसू.

आपल्या विचारांतील आणि शब्दांतील स्वच्छपणा आणि सकारात्मकता आपण कमी करण्याची गरज नसते; पण नकारात्मकतेची पाळंमुळं खणून काढण्यासाठी, तिची आपल्या स्वतःमधील आणि आपल्या सभोवतालची उगमस्थाने समजून घेण्यासाठी आपण स्वतःला आव्हान दिलं पाहिजे. नकारात्मकता शोषून घेत असलेल्या ऊर्जेचं लक्षपूर्वक आणि निर्धारपूर्वक कसं व्यवस्थापन करावं हेही आपण समजून घेतलं पाहिजे. नकारात्मकतांना ओळखणं आणि क्षमाशीलता यांच्या माध्यमातून आपण गोष्टी सोडून देण्याची किंवा त्यांना जाऊ देण्याची सुरुवात केली पाहिजे. आपल्या आयुष्यातील नकारात्मकता दूर करण्यासाठी नवीन वर्तने विकसित करण्यासाठी आपण नकारात्मकतांचा शोध घेतला पाहिजे. थांबलं पाहिजे आणि नकारात्मक वर्तनांशी नवीन वर्तनांची अदलाबदल केली पाहिजे. निरीक्षण, चिंतन करून नवीन वर्तने विकसित केली पाहिजेत आणि नेहमीच स्वयंशिस्त आणि परमानंद मिळवण्यासाठी आटापिटा केला पाहिजे. ज्या वेळी तुम्ही इतरांच्या दुर्दैवांविषयी अतिशय चौकसपणा दाखवणं थांबवता आणि त्याऐवजी त्यांच्या यशांमध्ये आनंद मानता त्या वेळी तुमची दुःखं, यातना भरून येऊ लागतात.

इतर कोणावरही तुम्ही जितका कमी वेळ घालवाल, तितका स्वतःवर लक्ष केंद्रित करण्यासाठी तुमच्याकडे जास्त वेळ असेल.

आपण चर्चा केली त्याप्रमाणे नकारात्मकता ही नेहमीच भीतीतून उद्भवते. यानंतर आपण प्रत्यक्ष भीतीचा, ती आपल्या मार्गात कशी येते त्याचा आणि आपण तिला कशा प्रकारे आपल्या आयुष्याचा उत्पादक भाग बनवू शकतो याचा धांडोळा घेणार आहोत.

प्रकरण ३

भीती

'हॉटेल पृथ्वी'मध्ये स्वागत असो

भीती मृत्यूला रोखू शकत नाही. ती आयुष्याला रोखते.
– बुद्ध

महाभारताचं महायुद्ध लवकरच सुरू होणार होतं. युद्धाचे ढग जमले होते. घोडे फुरफुरत आपल्या टापा जमिनीवर आपटत असताना हजारो योद्‌ध्यांची बोटं आपापल्या तलवारींच्या मुठींभोवती आवळली गेली होती; पण आपला नायक अर्जुन मात्र गलितगात्र झाला होता. युद्धाच्या दोन्ही बाजूंना त्याचे कुटुंबीय आणि मित्र होते आणि त्यांच्यापैकी अनेक जण त्या महायुद्धात मरण पावणार होते. भूमीवरच्या सर्वाधिक महायोद्‌ध्यांपैकी एक असलेल्या अर्जुनाने हातातील धनुष्य खाली टाकून दिलं.

एका योद्‌ध्याच्या भयग्रस्ततेतून अशा प्रकारे युद्धभूमीवर भगवत् गीता अवतरली. अर्जुन हा पृथ्वीवरचा सर्वाधिक बुद्धिमान धनुर्धारी होता, तरीही भीतीमुळे त्याच्या क्षमतांशी असलेलं त्याचं सगळं नातं तो पूर्णपणे गमावून बसला होता. आपल्यापैकी प्रत्येकाच्या बाबतीत नेमकं हेच घडतं. आपल्याकडे जगाला देण्यासारखं बरंच काही असतं; पण भीतीमुळे आणि चिंतेमुळे आपल्या क्षमतांपासून आपण तुटतो. हे घडतं, कारण मोठे होत असताना आपल्याला प्रत्यक्षपणे किंवा अप्रत्यक्षपणे असं शिकवलं जातं की, भीती ही नकारात्मक भावना आहे. आपले पालक आपल्याला सांगतात

की, 'घाबरू नकोस.' आपले मित्र आपल्याला 'भित्री भागूबाई' म्हणून चिडवतात. भीती ही लज्जास्पद, अपमानास्पद अशी लपवण्याजोगी किंवा दुर्लक्ष करण्याजोगी प्रतिक्रिया असते; पण भीतीची याच्या बरोबर विरुद्ध बाजूही आहे. टॉम हँक्सनी येल युनिव्हर्सिटीच्या समारंभात केलेल्या भाषणातून विद्यार्थ्यांसमोर भीतीची हीच बाजू ध्वनित केली होती. त्यांनी पदवीधरांना असं सांगितलं होतं की, 'भीती ही आपल्या उत्तम गोष्टींमधील सर्वांत वाईट गोष्ट काढून घेते.'

यातलं सत्य असं आहे की, आपण कधीही पूर्णपणे भीतीशिवाय किंवा चिंतेशिवाय राहू शकणार नाही. संघर्ष आणि अनिश्चितता पूर्णपणे दूर करून आपली आर्थिक, सामाजिक आणि राजकीय वातावरणं सुरळीत बनवणं आपल्याला कधीही शक्य होणार नाही आणि आपली दैनंदिन आंतर-व्यक्ती आव्हानंही सोडवणं आपल्याला कधीच शक्य होणार नाही हे वेगळं सांगण्याची गरजच नाही; पण ते ठीक आहे, कारण भीती वाईट नसते, तो फक्त एक इशारा देणारा ध्वज असतो – तुमचं मन सांगत असतं की – 'हे चांगलं लक्षण दिसत नाही! काहीतरी वाईट किंवा चुकीचं घडणार आहे!' या महत्त्वाच्या इशाऱ्याच्या साहाय्याने आपण काय करतो ते महत्त्वाचं असतं. वातावरणात बदल होत असल्याच्या आपल्या भीतीचा उपयोग आपण उपाययोजना विकसित करण्याची आपल्याला मिळालेली प्रेरणा म्हणून करू शकतो किंवा दडपून गेल्यासारखं, निराश झाल्यासारखं वाटून घेऊन याच भीतीला आपल्याला निष्क्रिय बनवण्याची परवानगीही आपण देऊ शकतो. काही वेळा भीती ही खऱ्या धोक्यातून वाचण्यास मदत करणारी महत्त्वाची सूचनाही असते; पण बहुतांश वेळा आपल्याला जाणवते ती चिंता असते. पैसा, नोकरी आणि नातेसंबंध यांच्याशी संबंधित असलेल्या या दैनंदिन चिंता असतात. आपण चिंतेला – दैनंदिन भीतीला खऱ्या भावनांपर्यंत पोहोचवू न देण्याची, आपल्याला मागे खेचण्याची परवानगी देतो. आपण जितका जास्त काळ भीतीत अडकून पडू, तितकी भीती अधिक कुजते, आंबते आणि अखेरीस ती विषारी बनते.

मठाच्या तळघरातील थंडगार खोलीच्या जमिनीवर मी मांडी घालून बसलो आहे. माझ्या सोबत जवळपास वीस संन्यासीही आहेत. मला आश्रमात येऊन फक्त दोन महिने झाले आहेत. गौरांग दास यांनी नुकतंच अर्जुन या नायकाने भीतीवर कशी मात केली, त्यावर चर्चा केली आहे. त्यातून असं निष्पन्न झालं आहे की, युद्धात थेट हल्ला करण्याऐवजी भीतीने अर्जुनाची गाळण उडाली होती. या भीतीने त्याला रोखून धरलं होतं, थांबायला लावलं होतं. तो प्रेम करत असलेले अनेक लोक त्या दिवशी मरणार असल्यामुळे तो विदीर्ण झाला होता. भीतीमुळे आणि मनस्तापामुळे त्याच्या कृतीविषयी पहिल्यांदाच त्याच्या मनात प्रश्नचिन्ह निर्माण झालं आहे. असं केल्यामुळे मानवी नीतिमूल्यं, आध्यात्मिकता आणि त्याचा सारथी असलेल्या

कृष्णाच्या मते आयुष्य कसं काम करतं याविषयीच्या दीर्घ संभाषणासाठी तो प्रवृत्त होतो.

गौरांग दासांनी त्यांच्या व्याख्यानाचा समारोप करताना आम्हाला डोळे बंद करण्यास सांगत आहेत आणि नंतर आमच्या भूतकाळातून आमच्या भीती दूर करण्यास ते आम्हाला मार्गदर्शन करत आहेत : भीती दूर होत असल्याची फक्त कल्पना करण्यासच नव्हे, तर आमच्या शरीरांमध्ये तशी जाणीव निर्माण झाल्याचं अनुभवण्यास ते आम्हाला सांगत आहेत. भीतीचा अनुभव देणारी सर्व दृश्यं, ध्वनी आणि गंध आम्हाला अनुभवायचे आहेत. ते आम्हाला असं सांगत आहेत की, शाळेचा पहिला दिवस किंवा पोहायला शिकणं यांसारखे अनुभव खरोखरच अतिशय भयावह असले तरच निवडावेत, अन्यथा अशा प्रकारच्या एखाद्या किरकोळ गोष्टीची निवड आम्ही न करणं महत्त्वाचं आहे. त्याऐवजी आम्ही एखाद्या महत्त्वाच्या अनुभवाची निवड केली पाहिजे. आपल्या मनात खोलवर गेलेल्या भीती उघड करून, त्यांना स्वीकारून आम्ही त्यांच्याशी नवीन नातं निर्माण करावं, असं त्यांना वाटत आहे.

आम्ही आपापसात विनोद करण्यास सुरुवात करतो – आम्ही फिरायला गेलो असताना आमच्या मार्गात पडलेली सापाची कात दिसल्यावर मला भीती वाटली होती. त्याबद्दल एक जण चेष्टा करतो. गौरांग दास आमच्या माकडचेष्टांना मान डोलावून संमती देतात. ते सांगतात, 'तुम्हाला जर ही गोष्ट योग्य प्रकारे पार पाडायची असेल तर तुम्ही या गोष्टीची चेष्टा करणाऱ्या तुमच्या मनाच्या संबंधित भागाच्या पलीकडे गेलं पाहिजे. समस्येला खरोखर हाताळण्यापासून तुम्हाला दूर रोखणारी ही बचावात्मक, संरक्षणात्मक यंत्रणा आहे आणि भीतीच्या बाबतीत आपण हेच करतो.' गौरांग दास सांगतात, 'तुम्ही पुन्हा त्या जागेच्या पलीकडे जाण्याची गरज आहे.' हास्य क्षीण होतं आणि माझ्या स्वतःच्या पाठीच्या कण्यासह बहुतेक सर्वांच्याच पाठीचे कणे ताठ झाल्याची मला जवळजवळ जाणीव होते.

मी डोळे मिटतो आणि माझं मन शांत होतं; पण तरीही मला फार कशाची अपेक्षा नसते. मला कशाचीही भीती वाटत नाही – खरोखरच नाही, असा मी विचार करतो. त्यानंतर माझ्या मेंदूच्या गोंगाटाच्या आणि वायफळ विचारांच्या पलीकडे जाऊन मी ध्यानात आणखी खोल, आणखी खोल शिरतो. मी स्वतःलाच विचारतो, मला खरोखरच कशाची भीती वाटते? सत्याचे तरंग लुकलुकण्यास सुरुवात होते. लहानपणी मला परीक्षेची भीती वाटत असल्याचं मी पाहतो. ही गोष्ट कदाचित क्षुल्लक असल्यासारखी वाटेल हे मला माहिती असतं. परीक्षा कोणालाच आवडत नाहीत. बरोबर? पण मी मोठा होत असताना परीक्षा हाच माझ्या चिंतेचा सर्वाधिक मोठा विषय होता. ध्यानात बसून मी स्वतःला या भीतीमागे काय होतं याचा शोध घेऊ लागतो. मला खरोखरच कशाची भीती वाटत होती? मी पुन्हा एकदा

स्वतःलाच विचारतो. माझ्या पालकांना आणि मित्र-मैत्रिणींना मला परीक्षेत मिळालेल्या गुणांबद्दल आणि परिणामी माझ्याबद्दल काय वाटेल, याची मला खरी भीती वाटत होती हे हळूहळू माझ्या लक्षात येतं. माझं विस्तारित कुटुंब काय म्हणेल आणि माझ्या चुलत भावंडांशी आणि त्याहूनही खरं तर माझ्या भोवती असलेल्या इतरांशी माझी कशी तुलना केली जाईल, याची मला भीती वाटत होती. मला ही भीती फक्त माझ्या मनाच्या डोळ्यांनीच दिसत नाही, तर माझ्या शरीरातही ती जाणवते - मी जणू काही पुन्हा तिथे पोहोचलो असल्याप्रमाणे माझी छाती भरून आल्यासारखी गच्च होते, जबड्यांवर तणाव निर्माण होतो. मला खरोखरच कशाची भीती वाटत होती? त्यानंतर शाळेत मी अडचणींत आलो होतो, त्या काळात मी सखोल शोध घेण्यास सुरुवात करतो. मला निलंबित केलं जाईल किंवा हाकलून दिलं जाईल, याची मला अतिशय काळजी वाटत होती. माझ्या पालकांची काय प्रतिक्रिया असेल? माझ्या शिक्षकांना काय वाटेल? मी आणखी खोलात शिरण्याचा प्रयत्न करतो. मला खरोखरच कशाची भीती वाटत होती? मला ती भीती माझ्या पालकांविषयीची असल्याचं दिसतं. ते एकमेकांशी जमवून घेऊ शकणार नाहीत, याबद्दलची ती भीती असते आणि लहान वयात त्यांच्या लग्नात मध्यस्थी करण्याचा प्रयत्न करणाऱ्या माझ्याविषयीचीही ती भीती असते. मी त्या दोघांनाही कसा काय आनंदी ठेवू शकेन या विचाराची ती काळजी असते. मी त्यांना कसा हाताळू शकलो होतो आणि ते आनंदी आहेत याची खात्री कशी काय करून घेऊ शकलो असतो? त्याच वेळी माझ्या भीतीचं मूळ माझ्या लक्षात येतं. मला खरोखरच कशाची भीती वाटत होती? मला अशी भीती वाटत होती की, माझ्या पालकांना मी आनंदी बनवू शकत नाही. ही गोष्ट उघड झाल्याबरोबर मला समजतं की, इतर सगळ्या भीतींमध्ये समाविष्ट असलेल्या या खऱ्या भीतीपर्यंत मी पोहोचलो आहे. माझ्या संपूर्ण शरीरासाठीच तो अचानक शोध लागल्याचा क्षण विस्मयचकित करणारा होता. जणू काही मी पाण्याखाली खोल, आणखी खोल बुडत जातो आणि माझ्या छातीवर पाण्याचा दाब वाढत जातो. मला श्वास घेणं वाढत्या प्रमाणात कमी होत जातं आणि ज्या वेळी मला ती जाणीव होते, त्या वेळी माझं डोकं अनपेक्षितपणे पाण्याच्या बाहेर येतं आणि मी श्वास घेण्यासाठी धडपडू लागतो.

अर्ध्याच तासापूर्वी मला कशाचीच भीती वाटत नव्हती याविषयी माझी खात्री होती आणि अचानकच माझ्यापासून ज्या भीतींना आणि चिंतांना मी अनेक वर्षं दडवून ठेवलं होतं, त्या माझ्या मनात सखोल दडलेल्या भीतींना आणि चिंतांना मी उघड करत होतो. मला कशाची भीती वाटत होती असं हळुवारपणे; पण सातत्यपूर्वक स्वतःलाच विचारून त्या प्रश्नाला मी माझ्या मनाला हुलकावणी देऊ दिली नव्हती. अस्वस्थ करणाऱ्या प्रदेशांमध्ये प्रवेश करण्यापासून आपल्याला रोखण्यात आपले

मेंदू खरोखरच हुशार असतात; पण वेगवेगळ्या पद्धतींनी रचना करून एखादा प्रश्न विचारण्याऐवजी तोच प्रश्न पुनःपुन्हा विचारून आपण आपल्या मेंदूला कोंडीत पकडतो. आता, हा आपल्याच बाबतीत आक्रमकपणे वागण्याचा प्रश्न नाही – ही काही चौकशी नाही, ही मुलाखत आहे. तुम्ही स्वतःला हा प्रश्न प्रामाणिकपणाने विचारण्याची गरज असते, जबरदस्तीने नव्हे.

परीक्षांच्या निकालांची भीती वाटणं ही गोष्ट म्हणजे मी जिला 'शाखा' म्हणतो अशी गोष्ट होती. तुमच्या भीतीशी तुम्ही नातं निर्माण केलं की, तुम्हाला या शाखांमध्ये फरक करावाच लागतो – तुमच्या स्वतःच्या मुलाखतींदरम्यान तत्काळ वर येणाऱ्या भीती – आणि मूळ यांच्यात तुम्हाला फरक करावाच लागतो. परीक्षांच्या निकालांविषयीच्या माझ्या भीतीचा आणि इतर 'शाखे'च्या भीतींचा मागोवा घेत असताना मी मुळापर्यंत पोहोचल्यासारखं वाटलं : माझ्या पालकांना मी आनंदी बनवू शकत नसल्याची भीती हे भीतीचं मूळ होतं.

भीतीची भीती

संन्यासी म्हणून मी तीन वर्षं वावरत असताना भीतीची भीती घालवून देण्यास मी शिकलो. शिक्षेची, अवमानाची किंवा अपयशाची भीती – आणि त्यांच्याशी निगडित नकारात्मक दृष्टिकोन – या गोष्टी आत्मसंरक्षणाच्या दिशाभूल करणाऱ्या प्रयत्नांना यापुढे प्रेरित करणार नव्हत्या. भीतीच्या इशाऱ्यातील संधी मी ओळखू शकत होतो. आपल्या उपयोगाच्या नसलेल्या विचार करण्याच्या आणि वर्तनाच्या संरचना ओळखण्यासाठी आणि त्या दूर करण्यासाठी भीती आपल्याला मदत करू शकते.

आपण भीतीला आपल्याला दिशा दाखवू देतो; पण *स्वतः भीती ही आपली खरी समस्या नसते.* आपल्याला चुकीच्या गोष्टींची भीती वाटते ही आपली खरी समस्या असते : भीती आपल्याला देऊ करत असलेल्या संधी आपण गमावून बसू, याची आपल्याला खरोखरची भीती वाटली पाहिजे. गॅविन डी बेकर हे जागतिक पातळीवरचे एक आघाडीचे सुरक्षातज्ज्ञ आहेत. *गिफ्ट ऑफ फिअर* या आपल्या पुस्तकात ते भीतीला 'संकटांची सूचना देण्यासाठी सज्ज असलेला आणि धोकादायक परिस्थितींमध्ये तुम्हाला मार्गदर्शन करणारा बुद्धिमान अंतर्गत संरक्षक,' असं म्हणतात. नेहमीच आपल्या लक्षात भीतीचा सावधगिरीचा इशारा येतो; पण आपण तिच्या मार्गदर्शनाकडे दुर्लक्ष करतो. भीती आपल्याला आपल्याविषयी आणि आपण कशाला महत्त्व द्यावं, याविषयी काय शिकवू शकते हे कसं ओळखावं हे आपण शिकलो, तर आपल्या आयुष्यातील अधिक मोठा अर्थ, उद्दिष्ट आणि परिपूर्तता साध्य करण्याचं साधन म्हणून आपल्या भीतीचा वापर करू शकू.

काही दशकांपूर्वी ॲरिझोना वाळवंटात शास्त्रज्ञांनी एक प्रयोग केला होता. त्यांनी तिथे ‘बायोस्फिअर २’ची उभारणी केली होती. तो एक प्रचंड मोठ्या आकाराचा लोखंडाच्या आणि काचेच्या आवरणाने बंदिस्त करण्यात आलेला भाग होता. त्याच्यामध्ये शुद्ध, स्वच्छ पाणी, पोषकद्रव्यांनी समृद्ध माती आणि भरपूर प्रमाणात नैसर्गिक प्रकाश होता. त्याच्यात वाढणाऱ्या वनस्पतींसाठी आणि प्राण्यांसाठी तिथे जगण्याच्या त्या आदर्श स्थिती होत्या. काही प्रकारे ते यशस्वी झालं असलं तरी एका प्रकारे ते पूर्ण अपयशी ठरलं होतं. त्या जैवगोलकातील (बायोस्फिअरमधील) झाडं एका विशिष्ट उंचीपर्यंत वाढली की, लगेच कोसळून पडत होती. सुरुवातीला या प्रक्रियेमुळे शास्त्रज्ञ गोंधळात पडले. अखेरीस त्यांच्या लक्षात आलं की, त्या जैवगोलकात झाडांच्या आरोग्याच्या दृष्टीने आवश्यक असलेल्या वारा या महत्त्वाच्या घटकाचा अभाव होता. नैसर्गिक वातावरणात झाडांना वाऱ्याचे तडाखे बसतात. झाडं त्या दबावाला आणि क्षुब्धतेला प्रतिसाद म्हणून अधिक बळकट सालं (वल्कलं) आणि सखोल मुळं तयार करून आपलं स्थैर्य वाढवतात.

आपल्या स्वनिर्मित जैवगोलकाच्या आरामशीर बुडबुड्यात राहण्याचा प्रयत्न करण्यात आपण भरपूर वेळ आणि ऊर्जा वाया घालवतो. बदलाच्या तणावांची आणि आव्हानांची आपल्याला भीती वाटते; पण ते तणाव आणि आव्हाने हाच आपल्याला अधिक भक्कम, ताकदवान बनवणारा वारा असतो. ॲलेक्स होन्नोल्ड हा योसेमाईट नॅशनल पार्कच्या मिथक बनलेल्या अल् कॅपिटन या सुमारे तीन हजार फूट उंचीच्या चढणीवर दोरखंडांचं बिलकूल साहाय्य न घेता २०१७मध्ये चढून गेला. असं करणारा तो जगातील पहिली व्यक्ती ठरला. त्याने या कामगिरीने संपूर्ण जगाला स्तंभित केलं. होन्नोल्डची अविश्वसनीय कामगिरी ही *फ्री सोलो* या पारितोषिक विजेत्या माहितीपटाचा विषय ठरली. या माहितीपटात होन्नोल्डला असं विचारण्यात आलं होतं की, दोरखंडांचा वापर न करता गिर्यारोहण करताना फक्त दोनच पर्याय समोर होते. एक तर परिपूर्णता किंवा मृत्यू; पण असं असतानाही त्याने ती परिस्थिती कशी हाताळली होती? त्यावर त्याने उत्तर दिलं होतं, ‘लोक आपली भीती दडपून टाकण्याच्या प्रयत्नाविषयी बोलतात. मी याच भीतीकडे वेगळ्या प्रकारे पाहण्याचा प्रयत्न केला. त्यासाठी वापरावयाच्या चालींचा पुनःपुन्हा सराव करून माझ्या ‘कम्फर्ट झोन’चा मी विस्तार केला. मी या भीतीतूनच इतक्या वेळा काम केलं की मग ती भीती मला त्यानंतर भयावह वाटेनाशी झाली.’ होन्नोल्डने त्याच्या स्वतंत्र, एकट्याने केलेल्या अतिभव्य कामगिरीसाठी प्रयत्न करण्याच्या आधी त्याच्या भीतीने त्याला प्रचंड प्रमाणात लक्ष एकवटून काम करण्याची चालना दिली. त्याच्या भीतीला उत्पादक बनवणं हा त्याच्या प्रशिक्षणातील महत्त्वाचा घटक होता आणि त्यानेच होन्नोल्डला त्याच्या

गिर्यारोहणाच्या या खेळात आणि त्या पर्वतावरही सर्वोच्च स्थानी नेऊन ठेवलं. तणावाकडे आणि सहसा नेहमीच त्याच्याबरोबर येणाऱ्या भीतीकडे नकारात्मकता म्हणून पाहणं आपण थांबवलं आणि त्याऐवजी त्यांच्यातील संभाव्य लाभ पाहू लागलो, तर आपण भीतीशी असलेलं नातं बदलण्याच्या मार्गावर आहोत, असं समजण्यास हरकत नाही.

तणावाचा प्रतिसाद

आपल्याला तणावाविषयी जाणून घेण्याची गरज असलेली पहिली गोष्ट म्हणजे तणाव हा समस्यांचं वर्गीकरण करण्याचं चांगलं काम करत नाही. अलीकडेच मला आभासी सत्यता साधनाची चाचणी घेण्याची संधी मिळाली. आभासी जगात मी पर्वतांवर चढत होतो. माझं पाऊल खडकाच्या बाहेर पडल्यावर जणू काही मी खरोखरच हवेत आठ हजार फूट उंचीवर असल्यासारखी मला कमालीची भीती वाटली. ज्या वेळी तुमचा मेंदू 'भीती' असं ओरडतो, त्या वेळी तुमचं शरीर ही धमकी खरी आहे की काल्पनिक यात फरक करू शकत नाही – तुमचं जगणंच धोक्यात आलं आहे की, तुम्हाला भराव्या लागणाऱ्या करांचा तुम्ही विचार करत आहात यात ते फरक करू शकत नाही. भीतीचा तो इशारा दूर होता क्षणीच आपली शरीरं लढण्यासाठी किंवा पळून जाण्यासाठी किंवा काही वेळा तिथल्या तिथे गोठून गेल्यासारखी, थिजल्यासारखी थांबण्यासाठी आपल्याला तयार करतात. आपण या अति धोक्याचा इशारा देणाऱ्या भीतीत वरचेवर जाऊ लागलो, तर त्या वेळी तयार होणारे तणावाचे सगळे हार्मोन्स आपल्याला पायथ्याकडे ढकलून देतात. त्याचा आपल्या प्रतिकारशक्तीवर परिणाम होतो आणि आपल्या झोपेवर व दुःख किंवा यातना भरून आणण्याच्या क्षमतेवर परिणाम होतो.

आतापर्यंत अभ्यासांतून असं दिसून आलं आहे की, कामाचा मोठा प्रकल्प हाताळणं किंवा नवीन घरात राहायला जाणं यांसारख्या अधूनमधून निर्माण होणाऱ्या तणावांना यशस्वीरीत्या हाताळण्यास समर्थ असणं, झाडं जशी वाऱ्याला भिडतात, तसे या तणावांशी दोन हात करणं यामुळे यशस्वी कामगिरी केल्याच्या आणि निकोप आरोग्याच्या अधिक तीव्र भावना निर्माण होतात आणि त्यामुळे अधिक चांगलं आयुष्य जगण्यास हातभार लागतो.

तुम्ही भीतींशी आणि कष्टांशी सामना करता त्या वेळी तुम्ही भीतीशी आणि कष्टांशी सामना करण्यास समर्थ आहात, याची तुम्हाला जाणीव होते. यामुळे तुम्हाला नवीन दृष्टिकोन प्राप्त होतो : वाईट गोष्टी घडल्या तर तुम्हाला त्या हाताळण्याचे मार्गही सापडतील, हा आत्मविश्वास तुम्हाला प्राप्त होतो. या वाढत्या वस्तुनिष्ठतेमुळे

कोणत्या गोष्टी खरोखरच घाबरण्याच्या पात्रतेच्या आहेत आणि कोणत्या नाहीत, यांमध्ये तुम्ही अधिक चांगल्या प्रकारे फरक करू शकता.

मी वर वर्णन केलेल्या भीतीविषयक ध्यानातून माझ्या मनात अशी कल्पना आली की, आपल्याकडे भीतीविषयीच्या चार विविध भावनिक प्रतिक्रिया असतात : आपण विव्हळ बनतो, थिजून जातो, त्यांच्यापासून पळून जातो किंवा आपण त्यांना पुरून टाकतो. माझ्या पालकांविषयीची चिंता मी अशीच पुरून टाकली होती. पहिल्या दोन व्यूहरचना या अल्पकालीन व्यूहरचना असतात आणि अखेरच्या दोन व्यूहरचना या दीर्घकालीन असतात; पण त्या सगळ्याच व्यूहरचना आपलं लक्ष परिस्थितीपासून विचलित करतात आणि उत्पादकतेचा वापर करण्यापासून आपल्याला या भीती रोखतात.

भीतीशी असलेलं आपलं नातं बदलण्यासाठी आपल्याला भीतीविषयीचं आपलं आकलन बदलावंच लागेल. भीती आपल्याला जे देऊ करते त्याचं मूल्य काय आहे ते दिसल्यानंतर आपण आपला प्रतिसाद बदलू शकतो. भीतीविषयीच्या आपल्या प्रतिक्रियेची संरचना ओळखण्यास शिकणं ही पुनर्रचनेतील आवश्यक पायरी होय.

भीतीबरोबर काम करणं

मी असं नमूद केलं आहे की, संन्यासी जागरूकतेतून वाढीच्या प्रक्रियेची सुरुवात करतात. नकारात्मकतेला तोंड देताना आपण जे करतो त्याप्रमाणेच आपल्याला भीतीला बाहेर काढायचं असतं आणि मग तिच्यापासून एक पाऊल मागे सरकून आपल्याला वस्तुनिष्ठ निरीक्षक बनायचं असतं.

भीतीबरोबर काम करण्यास शिकण्याची प्रक्रिया म्हणजे सगळ्या समस्या सोडवणारे फक्त काही स्वाध्याय पूर्ण करणं नव्हे. तुमचा भीतीकडे बघण्याचा दृष्टिकोन बदलणं, तिच्याकडे तुम्हाला देण्यासारखं काहीतरी आहे हे समजून घेणं, त्यानंतर ज्या ज्या वेळी लक्ष विचलित करणारी संरचना उद्भवते त्या त्या वेळी तिला ओळखण्याची आणि तिच्यापासून दूर सरकण्याचा प्रयत्न करण्याची बांधिलकी पत्करणं याविषयीची ही गोष्ट असते. विव्हळ होणं, थिजून जाणं, पळून जाणं आणि पुरून टाकणं या चारपैकी भीतीपासून लक्ष विचलित करणारी प्रत्येक गोष्ट म्हणजे एकाच कृतीचं वेगळं स्वरूप असतं किंवा खरं तर एका *निष्क्रियतेचं* – म्हणजे आपली भीती स्वीकारण्यास नकार देण्याच्या कृतीचं ते वेगळं स्वरूप असतं म्हणून आपल्या भीतीला नकारात्मकतेतून सकारात्मकतेत परिवर्तित करण्याचं पहिलं पाऊल हे फक्त भीतीबरोबर काम करणं हेच असतं.

तुमच्या भीतीचा स्वीकार करा

आपल्या भीतीतील आणि आपल्यातील तफावत दूर करण्यासाठी आपण तिची उपस्थिती मान्य केलीच पाहिजे. माझ्या शिक्षकांनी मला सांगितलं होतं त्याप्रमाणे, 'तुम्ही तुमचं दुःख ओळखलं पाहिजे.' आम्ही तेव्हाही बसलो होतो आणि त्यांनी आम्हाला एक दीर्घ श्वास घ्यायला आणि आपल्या दुःखाला 'मी तुला पाहत आहे,' असं शांतपणे सांगायला सांगितलं. भीतीशी असलेल्या आपल्या नात्याची ती आमची पहिली स्वीकृती होती. एक सखोल श्वास घेऊन म्हणायचं, 'माझ्या दुःखा, मी तुला पाहत आहे. माझ्या भीती, मी तुला पाहत आहे.' आणि आम्ही उच्छ्वास सोडल्यानंतर म्हणायचं, 'मी तुला पाहत आहे आणि इथे मी तुझ्यासोबत आहे. मी तुला पाहत आहे आणि इथे मी तुझ्यासाठी आहे.' दुःख आपल्याला त्याच्याकडे लक्ष द्यायला लावतं किंवा त्याने ते तसं द्यायला लावलं पाहिजे. आपण ज्या वेळी 'मी तुला पाहत आहे' असं म्हणतो, त्या वेळी दुःख आपल्याला त्याच्याकडे जे लक्ष देण्यास सांगत असतं, ते लक्ष आपण त्याच्याकडे देतो. ज्याप्रमाणे एखाद्या रडणाऱ्या मुलाला त्याचं रडणं ऐकायला आणि उचलून जवळ घ्यायला हवं असतं तसंच हे असतं.

आपल्या भीतीचा स्वीकार करत असताना स्थिरपणे श्वसन केल्याने दुःखाच्या उपस्थितीमुळे निर्माण झालेल्या आपल्या मानसिक आणि शारीरिक प्रतिसादांना शांत करण्यास आपल्याला मदत होते. तुमच्या भीतीच्या दिशेने जा. तिच्याशी परिचित व्हा. अशा प्रकारे आपण स्वतःला भीतीच्या संपूर्ण सान्निध्यात ठेवतो. ज्या वेळी आग लागल्याचा इशारा देणारा भोंगा वाजू लागतो, त्या वेळी तत्क्षणी तुम्हाला काय घडत आहे ते मान्य करता आणि नंतर घराबाहेर पडता. त्यानंतर अधिक शांत मनःस्थितीत आग कशी लागली असेल किंवा ती कुठून आली असेल, यावर तुम्ही विचार करता. तुम्ही विमा कंपनीला फोन करता. त्या संदर्भातील माहिती सांगण्यावर तुमचं नियंत्रण असतं. यालाच वर्तमानकाळात भीतीला ओळखणं आणि तिच्यासोबत राहणं असं म्हणतात.

हे करून पाहा : तुमच्या भीतीचं मूल्यमापन करा

एका टोकाला शून्य आणि दुसऱ्या टोकाला १० आकडा लिहिलेली एक रेषा काढा. तुम्ही कल्पना करू शकत असलेली सगळ्यात वाईट गोष्ट काय असू शकते? कदाचित, तुम्हाला पंगू बनवणारी एखादी जखम किंवा तुमच्या प्रिय व्यक्तीला गमावणं. त्या रेषेवरच्या दहा आकड्याजवळ ते लिहा. आता या तुलनेत तुमच्या मनातील सध्या असलेल्या भीतीचं मूल्य काय आहे ते ठरवा. फक्त एवढंच करूनही एखादा दृष्टिकोन प्राप्त होण्यास मदत होते. ज्या वेळी तुम्हाला भीती अचानकच उद्भवत आहे असं वाटतं, त्या वेळी तिचं मूल्यमापन करा. जी गोष्ट खरोखरच भयावह आहे, तिच्या तुलनेत ती भीती कुठे बसते?

भीतीच्या संरचना शोधा

आपल्या भीतीचा स्वीकार करण्याबरोबरच आपण तिचे जिवलगही बनलं पाहिजे, तिच्या निकटही आलंच पाहिजे. याचा अर्थ ती नियमितपणे कुठे आढळते त्या परिस्थिती ओळखणं असा आहे. तुमच्या भीतीला विचारण्याचा (पुन्हा एकदा दयाळूपणाने आणि प्रामाणिकपणाने आणि जितक्या वेळा विचारण्याची गरज असेल तितक्या वेळा) एक शक्तिशाली प्रश्न असा आहे की, 'मला तू कधी जाणवशील?' मठात मी भीतीवर केलेल्या सुरुवातीच्या कामानंतर माझी भीती उद्भवत असलेल्या सगळ्या जागा आणि परिस्थिती शोधून काढणं मी सुरूच ठेवलं. मला सातत्याने असं दिसून आलं की, ज्या वेळी माझ्या परीक्षांची मला काळजी वाटत होती, ज्या वेळी माझ्या पालकांची मला काळजी वाटत होती किंवा माझ्या शाळेतील कामगिरीची अगर संकटात सापडण्याची काळजी मला वाटत होती, त्या त्या वेळी भीतीने मला एकाच चिंतेकडे नेलं होतं : मला इतर लोक काय समजतील? ही ती चिंता होती. माझ्या मूळच्या भीतीचा परिणाम माझ्या निर्णयक्षमतेवर झाला होता. आता मी घेतलेल्या एखाद्या निर्णयावर ज्या वेळी मी बारकाईने नजर टाकून स्वतःला 'या निर्णयावर इतर लोक माझ्याकडे कसं पाहतील या विचाराचा प्रभाव आहे का?' असं विचारण्याच्या निर्णायक क्षणापर्यंत पोहोचतो, त्या वेळी ती जाणीव मला चालना देते. अशा प्रकारे माझे निर्णय खरोखरच माझ्या मूल्यांच्या आणि हेतूच्या मार्गावर राहूनच घेण्यासाठी मी भीतीविषयीच्या माझ्या जागरूकतेचा वापर करून घेतो.

काही वेळा आपण करत असलेल्या कृतींच्या माध्यमातून आणि काही वेळा ज्या कृती करण्यास आपण नाखूश असतो, त्यांच्या माध्यमातूनही आपल्या भीतींचा मागोवा आपण घेऊ शकतो. माझी एक ग्राहक ही यशस्वी वकील होती; पण तिला वकिली करून कंटाळा आला होता आणि काहीतरी नवीन करण्याची तिची इच्छा होती. ती माझ्याकडे आली होती. कारण, तिच्या भीतीला ती स्वतःचा मार्ग अडवू देत होती. 'मी झटकन उडी मारली आणि त्या दुसऱ्या बाजूला काहीही नसलं तर?' असं तिने मला विचारलं. हा एखादा 'शाखा' प्रश्न असावा तसा वाटत होता, त्यामुळे मी पुढे शोध घेत राहिलो. 'तुला खरोखरच कशाची भीती वाटते?' मी तिला विचारलं. त्यानंतर मी तिला हळुवारपणे ते विचारत राहिलो. अखेरीस तिने उसासा सोडला आणि म्हणाली, ''ही कारकीर्द घडवण्यासाठी मी खूपच कष्ट घेतले आहेत आणि बरीचशी ऊर्जा वापरली आहे. मी जर ती उगाचच अशी वाया घालवल्यासारखी फेकून देत असेन तर...?'' मी पुन्हा एकदा विचारलं आणि अखेरीस आम्हाला तिच्या भीतीचं मूळ गवसलं. तिला अपयशाची आणि आपण स्वतः आणि इतर लोकही आपल्याकडे आताच्या तुलनेत कमी बुद्धिमान,

कमी सक्षम व्यक्ती म्हणून पाहतील, अशी भीती वाटत होती. एकदा तिच्या भीतीचं खरं स्वरूप तिला समजल्यावर आणि तिने ते मान्य केल्यावर तिच्या आयुष्यातील भीतीच्या भूमिकेची पुनर्रचना करण्याच्या मार्गावरून ती पुढे चालू लागली; पण त्यासाठी पहिल्यांदा तिला भीतीशी खरोखरची जवळीक विकसित करण्याची गरज होती. तिच्या भीतीत तिला खोल शिरण्याची गरज होती.

तिच्यासमोर कोणाचाही आदर्श नव्हता, ही आम्ही तिच्यासमोर असलेल्या ज्या समस्या ओळखल्या होत्या, त्या समस्यांपैकी एक समस्या होती. तिला माहिती असलेले सगळे वकील तोपर्यंत पूर्ण वेळ वकिली करत होते. तिला जे करण्याची इच्छा होती, तसं कोणत्या ना कोणत्या स्वरूपात यशस्वीपणे केलेल्या लोकांना तिने भेटण्याची गरज होती म्हणून आता स्वतःला आवडणाऱ्या नवीन करिअरमध्ये काम करत असलेल्या काही पूर्वाश्रमीच्या वकिलांची माहिती मिळवण्यासाठी थोडा वेळ घालवण्यास मी तिला सांगितलं. तिने तसं केल्यानंतर आपण ज्या गोष्टीचं स्वप्न पाहिलं आहे ते फक्त शक्य आहे, एवढंच तिला आढळलं नाही, तर वकिली करताना आपण मिळवलेल्या आणि वापरलेल्या कौशल्यांचा वापर आपण अद्यापही आपल्या नवीन क्षेत्रात करत असल्याचं त्यांच्यापैकी अनेकांनी सांगितल्याचं पाहिल्यावर तर तिला अत्यानंद झाला. याचा अर्थ तिने तोपर्यंत केलेले सगळे कठोर परिश्रम ती बिलकूल तसेच वाया जाऊ देणार नव्हती. ती जे उद्योग-व्यवसाय करण्याचा विचार करत होती, त्यांच्याविषयी संशोधन करण्यासही मी तिला सांगितलं. या सगळ्या अभ्यासातून तिला असं आढळून आलं की, यशस्वी वकील होण्यासाठी तिला संपर्क, सांघिक काम, समस्या सोडवणूक यांसारखी अनेक 'सॉफ्ट स्किल्स' शिकण्याची गरज होती, ती इतरत्रही उपयोगी पडली असती. आपल्या भीतीशी जवळीक विकसित करून – भीतीच्या जवळ जाऊन आणि तिला कशाची भीती वाटत होती, त्याचं परीक्षण करून तिने आपल्या भावना अधिक सक्षम बनवणारी माहिती मिळवली आणि करिअर बदलण्याच्या कल्पनेने ती अगदी रोमांचित होऊन गेली.

आपण लहान असताना भीतीपासून आपलं लक्ष दुसरीकडे वेधण्याच्या संरचना प्रस्थापित केल्या जातात. त्या अगदी तीव्रतेने आपल्या मनात खोलवर बिंबतात, त्यामुळे त्या शोधून काढणं, त्यांना उघड करणं यासाठी थोडा वेळ लागतो. आपल्या भीतीची संरचना ओळखण्यामुळे आपल्याला भीतीचा तिच्या मुळापर्यंत मागोवा घेणं शक्य होतं. तिथून तातडीची हालचाल करण्याचं खरोखरच काही कारण आहे का की आपली भीती प्रत्यक्षात आपल्याला आपली मूल्यं, आकांक्षा आणि हेतू यांच्याशी अधिक सुसंगत राहून जगण्याच्या अधिक संधींकडे नेत आहे, याचा आपल्याला उलगडा होऊ शकतो.

भीतीचं कारण : आसक्ती
भीतीवरची उपाययोजना : अनासक्ती किंवा अलिप्तता

आपल्या भीतीशी आपण जवळीक विकसित करत असलो तरीही भीतीकडे आपल्याहून भिन्न असलेलं एक स्वतंत्र अस्तित्व म्हणून पाहण्याची आपली इच्छा आहे. आपल्या भावनांविषयी आपण बोलतो, त्या वेळी आपण नेहमीच आपण म्हणजेच ती भावना आहोत अशा प्रकारे बोलतो. *मी* रागावलोय. *मी* दुःखी आहे. *मी* घाबरलोय, ही याची काही उदाहरणं आहेत. आपण भीतीशी बोलल्यामुळे भीतीला आपल्यापासून स्वतंत्र किंवा अलग ठरवलं जातं आणि त्यामुळे आपण म्हणजे भीती नाही, भीती ही फक्त आपण *अनुभवत* असलेली एक गोष्ट आहे हे समजून घेण्यास आपल्याला मदत होते. नकारात्मक मनोभाव बाहेर पडत असलेल्या एखाद्या व्यक्तीला तुम्ही भेटता, त्या वेळी तुम्हाला नकारात्मकतेची जाणीव होते; पण त्यामुळे तो मनोभाव म्हणजे तुम्ही आहात असा विचार तुम्ही करत नाही. आपल्या भावनांच्या बाबतीतही हीच गोष्ट लागू पडते - त्या आपल्याला जाणवणाऱ्या गोष्टी आहेत; पण भावना म्हणजे आपण नव्हे. 'मी रागावलोय'पासून दूर होत त्याऐवजी 'मला राग जाणवतोय, मला दुःख जाणवतंय, मला भीती जाणवतेय' असं म्हणण्याचा प्रयत्न करा. हा एक साधासा बदल आहे; पण तो खूपच मोठा आहे. कारण, हा बदल आपल्या भावनांना त्यांच्या योग्य, न्याय्य जागी ठेवतो. या दृष्टिकोनामुळे आपल्या सुरुवातीच्या प्रतिक्रिया शांत होतात आणि निवाडा न करता आपल्या भीतीचं व आपल्या सभोवतालच्या परिस्थितीचं परीक्षण करण्यास आपल्याला वाव मिळतो.

ज्या वेळी आपल्या भीतींचा आपण त्यांच्या स्रोतापर्यंत मागोवा घेतो, त्या वेळी आपल्यापैकी बहुतेकांना असं आढळून येतं की, त्या एखाद्या गोष्टीविषयी ओढ वाटण्याशी अत्यंत जवळून निगडित आहेत. आसक्ती ही वस्तूंवर मालकी मिळवण्याची आणि त्यांच्यावर नियंत्रण करण्याची आपली गरज असते. आपण आपल्या स्वतःविषयी काही कल्पना बाळगून असतो. भौतिक मालमत्ता, जीवनपद्धती यांवरून आपलं मूल्यमापन होतं असं आपल्याला वाटतं, त्यामुळे त्यांच्याविषयीच्याही आपल्या काही कल्पना असतात. आपले नातेसंबंधही कसे असावेत याविषयीच्या आपल्या काही कल्पना असतात; पण ते स्पष्टपणे वेगळ्या प्रकारचे असतात. यालाच *माकडाच्या मनाचे* विचार किंवा मनाच्या माकडचेष्टांचे विचार असं म्हटलं जातं. *संन्याशाचं मन* मात्र अनासक्तीचा किंवा अलिप्ततेचा सराव करतं. आपल्याला याची जाणीव होते की, आपल्या घरांपासून ते आपल्या कुटुंबांपर्यंतच्या सगळ्या गोष्टी आपण उसन्या घेतल्या आहेत.

क्षणभंगुर गोष्टींना चिकटून राहिल्यामुळे त्या गोष्टी आपल्यावर कब्जा करतात आणि त्याच दुःखाचे आणि भीतीचे स्रोत बनतात; पण ज्या वेळी आपल्या आयुष्यात

घडणाऱ्या प्रत्येक गोष्टीचं तात्पुरतं स्वरूप, क्षणभंगुरत्व आपण मान्य करतो, त्या वेळी त्या काळापुरत्या आपल्याला त्या गोष्टी उसन्या घेता आल्या हे आपलं सुदैव असल्याची कृतज्ञता आपल्या मनात निर्माण होते. अगदी एखाद्या अत्यंत श्रीमंत आणि शक्तिशाली व्यक्तीच्या ताब्यातील सर्वाधिक कायमस्वरूपी वाटणाऱ्या मालमत्ताही प्रत्यक्षात त्यांच्या मालकीच्या नसतात. हीच गोष्ट उर्वरित आपल्या सर्वांसाठीही लागू असते. अनेकांच्या मनात आणि खरं तर आपल्यापैकी बहुतेकांच्या मनात या अस्थिरतेमुळे मोठी भीती निर्माण होते; पण मी आश्रमात शिकलो, त्यानुसार आपल्या मनातील या भीतींना आपण स्वातंत्र्याच्या खूप उच्च जाणिवेत बदलू शकतो.

भीतींमध्ये निकोप असलेल्या भीती आणि निकोप नसलेल्या भीती असा आमच्या गुरूंनी फरक केला होता. त्यांनी आम्हाला असं सांगितलं की, आपण परिस्थिती बदलू शकतो असा निकोप भीती आपल्याला सावधगिरीचा इशारा देतात. जर डॉक्टरांनी तुम्हाला सांगितलं की, तुमच्या आहारामुळे तुमचं आरोग्य चांगलं नाही आणि त्यामुळे तुम्हाला अपंगत्वाची किंवा आजाराची भीती वाटली तर ही भीती निकोप भीती असते. कारण, तुमच्या आहारात तुम्ही बदल घडवून आणू शकता. परिणामी, तुमच्या आरोग्यात सुधारणा होते, त्या वेळी तुमच्या भीतीचंही तुम्ही निर्मूलन करू शकता; पण आपले पालक मरण पावतील ही भीती निकोप नसलेली भीती आहे. कारण, आपण या गोष्टीतील सत्य बदलू शकत नाही. आपण ज्याच्यावर नियंत्रण राखू शकतो, त्यावर लक्ष केंद्रित करून निकोप नसलेल्या भीतीचं आपण निकोप भीतीत रूपांतर करू शकतो. आपल्या पालकांना आपण मृत्यूपासून वाचवू शकत नाही; पण त्यांच्याबरोबर अधिक वेळ घालवण्याची आठवण करून देण्यासाठी आपण त्या भीतीचा वापर करून घेऊ शकतो. शांतीदेवांच्या शब्दांत सांगायचं झालं तर,'सर्व बाह्य घडामोडींवर नियंत्रण ठेवणं शक्य नाही; पण मी फक्त सरळसरळ माझ्या मनावर नियंत्रण मिळवलं, तर इतर गोष्टींवर नियंत्रण ठेवण्याची गरजच काय आहे?' ही अनासक्ती आहे. तुमच्या संन्याशाच्या मनाने ज्या वेळी तुमच्या स्वतःच्या प्रतिक्रियांचं तुम्ही काही अंतरावरून निरीक्षण करता आणि स्पष्ट दृष्टिकोनातून निर्णय घेता त्यालाच अनासक्ती किंवा अलिप्तता म्हणतात.

अलिप्ततेविषयीची किंवा अनासक्तीविषयीची एक सामाईक गैरसमजूत खोडून काढायला मला आवडेल. अनासक्तीला लोक नेहमीच औदासीन्य, बेपर्वाई मानतात. ते असा विचार करतात की, लोकांना आणि अनुभवांना तात्पुरते किंवा क्षणभंगुर स्वरूपाचे मानण्याने किंवा त्यांच्यापासून काही अंतर राखून त्यांच्याकडे पाहण्याने आयुष्याचा उपभोग घेण्याची आपली क्षमता नष्ट होते; पण हे खरं नाही. असा विचार करा की, तुम्ही एक ऐषआरामी कार भाड्याने घेऊन चालवत आहात. मग ती कार तुमच्या मालकीची आहे, असं तुम्ही सांगू शकता का? अर्थातच नाही. तुम्हाला हे माहिती असतं की, ती तुमच्याकडे फक्त आठवडाभरासाठीच

आहे आणि काही कारणाने जर त्या लोकांनी तुम्हाला तिचा आणखी काही काळ उपभोग घेण्याची तुम्हाला परवानगी दिली तर पॅसिफिक कोस्ट हायवेवरून ती कार चालवण्याची संधी मिळाल्याबद्दल तुम्ही कृतज्ञ राहता. *कारण*, ही गोष्ट तुम्हाला नेहमीच करायला मिळणार नसते. अशी कल्पना करा की, तुम्ही एक पर्यटक आहात आणि पर्यटनाला गेलेल्या ठिकाणी हॉटेलमध्ये राहण्याऐवजी एका अतिशय सुंदर स्थानिक अपार्टमेंटमध्ये राहण्याची सोय तुम्ही करवून घेतली आहे. त्याच्यात गरम पाण्याचा टब, शेफचं स्वयंपाकघर आहे आणि तुम्हाला तिथून समुद्राचं दृश्यही दिसत आहे. ती जागा अतिशय सुंदर आणि उल्हसित करणारी आहे; पण तरीही

हे करून पाहा : तुमच्या आसक्तींचा हिशेब करा

स्वतःला विचारा : 'मला काय गमावण्याची भीती वाटते?' बाह्य गोष्टींपासून सुरुवात करा : तुमची कार, तुमचं घर, तुमचं दिसणं? तुमच्या मनात येणारी प्रत्येक गोष्ट लिहून काढा. आता अंतर्गत गोष्टींचा विचार करा : तुमची प्रतिष्ठा, तुमचा दर्जा किंवा पद, एखाद्याशी किंवा एखाद्या समूहाशी असलेली संलग्नता? या गोष्टीही लिहून काढा. या दोन्ही याद्या एकत्र केल्यानंतर तयार होणाऱ्या एकत्रित यादीतच तुमच्या आयुष्यातील दुःखांचे सर्वांत मोठे स्रोत असू शकतात – या गोष्टी तुमच्यापासून हिरावून घेतल्या जातील, याची भीती तुम्हाला वाटत असते. आता या गोष्टींविषयी तुम्हाला कमी आसक्ती किंवा ओढ वाटेल, अशा प्रकारे त्यांच्याविषयीच्या तुमच्या मानसिक संबंधात बदल करण्याचा विचार करू लागा. एक गोष्ट लक्षात ठेवा – अलिप्ततेच्या किंवा अनासक्ततेच्या या स्थानावर पोहोचून अद्यापही, तुमचा जोडीदार, मुलं, घर, पैसा यांच्यावर तुम्ही संपूर्ण प्रेम करू शकता आणि त्यांच्यासह मजेत राहू शकता. सगळ्या गोष्टी तात्पुरत्या आपल्या जवळ आहेत आणि आपण कशावरही खरी मालकी अगर नियंत्रण ठेवू शकत नाही हे समजून घेणं आणि मान्य करणं ही यामागची खरी गोष्ट आहे, त्यामुळे आपण या गोष्टींचं पूर्ण कौतुक करू शकतो आणि त्या गोष्टी आपल्या खिळवून ठेवणाऱ्या गोष्टीचा आणि भीतीचा स्रोत बनण्याऐवजी आपल्या आयुष्याला उन्नत करतात. तुमची मुलं अखेरीस त्यांची स्वतःची आयुष्यं जगण्यासाठी तुमच्यापासून दूर जातील आणि तुम्ही सुदैवी असलात तर आठवड्यातून एकदा तुम्हाला फोन करतील, ही गोष्ट स्वीकारण्याहून अधिक चांगला मार्ग कोणता आहे?

हा आयुष्यभर करत राहण्याचा सराव आहे; पण आपल्या खरोखरच्या मालकीचं काहीही नसतं आणि आपण कशावरही नियंत्रण राखू शकत नाही ही वस्तुस्थिती तुम्ही जितकी अधिकाधिक मान्य करू लागाल, तितके तुम्ही लोकांना, वस्तूंना आणि अनुभवांना अधिक किंमत देऊ लागाल आणि तुमच्या आयुष्यात समाविष्ट करण्यासाठी कोणाची आणि कशाची निवड करावी, याचा अधिक विचार करू लागाल.

तुम्ही आठवडाभरासाठी तिथे राहणार असाल तर तुमचा प्रत्येक क्षण त्या जागेतच घालवणार नाही. ज्या वेळी आपण हे मान्य करतो की, आपल्याला लाभलेले सगळे कृपाप्रसाद किंवा वरदाने ही भाड्याने घेतलेल्या नव्याकोऱ्या, सुंदर कारसारखी किंवा या अपार्टमेंटसारखी आहेत, त्या वेळी त्यांना गमावण्याची सातत्यपूर्ण भीती न बाळगता आपण त्यांचा उपभोग घेण्यास मुक्त असतो. आपण सगळेच जण 'हॉटेल पृथ्वी'मध्ये आपल्या सुट्ट्यांचा आनंद उपभोगणारे सुदैवी पर्यटक आहोत.

अलिप्तता हा भीती कमीत कमी करण्यासाठीचा अंतिम सराव आहे. माझ्या पालकांना निराश करण्याची भीती माझ्या मनात असल्याचं मी एकदा ओळखल्यानंतर मी तिच्यापासून अलिप्त राहू शकलो. माझ्या आयुष्याची जबाबदारी मला घ्यावीच लागणार होती हे माझ्या लक्षात आलं. माझे पालक कदाचित अस्वस्थ झाले असते किंवा कदाचित अस्वस्थ झालेही नसते – त्यावर माझं नियंत्रण नव्हतं. मी फक्त माझ्या स्वतःच्या मूल्यांच्या आधारावर निर्णय घेऊ शकलो असतो.

अल्पकालीन भीतींचं व्यवस्थापन

तुमच्या भीतींपासून अलिप्त राहण्याने तुम्ही स्वतःलाच त्यांचं निर्मूलन करण्याची परवानगी देता. काही वर्षांपूर्वी माझ्या एका मित्राची नोकरी गेली. नोकऱ्या म्हणजे सुरक्षितता आणि त्यांच्यामुळे टेबलावर जेवण येतं या कल्पनेशी आपण सर्वच जण स्वाभाविकच जोडले गेलेलो असतो. अगदी लगेच माझा मित्र एकदम दुःखाने आर्त, विव्हळ बनला. 'आम्हाला कुठून पैसे मिळणार आहेत? आता मला पुन्हा कोणीही नोकरीवर ठेवून घेणार नाही. आमची बिलं भरण्यासाठी आता मला दोन-तीन छोट्या होड्याच खरेदी कराव्या लागतील.' त्याने भवितव्याविषयीचे निष्ठुर अंदाजच बांधले नव्हते, तर भूतकाळालाही तो प्रश्न विचारत सुटला होता. 'मी काम जास्त चांगल्या प्रकारे करायला हवं होतं. मी जास्त कष्ट करायला हवे होते आणि जास्त तास काम करायला हवं होतं!'

तुम्ही दुःखाने आर्त बनता, त्या वेळी जी फलितं अद्याप निर्माणही झालेली नसतात, त्यांच्याविषयीचे अंदाज बांधण्यास तुम्ही सुरुवात करता. भीतीमुळे आपण काल्पनिक कथा लिहिणारे लेखक बनतो. आपल्या अनुमानातील पूर्वपदापासून, एका कल्पनेपासून, भीतीपासून आपण सुरुवात करतो ...जर असं झालं तर काय होईल? त्यानंतर संभाव्य भावी दृश्यांची कल्पना करून त्यांची गुंफण करतो. ज्या वेळी आपण भावी फलितांचं, परिणामांचं अनुमान बांधतो, त्या वेळी आपल्या कल्पनांच्या तुरुंगात आपल्याला बंदिस्त करून भीती आपल्याला मागे खेचते. स्थितप्रज्ञ रोमन तत्त्वज्ञ सेनेकाने असं निरीक्षण नोंदवलं होतं की, 'आपल्याला असलेल्या धोक्यांच्या संख्येच्या तुलनेत आपल्या भीती संख्येने खूपच अधिक असतात आणि प्रत्यक्षाहून आपल्या कल्पनांमध्येच आपण अधिक यातना भोगतो.'

आपण जर तत्काळ तणावापासून अलिप्तता स्वीकारली तर तीव्र तणावाचंही आपण व्यवस्थापन करू शकतो. चिनी ताओवादी एक प्राचीन कथा सांगतात. एका शेतकऱ्याचा घोडा पळून गेला होता. 'ही अतिशय दुर्दैवी बाब आहे!' असं त्याच्या भावाने त्याला सांगितलं. तो शेतकरी म्हणाला, ''कोण जाणे, ही चांगली गोष्ट आहे की वाईट.'' दुसऱ्या दिवशी सकाळी आणखी तीन रानटी घोड्यांना बरोबर घेऊन तो घोडा परत आला. 'ही खूपच छान गोष्ट आहे!' त्याच्या भावाने म्हटलं, तरीही तो शेतकरी तसाच निश्चल होता. तो पुन्हा म्हणाला, ''कोण जाणे, ही चांगली गोष्ट आहे की वाईट.'' दुसऱ्या दिवशी त्या शेतकऱ्याच्या मुलाने एका रानटी घोड्यावर बसण्याचा प्रयत्न केला; पण तो घोडा चौखूर उधळला आणि त्याने शेतकऱ्याच्या मुलाला पाठीवरून फेकून दिलं. त्याचा मुलगा जमिनीवर पडला आणि त्याचा पाय मोडला. 'बापरे, ही भयंकर गोष्ट आहे!' त्याचा भाऊ म्हणाला. त्यावर पुन्हा शेतकऱ्याने उत्तर दिलं, ''कोण जाणे, ही चांगली गोष्ट आहे की वाईट.'' दुसऱ्या दिवशी त्या गावातील सगळ्या तरुणांना लष्करी सेवेत भरती करून घेण्यासाठी नेण्यास काही अधिकारी आले. ज्या वेळी त्यांना मुलाचा पाय मोडल्याचं दिसलं, त्या वेळी त्यांनी त्याला नेलं नाही. भावाने पुन्हा एकदा शेतकऱ्याचं अभिनंदन करून त्याला ही बातमी आपल्या सगळ्यांसाठी नक्कीच उत्तम असल्याचं म्हटलं; पण शेतकऱ्याचं उत्तर पुन्हा एकदा तेच होतं, ''कोण जाणे, ही चांगली गोष्ट आहे की वाईट.'' या कथेतील शेतकरी 'असं झालं असतं तर'मध्ये हरवून गेला नाही, तर त्याने त्याऐवजी 'काय आहे' त्याच्यावर लक्ष केंद्रित केलं होतं. माझ्या संन्यासी प्रशिक्षणादरम्यान आम्हाला असं शिकवलं गेलं होतं की, 'कोणत्याही क्षणाचा निवाडा करू नका.'

नोकरी गमावलेल्या एका व्यक्तीला सल्ला देत असताना मी हा सल्ला त्याच्याकडे जसाच्या तसा हस्तांतरित केला. त्या क्षणाचा निवाडा करण्याऐवजी आपण कशावर नियंत्रण राखू शकतो, यावर लक्ष केंद्रित करून त्याने त्याची परिस्थिती आणि तिच्यातून जे निष्पन्न होणार होतं ते मान्य करण्याची गरज होती – त्याची नोकरी गेली होती. त्या काळापासून त्याच्याकडे निवड होती : तो धास्तावू शकला असता, विव्हळ होऊ शकला असता किंवा गोठून गेला असता किंवा साधन म्हणून भीतीकडे पाहून – काम करण्याची संधी तो घेऊ शकला असता. त्याच्या दृष्टीने खरोखरच काय महत्त्वाचं होतं ते ओळखून कोणत्या नवीन संधी असू शकतात, त्याची भीती निदर्शक आहे असं मानून तो भीतीचा वापर करून घेऊ शकला असता.

त्याला सगळ्यात जास्त भीती कशाची वाटत होती, असं मी विचारल्यावर तो म्हणाला की, आपण कुटुंबाची काळजी घेऊ शकणार नाही, याची त्याला सर्वाधिक भीती वाटत होती. मी त्याला आणखी नेमकेपणाने सांगण्याची हळुवारपणे विनंती केली. त्याने सांगितलं की, त्याला पैशांची चिंता वाटत होती. त्याच्या कुटुंबाला इतर

कोणत्या मार्गाने त्याला मदत करता आली असती याचा विचार करण्याचं मी त्याला आव्हान दिलं. काहीही झालं तरी त्याची पत्नी काम करत होती, त्यामुळे त्यांच्या घरात थोडेफार पैसे तरी येत होतेच. ते अगदीच रस्त्यावर येणार नव्हते. 'वेळ,' तो म्हणाला. 'आता माझ्याकडे मुलांबरोबर घालवण्यासाठी वेळ आहे. त्यांना शाळेत सोडण्या-आणण्यासाठी, गृहपाठ करण्यास मदत करण्यासाठी माझ्याकडे वेळ आहे आणि ती शाळेत असताना माझ्याकडे नवीन नोकरी शोधण्यासाठी प्रत्यक्षात वेळ आहे. आता होती तिच्याहून जास्त चांगली.' तो शांत झाल्यामुळे त्याने भीतीचा स्वीकार केला आणि त्याच्या मनात तिच्याविषयीची स्पष्टता निर्माण झाली. त्याची आर्तता, विव्हळता कमी करणं त्याला शक्य झालं होतं आणि भीती त्याला प्रत्यक्षात संधीकडे वळवत असल्याचंही तो पाहू शकला. वेळ हे संपत्तीचं आणखी एक स्वरूप आहे. त्याच्या असं लक्षात आलं की, ज्या वेळी त्याची नोकरी गेली होती, त्या वेळी त्याने अत्यंत मूल्यवान अशी एक गोष्ट मिळवली होती. नव्यानंच त्याला लाभलेल्या वेळेचा वापर करून त्याच्या मुलांच्या आयुष्यातील त्याची उपस्थितीच त्याने जास्त प्रमाणात वाढवली नव्हती, तर अखेरीस त्याने जास्त चांगली नवीन नोकरीही मिळवली. त्याने परिस्थितीची पुनर्रचना केल्यामुळे त्याची ऊर्जा नकारात्मकतेतून वाया जाणं थांबलं होतं आणि तिचा वापर सकारात्मकतेने करण्यास सुरुवात करण्यास त्याला प्रोत्साहन मिळालं होतं.

तरीही ज्या वेळी तुमच्या शरीरातून आणि मेंदूतून अज्ञात भवितव्य एखाद्या वावटळीसारखं गरागरा फिरू लागतं, त्या वेळी एखाद्या क्षणाचा निवाडा न करणं ही गोष्ट कठीण असते. काही वेळा आपल्या विव्हळतेचे किंवा थिजून जाण्याचे प्रतिसाद आपल्याही पुढे जातात आणि निवाडा करणं थांबवणं अवघड बनवतात. विव्हळता आणि भीती यांच्यात दुरुस्ती करण्यासाठी आपल्याला मदत करणाऱ्या काही व्यूहरचनांविषयी बोलू या.

व्यत्यय आणणारी भीती

सुदैवाने, घबराटीच्या प्रतिसादात व्यत्यय आणणारं एक साधं, शक्तिशाली साधन नेहमीच आपल्याकडे असतं. ते असतं आपलं श्वसन. मी व्याख्यान देण्यापूर्वी व्यासपीठापासून दूर थांबून माझी ओळख करून देत असल्याचं ऐकत असतो, त्या वेळी माझ्या हृदयाची धडधड अधिक वाढल्याचं आणि माझे हात ओलसर झाल्याचं मला जाणवतं. संपूर्ण सभागृहासमोर उभे राहून काम करणाऱ्या आणि दैनंदिन बैठकांना उपस्थित असलेल्या लोकांना मी प्रशिक्षित केलं आहे. आपल्यासारख्या इतर लोकांप्रमाणे त्यांनाही शारीरिकदृष्ट्या भीतीची सर्वांत जास्त जाणीव होते. सर्वांसमोर काम करण्याविषयीची, आपल्या कामगिरीविषयीची चिंता असो किंवा नोकरीच्या मुलाखतीपूर्वी अगर पार्टीला जाण्यापूर्वी वाटणाऱ्या भीतीसारखी सामाजिक

भीती असो; पण आपली भीती शरीरातून व्यक्त होते. या शारीरिक सूचना म्हणजे तुमच्यावर भीती नियंत्रण मिळवत असल्याच्या सुरुवातीची चिन्हं असतात. घबराट आणि गोठून जाणं या प्रतिक्रियांमधून आपलं शरीर आणि मन यांच्यातील संबंध तुटल्याचं दिसून येतं. एक तर आपल्या शरीराला उच्च धोक्याची सूचना मिळालेली असते आणि ते आपल्या मानसिक प्रक्रियांच्या पुढे जातं किंवा आपलं मन जोरजोरात धावत असतं आणि आपलं शरीर काम थांबवण्याची सुरुवात करतं. संन्यासी म्हणून माझं शरीर आणि मन यांना पूर्वस्थितीला आणण्यासाठी आणि भीतीला मला रोखण्यापासून थांबवण्यासाठी मी एक साधा श्वसनाचा स्वाध्याय शिकलो आहे. एखाद्या मोठ्या समूहासमोर मी भाषण देणार असतो, एखाद्या तणावपूर्ण बैठकीला जाणार असतो किंवा मला माहिती नसलेल्या लोकांनी भरलेल्या खोलीत जाणार असतो, अशा प्रत्येक वेळी अजूनही मी त्याचा वापर करतो.

हे करून पाहा : धास्तावून जाऊ नका! शरीराला आणि मनाला पुन्हा एकमेकांशी मेळ साधता यावा, यासाठी तुमच्या श्वसनाचा वापर करा.

'स्वतःला शांत बनवण्यासाठी आणि सैलावण्यासाठी वापर करण्याचं श्वसन'

(ध्यान : पान क्र. १०४ वर पाहा.)

१. मनात एक ते चारपर्यंतचे आकडे मोजेपर्यंत हळूहळू श्वास घ्या.

२. चार आकडे मोजेपर्यंत श्वास तसाच रोखून ठेवा.

३. चार किंवा त्याहून अधिक आकडे मोजेपर्यंत हळूहळू उच्छ्वास सोडा.

४. तुमच्या हृदयाची धडधड कमी झाल्याचं जाणवेपर्यंत असं पुनःपुन्हा करत राहा.

हे खरोखरच इतकं सोपं असतं. सखोल श्वसनामुळे व्हेगस नर्व्ह या नावाने ओळखला जाणारा आपल्या मज्जासंस्थेचा भाग सक्रिय बनतो. हा भाग आपल्या शरीरभर सैलावल्याचा, आरामशीरपणाचा प्रतिसाद पसरवण्यास उत्तेजन देतो. नियंत्रित श्वसनाची साधी कृती ही बटण दाबल्यासारखी असते. हे बटण दाबलं गेल्याबरोबर आपल्या मज्जासंस्थेला सहानुभूतीपूर्ण किंवा 'लढा-पळा-गोठून जा' स्थितीतून निमसहानुभूतीपूर्ण किंवा शांत व समतोल स्थितीपर्यंत आणलं जातं. यातूनच आपलं शरीर आणि मन पुन्हा एकमेकांशी मेळ साधतात.

आता नेमकं काय होतं, याची संपूर्ण कथा ऐका

श्वसन हे तिथल्या तिथे उपयुक्त ठरतं; पण काही भीती फक्त श्वसनाच्या साहाय्याने दूर करणं कठीण असतं. ज्या वेळी आपण अस्थैर्याच्या कालावधीतून जात

असतो, त्या वेळी पुढे काय होईल, याची आपल्याला भीती वाटते. ज्या वेळी आपली चाचणी परीक्षा किंवा मुलाखत आहे हे आपल्याला माहिती असतं, त्या वेळी आपल्याला त्यांच्या फलनिष्पत्तीची भीती वाटते. त्या क्षणी आपण संपूर्ण चित्र पाहू शकत नाही; पण ज्या वेळी तणावपूर्ण कालावधी निघून जातो, त्या वेळी त्या अनुभवातून शिकण्यासाठी आपण कधीच मागे वळून पाहत नाही. आयुष्य हे एकमेकांशी संबंधित नसलेल्या घटनांचा संग्रह नाही. ते भूतकाळापासून भविष्यकाळापर्यंत पसरलेलं कथन आहे. आपण नैसर्गिक कथाकथनकार आहोत आणि आपल्या नुकसानीसाठी, हानीसाठी म्हणजेच भविष्यातील संभाव्य घडामोडींविषयी भयावह गोष्टी सांगण्यासाठी आपण या नैसर्गिक प्रवृत्तीचा वापर करून घेऊ शकतो; पण आपल्या आयुष्यांकडे फक्त विस्कळित तुकड्यांचा संग्रह म्हणून पाहण्यापेक्षा एकसंध, दीर्घ, सातत्यपूर्ण कथा म्हणून पाहण्याचा प्रयत्न करणं ही अधिक चांगली गोष्ट असते. तुम्हाला नोकरी मिळते, त्या वेळी तुम्हाला या विजयापर्यंत आणणाऱ्या त्याआधीच्या तुम्ही गमावलेल्या नोकऱ्या आणि/किंवा अपयशी मुलाखती यांचा विचार करण्यासाठी एक क्षणभराचा वेळ काढा. या मार्गावरची आवश्यक आव्हाने म्हणून तुम्ही त्यांचा विचार करू शकता. आपण अनुभवांचे आणि आपल्या आयुष्याच्या कालावधींचे तुकडे करणं थांबवण्यास शिकतो आणि त्याऐवजी त्यांच्याकडे एका जास्त मोठ्या कथाकथनातील दृश्यं आणि नाट्यं, कृती म्हणून पाहू लागतो, त्या वेळी भीतीला हाताळण्यास मदत करणारा दृष्टिकोन आपल्याला प्राप्त होतो.

हे करून पाहा : त्या क्षणाचा विस्तार करा

तुमच्या बाबतीत घडलेल्या एखाद्या खूपच चांगल्या, मोठ्या गोष्टीचा विचार करा. कदाचित, तुमच्या मुलाचा जन्म किंवा तुम्हाला हवी असलेली नवीन नोकरी मिळणं अशी ती गोष्ट असू शकेल. क्षणभरासाठी त्या आनंदाची जाणीव करून घ्या. त्यानंतर त्याआधी नुकत्याच घडलेल्या घटना पुन्हा एकदा मनात आणा. तुमच्या मुलाच्या जन्माच्या वेळी किंवा तुमची नोकरीत निवड होण्यापूर्वी तुमच्या आयुष्यात काय चाललं होतं? कदाचित, त्याआधी गर्भधारणा व्हावी म्हणून महिनोन्‌महिने तुम्हाला प्रयत्न करावे लागले असतील किंवा तुम्ही अर्ज केलेल्या तीन नोकऱ्यांमध्ये तुम्हाला नाकारलं गेलं असेल. आता या कथनाकडे एक संपूर्ण कथा म्हणून – वाइटाकडून चांगल्याकडे झालेली प्रगती म्हणून पाहण्याचा प्रयत्न करा. कदाचित, आव्हानात्मक काळात जे घडलं होतं, ते तुम्ही आता जे यश साजरं करत आहात त्या यशाचा मार्ग स्पष्ट करण्यासाठी किंवा त्यानंतर तुम्हाला जो अनुभव आला आहे तो तुम्हाला आणखी आनंदी वाटावा म्हणून घडलं असावं. आता त्या आव्हानांविषयी कृतज्ञता व्यक्त करण्यासाठी एक क्षणभराचा वेळ घ्या आणि तुमच्या जीवनकथेत त्या आव्हानांना गुंफून टाका.

आपलं यश आपण पश्चातबुद्धीतून अधिक उत्तम प्रकारे साजरं करतो हे अगदी निःशंकपणे खरं आहे. ज्या वेळी आपण आव्हानांचा प्रत्यक्ष अनुभव घेत असतो, त्या वेळी 'ही गोष्ट नक्कीच एक चांगली गोष्ट ठरेल,' असं स्वतःला सांगणं अवघड असतं; पण मागचं दृश्य दाखवणाऱ्या आरशात पाहण्याचा आपण जितका अधिक सराव करू आणि आपण अनुभवलेल्या कठीण काळांसाठी कृतज्ञता व्यक्त करू, तितक्या अधिक प्रमाणात आपण आपल्या मनोरचनेत बदल घडवून आणण्यास सुरुवात करू. दुःख आणि कृतज्ञता यांच्यातील तफावत अधिकाधिक कमी कमी होत जाते आणि कष्टाच्या, हालअपेष्टांच्या क्षणांतील भीतीची तीव्रता नाहीशी होऊ लागते.

दीर्घकालीन भीतींची पुनर्भेट घ्या

घबराट किंवा धास्ती आणि गोठून जाणं, या गोष्टी श्वसनाचा वापर करून आणि परिस्थितींची पुनर्रचना करून हाताळणं शक्य असू शकतं; परंतु हे भीतीला देण्यात आलेले अल्पकालीन प्रतिसाद असतात. आपलं लक्ष भीतीपासून विचलित करण्यासाठी आपण ज्या दोन दीर्घकालीन व्यूहरचना वापरतो, त्यांच्यावर नियंत्रण मिळवणं खूपच कठीण असतं. पुरून टाकणं आणि पळून जाणं या त्या दोन व्यूहरचना होत. आगीत सापडलेलं घर हा, या व्यूहरचना कशा काम करतात हे समजून घेण्याच्या मार्गांपैकी माझा एक आवडता मार्ग होय. असं समजूया की, आग लागल्याची सूचना देणारा भोंगा वाजू लागल्यामुळे किंवा धूरशोधकाच्या आवाजामुळे तुम्ही मध्यरात्री जागे होता. त्या वेळी तुम्ही लगेच घाबरून जाता आणि तसं होणंही अपेक्षित असतं, त्या आवाजाने तुमचं लक्ष वेधून घेण्याचं त्याचं काम केलेलं असतं. आता तुम्हाला धुराचा वास येतो म्हणून तुमच्या कुटुंबाला आणि पाळीव प्राण्यांना तुम्ही गोळा करता आणि घराबाहेर पडता. बरोबर? हा भीतीचा करण्यात आलेला उत्तम वापर होय.

पण धूर झाल्याच्या सूचनेविषयी ऐकूनही झटपट त्या परिस्थितीचं मूल्यमापन करून पुढची तर्कसुसंगत पावलं उचलण्याऐवजी तुम्ही घाईघाईने धूरशोधकाकडे जाऊन त्याची बॅटरी काढून टाकली आणि पुन्हा अंथरुणात झोपून गेलात तर? तुम्ही कल्पना करू शकता, त्याप्रमाणे तुमच्या समस्यांची व्याप्ती आणखी वाढेल; पण तरीही भीतीच्या बाबतीत आपण नेहमी हेच करतो. तिचं मूल्यमापन करून तिला प्रतिसाद देण्याऐवजी आपण ती परिस्थिती नाकारतो किंवा तशीच सोडून देतो. नातेसंबंध ही अशीच एक जागा असते, तिथे आपण सहसा टाळाटाळ करण्याची 'उपाययोजना' वापरतो. असं समजा की, तुमच्या प्रेयसीसोबत तुमचा मोठा वाद झाला आहे. तिच्याबरोबर बसून काय चाललंय, काय झालंय त्यावर बोलण्याऐवजी (आग विझवणं) किंवा आपण दोघंही एकमेकांसोबत व्यवस्थित राहू शकणार नाही हे शोधून काढण्याऐवजी (प्रत्येकाला सुरक्षितपणे आणि शांतपणे घराबाहेर नेणं)

तुम्ही सारं काही आलबेल असल्याचं ढोंग करत राहता (त्या वेळी ती विनाशक आग भडकत असते).

ज्या वेळी आपण भीतीला नाकारतो, त्या वेळी आपल्या समस्या आपला पाठलाग करतात. खरं तर त्या बहुधा अधिकाधिक मोठ्या होत जातात आणि एका ठिकाणी, कुठल्या तरी गोष्टीमुळे आपल्याला त्यांना हाताळणं भागच पडतं. ज्या वेळी इतर सगळ्या गोष्टी अपयशी ठरतात, त्या वेळी दुःख आपल्याला त्याच्याकडे लक्ष देण्यास भाग पाडतं. समस्येविषयी सावध करणाऱ्या इशाऱ्यापासून आपण काहीच शिकलो नाही, तर त्या समस्येच्या फलनिष्पत्तीतूनच आपल्याला शिकावं लागतं. अखेर याच गोष्टीत त्याची परिणती होते आणि ती फारशी इष्ट नसते; पण जर आपल्या भीतींचा आपण सामना केला, तर आपण तिथेच थांबतो, आगीची हाताळणी करतो, आपण कठोर संभाषण करतो – परिणामी, आपण अधिक ताकदवान बनतो.

गीतेचा सुरुवातीचा – पहिला अध्याय आपल्याला भीतीला कसं हाताळावं याची शिकवण देतो. महायुद्ध सुरू होण्याच्या काही क्षण आधी अर्जुनाने भीतीवर मात केली. तो तिच्यापासून दूर पळून गेला नाही किंवा त्याने तिला पुरूनही टाकलं नाही. त्याने तिचा सामना केला. या ग्रंथात अर्जुन हा शूर आणि कुशल योद्धा असल्याचं म्हटलं आहे, तरीही त्या क्षणी पहिल्यांदाच भीतीमुळे त्याला चिंतन करणं भाग पडलं. आपण आहोत तसेच राहू म्हणून वाटणारी भीती ज्या वेळी बदल होण्याच्या भीतीहून प्रबळ बनते, त्या वेळी बदल घडून येतो, असं नेहमीच म्हटलं जातं. अंतर्दृष्टी आणि आकलन याच्या स्वरूपात आपल्याला मदत करावी, अशी हा बदल मागणी करतो. या कृतीतून अर्जुनाच्या मनात भीतीकडून नियंत्रित होण्यापासून ते भीतीला समजून घेण्यापर्यंतच्या स्थानांतराची सुरुवात झाल्याचं दिसतं. 'तुम्ही ज्याच्यापासून पळता, तीच गोष्ट तुमच्यासमवेत दीर्घकाळ राहते,' असं *फाईट क्लब* या कादंबरीचा लेखक चक पालान्यूक याने *इनव्हिजिबल मॉन्स्टर्स रिमिक्स* या त्याच्या पुस्तकात म्हटलं आहे. त्याने म्हटलं आहे की, 'तुम्हाला ज्याची सर्वाधिक भीती वाटते, अशी गोष्ट शोधा आणि ती जिथे आहे तिथेच जाऊन राहा.'

त्या दिवशी आश्रमातील तळघरात माझ्या पालकांविषयीची जी भीती मी मनात घट्ट धरून ठेवली होती, तिच्यासमोर स्वतःला खुलं केलं. मला क्वचितच घबराट, धास्ती वाटते किंवा मी क्वचितच गोठून जातो; पण याचा अर्थ मला भीती वाटलीच नव्हती, असा मात्र नाही. त्याचा अर्थ एवढाच होता की, मी त्यांना खाली ढकलून देत होतो. माझे गुरू म्हणतात की, 'आपण भीतीला पुरून टाकतो, त्या वेळी भीती ही आपण जिला चिकटून राहतो, अशी एक गोष्ट बनते आणि तिच्यामुळे प्रत्येक गोष्ट तणावपूर्ण असल्यासारखं वाटतं. कारण, आपण ज्या गोष्टी कधीही सोडून दिलेल्या नसतात, त्या गोष्टींच्या दडपणाखाली आपण असतो.' तुम्ही भीतींना

दडपून टाकलं किंवा त्यांच्यापासून पळून गेलात, तरीही तुमची भीती आणि तुमच्या समस्या तुमच्यासमवेतच राहतात आणि त्या साचत जातात. आपण नेहमीच असा विचार करतो की, आपल्याकडचा कचरा आपण वातावरणाचा विचार न करता, त्याच्याविषयी आदर न बाळगता जमिनीतील भरावांमध्ये फेकून दिला तर त्याने काहीच बिघडत नाही. जर तो कचरा दिसला नाही किंवा त्याचा दुर्गंध आला नाही, तर आपण असं समजतो की, त्याने आपोआपच स्वतःची व्यवस्थित विल्हेवाट लावली आहे, तरीही या संदर्भातील नियम तयार केले जाण्यापूर्वी कचऱ्यांनी भरलेल्या भरावांनी पाण्याचे स्रोत प्रदूषित केले होते आणि अगदी आजही असे भराव हे अमेरिकेतील मानवनिर्मित मिथेन वायूची निर्मिती करणाऱ्या सर्वांत मोठ्या स्रोतांपैकी एक आहेत. अशाच प्रकारे भीतीला पुरून टाकण्यामुळे तुमच्या अंतर्गत परिस्थितीच्या चित्रावर अदृश्य हानिकारक परिणाम होतात.

हे करून पाहा : तुमच्या भीतीत बुडी मारा

आम्ही आश्रमात केल्याप्रमाणे तुमच्या भीतीत खोलवर बुडी मारा. सुरुवातीला पृष्ठभागावर असलेल्या वरवरच्या भीती वर येतील. तो स्वाध्याय तसाच पुढे करत राहा आणि स्वतःला विचारत राहा, *मला खरोखरच कशाची भीती वाटते?* आणि मग अधिक मोठ्या आणि खोलवरच्या भीती स्वतःला तुमच्यासमोर प्रकट करत राहतील. ही उत्तरं सहसा एकदम समोर येत नाहीत. बहुतेक वेळा यासाठी थोडा वेळ लागतो आणि दर वेळी ती ध्यानाच्या वेळी किंवा लक्ष केंद्रित करण्याच्या सत्राच्या वेळीच समोर येतात असंही नाही. एखाद्या दिवशी तुम्ही किराणा मालाच्या दुकानात एखादा माल खरेदी करत असता आणि अचानकच तुमच्या डोक्यात या उत्तराचा प्रकाश पडतो. आपलं कार्य हे असंच चालतं.

आपल्याला वाटत असलेल्या भीतीची दखल घेतल्यामुळे, भीती हाताळण्याच्या आपल्या सवयींचं निरीक्षण केल्याने, त्या सवयींत बदल केल्याने भीतीकडे पाहण्याच्या आपल्या दृष्टिकोनाची पुनर्रचना करता येते. परिणामी नकारात्मकता ते तटस्थता हा प्रवास घडतो आणि ज्या गोष्टींची भीती वाटते, त्यांत दडलेली संधीही शोधता येते. ज्या वेळी आपण भीतीची पुनर्विभागणी करतो, त्या वेळी आपण ऐकीव आणि अफवांसदृश गोष्टींच्या पलीकडे जाऊन सत्य काय आहे ते पाहतो आणि असं करत असताना आपल्याला माहिती देऊ शकणारी आणि सक्षम बनवू शकणारी सखोल आणि अर्थपूर्ण सत्यं आपण उघड करतो. ज्या वेळी आपल्या आसक्तीशी संबंधित भीती आपण ओळखतो आणि त्याऐवजी अलिप्ततेशी संलग्न होतो, त्या वेळी आपण स्वातंत्र्याच्या आणि आनंदाच्या मोठ्या अर्थाने जगू

शकतो. आपल्या भीतींमागच्या ऊर्जेला आपण सेवेच्या दिशेला वळवतो, त्या वेळी पुरेशा गोष्टी नसल्याच्या आपल्या भीतीला आपण नष्ट करतो आणि आपण अधिक आनंदी, अधिक समाधानी आणि आपल्या सभोवतालच्या जगाशी अधिक संलग्न बनतो.

भीती आपल्याला प्रेरणा देते. काही वेळा ती आपल्याला जे हवं असतं त्या दिशेने प्रेरित करते; पण काही वेळा आपण सावध नसू तर आपल्याला जी गोष्ट सुरक्षित आहे, असं वाटत असतं तिच्यापुरतीच ती आपल्याला मर्यादित करून टाकते.

यानंतर आता आपण आपल्या प्राथमिक प्रेरकांवर (त्या चार प्रेरकांपैकी भीती हाही एक प्रेरक आहे) नजर टाकणार आहोत. तसंच परिपूर्ण, समाधानी आयुष्याच्या उभारणीसाठी आपण त्यांचा जाणीवपूर्वक कसा वापर करून घेऊ शकू तेही पाहणार आहोत.

प्रकरण ४

संकल्प

सोन्याने दीपून गेलेली नजर

ज्या वेळी मन, हृदय आणि निग्रह यांच्यात एकवाक्यता असते,
त्या वेळी कोणतीही गोष्ट अशक्य नसते.

– ऋग्वेद

आपल्या डोक्यात आदर्श आयुष्याची एक प्रतिमा असते : आपले नातेसंबंध, कामात आणि आरामात आपला वेळ आपण कसा घालवावा, आपल्याला काय मिळवायचं आहे, याचा त्यात समावेश असतो. अगदी बाह्य प्रभावांच्या गोंगाटाखेरीजही काही उद्दिष्टं आपल्याला मोहिनी घालतात आणि त्यांना प्राप्त करण्याभोवती आपल्या आयुष्यांची आपण रचना करतो. कारण, ती उद्दिष्टं आपल्याला आनंदी बनवतील, असं आपल्याला वाटतं; पण आता या महत्त्वाकांक्षांकडे आपण कशामुळे वळतो ते आपण शोधून काढू या. त्यांच्यामुळे आपण खरोखरच आनंदी बनू का आणि आनंदी बनणं हे अगदी योग्य लक्ष्य आहे का हे आपण शोधू या.

आमच्या वर्गात पुनर्जन्म, संसार या कल्पनेवर चर्चा झाली होती आणि मी नुकताच त्यानंतर वर्गातून बाहेर पडलो होतो. एका ज्येष्ठ संन्याशासोबत आणि इतर काही विद्यार्थ्यांसोबत मी शांत आश्रमातून फिरत होतो. मुंबईतील एक मंदिर आणि आता

मी जिथे होतो ते पालघरजवळच्या ग्रामीण भागातील ठिकाण अशी आश्रमाची दोन ठिकाणं होती. पालघरचा आश्रम अखेरीस गोवर्धन इकोव्हिलेजमध्ये विकसित होणार आहे. हे एक सुंदर, शांत विश्रांतिस्थळ असेल; पण सध्या तरी तिथे पिकांची लागवड न झालेल्या जमिनींवर फारशा खास नसलेल्या, थोड्याच साध्यासुध्या इमारती आहेत. गवतांमधून जाणाऱ्या कोरड्या घाणेरड्या पदपथांमुळे गवताळ भागाची विभागणी होते. गावात जिकडे-तिकडे पेंढ्यांच्या चटयांवर बसलेले, वाचन किंवा अभ्यास करणारे संन्यासी दिसत होते. मुख्य इमारत त्यांच्यासाठी खुली असून आम्हाला आतल्या बाजूला संन्यासी काम करत असल्याचं दिसलं. आम्ही तसेच पुढे चाललो होतो, त्या वेळी एका ज्येष्ठ संन्याशाने आम्ही संन्याशांजवळून पुढे येत असताना काही संन्याशांच्या कामगिरींची माहिती दिली. त्यांनी एका संन्याशाकडे निर्देश करून सांगितलं की, तो संन्यासी रोज आठ तास ध्यान करू शकत होता. काही मिनिटांनी त्यांनी आणखी एका संन्याशाकडे निर्देश केला आणि ते म्हणाले : 'हा संन्यासी सलग सात दिवस उपवास करू शकतो.' त्यानंतर ते पुढे म्हणाले, 'तुम्हाला त्या झाडाखाली बसलेला तो माणूस दिसतो का? त्याला ग्रंथांतील प्रत्येक श्लोक पाठ आहे.'

मी प्रभावित झालो आणि म्हणालो, 'मलाही तसं करता यावं अशी माझी इच्छा आहे.'

तो संन्यासी क्षणभर थांबला आणि त्याने माझ्याकडे वळून पाहिलं आणि विचारलं, 'तुला खरोखरच तसं करण्याची इच्छा आहे की तुला ते करायला शिकण्याची इच्छा आहे?'

'तुम्हाला नेमकं काय म्हणायचं आहे?' आतापर्यंत मला समजलं होतं की माझे काही आवडते धडे हे वर्गांतून आम्हाला दिले जात नव्हते, तर आम्हाला अशा काही क्षणांतून ते मिळत होते.

तो म्हणाला, 'तुझ्या प्रेरणांचा विचार कर. तुला सगळा ग्रंथ तोंडपाठ करणं ही एक प्रभावित करणारी कामगिरी आहे म्हणून तसं करायचं आहे की तुला त्याचा अभ्यास करण्याचा अनुभव घ्यायचा आहे? पहिल्या गोष्टीत तुला फक्त फलनिष्पत्ती हवी असेल आणि दुसरीत या प्रक्रियेतून तुला कदाचित काय शिकता येईल, याविषयी तुझ्या मनात जिज्ञासा असेल.'

माझ्यासाठी ही नवीन संकल्पना होती आणि तिने माझं मन झपाटून टाकलं. फलनिष्पत्तीची इच्छा धरणं ही गोष्ट मला नेहमीच व्यवहार्य वाटत होती. त्या फलनिष्पत्तीपर्यंत पोहोचण्यासाठी आवश्यक असलेली गोष्ट मला का करायची आहे, असा प्रश्न तो संन्यासी मला विचारत होता.

चार प्रेरणा

आपण कितीही असंघटित असलो तरीही आपल्या सगळ्यांच्याकडे काहीतरी योजना असतातच. आपल्याकडे दुसऱ्या दिवशी आपल्याला काय मिळवायचं आहे याच्या कल्पना असतात. कदाचित, पुढच्या वर्षभरात आपल्याला काय मिळू शकेल किंवा आपल्याला काय मिळवायचं आहे, याची जाणीवही बहुधा आपल्याला असू शकते आणि आपल्या सर्वांकडेच भवितव्याची स्वप्नं असतात. या कल्पनांमधील कशापासून तरी प्रत्येकाला प्रेरणा मिळते – त्यात अगदी जगप्रवास करण्याच्या इच्छेपोटी त्याची किंमत किंवा भाडं चुकतं करण्याची गरज असल्याचा समावेशही असू शकतो. हिंदू तत्त्वज्ञ भक्तिविनोद ठाकूर यांनी धार्मिक उपासनेविषयी बोलताना चार मूलभूत प्रेरणांचं वर्णन केलं आहे. त्या अशा :

१. *भीती.* ठाकूर असं वर्णन करतात की, आजारपण, गरिबी, नरकाची भीती किंवा मृत्यूची भीती यांच्यामुळे हिला जोरदार वेग प्राप्त होतो.
२. *उत्कट किंवा तीव्र इच्छा.* यश, संपत्ती आणि आनंद यांच्या माध्यमातून वैयक्तिक समाधानाचा शोध घेतला जातो.
३. *कर्तव्य.* कृतज्ञता, जबाबदारी आणि योग्य गोष्ट करण्याची इच्छा यांमधून कर्तव्याची प्रेरणा मिळते.
४. *प्रेम.* इतरांविषयीची काळजी आणि त्यांना मदत करण्याची कळकळ यांच्यातून ही प्रेरणा मिळते.

या चार प्रेरणा आपण करत असलेल्या प्रत्येक गोष्टीला वेग प्राप्त करून देतात. त्यांच्यामुळेच आपण निवडी करतो. उदाहरणार्थ, आपल्याला नोकरी गमावण्याची भीती वाटते, आपल्या मित्र-मैत्रिणींकडून प्रशंसा प्राप्त करण्याची इच्छा असते, आपल्या पालकांच्या अपेक्षा आपल्याला पूर्ण करायच्या असतात किंवा इतरांना अधिक चांगलं आयुष्य जगण्यास मदत करायची असते.

मी या प्रत्येक प्रेरणेविषयी स्वतंत्रपणे बोलणार आहे, त्यामुळे आपल्या निवडींना त्या कसा आकार देतात, याची आपल्याला जाणीव होईल.

भीती शाश्वत नसते

याआधीच्या प्रकरणात आपण भीतीविषयी बोललो म्हणून मी त्या संदर्भात लिहिण्यावर जास्त रेंगाळत राहणार नाही. ज्या वेळी भीती तुम्हाला प्रेरणा देते, त्या वेळी तुम्हाला जी गोष्ट प्राप्त करायची असते, ती तुम्ही उचलता – बढती, नातेसंबंध, घर विकत घेणं – कारण, त्यामुळे तुम्हाला सुरक्षितता मिळेल असं तुम्हाला वाटतं.

भीती आपल्याला सावध आणि प्रज्ज्वलित करते. सूचनेचा हा भडका उपयुक्त असतो. आपण चर्चा केली आहे, त्याप्रमाणे भीती समस्येकडे निर्देश करते आणि काही वेळा आपल्याला प्रेरणा देते. उदाहरणार्थ, नोकरीवरून काढून टाकले जाण्याच्या भीतीमुळे तुम्हाला संघटित होण्याची प्रेरणा मिळते.

भीतीविषयीची समस्या अशी असते की, भीती शाश्वत नसते. ज्या वेळी आपण दीर्घकाळापर्यंत भीतीत काम करतो, त्या वेळी आपल्या क्षमतांचा आपण उत्तम उपयोग करून घेऊ शकत नाही. आपल्याला वाईट किंवा चुकीची फलनिष्पत्ती मिळण्याची खूपच काळजी वाटते. आपण प्रक्षुब्ध होतो, धास्तावतो, आर्त बनतो किंवा पंगू बनतो, दुर्बल होतो आणि आपल्या परिस्थितींचं वस्तुनिष्ठपणे मूल्यमापन करण्यास किंवा धोका पत्करण्यास आपण अक्षम असतो.

यशाची माया

उत्कट किंवा तीव्र इच्छा ही दुसरी प्रेरणा आहे. ज्या वेळी आपण वैयक्तिक संतोषाचा, समाधानाचा ध्यास घेतो, त्यामागे ही प्रेरणा असते. धाडसी कृत्यं, आनंदी कार्यं आणि सुखसोई यांचा मार्ग नेहमीच भौतिक उद्दिष्टांचं स्वरूप धारण करतो. *मला दहा लाख डॉलर्सचं घर हवं आहे. मला आर्थिक स्वातंत्र्य हवं आहे. मला विलक्षण छान लग्नसमारंभ हवा आहे.* मी लोकांना त्यांची उद्दिष्टं लिहून काढायला सांगतो, त्या वेळी नेहमीच बहुतांश लोक यशाविषयी जसा विचार करतात, तसंच त्याचं वर्णन करणारी उत्तरं लिहितात.

आपल्याला असं वाटतं की, यश हे आनंदाशी समतुल्य आहे; पण ही कल्पना हा भ्रम आहे, आभास आहे. *माया* हा आभासासाठी संस्कृतमध्ये वापरला जाणारा शब्द आहे. त्याचा अर्थ जे मिथ्या आहे किंवा मुळातच अस्तित्वात नाही, त्याच्यावर विश्वास ठेवणं. ज्या वेळी आपण मिळवलेल्या गोष्टींना आणि आपल्या ताब्यातील गोष्टींना आपला मार्ग निश्चित करू देतो, त्या वेळी यशाच्या बाह्य उपायांतून आपल्याला आनंद मिळेल, या आभासात आपण जगत असतो; पण लवकरच आपल्याला असं आढळून येतं की, आपल्याला जे हवं असेल ते अखेरीस आपल्याला ज्या वेळी मिळतं – ज्या वेळी आपल्याला यश मिळतं त्या वेळी यश आपल्याला आनंदाकडे किंवा समाधानाकडे नेत नाही.

जिम कॅरीने एकदा असं म्हटलं होतं की, 'मला असं वाटतं की प्रत्येकाला श्रीमंत आणि प्रसिद्ध होता यावं आणि त्यांनी आतापर्यंत ज्या गोष्टींची स्वप्नं पाहिली असतील, त्या सगळ्या गोष्टीही करता याव्यात म्हणजे मग त्यांच्या लक्षात येईल की, हे त्यांना जे हवं आहे, ते उत्तर नव्हे.'

यशाची माया ही फक्त उत्पन्नाशी आणि प्राप्त किंवा संपादित केलेल्या गोष्टींशीच निगडित नसते, तर ती काही यशस्वी कामगिरींशीही निगडित असते. डॉक्टर बनणं

किंवा बढती मिळवणं किंवा... ग्रंथांमधील सगळे श्लोक तोंडपाठ असणं. वर सांगितलेल्या प्रसंगात, ग्रंथातील प्रत्येक श्लोक मला पाठ असावा, अशी माझी तीव्र इच्छा होती आणि ती इच्छा म्हणजे संन्याशाच्या भौतिक इच्छेची आवृत्ती होती. या सगळ्या हव्या असलेल्या गोष्टींप्रमाणेच माझी महत्त्वाकांक्षाही एका बाह्य फलनिष्पत्तीभोवती केंद्रित झाली होती – त्या संन्याशाइतकाच प्रभावी विद्वान बनणं ही माझी महत्त्वाकांक्षा होती.

इनसाईट मेडिटेशन कम्युनिटी ऑफ वॉशिंग्टन डीसीचे संस्थापक आणि अमेरिकन आध्यात्मिक तज्ज्ञ तारा ब्राच यांनी असं लिहिलं आहे की, 'जोपर्यंत आपल्या आयुष्यातील सतत बदलत राहणाऱ्या बाह्य घडामोडींशी आपण आपला आनंद जोडत राहू, तोपर्यंत नेहमीच आपल्याला आनंदाची प्रतीक्षा करण्यासाठीच सोडून दिलं जाईल.'

संन्यासी म्हणून एकदा मी दक्षिण भारतातील प्रमुख तीन पवित्र शहरांपैकी एक असलेल्या श्रीरंगममधील एका मंदिराला भेट दिली. तिथे मंदिराच्या छतावरच्या नाजूक, कलाकुसरीच्या नक्षीला सोन्याचा मुलामा चढवत असलेल्या एका कामगाराशी माझी भेट झाली. मी त्याआधी असं काही बघितलं नव्हतं, त्यामुळे मी ते काम बघत तिथेच थांबलो; पण वर नजर टाकल्यावर सोन्याची पूड माझ्या डोळ्यांत उडाली. मी डोळे धुण्यासाठी मंदिरातून धावतच बाहेर पडलो. त्यानंतर पुन्हा परतल्यावर, या वेळी मात्र सुरक्षित अंतर ठेवून मी पुन्हा ते काम पाहू लागलो. हा अध्याय मला एखाद्या ग्रंथातील धड्याचं पान फाडून आणल्यासारखा वाटला. सुवर्णपूड सुंदर असते; पण तिच्या फार जवळ गेलं तर ती तुमची नजर अंधुक बनवते.

मंदिरांना दिला जाणारा सोनेरी मुलामा हे प्रत्यक्ष घनरूप सोनं नसतं. ती एका द्रावणात मिसळलेली सुवर्णपूड असते आणि आपल्याला माहिती आहे, त्याप्रमाणे दगडांना झाकून टाकून ते दगड म्हणजे घनरूप सोनं आहे असं वाटावं, यासाठी ती वापरली जाते. ती एक *माया* असते, एक आभास असतो. त्याचप्रमाणे पैसा आणि प्रसिद्धी या गोष्टी म्हणजेही फक्त एक बाह्य देखावा असतो. आपण मुळात कधीच त्या गोष्टीचा शोध घेत नसतो, तर ती गोष्ट आपल्याला जे काही मिळवून देईल असं वाटतं, ते मिळवण्यासाठीचा तो शोध असतो. आपल्याला सर्वांना हे आधीच माहिती असतं : आपण अनेक श्रीमंत आणि ज्यांच्याकडे 'सारं काही' असल्यासारखं वाटतं असे लोक बघितलेले असतात; पण त्यांचे नातेसंबंध वाईट असतात आणि त्यामुळे त्यांना नैराश्याचा त्रास होत असतो. त्यांच्यासाठी यशाने समाधान किंवा आनंद आणलेला नसतो, हे स्पष्ट असतं. आपल्या स्मार्टफोनचा आपल्याला लवकरच कंटाळा येतो आणि आपल्याला त्याचं पुढचं मॉडेल हवं असतं. आपल्याला बोनस मिळतो; पण त्यामुळे आपल्या आयुष्यात खऱ्या अर्थाने कसलीच सुधारणा होत नाही, त्या वेळी बोनसमुळे मिळणारा आनंद लवकरच

कोमेजतो. नवीन फोनमुळे किंवा अधिक मोठ्या घरामुळे आपल्याला कसं कोण जाणे; पण अधिक चांगलं वाटेल असं आपल्याला वाटतं – त्यामुळे आपण अधिक शांत किंवा समाधानी बनू असं आपल्याला वाटतं – पण त्याऐवजी आपल्याला आणखी काहीतरी हवं असतं.

भौतिक समाधान हे बाह्य असतं; पण आनंद किंवा समाधान हे अंतर्गत असतं. ज्या वेळी संन्यासी समाधानाविषयी किंवा आनंदाविषयी बोलतात, त्या वेळी ते पंधराव्या शतकातील भारतीय गूढवादी द्रष्टा आणि संतकवी कबीर यांच्या कवनातून सांगितल्या गेलेल्या कथेतील कस्तुरीमृगाची कथा सांगतात. जंगलात दरवळणारा एक अत्यंत मोहक सुगंध कस्तुरीमृगाचं चित्त आकर्षित करून घेतो; पण तो त्याच्या स्वतःच्या बेंबीतून येत असल्याचं न जाणवल्याने ते त्याचा वेध घेत निष्फळपणे त्या सुगंधाच्या स्रोताचा शोध घेत रानोमाळ धावत सुटतो. आपलं संपूर्ण आयुष्य ते निष्फळपणे भटकण्यात घालवतो. त्याचप्रमाणे आपण निष्फळपणे आनंदाच्या किंवा समाधानाच्या शोधात फिरत राहतो आणि तो आपल्या हातातून निसटून चालल्याचं आपल्याला आढळतं. खरं तर प्रत्यक्षात हा आनंद आपल्याला आपल्या अंतरंगातच सापडू शकतो.

आनंद आणि समाधान या गोष्टी फक्त मनावर प्रभुत्व मिळवण्यातून आणि आत्म्याशी संलग्न होण्यातूनच प्राप्त होतात. त्या भौतिक वस्तूंपासून किंवा कौशल्य संपादनातून प्राप्त होत नाहीत. यश आनंदाची हमी देत नाही आणि आनंदी बनण्यासाठी यशाची गरज नसते. या दोन्ही गोष्टी एकमेकींचं पोषण करू शकतात आणि एकाच वेळी त्या आपल्याकडे असूही शकतात; पण त्या एकमेकींत गुंफल्या गेलेल्या नसतात. हित आणि स्वास्थ्यविषयक सर्वेक्षणासंदर्भातील गॅलप सर्वेक्षणाचं विश्लेषण केल्यानंतर प्रिन्स्टन युनिव्हर्सिटीच्या संशोधकांनी अधिकृतपणे असा निष्कर्ष काढला की, मूलभूत गोष्टी विकत घेतल्यानंतर पैसा आनंद विकत घेत नाही आणि काही जणांना फक्त मूलभूत गोष्टी विकत घेतल्यानंतरही समाधान वाटतं. अधिक पैसा असण्याने जीवनातील सर्वांगीण समाधानात भर पडत असली तरीही सर्वसामान्यपणे ७५,००० अमेरिकन डॉलर्स वेतन असलेल्यांच्या बाबतीत हा परिणाम मिळू शकतो.

दुसऱ्या शब्दांत सांगायचं झालं, तर ज्या वेळी तुमच्या आयुष्याच्या दर्जावर पैशाचा कसा परिणाम होतो हे तुम्ही पाहता त्या वेळी मध्यमवर्गीय अमेरिकन नागरिकाने जेफ बेझोजइतकीच प्रगती केलेली असते. यश म्हणजे पैसा मिळवणं, कामाच्या ठिकाणी प्रतिष्ठा मिळवणं, सुरळीतपणाने प्रकल्पांची अंमलबजावणी करणं, प्रशंसा प्राप्त करणं होय. आनंदीपणा म्हणजे स्वतःविषयी चांगलं वाटणं, निकटचे नातेसंबंध असणं आणि जगाला अधिक चांगली जागा बनवणं होय. आतापर्यंत कधीही नव्हती इतक्या प्रमाणात लोकप्रिय संस्कृती यशाचा पाठलाग, त्याचा ध्यास साजरा करत आहे. किशोरवयीनना डोळ्यांसमोर ठेवून त्यांच्यासाठी

तयार करण्यात आलेले टीव्हीचे कार्यक्रम पूर्वीच्या तुलनेत जास्त प्रमाणात प्रतिमा, पैसा आणि प्रसिद्धी यांवर लक्ष केंद्रित करून तयार केलेले असतात. लोकप्रिय गाणी आणि पुस्तकं ही समाजाशी असलेले संबंध, गट सदस्यत्व आणि आत्मस्वीकृती यांच्यापेक्षाही वैयक्तिक कामगिरींना उत्तेजन देणारी भाषा वापरतात. सन १९७०पासून प्रौढ अमेरिकनांमधील आनंदाचं प्रमाण सातत्याने कमी होत चाललं आहे, यात आश्चर्य वाटण्याजोगं काहीच नाही आणि ही गोष्ट फक्त उत्पन्नावरच अवलंबून नाही. कोलंबिया युनिव्हर्सिटीतील अर्थ इन्स्टिट्यूटचे संचालक आणि *वर्ल्ड हॅपिनेस रिपोर्टचे* संपादक जेफ्री सॅक्स यांनी *वॉशिंग्टन पोस्टला* असं सांगितलं होतं की, 'जगातील लोकांचं सरासरी उत्पन्न निश्चितपणे त्यांच्या हितावर, स्वास्थ्यावर परिणाम करत असलं तरीही ते सर्वच गोष्टींचं स्पष्टीकरण देत नाहीत. कारण, वैयक्तिक आणि सामाजिक असे इतर घटकही स्वास्थ्याचे किंवा हिताचे महत्त्वाचे निर्धारक घटक आहेत.' सॅक्स असं म्हणतात की, 'सन २००५पासून सर्वसामान्यपणे अमेरिकन लोकांचं उत्पन्न वाढत गेलं असलं तरी आपला आनंदीपणा खालावत चालला आहे. याला अंशतः सरकारवरचा व आपल्या अमेरिकन सहनागरिकांवरचा विश्वास ढासळणं आणि दुर्बल सामाजिक जाळी कारणीभूत आहेत.'

कर्तव्य आणि प्रेम

भीती आपल्याला मर्यादा घालत असली आणि यश आपलं समाधान करत नसलं तरीही तुम्ही बहुधा आधीच अंदाज बांधला असेल, त्याप्रमाणे कर्तव्य आणि प्रेम आपल्याला अधिक काही देऊ करतात. आपल्या सर्वांचीच वेगवेगळी उद्दिष्टं असतात; पण आपल्याला सगळ्यांना एकच गोष्ट हवी असते. ती म्हणजे आपल्याला हर्षोल्हासाने भरलेलं अर्थपूर्ण जीवन हवं असतं. संन्यासी हर्षोल्हासाच्या भागाचा शोध घेत नाहीत. आम्ही आनंदीपणाचा किंवा सुखाचा शोध घेत नाही. त्याऐवजी आम्ही अर्थपूर्ण जीवन जगण्यातून मिळणाऱ्या समाधानावर लक्ष केंद्रित करतो. आनंद हा निसटून जाऊ शकतो - उच्च पातळीवरचा हर्षोल्हास शाश्वत बनवणं कठीण असतं; पण *अर्थ* जाणवण्यातून असं दिसतं की, आपल्या कृतींमागे हेतू आहे. अशा कृती महत्त्वपूर्ण फलनिष्पत्तीकडे नेतात. आमचा असा विश्वास असतो की, आम्ही सकारात्मक ठसा सोडत आहोत. आपण जे करतो त्याला महत्त्व असतं आणि त्यामुळेच आपल्यालाही महत्त्व असतं. वाईट गोष्टी घडतात, कंटाळवाणी कामं करून घेतलीच जातात, आयुष्य म्हणजे फक्त सूर्यप्रकाश आणि युनिकॉर्नसारख्या शुभलक्षणी घटनाच नसतात; पण तरीही आयुष्यात नेहमीच अर्थ शोधणं शक्य असतं. तुम्ही एखाद्या प्रिय व्यक्तीला गमावलं असेल आणि कोणीतरी तुम्हाला सकारात्मकतेचा शोध घेण्यास, आनंदी राहण्यास, तुमच्या आयुष्यातील चांगल्या गोष्टींवर लक्ष केंद्रित करण्यास सांगितलं - तर... असो, तुम्हाला त्या व्यक्तीला

बहुधा करकचून चिमटा काढावा असं वाटेल; पण नुकसानीतून अर्थ शोधून आपण सर्वाधिक वाईट शोकांतिकांतून तग धरून जगू शकतो. समाजाला काहीतरी देऊन आपल्या प्रिय व्यक्तीचा सन्मान आपण जपू शकतो किंवा आपल्याला पाठिंबा दिलेल्या लोकांविषयी कृतज्ञता व्यक्त करून आयुष्याविषयीच्या नवीन कृतज्ञतेचा शोध लावू शकतो. अखेरीस, आपल्या कृतींमधून आपल्याला दिसणारं मूल्य आपल्याला अर्थाच्या जाणिवेपर्यंत घेऊन जाईल. अथर्व वेदात असं सांगितलं गेलं आहे की, 'पैसा आणि हवेल्या या गोष्टी म्हणजेच फक्त संपत्ती नव्हे. आत्म्याच्या संपत्तीचा साठा करा. चारित्र्य ही संपत्ती आहे : सद्वर्तन ही संपत्ती आहे आणि आध्यात्मिक विद्वत्ता ही संपत्ती आहे.'

यश नव्हे, तर संकल्प आणि अर्थ या गोष्टी खऱ्या समाधानाकडे नेतात. ज्या वेळी आपल्याला हे समजतं, त्या वेळी कर्तव्यामुळे आणि/किंवा प्रेमामुळे प्रेरित होण्याचं मूल्य आपल्याला समजतं. ज्या वेळी तुम्ही कर्तव्यबुद्धीतून आणि प्रेमातून कृती करता, त्या वेळी तुम्ही मूल्य पुरवत असल्याचं तुम्हाला माहिती असतं.

आपल्या स्वार्थी गरजा पूर्ण करण्यासाठी कृती करण्यापासून ते सेवेतून आणि प्रेमातून कृती करण्यापर्यंत आपण जितके उन्नत होत जाऊ, तितकं आपल्याला समाधान मिळू शकतं. केली मॅक् गोनिगल ही लेखिका आपल्या *अपसाईड ऑफ स्ट्रेस* या पुस्तकात म्हणते की, ज्या वेळी आपण अस्वस्थतेला किंवा गैरसोईला उद्दिष्टाशी, हेतूशी किंवा आपल्याला ज्याची काळजी वाटते, अशा व्यक्तीशी जोडतो त्या वेळी आपण अस्वस्थतेला किंवा गैरसोईला अधिक चांगल्या प्रकारे हाताळू शकतो. उदाहरणार्थ, मुलाच्या वाढदिवसाच्या पार्टीचं नियोजन करायचं असेल, तर पालक जागरण करण्याची गैरसोय अतिशय आनंदाने सहन करण्यास तयार होतात. एक प्रेमळ आई असण्याच्या समाधानात झोप गमावल्याचं दुःख कुठल्या कुठे पळून जातं; पण ज्या वेळी उशिरापर्यंत काम करण्याचा प्रश्न येतो, त्या वेळी त्याच महिलेला याचा तिरस्कार वाटतो? ती दुःखी होते. आपण प्रेम करत असलेल्या एखाद्या व्यक्तीसाठी आपण अधिक कष्ट घेऊ शकतो किंवा यशाच्या माध्यमातून आपल्याला आनंद लाभेल, या दिशाभूल करण्याच्या कल्पनेपेक्षाही ज्या उद्दिष्टावर आपला विश्वास असतो, ते साध्य करण्यासाठी आपण अधिक कष्ट घेऊ शकतो. ज्या वेळी आपण जे करत आहोत त्याला महत्त्व आहे, या निर्धारातून आपण काम करतो, त्या वेळी आपण उत्कटपणे जगू शकतो. निष्कारण पुढे जाण्यात आपल्याला चालना मिळत नाही, वेग प्राप्त होत नाही. ज्या वेळी आपण जे करत आहोत ते का महत्त्वाचं आहे, याविषयीच्या स्पष्ट जाणिवेसह, संकल्पासह आपण जगतो, त्या वेळी आयुष्याला अर्थ असतो आणि त्याच्यातून समाधान प्राप्त होतं. संकल्प हा कारमध्ये गॅस (इंधन) भरतो.

'का'ची शिडी

भीती, तीव्र इच्छा, कर्तव्य आणि प्रेम ही संकल्पांची चार मुळं आहेत. *संकल्प* हा संस्कृत शब्द आहे आणि एखाद्याच्या स्वतःच्या हृदयाने आणि मनाने एखादं उद्दिष्ट साध्य करण्यासाठी तयार केलेलं कारण असा त्याचा अर्थ घ्यावा, असं मला वाटतं. हे दुसऱ्या पद्धतीने मांडायचं झालं तर तुम्हाला वेगाने पुढे नेण्यासाठी तुमच्या मूळ प्रेरणेपासून तुम्ही संकल्प विकसित करता. हेतूपूर्वक कृती करण्यासाठी तुम्ही ज्याचं नियोजन करता आणि तुम्ही जे करता ते अर्थपूर्ण असल्यासारखं तुम्हाला वाटतं, ती गोष्ट म्हणजे संकल्प असतो, त्यामुळे मी जर भीतीने प्रेरित झालो असलो तर माझ्या कुटुंबाचं रक्षण करणं हा माझा संकल्प असू शकतो. जर मी तीव्र इच्छेने प्रेरित झालो असलो तर मला किंवा माझ्या कामाला जागतिक पातळीवर ओळख प्राप्त व्हावी हा माझा संकल्प असू शकतो. जर मी कर्तव्याने प्रेरित झालो असलो, तर मी कितीही व्यस्त असलो तरी माझ्या मित्रांना मदत करणं हा माझा संकल्प असू शकतो. जर मी प्रेमाने प्रेरित झालो असलो, तर माझी जिथे सर्वाधिक गरज असेल तिथे सेवा करणं हा माझा संकल्प असू शकतो.

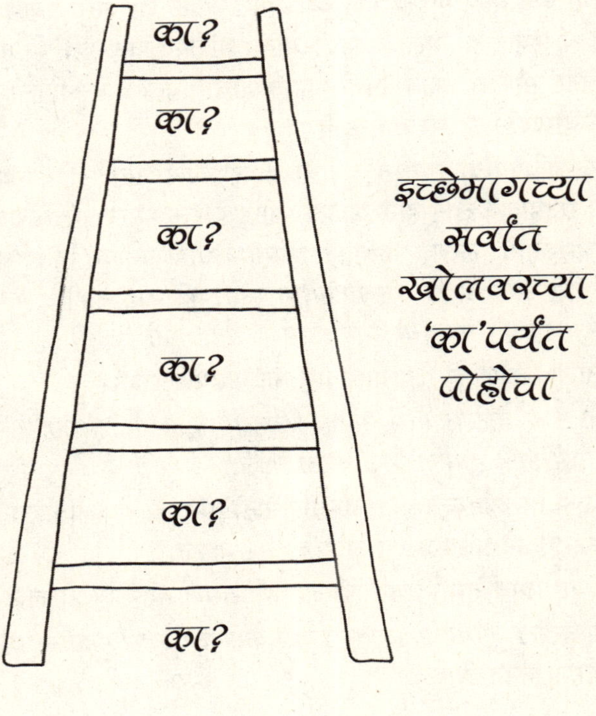

विशिष्ट संकल्प विशिष्ट प्रेरणेशी जोडता येण्यासाठी कोणतेही नियम नाहीत. चांगला प्रभाव किंवा मत तयार करण्यासाठीही तुम्ही सेवा करू शकता (ही उत्कट इच्छा आहे, प्रेम नव्हे). तुमच्या कुटुंबाला तुम्ही प्रेमापोटी पाठबळ देऊ शकता, भीतीतून नव्हे. सेवा करण्यासाठी तुम्हाला श्रीमंत होण्याची इच्छा असू शकते आणि आपल्यापैकी कोणाकडेही फक्त एकमेव प्रेरणा नसते आणि एकमेव संकल्प नसतो. संकल्पपूर्वक मोठ्या आणि लहान निवडी कशा कराव्यात हे आपण शिकावं असं मला वाटतं. आपल्या चुकीच्या समजुती दूर करण्यासाठी आपल्याला यशाच्या पर्वतावर सतत चढत राहण्याऐवजी आपल्या खऱ्या स्वत्वाच्या दरीत खाली, खोल उतरण्याची गरज असते.

संकल्पपूर्वक जगण्यासाठी आपण इच्छेच्या, *हव्या असलेल्या गोष्टीच्या मागच्या 'का'चा सखोल शोध घेतलाच पाहिजे.* त्यासाठी एखादी गोष्ट आपल्याला का हवी आहे, फक्त याचाच विचार करण्यासाठी नव्हे, तर ती मिळवणारे किंवा तिची गरज असलेले आपण कोण आहोत आणि आपल्याला जी व्यक्ती बनायचं असतं, त्याविषयी आपल्याला आकर्षण वाटतं का, याचा विचार करण्यासाठी आपण क्षणभर थांबण्याची गरज असते.

बहुतांश लोकांना उत्तरं शोधण्याची सवय असते. संन्यासी प्रश्नांवर लक्ष केंद्रित करतात. मी ज्या वेळी माझ्या भीतीच्या जास्त जवळ जाण्याचा प्रयत्न करत होतो, त्या वेळी मी स्वतःला 'मला कशाची भीती वाटते?' हाच प्रश्न पुनःपुन्हा विचारत राहिलो होतो. मी इच्छेच्या मुळाशी पोहोचण्याचा प्रयत्न करू लागलो तसा 'का?' हा प्रश्न विचारण्यास मी सुरुवात केली.

संकल्पाविषयीचा संन्यस्त वृत्तीचा हा दृष्टिकोन अगदी टोकाच्या सांसारिक उद्दिष्टांच्या संदर्भातही लागू होऊ शकतो. मी इथे फक्त नमुन्यादाखल एका उद्दिष्टाची निवड केली आहे. कारण, आश्रमात आम्ही कधीही ज्यावर चिंतन करणार नाही अशी ही गोष्ट आहे आणि त्याच्यामागचा संकल्पही स्पष्ट नाही : *मला एकट्याने जहाजातून जगप्रवास करायचा आहे*, असं हे उद्दिष्ट आहे.

तुम्हाला जहाजातून जगाचा प्रवास का करायचा आहे?

मला मजा वाटेल. मला अनेक ठिकाणं पाहता येतील आणि मी एक खूप मोठा खलाशी आहे हे मला सिद्ध करता येईल.

यावरून तुमच्या स्वतःच्या समाधानासाठी तुम्ही हा संकल्प केला आहे आणि तुम्ही उत्कट इच्छेने प्रेरित झाला आहात, असं वाटतं.

पण या प्रश्नाचं तुमचं उत्तर पुढीलप्रमाणे असेल तर काय होईल?

माझे वडील जगभर जहाजातून प्रवास करण्याचं स्वप्न नेहमीच पाहत होते. मी हे त्यांच्यासाठी करत आहे.

इथे वडिलांचा सन्मान राखणं हा तुमचा संकल्प आहे आणि तुम्हाला *कर्तव्यापासून आणि प्रेमापासून* प्रेरणा मिळाली आहे.

मला स्वातंत्र्य मिळावं म्हणून मी जगभर जहाजातून प्रवास करत आहे. मला कोणालाही जबाबदार राहायचं नाही. माझ्या सगळ्या जबाबदाऱ्या मला त्यामुळे मागे सोडता येतील.

सुटका करून घेणं हा या खलाशाचा संकल्प आहे – तो भीतीमुळे कृती करण्यास प्रवृत्त झाला आहे.

आता अधिक सर्वसामान्य इच्छेवर नजर टाकू या.

पैसा मिळवणं ही माझी सगळ्यात मोठी इच्छा आहे आणि इथे तर जय मला अधिक कनवाळू आणि दयाळू बनण्यास सांगत आहे. त्याचा काहीही उपयोग होणार नाही.

श्रीमंत होण्यासाठी श्रीमंत बनण्याची इच्छा असणं ही गोष्ट ठीक आहे. ही गोष्ट निश्चितपणे भौतिक समाधानाच्या वर्गवारीत येते; पण ती तुम्हाला समाधानाची आंतरिक जाणीव मिळवून देईल, अशी अपेक्षा तुम्ही ठेवू शकत नाही. भौतिक सुखसोई या आयुष्यापासून आपल्याला जे काही हवं असतं, त्याचा एक भाग असतात हे नाकारता येत नाही म्हणून हे उद्दिष्ट सरळसरळ धुडकावून लावण्यापेक्षा त्याच्या मुळाशी जाऊ या.

संपत्ती ही तुमची इच्छित फलनिष्पत्ती आहे. का?

मला यापुढे कधीही पैशाची काळजी करावी लागू नये, असं मला वाटतं.

तुम्हाला पैशाविषयी काळजी का वाटते?

त्यामुळे माझ्या स्वप्नातील सुट्टीवर जाणं मला परवडेल.

तुम्हाला ती सुट्टी का हवी आहे?

समाज माध्यमांवर मला प्रत्येक जण आकर्षक सहलींवर गेल्याचं दिसतं. जर मी ते करू शकत नसेन, तर त्यांना तरी ते करायला का मिळावं?

तुम्हाला त्यांना जे हवं आहे तेच का हवं आहे?

आठवडा अखेरींना मी जितकी मौज करतो, त्याहून ते अधिक मौज करतात.

आह! म्हणजे आता आपण या इच्छेच्या मुळाशी पोहोचलो आहोत. तुमच्या आठवडाअखेरीच्या दिवसांत तुम्ही समाधानकारक मौज करता. मग यात कोणती गोष्ट नाही?

माझं आयुष्य मला अधिक रोमांचक, अधिक धाडसी, अधिक आनंदी असावं असं वाटतं.

ठीक आहे. तुमचं आयुष्य अधिक रोमांचक बनवणं हा तुमचा संकल्प आहे. 'मला पैसा हवा आहे' यापासून ही गोष्ट किती वेगळी आहे ते पाहा. अजूनही

तुमच्या संकल्पाला वैयक्तिक समाधानाच्या उत्कट इच्छेतून चालना मिळालेली नाही; पण आता तुम्हाला दोन गोष्टी माहिती आहेत : पहिली म्हणजे जास्त पैसा खर्च न करता अगदी आताही तुमच्या धाडसात तुम्ही भर टाकू शकता आणि दुसरी म्हणजे या गोष्टीसाठी तुम्हाला कठोर परिश्रम करण्याची इच्छा आहे का हे ठरवण्यासंदर्भात आता तुमच्या मनात स्पष्टता आहे.

जर एखादी व्यक्ती माझ्या गुरूकडे गेली आणि म्हणाली की, 'मला फक्त श्रीमंत होण्याची इच्छा आहे,' तर माझे गुरू त्याला विचारतील, 'ही गोष्ट तुम्ही सेवाभावी वृत्तीतून करत आहात का?' हे विचारण्यामागे उत्कट इच्छेच्या मुळापर्यंत पोहोचणं हा त्यांचा हेतू असेल.

जर त्या माणसाने सांगितलं की, 'नाही, मला छान घरात राहायचं आहे. पर्यटन करायचं आहे आणि मला हवी ती गोष्ट विकत घेण्याची इच्छा आहे,' तर त्याचा अर्थ स्वतःचे लाड पुरवण्यासाठी आर्थिक स्वातंत्र्य मिळवणं हा त्याचा संकल्प असेल.

माझे गुरू म्हणतील की, 'ठीक आहे, तुम्ही स्वतःशी तरी प्रामाणिक आहात ही गोष्ट चांगली आहे. पुढे व्हा आणि तुमचं भवितव्य घडवा. काहीही झालं तरी तुम्ही सेवेकडे येणारच आहात. त्यासाठी कदाचित तुम्हाला पाच किंवा दहा वर्षं लागतील; पण तुम्ही याच उत्तरापर्यंत पोहोचाल. 'संन्याशांचा असा विश्वास असतो की, त्या व्यक्तीला त्याचं भवितव्य घडवता आलं तरीही तो समाधानी बनणार नाही आणि जर त्याने अर्थपूर्णतेचा शोध सुरू ठेवला तर त्याचं उत्तर अंतिमतः नेहमी सेवेतच सापडेल.'

तुमचा संकल्प काय आहे याविषयी प्रामाणिक राहा. तुम्हाला फक्त भौतिक यश हवं असताना तुम्ही सेवाभावी वृत्तीतून कृती करत आहात असं ढोंग करणं ही तुम्ही करू शकत असलेली सर्वांत वाईट गोष्ट असेल.

ज्या वेळी तुम्ही 'का'चा पाठलाग करत असाल, त्या वेळी आणखी, आणखी खोल जात राहा. प्रत्येक उत्तर अधिक खोलवरच्या प्रश्नांना प्रेरित करतं. काही वेळा तो प्रश्न मनात धरून दिवसभर, अगदी आठवडाभरसुद्धा बसावं लागतं. बहुतेक वेळा तुमच्या लक्षात येईल की तुम्ही ज्याचा अंतिमतः शोध घेत आहात ती तुमची आंतरिक भावना आहे (आनंद, सुरक्षितता, विश्वास इ.) किंवा तुम्हाला असंही आढळून येतं की, तुम्ही सकारात्मक भावनेतून नव्हे, तर असूयेतून, मत्सरातून कृती करत आहात; पण तुम्ही जी गरज पूर्ण करण्याचा प्रयत्न करत असता तिच्याविषयीचा हा सावधगिरीचा इशारा असतो. या शोधाविषयी जिज्ञासू बना. तुम्हाला मत्सर का वाटतो? त्यात धाडसासारखी एखादी गोष्ट आहे का – आणि तिच्यावर तुम्ही आता लगेच काम करू शकता का? एकदा का तुम्ही हे करू लागलात की, बाह्य इच्छा तुम्हाला अधिक प्रमाणात उपलब्ध होतील – अर्थातच त्यांचं तुम्हाला अद्याप महत्त्व वाटत असलं तर.

हे करून पाहा : प्रश्न-ध्यान

तुमची एखादी उत्कट इच्छा मनात धरा आणि तुम्हाला जी गोष्ट मिळवण्याची उत्कट इच्छा आहे ती तुम्हाला का हवी आहे, हे स्वतःलाच विचारा. तुम्हाला मूळ संकल्प सापडेपर्यंत हा प्रश्न विचारत राहा.

यातली सर्वसामान्य उत्तरं अशी असतात :

चांगलं दिसण्यासाठी आणि चांगलं वाटण्यासाठी

सुरक्षिततेसाठी

सेवेसाठी

विकासासाठी

'चांगल्या' नसलेल्या संकल्पांना नाकारू नका, फक्त त्यांच्यापासून सावध राहा आणि जर त्यांच्यामागचं तुमचं कारण प्रेम, विकास किंवा ज्ञान यांपैकी काहीही नसलं तर ती संधी बहुधा तुमच्या व्यवहार्य गरजा भागवेल; पण ती भावनिकदृष्ट्या अर्थपूर्ण वाटणार नाही. ज्या वेळी आपण प्रगतीच्या, अध्ययनाच्या किंवा काहीतरी मिळवण्याच्या अवस्थेत असतो, त्या वेळी आपण सर्वाधिक समाधानी असतो.

बीजं आणि तण

संन्यासी म्हणून काम करताना आमच्या संकल्पनांचं आम्ही बीजं आणि तण या भिन्न गोष्टींमधील साधर्म्याच्या माध्यमातून स्पष्टीकरण देण्यास शिकलो. तुम्ही बीजारोपण केल्यावर, प्रत्येकाला फळ आणि सावली देणाऱ्या डेरेदार वृक्षापर्यंत बीजाचा विस्तार होतो. प्रेम, करुणा किंवा सेवा यांसारखे व्यापक संकल्पही नेमकं हेच करू शकतात. तुमच्या संकल्पाच्या शुद्धतेला तुम्ही कोणत्या नोकरी-व्यवसायाची, कारकिर्दीची निवड करता याच्याशी काहीही देणं-घेणं नसतं. वाहतूक अधिकारी आपल्या सत्तेचं प्रदर्शन करून जास्त वेगाने गाडी चालवल्याबद्दल तुम्हाला दंड करू शकतो किंवा एखादा पालक मुलाला आगीशी खेळ न करण्याविषयी जितक्या कनवाळूपणाने सांगेल तितक्या करुणाने तो तुम्हाला पुन्हा अशा प्रकारे जास्त वेगाने गाडी चालवू नये, अशी समज, सूचना देईल. तुम्ही बँकेतील रोखपाल असू शकाल आणि नेहमीचे व्यवहार आपुलकीने पार पाडत असाल; पण जर आपले संकल्प हे सूडबुद्धीचे किंवा स्वयंप्रेरित असतील तर आपण तणांची लागवड करू. तण ही सहसा अहंकारातून, अहंभावातून, लोभातून, असूयेतून, क्रोधातून, स्पर्धेतून किंवा तणावातून वाढतात. सुरुवातीला

त्या सर्वसामान्य वनस्पती असल्यासारख्या वाटतात; पण त्या कधीही एखाद्या विलक्षण गोष्टीत रूपांतरित होत नाहीत.

तुमच्या पूर्वाश्रमीच्या जोडीदाराला तुमचे संबंध नाकारल्याबद्दल पश्चात्ताप वाटावा म्हणून शरीर कमावण्यासाठी तुम्ही व्यायामशाळेत जात असाल तर तुम्ही तणाची लागवड करत आहात. तुम्हाला जे हवं आहे ते तुम्ही योग्य प्रकारे हाताळलेलं नसतं (समजून घेतल्याच्या आणि प्रेम केलं जात असल्याच्या भावनेसाठी अगदी स्पष्टपणे वेगळ्या दृष्टिकोनाची गरज असते). तुमची शरीरयष्टी बळकट बनेल आणि तुमच्या शरीरात व्यायामाचे लाभही रुजतील; पण तुमच्या यशाचे डावपेच हे तुमच्या पूर्वाश्रमीच्या जोडीदाराला चिथावणी देण्यासारख्या बाह्य घटकांशी संलग्न असतील. तुमच्या पूर्वाश्रमीच्या जोडीदाराने लक्ष दिलं नाही किंवा पर्वा केली नाही, तर तुम्हाला नंतरही आधीचंच नैराश्य आणि एकाकीपणा जाणवेल. मात्र तुमचे संबंध तुटल्यानंतर तुम्हाला शारीरिकदृष्ट्या बळकट होण्याची गरज वाटत असल्यामुळे तुम्ही व्यायामशाळेत जात असाल किंवा जर व्यायामाच्या दरम्यान तुमचा संकल्प तिकडे वळला तरीही तुम्हाला योग्य शरीरयष्टी मिळेल आणि भावनिकदृष्ट्या समाधान लाभेल.

चांगला संकल्प चुकीच्या उद्दिष्टाशी जोडला जाणं हे तणाचं आणखी एक उदाहरण आहे. असं समजा की, आत्मविश्वासाची उभारणी करणं हा माझा संकल्प आहे आणि बढती मिळवणं हा हे करण्याचा उत्तम मार्ग आहे, असं मी ठरवलेलं आहे. मी कठोर परिश्रम करतो, माझ्या वरिष्ठावर प्रभाव टाकतो आणि वरच्या पातळीवर पोहोचतो; पण ज्या वेळी मी तिथपर्यंत पोहोचतो त्या वेळी माझ्या लक्षात येतं की, आता त्याही पुढची आणखी एक पातळी आहे आणि मला तिथे पोहोचल्यावरही पुन्हा एकदा असुरक्षितता जाणवते. बाह्य उद्दिष्टं अंतर्गत पोकळ्या भरून काढू शकत नाहीत. बाह्य शिक्के किंवा यशप्राप्ती मला खरा आत्मविश्वास मिळवून देऊ शकत नाहीत. मला या गोष्टींचा माझ्यातच शोध घेणं भाग असतं. अशा प्रकारचे अंतर्गत बदल कसे घडवून आणावेत, याविषयी आपण भाग दोनमध्ये भाष्य करणार आहोत.

समेरियाचा चांगला रहिवासी

एखादी व्यक्ती बगिचात सुंदर फुलांची लागवड करून त्या फुलांना बहर येण्यासाठी तसंच सोडून देऊ शकत नाही, हे संन्याशांना माहिती असतं. आपल्याला आपल्या स्वतःच्या जीवनांचे माळी बनावंच लागतं आणि त्यासाठी फक्त चांगल्या संकल्पांच्या बीजांची लागवड करावी लागते आणि ते कशात रूपांतरित होत आहेत, काय बनत आहेत, त्याचं निरीक्षण करावं लागतं, उगवणारं आणि मार्गात आडवं येणारं तण उपटून काढावं लागतं.

सन १९७३मध्ये फ्रॉम जेरुसलेम टू जेरिको या नावाने ओळखला जाणारा एक प्रयोग करण्यात आला. त्यात संशोधकांनी रोमन कॅथलिक शाळेच्या विद्यार्थ्यांना मंत्री बनणं याचा काय अर्थ असतो, यावर एक छोटंसं भाषण तयार करायला सांगितलं. त्यांच्यापैकी काही जणांना तयारी करण्यास मदत व्हावी म्हणून समेरियाच्या चांगल्या रहिवाशाची नीतिकथा देण्यात आली. या नीतिकथेत जीझसने इतर कोणीही एका गरजूला मदत करण्यासाठी थांबलं नसताना, त्याला मदत करण्यासाठी थांबलेल्या एका पर्यटकाची गोष्ट सांगितली होती. त्यानंतर त्या विद्यार्थ्यांना दुसऱ्या खोलीत हलवण्यात आलं. नवीन खोलीत जाण्याच्या मार्गावर समेरियाच्या एका चांगल्या रहिवाशाचा अभिनय करणारा एक अभिनेता त्याला मदतीची गरज असल्याचा अभिनय करत दरवाजात वाकून उभा राहिला. ज्या विद्यार्थ्यांना समेरियाच्या चांगल्या रहिवाशाची नीतिकथा देण्यात आली होती, त्यांच्या आणि इतर विद्यार्थ्यांच्या वर्तनात कसलाही बदल झालेला नव्हता. संशोधकांना असंही आढळून आलं की, 'जर विद्यार्थी घाईत असतील, तर ते मदत करण्याची शक्यता आणखी कमी असते आणि त्या विद्यालयाचे विद्यार्थी भाषण देण्यासाठी घाईघाईने जात असताना अनेक वेळा अक्षरशः त्या माणसाच्या अंगावर पाय देऊन पुढे गेले होते!'

विद्यार्थ्यांचं लक्ष त्यांच्या हातातील कामावर एवढं एकवटलं गेलं होतं की, त्यांच्या अधिक सखोल संकल्पांविषयी ते साफ विसरून गेले होते. त्या शाळेत त्यांनी कनवाळूपणा आणि मदत करण्यास शिकणं अपेक्षित होतं; पण त्या क्षणी चिंता किंवा प्रभावशाली भाषण देण्याची उत्कट इच्छा यांनी हस्तक्षेप केला होता. बेनेडिक्टियन संन्यासी लॉरेन्स फ्रीमनने *आस्पेक्टस ऑफ लव्ह* या त्याच्या पुस्तकात असं म्हटलं आहे की, 'अंघोळ करण्यापासून, स्वच्छता करण्यापासून ते नाष्टा करेपर्यंत, कामावर जाण्यास चालना देणाऱ्या बैठकांपर्यंत... दिवसभरात तुम्ही करत असलेली प्रत्येक गोष्ट म्हणजे अगदी टेलिव्हिजनचे कार्यक्रम पाहणं किंवा त्याऐवजी वाचन करण्याचं ठरवणं... यांसारखी तुम्ही करत असलेली *प्रत्येक* गोष्ट हे तुमचं आध्यात्मिक जीवन असतं. फक्त या सर्वसामान्य गोष्टी तुम्ही किती जागरूकतेने करता एवढाच काय तो प्रश्न असतो.'

संकल्प जगा

फक्त संकल्प करणं ही गोष्ट अर्थातच पुरेशी नाही. त्या बीजांना वाढण्यास मदत करण्यासाठी आपल्याला कृती करावीच लागते. तुम्ही फक्त विश्वास ठेवला, तर एखादी गोष्ट घडून येईल, या कल्पनेवर माझा विश्वास नाही. फक्त खरे संकल्प करून आपल्याला जे हवं आहे ते आपोआपच आपल्या पदरात पडेल, अशी अपेक्षा बाळगून आपण फक्त बसून राहू शकत नाही. कोणीतरी आपल्याला

शोधावं आणि आपण किती विलक्षण आहोत, ते त्यांना समजावं आणि त्यांनी आपल्याला जगातील आपलं स्थान द्यावं, अशी अपेक्षाही आपण बाळगू शकत नाही. आपल्यासाठी कोणीही आपल्या आयुष्याची उभारणी करत नाही. मार्टिन ल्युथर किंग ज्युनिअर यांनी असं म्हटलं होतं की, 'ज्यांना शांतता प्रिय आहे, त्यांनी युद्धप्रिय लोकांइतक्याच प्रभावीपणे संघटित होण्यास शिकलंच पाहिजे.' ज्या वेळी मार्गदर्शनासाठी लोक मला शोधत येतात, त्या वेळी माझ्या कानांवर सतत हेच शब्द पडतात, 'माझी अशी इच्छा आहे की,... माझी अशी इच्छा आहे की,... माझी अशी इच्छा आहे की,...' *माझी अशी इच्छा आहे की, माझ्या जोडीदाराने माझ्याकडे जास्त लक्ष दिलं पाहिजे, माझी अशी इच्छा आहे की, मी याच नोकरीत असावं; पण मला जास्त पैसे मिळावेत. माझी अशी इच्छा आहे की, माझे नातेसंबंध थोडे अधिक गंभीर असायला हवे होते.*

आपण कधीही असं म्हणत नाही की, माझी अशी इच्छा आहे की, मी थोडं अधिक संघटित आणि एकाग्रचित्त असायला हवं होतं आणि ते मिळवण्यासाठी मला कठोर परिश्रम करता यायला हवे होते. आपल्याला हव्या असलेल्या गोष्टी मिळवण्यासाठी प्रत्यक्षात काय करावं लागेल, याविषयी आपण बोलत नाही. **'माझी अशी इच्छा आहे की' हा 'मला कोणतीही गोष्ट वेगळ्या प्रकारे करण्याची इच्छा नाही,' यासाठीचा सांकेतिक संदर्भ आहे.**

यशामागचं काम आणि त्याची जोपासना ओळखण्यात आपल्याला कसं अपयश येतं हे पिकासोविषयी सांगितल्या जाणाऱ्या एका दंतकथेतून अगदी परिपूर्णपणे सोदाहरण स्पष्ट होतं. या कथेनुसार, एक महिला पिकासोला बाजारात पाहते. ती त्याच्याकडे जाऊन म्हणते, 'माझ्यासाठी एखादं चित्र तुम्ही काढाल का?'

'नक्कीच,' तो म्हणतो आणि त्यानंतर तीसच सेकंदांत तिला एक छोटंसं लक्षणीयरीत्या सुंदर चित्र देतो. 'या चित्राची किंमत तीस हजार डॉलर आहे,' तो सांगतो.

'पण श्रीयुत पिकासो, तुम्ही माझ्याकडून एवढी मोठी किंमत कशी काय वसूल करू शकता? तुम्हाला तर ते चित्र काढायला फक्त तीस सेकंदच लागले,' ती महिला म्हणते.

'मॅडम,' पिकासो म्हणतो, 'त्यासाठी मला तीस वर्षं लागली आहेत.'

कोणत्याही कलात्मक कामाच्या किंवा खरं तर चांगल्या प्रकारे केलेल्या कामाच्या संदर्भात हीच गोष्ट सत्य आहे. त्यामागचे परिश्रम दिसत नाहीत. माझ्या आश्रमातील ज्या संन्याशाला सहजगत्या सगळे ग्रंथ मुखोद्गत होते, त्याला ते पाठ करण्यासाठी अनेक वर्षं खर्ची घालावी लागली होती. तेच माझंही उद्दिष्ट बनवण्याआधी मी त्या गुंतवणुकीचा, त्यासाठी जीवनाचा किती काळ द्यावा लागतो, याचा विचार करण्याची गरज होती.

आपण कोण आहोत असं विचारलं गेलं की, आपण काय करतो, त्याचा आपण आश्रय घेतो : 'मी वकील आहे', 'मी गृहिणी किंवा पती आहे', 'मी खेळाडू आहे', 'मी शिक्षक आहे'. काही वेळा तुम्हाला नुकत्याच भेटलेल्या व्यक्तीशी लगेच संभाषण सुरू करण्याचा हा फक्त एक उपयुक्त मार्ग असतो; पण ज्या वेळी आपल्या यशांपेक्षाही आपल्या संकल्पांच्या साहाय्याने आपण आपली व्याख्या करतो, त्या वेळी आयुष्य अधिक अर्थपूर्ण बनतं. जर तुमच्या नोकरीच्या साहाय्याने तुम्ही खरोखरच तुमची व्याख्या करत असाल, तर ज्या वेळी नोकरी जाते, त्या वेळी काय घडतं? तुमची व्याख्या तुम्ही खेळाडू म्हणून करून देत असाल आणि एखाद्या दुखापतीमुळे तुमची ती कारकीर्द संपुष्टात आली तर तुम्ही कोण आहात हे तुम्हाला माहिती नसतं. नोकरी गमावण्यामुळे आपल्या ओळखींचा नाश होता कामा नये; पण बहुतेक वेळा तसं होतं. त्याऐवजी आपण संकल्पपूर्वक जगतो, त्या वेळी आपली हेतूंची आणि अर्थपूर्णतेची जाणीव शाश्वत बनते आणि ती आपण काय मिळवलं आहे, त्याच्याशी संलग्न नसते, तर आपण कोण आहोत याच्याशी संलग्न असते.

लोकांना मदत करण्याचा संकल्प तुम्ही केला असेल तर त्यासाठी दयाळू, खुल्या अंतःकरणाचे आणि नावीन्यपूर्ण कल्पना करणारे बनून, लोकांच्या ताकदी ओळखून, त्यांच्या दुर्बलतांना आधार देऊन, त्यांचं म्हणणं ऐकून घेऊन, त्यांच्या विकासासाठी त्यांना मदत करून, त्यांना तुमच्याकडून कशाची गरज आहे ते समजून घेऊन आणि त्या गरजेत कधी बदल होतो, त्याकडे बारकाईने पाहून तुम्हाला हा संकल्प साकार करावाच लागतो. आपल्या कुटुंबाला आधार देणं हा तुमचा संकल्प असेल तर तुम्ही उदार, थोर मनाचे, कठोर परिश्रम करणारे, कुटुंबाला मदत करण्यास तत्पर आणि संघटित असलंच पाहिजे, असं तुम्ही कदाचित ठरवलेलं असतं. तुमची आकांक्षा प्रत्यक्षात उतरवणं हा तुमचा संकल्प असेल, तर तुम्ही बांधिलकी पत्करणारे, ऊर्जावान आणि सत्यनिष्ठ, प्रामाणिक असण्याची गरज असते (आपली मूल्यं आपल्याला स्पष्ट दिसावीत, यासाठी पहिल्या प्रकरणात आपण आपले बाह्य कोलाहल दूर केले याची नोंद घ्या. ज्या वेळी तुमचे संकल्प तुम्ही ओळखता, त्या वेळी तुमची मूल्यं उघड होतात. लोकांना मदत करण्याचे आणि त्यांची सेवा करण्याचे *संकल्प* करणं, याचा अर्थ तुम्ही सेवेला महत्त्व देता. कुटुंबाला आधार देणारा *संकल्प* याचा अर्थ तुम्ही कुटुंबाला महत्त्व देता. हे रॉकेटचं शास्त्र नसलं तरीही या संज्ञा इतरत्र फेकल्या जातात आणि न बदलता वापरल्या जातात म्हणून त्या एकमेकींशी कशा जोडल्या गेलेल्या आहेत आणि एकमेकींना कशा झाकोळतात ते समजून घेण्याची मदत होते).

तुमचा संकल्प जगणं याचा अर्थ तुमचा संकल्प तुमच्या वर्तनात उतरू देणं. उदाहरणार्थ, जर तुमच्या नातेसंबंधात सुधारणा करणं हे तुमचं उद्दिष्ट असेल, तर

तुम्ही डेटवर जाण्याचं, तुमच्या जोडीदाराला भेटवस्तू देण्याचं आणि त्यांना तुम्ही अधिक चांगले दिसावेत यासाठी केशरचना बदलण्याचं नियोजन कराल. तुमच्या पैशांच्या पाकिटाची जाडी कमी होईल, तुमचे केस कदाचित अधिक चांगले दिसतील आणि तुमच्या नातेसंबंधात कदाचित सुधारणा होईल किंवा होणारही नाही; पण तुमचे संकल्प जगण्यासाठी तुम्ही अंतर्गत बदल घडवून आणले तर काय होतं त्याचं निरीक्षण करा. तुमच्या नातेसंबंधात सुधारणा घडवून आणण्यासाठी तुम्ही अधिक शांत, अधिक समजूतदार आणि अधिक विचारपूस करणारे बनण्याचा प्रयत्न करा (तुम्ही तरीही व्यायामशाळेत जाऊ शकता किंवा वेगळी केशरचनाही करून घेऊ शकता). तुम्ही केलेले बदल अंतर्गत असतील तर तुम्हाला स्वतःविषयी अधिक चांगलं वाटेल आणि तुम्हीही अधिक चांगली व्यक्ती बनाल. तुमच्या नातेसंबंधात सुधारणा झाली नाही तरीही तुम्ही त्यासाठीही अधिक चांगले बनला असाल.

हे काम करा

एकदा का इच्छेमागच्या *'का'*चं कारण तुम्हाला समजलं की, त्या इच्छेमागच्या कामाचा विचार करा. छानसं घर आणि आकर्षक कार घेण्यासाठी काय करावं लागेल? तुम्हाला त्या कामात स्वारस्य आहे का? ते करण्याची तुमची इच्छा आहे का? तुम्हाला लवकर किंवा कधीच यश मिळालं नाही, तर फक्त त्या कामामुळे तुमच्या मनात समाधानाची भावना निर्माण होईल का? मला सगळे ग्रंथ मनापासून शिकण्याची का इच्छा आहे, हे मला विचारणाऱ्या संन्याशाला इतर संन्याशांच्या श्रेष्ठ शक्तींनी मला मोहित करण्याची आणि गर्वाच्या भावनेतून त्या शक्तींचा आश्रय घेण्याचीही इच्छा नव्हती. मला त्या कामात रुची आहे का, हे त्यांना जाणून घ्यायचं होतं – मी जी व्यक्ती असू शकलो असतो, ती व्यक्ती म्हणून मी जगू शकलो असतो. ग्रंथांच्या अध्ययनाच्या प्रक्रियेच्या दरम्यान मला तो अर्थ समजला असता. यात प्रक्रियेवर लक्ष एकवटलं गेलं असतं, फलनिष्पत्तीवर नव्हे.

डेझर्ट फादर्स हे सुरुवातीचे ख्रिश्चन संन्यासी होते. मध्य पूर्वेतील वाळवंटांमधील आश्रमांत ते राहत होते. या संन्याशांच्या मते, 'आपण किती करू शकतो, याची आपल्याला जाणीव नसल्यामुळे आपण प्रगती करत नाही. आपणच सुरू केलेल्या जगातील आपलं स्वारस्य आपण गमावून बसतो आणि आपल्याला अगदी प्रयत्नही न करता चांगलं बनण्याची इच्छा असते.' तुम्ही जर खोलवर काळजी घेतली नाही, तर तुम्ही या प्रक्रियेतून पुढे जाऊ शकत नाही. योग्य कारणांसाठी तुम्ही हे करत नसता. तुमच्या उद्दिष्टांपर्यंत तुम्ही पोहोचू शकता, तुम्हाला हवी असलेली प्रत्येक गोष्ट तुम्ही मिळवू शकता, इतर कोणाच्याही अटींवर–शर्तींवर तुम्ही यशस्वी ठरू शकता; पण या सगळ्यातूनही तुमच्या लक्षात एकच गोष्ट येते, ती म्हणजे

हे करून पाहा : तुमच्या करावयाच्या कामांच्या यादीत तुम्ही कोण बनलं पाहिजे, त्या कामांची भर टाका

तुमच्या करावयाच्या कामांच्या यादीच्या बाजूलाच मी काय बनण्याची गरज आहे, त्याची यादी तयार करण्याचा प्रयत्न करा. यातली चांगली बातमी अशी आहे की, तुमची ही यादी तुम्ही अधिक लांब बनवणार नाही. तुम्ही तपासून पाहिलेल्या किंवा पूर्ण केलेल्या गोष्टींची ही यादी नाही. संकल्पांसह तुमची उद्दिष्टं साध्य करणं, याचा अर्थ त्या उद्दिष्टांकडे तुम्हाला नेणाऱ्या मूल्यांनुसार जगणं होय, याची तुम्हाला आठवण करून देण्यासाठी हा स्वाध्याय आहे.

उदाहरण १

असं समजू या की, आर्थिकदृष्ट्या मुक्त असणं हे माझं उद्दिष्ट आहे. आता माझी काय कामं करायची त्याची यादी अशी असेल :

- माझ्याकडच्या कौशल्यांच्या संचाची गरज असलेल्या आकर्षक नोकरीच्या संधीचा शोध घेणं.
- सीव्हीवर पुन्हा काम करणं, नोकरीच्या संधी ओळखण्यासाठी अनौपचारिक बैठका ठरवणं.
- माझ्या वेतनाच्या गरजा पूर्ण करणाऱ्या सर्व खुल्या जागांसाठी अर्ज करणं.

पण मग मी काय बनण्याची गरज आहे?

- शिस्तबद्ध.
- एकाग्रचित्त.
- तळमळीने काम करणारा.

उदाहरण २

आता असं समजू या की, मला नातेसंबंध समाधानकारक बनवण्याची इच्छा आहे. मग मी काय करण्याची गरज असेल?

- डेट्सचं नियोजन करणं.
- माझ्या जोडीदारासाठी चांगल्या गोष्टी करणं.
- माझ्या दिसण्यात सुधारणा करणं.

पण मग मी काय बनण्याची गरज आहे?

- अधिक शांत.
- अधिक समजूतदार.
- माझ्या जोडीदाराचा आजचा दिवस कसा गेला याची चौकशी आणि भावनांची अधिक कदर करणारा.

तुम्हाला तरीही हरल्यासारखं आणि असंबद्ध, विस्कळित झाल्यासारखं वाटत असतं; पण तुमचं जर दैनंदिन प्रक्रियेवर प्रेम असेल तर तुम्ही तेच काम सखोलपणे, अधिकारवाणीने आणि प्रभाव निर्माण करण्याच्या उत्कट इच्छेने करता. कोणत्याही मार्गाने तुम्ही कदाचित तितकेच यशस्वी होऊ शकाल; पण तुम्हाला जर संकल्पामुळे चालना मिळाली असेल तर तुम्हाला अत्यानंदाची जाणीव होईल.

तुम्ही प्रत्येक पाऊल का उचललं याविषयीची तुम्हाला स्पष्ट आणि विश्वासार्ह जाणीव असेल तर तुम्ही अधिक लवचीक असता. अपयश मिळालं तर त्याचा अर्थ तुम्ही कुचकामी असता असा नसतो. त्याचा अर्थ तुम्ही तितकीच महत्त्वाची उद्दिष्टं साध्य करण्यासाठी दुसरा मार्ग शोधलाच पाहिजे असा असतो. तुम्ही जे करत असता त्याच्या मूल्यावर विश्वास ठेवण्यातून समाधान प्राप्त होतं.

आदर्श

आदर्शांचा शोध घेणं हा तुमचे संकल्प पूर्ण करण्यासाठी आवश्यक असलेल्या कामावर संशोधन करण्याचा उत्तम मार्ग असतो. तुम्हाला श्रीमंत होण्याची इच्छा असेल तर तुम्हाला ज्या श्रीमंत लोकांचं कौतुक वाटतं ते काय आहेत आणि काय करतात, याचा (त्यांचा पाठलाग न करता!) अभ्यास करा. ते जिथे असतात तिथपर्यंत ते कसे पोहोचले आहेत, याविषयीची पुस्तकं वाचा. तुम्ही सध्या ज्या टप्प्यावर असता त्या टप्प्यावर तेही कधीतरी होते, तिथून ते आता जिथपर्यंत पोहोचले आहेत, तिथपर्यंत पोहोचण्यासाठी त्यांनी काय केलं होतं, त्यावर विशेषत्वाने लक्ष केंद्रित करा.

तुम्ही एखाद्या उद्योजकाच्या कार्यालयात फेरफटका मारू शकता किंवा दुसऱ्या देशातून इथे आलेल्या एखाद्या व्यक्तीच्या ॲव्होकॅडोच्या कुरणाला भेट देऊ शकता आणि तुम्हाला हे हवं आहे का ते ठरवू शकता; पण त्यातून तिथपर्यंत पोहोचण्याच्या प्रवासाविषयी तुम्हाला काहीही समजत नाही. अभिनेता बनणं याचा अर्थ पडद्यावर किंवा नियतकालिकांमध्ये आपली छबी झळकवणं असा होत नाही. ती गोष्ट दिग्दर्शकाला हवी असलेली गोष्ट मिळेपर्यंत एकच दृश्य साठ-साठ वेळा करण्याची सहनशीलता आणि सर्जनशीलता असण्याशी संबंधित असते. संन्यासी असणं म्हणजे ध्यानात बसणाऱ्या एखाद्याचं कौतुक करणं नव्हे. ती गोष्ट संन्यासी उठतात त्या वेळी उठणं, त्यांची जीवनशैली जगणं, ते दर्शवत असलेल्या गुणधर्मांचं अनुकरण करणं या गोष्टींशी संबंधित असते. कामाच्या ठिकाणी आठवडाभरासाठी एखाद्याचं निरीक्षण करा, मग त्यांना तोंड द्यावं लागत असलेल्या आव्हानांची तुम्हाला जाणीव होईल आणि त्या आव्हानांचा सामना करण्याची तुमची इच्छा आहे का हेही तुम्हाला समजेल.

काम करणाऱ्या लोकांचं तुम्ही निरीक्षण करता, त्यामधून एकाच संकल्पाच्या पूर्ततेसाठी अनेक मार्ग असू शकतात, ही गोष्ट लक्षात ठेवण्यासारखी असते. उदाहरणार्थ, दोन व्यक्तींकडे जगाला किंवा पृथ्वीला मदत करण्याचा संकल्प असू शकतो. एक व्यक्ती कायद्याच्या पालनातून आणि 'अर्थ जस्टिस' या 'ना नफा' तत्त्वावर काम करणाऱ्या संघटनेबरोबर काम करून हे करू शकेल, तर दुसरी व्यक्ती स्टेला मॅक् कार्टनीप्रमाणे फॅशनच्या माध्यमातून हे करू शकेल. वेगन चामडं लोकप्रिय करण्यासाठी तिने मदत केली होती. पुढच्या प्रकरणात आपण तुमच्या दृष्टीने उत्तम असलेली पद्धती मिळवण्याविषयी आणि तिचा पाठपुरावा करण्याविषयी बोलणार आहोत; पण या उदाहरणातून असं दिसून येतं की तुम्ही संकल्पासह पुढे जात असाल तर तुमच्या उद्दिष्टापर्यंत कसं पोहोचावं याचे पर्याय तुम्ही खुले करता.

जहाजातून जगप्रवास करण्याच्या उदाहरणातून आपण पाहिलं, त्याप्रमाणे दोन एकसमान कृतींच्या मागे अत्यंत भिन्न संकल्प असू शकतात. असं समजू या की, दोन लोकांनी एकाच धर्मादाय कामासाठी औदार्यपूर्वक भरपूर देणगी दिली. एकाने असं केलं, कारण त्याला त्या धर्मादाय कार्याची खूपच सखोल काळजी होती, अर्थातच हा व्यापक संकल्प आहे आणि दुसऱ्याने ते केलं, कारण त्याला एकमेकांशी जोडल्या गेलेल्या संस्थांचं किंवा व्यक्तींचं किंवा कामांचं जाळं (नेटवर्क) हवं आहे म्हणजेच त्याचा संकल्प संकुचित स्वरूपाचा आहे. दोन्ही दात्यांची त्यांच्या देणगीबद्दल वाखाणणी केली जाते. ज्याला खरोखरच बदल घडवून आणायचा असतो, त्याला अर्थपूर्णतेच्या जाणिवेमुळे आनंद होईल आणि अभिमानही वाटेल. ज्याला आपल्या करिअरसाठी किंवा सामाजिक दर्जासाठी जाळं हवं असेल, त्याला एखाद्या उपयुक्त व्यक्तीची भेट होईल का, याची काळजी असेल. त्यांच्या भिन्न संकल्पांमुळे धर्मादाय कार्याला काहीच फरक पडणार नाही. कोणत्याही प्रकारे दिलेल्या देणग्यांमुळे जगाचं भलंच होईल; परंतु अंतर्गत बक्षीस हे पूर्णपणे भिन्न असेल.

कोणताही संकल्प पूर्णपणे शुद्ध नसतो, असं म्हणता येऊ शकतं. माझ्या धर्मादाय कृती या ८८ टक्के लोकांना मदत करण्याच्या संकल्पातून, ८ टक्के माझ्याविषयी चांगलं वाटण्यातून आणि ४ टक्के इतर धर्मादाय कामं करणाऱ्या माझ्या मित्रांबरोबर मौजमजा करण्याच्या संकल्पातून करण्यात आल्या असतील. अस्पष्ट किंवा अनेकविध पैलूंचे संकल्प असणं यात मूलतः काहीच चुकीचं नसतं. आपल्याला फक्त एकच गोष्ट लक्षात ठेवण्याची गरज असते, ती म्हणजे कमी शुद्ध संकल्पांनी आपल्याला यश मिळवून दिलं, तरीही संकल्प जितके कमी शुद्ध असतील, तितक्या कमी प्रमाणात ते आपल्याला आनंदी करू शकतील. लोकांना हवी असलेली गोष्ट मिळते, त्या वेळी ते मुळीच आनंदी होत नाहीत. कारण, त्यांनी ती गोष्ट चुकीच्या संकल्पातून केलेली असते.

विकासासाठी गोष्टी सोडून देणं

सर्वाधिक व्यापक संकल्प हे नेहमीच इतर लोकांना मदत करण्याच्या आणि त्यांना आधार किंवा पाठबळ देण्याच्या परिश्रमांतून गतिशील बनतात. आपल्या कुटुंबाला टेबलावर अन्न मिळावं, यासाठी जास्त वेळ काम करणारे पालक, एखाद्या कारणासाठी आपलं आयुष्य वाहून घेतलेले स्वयंसेवक, ग्राहकांच्या सेवेसाठी प्रेरित झालेले कामगार ही याची काही उदाहरणं आहेत. आपल्या समोरासमोर येणाऱ्या लोकांकडून आपल्याला या संकल्पांची जाणीव होते. मग तुम्हाला कोणती केशरचना चांगली दिसेल, हे शोधणारा केशरचनाकार असो किंवा तुमच्या आयुष्याविषयी विचारण्यासाठी वेळ काढणारा डॉक्टर असो. उदार संकल्प हे लोकांमधून उत्सर्जित होतात आणि ती सुंदर गोष्ट असते. आपण जर हे बाह्य परिणामांसाठी करत असलो तर आपण आनंदी होणार नाही हे आपण पुनःपुन्हा पाहतो. सेवा करण्याच्या योग्य संकल्पातून आपल्याला रोज अर्थपूर्णतेची आणि हेतूंची जाणीव होऊ शकते.

संकल्पपूर्वक जगणं याचा अर्थ बाह्य उद्दिष्टांपासून परावृत्त होणं, यशाच्या बाह्य व्याख्या सोडून देणं आणि अंतर्यामात डोकावून पाहणं. श्वसनावर काम करून ध्यानाचा सराव करणं हा या संकल्पाला पाठबळ देण्याचा नैसर्गिक मार्ग आहे. तुम्ही कोण आहात आणि तुम्हाला काय हवं आहे, या दृष्टीने अर्थपूर्ण नसलेली मतं आणि कल्पना यांच्यापासून तुमचं मन तुम्ही स्वच्छ केलं की, तुमच्या स्वतःच्या गतीने, तुमच्या स्वतःच्या वेळेत जगण्याची आठवण करून देण्यासाठी तुम्ही श्वसन पद्धतींचा वापर करावा, अशी मी तुम्हाला शिफारस करतो. तुमचा मार्ग अद्वितीय आहे आणि तो तसाच असला पाहिजे हे समजून घेण्यास श्वसनक्रिया तुम्हाला मदत करतात.

ध्यान

श्वसनक्रिया

तुमच्या डोक्यातून तुमचं लक्ष विचलित करणाऱ्या गोष्टी दूर करण्यास श्वसनक्रियेचं भौतिक स्वरूप तुम्हाला मदत करतं. श्वसनक्रिया मन शांत करणाऱ्या असतात; पण ही गोष्ट नेहमीच सोपी नसते. खरं तर त्यांच्यामुळे निर्माण होणारी आव्हाने हा या प्रक्रियेचा एक भागच असतो.

शेणाने सारवलेल्या आणि आश्चर्यकारकपणे थंड असलेल्या एका जमिनीवर मी बसलो आहे. ती गैरसोईची नाही; पण ती अत्यंत सोईस्कर आणि सुखकारक आहे. माझे घोटे दुखतात. माझी पाठ मी ताठ ठेवू शकत नाही. अरे देवा, ही गोष्ट इतकी कठीण आहे की मला तिचा तिरस्कार वाटतो. आता जवळजवळ वीस मिनिटं होऊन गेली आहेत आणि अजूनही माझं मन मी रिकामं करू शकलो नाही. माझ्या श्वसनाविषयी मी जाणीव करून घेणं अपेक्षित आहे; पण मी लंडनमधील माझ्या मित्रांचा विचार करत आहे. माझ्या अगदी जवळ बसलेल्या संन्याशाकडे मी हळूच पाहतो. तो अतिशय ताठ बसलेला आहे. ध्यान नावाच्या या गोष्टीत तो सर्वस्व पणाला लावून तल्लीन झाला आहे. 'तुमच्या श्वासाकडे लक्ष द्या,' तिथला प्रमुख सांगतो. मी श्वास घेतो. तो संथ, सुंदर आणि शांत असतो.

हं, थांबा, हं, ठीक आहे. माझ्या श्वासाची मला जाणीव होते.
श्वास घ्यायचा... उच्छ्वास सोडायचा
हं, मी तिथे आहे...
ठीक आहे, हे थंड आहे...
हे रोचक आहे...

ठीक आहे...

हे...

काम करतंय...

थांबा, माझ्या पाठीला खाज सुटलेय...

श्वास घ्यायचा... उच्छ्वास सोडायचा.

शांतता.

मी पहिल्यांदा दोन आठवड्यांसाठी आश्रमात गेलो होतो, त्या वेळी रोज सकाळी दोन तास गौरांग दासांच्या समवेत घालवत होतो. सहसा त्याहूनही थोडा अधिक काळच मी बसत असे आणि एवढा दीर्घकाळ बसणं ही गोष्ट गैरसोईची, दमवणारी आणि काही वेळा कंटाळवाणीही असते. त्याहूनही जास्त वाईट गोष्ट अशी होती की, माझ्या डोक्यात अनैच्छिक विचार आणि भावना वाहत येण्यास सुरुवात झाली होती. मी योग्य प्रकारे बसलो नसेन आणि त्यामुळे इतर संन्यासी माझं मूल्यमापन करत असतील, अशी काळजी मला वाटत होती. माझ्या नैराश्यग्रस्त अवस्थेत माझा अहंभाव बोलू लागला : उत्तम ध्यानकर्ता होण्याची, आश्रमातील सर्वाधिक हुशार आणि ज्याचा प्रभाव पडेल, अशी व्यक्ती बनण्याची माझी इच्छा आहे. हे काही संन्याशासारखे विचार नव्हते. ध्यानाचं कार्य जसं चालावं, असं मला वाटत होतं, तसं ते काम करत नव्हतं. ते मला वाईट व्यक्तीत रूपांतरित करत होतं!

मला धक्का बसला होता आणि अगदी मोकळेपणाने बोलायचं झालं तर माझ्यातील नकारात्मकता दूर करण्याचा समाधानकारक उपाय न सापडल्याने मी निराशही झालो होतो. ध्यान मला फक्त अहंभाव, संताप, लालसा, दुःख याच गोष्टी दाखवत होतं. माझ्या संदर्भातील या गोष्टी मला आवडत नव्हत्या. ही समस्या होती... की यातला तोच खरा मुद्दा होता? मी एखादी गोष्ट चुकीची करत होतो का, याविषयी माझ्या गुरूंना मी विचारलं. त्यांच्यापैकी एकाने मला सांगितलं की, दर वर्षी पुरीमधील गुंदिचा मंदिराची संन्याशांनी अगदी काटेकोरपणे, मंदिराचा कानाकोपरा धुंडाळून स्वच्छता केली होती आणि ज्या वेळी त्यांनी हे केलं होतं, त्या वेळी त्यांनी आपली अंतःकरणंही आपण स्वच्छ करत असल्याचं दृश्य नजरेसमोर आणलं होतं. त्याने असं सांगितलं की, त्यांनी ते काम संपवेपर्यंत मंदिर आधीच पुन्हा घाणेरडं होण्यास सुरुवातही झाली होती. त्याने ही जी गोष्ट स्पष्ट केली होती, तशीच आणि तीच ध्यानाची भावना असते. ते एक काम असतं आणि ते कधीही पूर्ण होणारं नसतं.

ध्यान मला वाईट व्यक्ती बनवत नव्हतं. मला नकोशा वाटत असलेल्या सत्यालाही मला तोंड द्यावंच लागणार होतं. त्या सगळ्या स्तब्धतेत आणि निश्चल शांततेत माझ्या अंतरंगात आधीपासून असलेल्या गोष्टी मोठ्या होऊन माझ्या समोर येत होत्या. माझ्या मनाच्या अंधाऱ्या जागेत ध्यानाने प्रकाश पाडला होता.

तुम्हाला जिथे जाण्याची इच्छा असते, तिथपर्यंत तुम्हाला पोहोचता यावं, यासाठी तुम्हाला जे पाहण्याची इच्छा नसते ते ध्यान तुम्हाला दाखवतं.

अनेक लोक ध्यानापासून दूर पळतात. कारण, त्यांना ते अवघड आणि अप्रसन्न वाटतं. धम्मपदामध्ये बुद्ध असं म्हणतो की, 'गळाला लागलेला आणि वाळूत फेकलेला मासा ज्याप्रमाणे दुःखाने तळमळतो, त्याप्रमाणेच ध्यानात प्रशिक्षित झालेलं मन सगळीकडे थरथरत राहतं.' पण ध्यान कशामुळे आव्हानात्मक बनतं हे तपासणं हा ध्यानातला महत्त्वाचा मुद्दा आहे. फक्त दिवसात पंधरा मिनिटं डोळे मिटून घेणं म्हणजे ध्यान नव्हे. त्यात आणखीही काहीतरी आहे. त्यात तुम्ही विचार करण्यास आणि मूल्यमापन करण्यास स्वतःला वेळ देण्याचा सराव करणं समाविष्ट आहे.

आतापर्यंत मी अनेक वेळा सुंदर ध्यानधारणा केली आहे. मी हसलो आहे, मी रडलो आहे आणि माझं हृदय जितकं सचेतन होऊ शकेल असं मला वाटलं होतं, त्याहूनही अधिक सचेतन झालं आहे. अंतिमतः शांत करणारा, तरंगता, शांत अत्यानंद तुमच्यापर्यंत येतो. अखेरीस, ती प्रक्रियाही तिच्या परिणामांइतकीच हर्षोल्हासाची आहे.

शरीरासाठी आणि मनासाठी श्वासाचा व्यायाम

तुमच्या बहुधा लक्षात आलं असावं, त्याप्रमाणे तुमचं श्वसन तुमच्या भावनांनुसार बदलतं. आपण लक्ष केंद्रित करतो त्या वेळी आपण श्वास रोखून धरतो आणि आपण ज्या वेळी चिंताग्रस्त किंवा दुःखी असतो, त्या वेळी आपण मंद गतीने श्वसन करतो; पण हे प्रतिसाद साहाय्यकारी असण्यापेक्षाही उत्स्फूर्त असतात म्हणजेच श्वास रोखून धरण्याने लक्ष एकाग्र करण्यास तुम्हाला खरोखरची मदत होत नाही आणि संथ, मंद श्वसनामुळे प्रत्यक्षात चिंताग्रस्ततेची लक्षणं आणखी वाईट बनतात. दुसरीकडे, नियंत्रित श्वसन हा तुम्हाला स्थिर बनवण्याचा तातडीचा मार्ग आहे. ते तुमच्या ऊर्जेला उड्डाण करण्यास लावण्याचं आणि आपल्या सोबत सहजगत्या कुठेही नेता येणारं साधन आहे. अनेक सहस्रकांपासून योगी पुरुषांनी दुःखशमनासाठी, ऊर्जेत वाढ करण्यासाठी आणि वर्तमानातील क्षणावर लक्ष एकवटण्यासाठी श्वसनतंत्रांचा (यालाच *प्राणायाम* असं म्हणतात) अभ्यास केला आहे. ऋग्वेदात श्वसन हा स्वत्वाच्या पलीकडचा आणि जाणीवेकडे नेणारा मार्ग आहे असं वर्णन करण्यात आलं आहे. ऋग्वेद असं सांगतो – आपला स्वतःचा मुलगा जसा आपलं जीवन असतो, त्याप्रमाणेच श्वसनही आपलं जीवन असतं किंवा अबॉट जॉर्ज बर्क (स्वामी निर्मलानंद गिरी या नावानंही ते ओळखले जातात.) वर्णन करतात त्याप्रमाणे श्वसन हा आपल्या सखोल आंतरिक जीवनाचा विस्तार असतो. शिवाय ऋग्वेदाने श्वासाला, स्वत्वाच्या पलीकडे नेणारा आणि जाणिवेपर्यंत घेऊन जाणारा मार्ग असंही म्हटलं आहे. महासतीपट्ठण सुत्तामध्ये बुद्धाने

ज्ञानप्राप्तीचा मार्ग असं *अनापनासतीचं* वर्णन केलं आहे (विचारपूर्वक, सावधपणे श्वसन करणं, असं सर्वसामान्यपणे अनापनासतीचं भाषांतर करता येईल). *प्राणायामाचे* असंख्य प्रभावी परिणाम आहेत, याला आधुनिक विज्ञान पाठिंबा देतं. त्यात हृदयाचं आरोग्य, सर्वांगीण तणाव कमी करणं आणि अगदी शैक्षणिक चाचण्यांमधील कामगिरी सुधारणं या परिणामांचाही समावेश आहे. मी इथे आणि या पुस्तकात इतरत्र ज्या ध्यानधारणा देणार आहे, त्या जगभर सर्वत्र उपचारपद्धती म्हणून वापरल्या जातात. शिवाय त्या जगभर ध्यानाच्या प्रशिक्षणात आणि ध्यानाच्या सरावातही वापरल्या जातात.

तुमच्या श्वासाशी तुम्ही मेळ साधला की, मग मन शांत करणं, लक्ष एकवटणं आणि स्वतःला तणावमुक्त करणं या गोष्टींशीही तुम्ही मेळ साधू शकाल.

दिवसातून एकदा किंवा दोनदा श्वसनक्रियांसाठी तुम्ही वेळ बाजूला काढून ठेवावा, असं मी तुम्हाला सुचवतो. त्याखेरीज श्वसनावर काम करण्याची गोष्ट हा स्वतःचं मन शांत करण्याचा इतका प्रभावी मार्ग आहे की, ज्या वेळी तुम्हाला श्वासाची कमतरता जाणवेल किंवा तुम्ही श्वास रोखून धरलेला असेल, त्या वेळी दिवसभरात केव्हाही मी स्वतः तो वापरतो आणि इतरांनाही वापरण्यास सुचवतो. ध्यान करण्यासाठी तुम्ही सुखासीन, आरामदायी जागेत असण्याची गरज नाही (अर्थातच तुम्ही नव्यानेच ध्यान करत असाल तर त्या वेळी ही गोष्ट नक्कीच उपयुक्त आणि योग्य असते). तुम्ही कुठेही ध्यान करू शकता– न्हाणीघरात, पार्टीच्या वेळी, विमानात बसलेले असताना किंवा तुमच्या प्रकल्पाचं सादरीकरण करण्याच्या नुकतंच आधी अगर अनोळखी व्यक्तीला भेटण्याच्या आधी तुम्ही ध्यान करू शकता.

हे करून पाहा : श्वसनाचा व्यायाम

श्वसनक्रियांच्या मी रोज वापरत असलेल्या प्रभावशाली संरचना इथे देत आहे. लक्ष केंद्रित करण्यासाठी किंवा शांतता वाढवण्यासाठी गरज असताना त्यांचा वापर करणं शक्य असतं.

श्वसनक्रियांची तयारी

मन शांत करणं आणि ऊर्जा मिळवणं, यासाठी केल्या जाणाऱ्या श्वसनक्रियांचं मी पुढे वर्णन करत आहे. पुढील पायऱ्यांच्या साहाय्याने तुम्ही त्यांचा सराव करण्यास सुरुवात करा.

१. आरामदायक स्थितीत बसा – खुर्चीत, उशीवर किंवा तक्क्यावर ताठ बसा किंवा खाली पडून राहा.
२. डोळे मिटून घ्या.
३. नजर खाली वळवा (होय. मिटलेल्या डोळ्यांनी तुम्ही हे करू शकता).
४. या स्थितीशी स्वतःला व्यवस्थित आरामदायी वाटेल, अशा प्रकारे मेळ साधा.

५. खांदे मागे वळवा.

६. आता पुढील गोष्टींकडे लक्ष वळवा.

अविचलता.

समतोलपणा.

सहजता.

स्तब्धता.

शांतता.

तुमचं मन ज्या ज्या वेळी इतरत्र भटकू लागेल, त्या वेळी त्याला हळुवारपणे आणि दयाळूपणे पुन्हा मागे आणून पुढील गोष्टीकडे वळवा...

अविचलता.

समतोलपणा.

सहजता.

स्तब्धता.

शांतता.

७. आता तुमच्या नैसर्गिक श्वसन संरचनेची जाणीव करून घ्या. तुमच्या श्वासावर जबरदस्ती करू नका किंवा दबावही आणू नका. फक्त तुमच्या नैसर्गिक श्वसन संरचनेची जाणीव करून घ्या.

आश्रमात आम्हाला छाती आणि पोट यांच्यादरम्यानच्या स्नायूचा म्हणजेच मध्यपटलाचा (डायफ्रॅमचा) वापर करून श्वसन करण्यास शिकवण्यात आलं होतं. हे करण्यासाठी एक हात पोटावर आणि दुसरा छातीवर ठेवा आणि नंतर पुढील कृती करा :

नाकाने श्वास आत घ्या आणि तोंडाने उच्छ्वास सोडा.

तुम्ही श्वास आत घ्याल त्या वेळी तुमचं पोट विस्तारल्याची किंवा प्रसरण पावल्याची (छातीच्या उलट) जाणीव करून घ्या.

तुम्ही उच्छ्वास सोडाल, त्या वेळी तुमचं पोट आकुंचित होत असल्याची जाणीव करून घ्या.

तुमच्या स्वतःच्या गतीने हे सुरू ठेवा. त्यासाठी तुम्हाला आवश्यक असलेला वेळ घ्या.

तुम्ही श्वास आत घेता त्या वेळी, तुम्ही सकारात्मक, उत्थान करणारी ऊर्जा आत घेत असल्याची जाणीव करून घ्या.

तुम्ही उच्छ्वास बाहेर सोडता त्या वेळी नकारात्मक, विषारी ऊर्जा बाहेर सोडत असल्याची जाणीव करून घ्या.

८. श्वास आत घेत असताना तुमचा डावा कान डाव्या खांद्यापर्यंत खाली न्या... आणि उच्छ्वास सोडत असताना पुन्हा तो पूर्वस्थितीत आणा.
९. श्वास आत घेत असताना तुमचा उजवा कान उजव्या खांद्यापर्यंत खाली न्या... आणि उच्छ्वास सोडत असताना पुन्हा तो पूर्वस्थितीत आणा.
१०. जबरदस्ती किंवा घाई न करता, तुमच्या स्वतःच्या गतीने, स्वतःला लागेल तितका वेळ घेऊन खरोखरच श्वासाची जाणीव करून घ्या.

आत्मशांतीसाठी आणि सैलावण्यासाठी श्वसन

वर दिलेल्या श्वसनक्रिया केल्यानंतर पुढील गोष्टी करा :

तुम्हाला हव्या त्या गतीने, तुम्हाला लागेल तितका वेळ घेऊन एक ते चार आकडे मोजेपर्यंत नाकाने श्वास आत घ्या.

तो एक ते चार आकडे मोजेपर्यंत तसाच रोखून धरा.

त्यानंतर एक ते चार आकडे मोजेपर्यंत तोंडाने उच्छ्वास सोडा.

असं एकूण दहा वेळा श्वसन करा.

ऊर्जेसाठी आणि एकाग्रतेसाठी श्वसन *(कपालभाती)*

वर दिलल्या श्वसनाची तयारी झाल्यानंतर पुढील गोष्टी करा :

एक ते चार आकडे मोजेपर्यंत नाकाने श्वास आत घ्या.

त्यानंतर एका सेकंदाहून कमी कालावधीत जोरात उच्छ्वास बाहेर टाका (तुमच्या फुप्फुसात तुम्हाला एक प्रकारच्या इंजिनाद्वारे पंपिंग केल्यासारखी जाणीव होईल).

पुन्हा एकदा एक ते चार आकडे मोजेपर्यंत नाकाने श्वास आत घ्या.

एकूण दहा श्वासांसाठी हे करा.

झोपेसाठी श्वसन

एक ते चार आकडे मोजेपर्यंत श्वास आत घ्या.

एक ते चार आकड्यांहून अधिक काळापर्यंत उच्छ्वास सोडा.

तुम्हाला गाढ झोप लागेपर्यंत किंवा झोप येऊ लागेपर्यंत हे करत राहा.

भाग दोन

विकास करून घ्या

प्रकरण ५

हेतू

विंचवाचा स्वभाव

तुम्ही तुमच्या धर्माचं रक्षण करता,
त्या वेळी तुमचा धर्म तुमचं रक्षण करतो.
– मनुस्मृती ८:१५

संन्यासी असणं म्हणजे मूलभूतरीत्या सगळ्या गोष्टी सोडून देणं किंवा त्यांचा त्याग करणं असं असल्यासारखं बाह्यात्कारी वाटतं : मुंडन करणं, कफनी घालणं आणि लक्ष विचलित करणाऱ्या गोष्टी सोडून देणं. खरं तर सर्वसंगपरित्याग करणं किंवा संन्यासी होणं ही गोष्ट आमचं उद्दिष्ट असण्यापेक्षाही उद्दिष्ट संपुष्टात आणण्याचं साधन होतं. सोडून देण्याने, त्याग करण्याने आमचं मन खुलं केलं होतं.

आमचे दिवस आम्ही सेवेत व्यतीत करत होतो. सेवेच्या आम्हाला आवडणाऱ्या मार्गांकडे आम्ही आकर्षित होणं अपेक्षित नव्हतं, तर जिथे कुठे कशाही प्रकारची गरज निर्माण होईल, तिथे आम्ही मदत करणं अपेक्षित होतं. आमच्या स्वेच्छेचा आणि लवचीकतेचा अनुभव घेण्यासाठी आणि त्यांच्यावर भर देण्यासाठी आम्हाला भूमिकांची निवड करून त्यांच्यात तज्ज्ञता प्राप्त करण्याऐवजी विविध प्रकारच्या कामांतून आणि कृतींमधून फिरवलं जात होतं. स्वयंपाक, स्वच्छता, गोठ्यांची आणि गाईंची काळजी, ध्यान, अभ्यास, प्रार्थना, अध्ययन अशा अनेक प्रकारच्या गोष्टींचा त्यात समावेश होता. सर्व कृती समानच आहेत, असं मला खरोखरच

वाटावं, यासाठी मला थोडं काम करावं लागलं. गोठ्यांची स्वच्छता करण्याऐवजी अभ्यास करण्यास माझं प्राधान्य होतं – पण आम्हाला समाजाकडे आमच्या शरीराचे अवयव असल्याप्रमाणे पाहण्यास सांगितलं गेलं होतं. कोणताही एक अवयव दुसऱ्या अवयवाहून जास्त महत्त्वाचा नव्हता. सगळेच अवयव एकोप्याने काम करत होते आणि शरीराला त्या प्रत्येकाची गरज होती.

असं समदृष्टीचं सहअस्तित्व असलं तरीही आमच्यापैकी प्रत्येकालाच काही गोष्टींविषयी नैसर्गिक जिव्हाळा वाटत होता हे स्पष्टपणे दिसत होतं. एखादा पशुपालनाकडे आकर्षित होत होता (मी नव्हे!). दुसऱ्या एखाद्याला स्वयंपाकात आनंद मिळत होता (पुन्हा एकदा मला नव्हे. मी जगण्यासाठी खाणं या प्रकारातील व्यक्ती आहे). आणखी एखाद्याला बागकाम करण्यातून कमालीचं समाधान लाभत होतं. आम्ही इतक्या मोठ्या प्रमाणातील कामं पार पाडत होतो की, आम्हाला आमच्या विशिष्ट उत्कट इच्छा पुरवता येत नसल्या तरीही आमच्या उत्कट इच्छा कोणत्या क्षेत्रात आहेत, नेमक्या कुठे आहेत त्याचं आम्ही निरीक्षण करू शकत होतो आणि त्यांचा विचारही करू शकत होतो. नवीन कौशल्यांच्या बाबतीत आम्ही प्रयोग करून पाहू शकत होतो, त्यांचा अभ्यास करू शकत होतो, त्यांच्या संदर्भात आमच्यात होणाऱ्या सुधारणा पाहून आम्हाला कसं वाटत होतं, तेही पाहत होतो. आम्हाला काय आवडत होतं? कोणती गोष्ट नैसर्गिक आणि समाधानकारक वाटत होती? का?

गाईंचा गोठा स्वच्छ करण्यासारखी एखादी गोष्ट मला गैरसोईची वाटत होती आणि मी अस्वस्थ होत होतो; पण तरीही त्यापासून दूर जाण्याऐवजी त्या संदर्भात मला अस्वस्थपणा का वाटत होता त्याच्या मुळाशी असलेली भावना समजून घेण्यास मी स्वतःला भाग पाडत होतो. माझ्या झटकन असं लक्षात आलं की, काही सर्वाधिक सामान्य गोष्टींच्याविषयी माझ्या मनात असलेला तिरस्कार ही माझ्या अहंभावाची समस्या होती. मी त्या शिकू शकलो असतो; पण तरीही मला त्या शिकणं म्हणजे वेळेचा अपव्यय आहे, असं वाटत होतं. ही गोष्ट मी एकदा स्वतःच्या मनाशीच मान्य केल्यानंतर स्वच्छतेतून मला काही मिळू शकतं का याचा मी शोध घेऊ शकलो. दांडपोतेऱ्यापासून (मॉपपासून) मी काही शिकू शकलो असतो का? बटाट्यांची लागवड करताना संस्कृत श्लोक म्हणण्याचा सराव करू शकलो असतो का? माझ्या कामांच्या दरम्यान माझ्या असं लक्षात आलं की, दांडपोतेऱ्याच्या टोकाच्या बाजूंना प्रत्येक जागेत आणि कोपऱ्यात शिरण्यासाठी पूर्णपणे लवचीक राहावंच लागतं. प्रत्येक गोष्ट ही खराट्यासारख्या एखाद्या कडक गोष्टीने करणं शक्य होत नाही. माझ्या संन्यस्त मनाच्या दृष्टीने यातून मिळालेला महत्त्वाचा धडा असा होता : अभ्यासाच्या आणि वाढीच्या प्रत्येक कोपऱ्यात प्रवेश मिळण्यासाठी आपल्याला लवचीकतेची गरज असते. बटाट्याची लागवड

करण्याचा प्रश्न आला, त्या वेळी मला असं आढळून आलं की, मला श्लोक लक्षात ठेवण्यासाठी लागवडीच्या लयीचा उपयोग होत होता, तर बटाटा लागवडीत त्या श्लोकांमुळे रोमहर्षकता आली होती.

आश्रमातील आत्मनिग्रही जगात आमच्या ताकदींचा आणि दुर्बलतांचा धांडोळा घेण्याने आमच्यापैकी प्रत्येकाला आपल्या *धर्मापर्यंत* पोहोचण्यास मदत झाली. अनेक संस्कृत संज्ञांप्रमाणे धर्म या संज्ञेचीसुद्धा एकाच इंग्रजी शब्दाने व्याख्या करता येणार नाही. त्यातत्या त्यात 'युवर कॉलिंग' ही संज्ञा त्याच्या जवळपास पोहोचते. धर्माची माझी व्याख्या आजच्या दैनंदिन जीवनासाठी व्यवहार्य बनवण्याचा माझा प्रयत्न आहे. मला धर्म हा शब्द म्हणजे *वर्ण* आणि *सेवा* यांच्या संयोगातून बनलेला शब्द वाटतो. *वर्ण* या शब्दाचा विचार (या शब्दाला गुंतागुंतीचे अर्थ असले तरी) उत्कट भावना आणि कौशल्यं असा करा. सेवा म्हणजे जगाच्या गरजा समजून घेणं आणि निःस्वार्थीपणे इतरांची सेवा करणं. तुमच्या नैसर्गिक बुद्धिमत्ता आणि उत्कट भावना (तुमचा *वर्ण)* ज्या वेळी जगाच्या गरजांशी जोडल्या जातात *(सेवा)* आणि तुमचा हेतू बनतात, त्या वेळी तुम्ही तुमचा धर्म पाळता किंवा जगता.

ज्या वेळी तुमच्या धर्मपालनात तुम्ही तुमचा वेळ आणि ऊर्जा व्यतीत करता, त्या वेळी तुमच्या उत्तम क्षमतांचा वापर केल्याचं, जगाच्या दृष्टीने महत्त्वाचं असं काहीतरी केल्याचं समाधान तुम्हाला लाभतं. **तुमच्या धर्मात जगणं किंवा तुमच्या धर्माचं पालन करणं हा समाधानाकडे नेणारा निश्चित मार्ग आहे.**

आपण या पुस्तकाच्या पहिल्या भागात आपल्याला आयुष्य समाधानी बनवण्यापासून विचलित करणारे प्रभाव आणि गोष्टी सोडून देण्याविषयी बोललो. आता आपल्या मार्गदर्शक मूल्यांभोवती आणि अत्यंत सखोल संकल्पांभोवती आपल्या आयुष्यांची आपण पुनर्उभारणी करणार आहोत. ही वाढ धर्मापासून सुरू होते.

दोन संन्यासी नदीच्या पाण्यात त्यांचे पाय धूत होते, त्या वेळी त्यांना एक विंचू बुडत असल्याचं दिसलं. एका संन्याशाने तत्परतेने त्याला वर काढलं आणि नदीच्या काठावर ठेवलं. त्याने ते झटकन केलं असलं तरीही त्या विंचवाने तेवढ्यात त्याच्या हाताला दंश केलाच. तो संन्यासी परत जाऊन पुन्हा पाय धुऊ लागला. तेवढ्यात दुसरा साधू म्हणाला, 'अरे तो बघ, तो मूर्ख विंचू पुन्हा एकदा पाण्यात पडला.' तो पहिला संन्यासी पुन्हा वाकला आणि त्याने पुन्हा एकदा त्या विंचवाला वाचवलं; पण तो विंचू पुन्हा एकदा त्याला डसला.

दुसऱ्या संन्याशाने त्याला विचारलं, 'बंधो, दंश करणं हाच त्या विंचवाचा स्वभाव आहे हे माहिती असताना तू त्या विंचवाला पुनःपुन्हा का वाचवतोयस?'

'कारण, त्याला वाचवणं हा माझा स्वभाव आहे,' त्या संन्याशाने उत्तर दिलं.

तो साधू हा विनयशीलतेचा नमुना आहे – त्या विंचवाच्या आयुष्यापेक्षा त्याला आपल्या वेदनांचं मोल जास्त वाटत नव्हतं; पण या कथेतून मिळणारा आणखी समर्पक धडा असा आहे की, संन्याशाच्या स्वभावात 'वाचवणं' ही गोष्ट इतकी अत्यावश्यक आहे की, विंचू त्याला चावणार आहे हे माहिती असूनही ती करणं त्याला भाग पडलं आणि त्याचं त्याला समाधानही वाटलं. त्या संन्याशाचा त्याच्या धर्मावर इतका विश्वास होता की, तो पूर्ण करण्यासाठी दुःख किंवा यातना भोगण्याचीही त्याची तयारी होती.

धर्माचा शोध घेणं

मी आश्रमात असतानाचा तो पहिलाच उन्हाळा होता. मी न्हाणीघरं स्वच्छ केली, बटाट्याचा रस्सा तयार केला आणि कोबीची लागवड केली. मी माझे स्वतःचे कपडे धुतले आणि हे काम तितकंसं सोपं नव्हतं – आमच्या कफन्या या जवळजवळ चादरींसारख्या जाडजूड कापडाच्या असतात आणि त्यांच्यावर पडलेले अन्नाचे किंवा गवताचे डाग काढण्याच्या कामाला तर दिवसातील सर्वांत अवघड काम असंच म्हणावं लागेल.

एके दिवशी भांडी घासण्यात अतिशय आनंद वाटत असलेल्या एका अतिउत्साही नवशिक्या संन्याशाबरोबर मी भांडी घासत होतो, तेवढ्यात एक ज्येष्ठ संन्यासी माझ्याकडे आला.

'या आठवड्यात तू वर्ग घ्यावास असं आम्हाला वाटतं,' तो म्हणाला. 'गीतेतील पुढील श्लोक हा तुझा विषय असेल : महान पुरुषाकडून केल्या जाणाऱ्या कोणत्याही कृतीचं सर्वसामान्य लोक अनुकरण करतात आणि शिक्षेसाठीची जी मानांकने तो ठरवतो, त्यांचंही संपूर्ण जग अनुकरण करतं.'

मी त्याला मान्यता दिली आणि मी पुन्हा भांडी घासू लागलो. त्या वेळी मी काय बोलेन, याचा मी विचार करू लागलो. त्या पवित्र ग्रंथाचा मूलभूत सारांश मला माहिती होता – आम्ही उदाहरणातून शिकत होतो. माझ्या आकलनाला त्यामुळे चालना मिळाली आणि माझ्या लक्षात आलं की, तुम्ही जे बोलता त्याच्यातून तुम्ही कोण आहात हे नव्हे, तर तुमचं वर्तन कसं आहे ते दिसून येतं – आणि त्यातूनच ॲसिसीचे सेंट फ्रान्सिस यांचं नेहमीच सांगितलं जाणारं एक विधान मला आठवलं : 'सतत तत्त्वांचा, सत्याचा उपदेश करा, ज्या वेळी गरज असेल तेव्हाच शब्दांचा वापर करा.'

माझ्याप्रमाणेच इतर अनेक संन्याशांनी पाचव्या वर्षी आश्रमात प्रवेश घेतला नव्हता. ते मुख्य प्रवाहातील शाळांमध्ये शिकले होते. त्यांनाही मैत्रिणी आणि मित्र होते. त्यांनी टीव्ही आणि चित्रपट पाहिले होते. त्यांना त्या श्लोकाचा अर्थ समजून

घेण्यात कसलीच अडचण आली नसती; पण ते त्यांना नवीन वाटावं आणि त्यांच्या आश्रमाबाहेरच्या अनुभवांशी समर्पक वाटावं, अशा प्रकारे कसं मांडता येईल, या विचाराने मी अगदी रोमांचित होऊन गेलो होतो.

आमच्या ग्रंथालयांमधील जुन्या संगणकांचं इंटरनेट कनेक्शन अतिशय त्रासदायक वाटावं इतकं संथ होतं. मी भारतात होतो आणि कुठल्या तरी बिलकूल प्रगती नसलेल्या भागात कुठेतरी मध्यावर होतो. एकेक प्रतिमा डाऊनलोड होण्यासाठी तास-तासभर लागत होता. महाविद्यालयातील ग्रंथालयांमधील गतिमान संगणकांवर संशोधन केल्यानंतर इतका वेळ प्रतीक्षा करत बसणं मला वेदनादायक वाटत होतं; पण मला हे माहिती होतं की, त्या वेळी स्वयंपाकघरात माझे सहकारी संन्यासी पाणी उकळेपर्यंत सहनशीलतेने वाट पाहत होतेच. ते संन्यासी ते काम करत असताना मी या प्रक्रियेविषयी आदर बाळगण्याचा प्रयत्न करत होतो.

माझ्या संशोधनादरम्यान मला संपर्काच्या मानसशास्त्राची भुरळ पडली होती. अल्बर्ट मेहराबियनने केलेल्या अभ्यासांतून असं दिसून आलं होतं की, ५५ टक्के संपर्क हा देहबोलीतून, ३८ टक्के आवाजाच्या तीव्रतेतून आणि फक्त ७ टक्के हा आपण बोलत असलेल्या प्रत्यक्ष शब्दांतून साधला जातो (ही एक सर्वसामान्य मार्गदर्शक गोष्ट आहे; पण अगदी काही परिस्थितींमध्ये ही टक्केवारी बदलली तरीही आपला बहुतांश संपर्क हा शब्दविरहित असतो ही वस्तुस्थिती तशीच राहते). आपले संदेश आणि मूल्यं यांची आपण एकमेकांशी कशी देवाणघेवाण करतो हे शोधण्यात, विविध नेत्यांच्या संपर्क साधण्याच्या शैलींचं विश्लेषण करण्यात आणि आपल्या आयुष्यांमध्ये कोणती ना कोणती भर घालण्यात या सगळ्या गोष्टी कशा समर्पक ठरतात, हे शोधण्यात मी हरवून गेलो. इतर लोकांमध्ये मी जेन गूडॉलविषयी वाचलं. तिने कधीही नेता बनण्याचा संकल्प केला नव्हता. १९६०मध्ये टांझानियातील जंगलांमध्ये चिंपांझींचा अभ्यास करण्यासाठी तिने पहिल्यांदा प्रवेश केला होता; पण तिच्या संशोधनाने आणि सातत्याने सुरू असलेल्या कामाने लक्षणीयरीत्या पर्यावरण संवर्धनाची नवीन व्याख्या निर्माण झाली आणि तिच्या क्षेत्राकडे अधिक महिला आकर्षित झाल्या. पर्यावरण संवर्धनाच्या कामात सहभागी होण्यासाठी हजारो तरुणांना स्फूर्ती मिळाली.

आमचा वर्ग मध्यम आकाराच्या खोलीत भरत असे. एका उंच जागी असलेल्या आसनावर मी बसलो आणि माझ्या समोर विद्यार्थी आपापल्या आसनांवर बसले. माझ्या उच्च जागी असलेल्या आसनाखेरीज मी त्यांच्याहून इतर कुठल्याही बाबतीत अधिक उच्च होतो, असं मला वाटत नव्हतं. प्रत्येक जणच आळीपाळीने विद्यार्थी आणि गुरू असतो, हे आम्ही संन्यासी आधीच शिकलो होतो.

माझं व्याख्यान मी संपवलं, त्या वेळी ते ज्या प्रकारे पार पडलं होतं, त्यामुळे मी आनंदित झालो होतो. माझ्या कल्पनांवर संशोधन करताना लाभलेल्या

आनंदाइतकाच आनंद मला त्या सांगतानाही झाला होता. लोकांनी माझे आभार मानले आणि मी दिलेल्या उदाहरणांचं त्यांना कौतुक वाटत असल्याचंही त्यांनी सांगितलं. त्याबरोबरच प्राचीन ग्रंथ सध्याच्या काळातही समर्पक वाटावा, अशा प्रकारे मी बोललो होतो, त्याची प्रशंसाही केली. मी त्या व्याख्यानात भरपूर काम करून माहिती दिली होती, त्यामुळे एक-दोघांनी मी त्यासाठी कशी काय तयारी केली होती, असंही मला विचारलं. समाधानाच्या आणि प्रशंसेच्या उबेत न्हाऊन निघत असताना माझ्या धर्माची जाणीव मला होऊ लागली - अभ्यास करणं, माहितीवर प्रयोग करणं आणि व्याख्यान देणं.

प्रत्येकाकडे एक मानसिक-भौतिक स्वभाव असतो आणि हा स्वभावच लोक कुठे बहरतील आणि फुलतील हे ठरवत असतो. इतरांची सेवा करण्यासाठी या नैसर्गिक कलाचा, तुम्ही ज्यात चांगले असता त्या गोष्टींचा, तुमच्या भरभराटीच्या मार्गाचा उपयोग करून घेणं म्हणजे धर्म होय. ज्या वेळी ही प्रक्रिया आनंददायी असते, त्या वेळी तुम्हाला तिच्याविषयी उत्कट इच्छा, तळमळ वाटली पाहिजे आणि तुम्ही तिची कौशल्यपूर्वक अंमलबजावणी केली पाहिजे. इतरांकडून मिळणारा प्रतिसाद सकारात्मक असला पाहिजे, त्यामुळे तुमच्या उत्कट इच्छेला हेतू आहे, असं दिसून येतं. धर्माचं हेच जादुई सूत्र आहे.

उत्कट इच्छा + तज्ज्ञता + उपयुक्तता = धर्म.

आपल्या कामाविषयी लोक छान गोष्टी बोलले, तरच आपण रोमांचित होत असलो तर आपल्याला प्रत्यक्ष त्या कामाची उत्कट इच्छा नाही, याचं ते चिन्ह असतं आणि जर आपल्या रुची आणि कौशल्यं यांचा आपण मनमुराद आनंद उपभोगला; पण इतर कोणीही त्याला प्रतिसाद दिला नाही, तर आपली उत्कट इच्छा ही हेतूहीन असते, असा त्याचा अर्थ असतो. या दोहोंपैकी कोणताही भाग नसेल तर आपण आपला धर्म जगत नाही किंवा पाळला जात नाही.

ज्या वेळी आपल्याला काय करायचं आहे आणि कोण बनायचं आहे, याविषयी लोक कल्पना करतात, त्या वेळी बहुतेकदा त्यांच्या धर्माशी त्याचा मेळ बसतो का याचा ते पुरेशा प्रमाणात शोध घेत नाहीत. लोकांना असं वाटतं की, त्यांची वित्तव्यवस्थेत काम करण्याची इच्छा आहे. कारण, ते किफायतशीर आहे हे त्यांना माहिती असतं किंवा त्यांना डॉक्टर व्हायचं असतं. कारण, ते काम प्रतिष्ठेचं आणि सन्माननीय आहे; पण हे व्यवसाय त्यांना अनुकूल आहेत का, याची कसलीच कल्पना नसताना ते पुढे जातात. त्यांना ती प्रक्रिया, ते वातावरण आणि कामाची ऊर्जा आवडेल का किंवा ते काम करण्यात ते चांगले आहेत का याची त्यांना काहीच माहिती नसते.

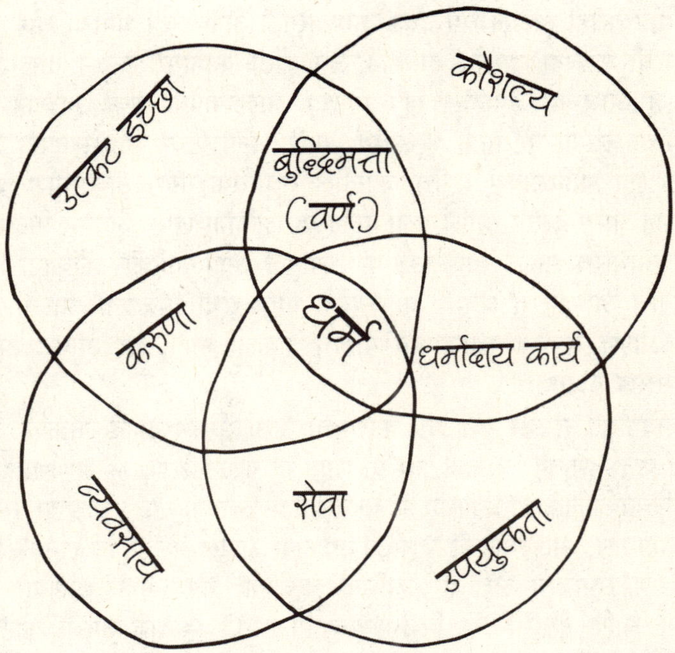

तुमच्यात असलेली प्रत्येक गोष्ट तुम्ही बनू शकता

आपण मोठे होत असताना आपण दोन खोट्या गोष्टी ऐकत असतो. पहिली म्हणजे 'तुमच्या हातून काहीही होऊ शकणार नाही' आणि दुसरी गोष्ट म्हणजे 'तुमची इच्छा असेल तर तुम्ही कोणीही बनू शकता.' यातलं सत्य असं आहे की –

तुम्ही तुम्हाला हवे ते कोणीही बनू शकत नाही.

पण तुमच्यात असलेली प्रत्येक गोष्ट तुम्ही बनू शकता.

संन्यासी हा प्रवासी असतो; पण त्याचा प्रवास हा आपल्याला आपल्या सर्वाधिक अस्सल, विश्वसनीय, शक्तिशाली स्वत्वाच्या अत्यंत जवळ नेणारा अंतर्गत प्रवास असतो. जणू काही एखाद्या दूरवरच्या प्रदेशात खजिना पुरून ठेवण्यात आलेला आहे आणि तुम्ही त्याचा कधी शोध घ्याल याच्या तो प्रतीक्षेत आहे, अशा प्रकारे तुमची उत्कट इच्छा आणि हेतू यांचा शोध घेण्यासाठी प्रत्यक्षात पहिल्या मानवी वस्तीच्या प्रदेशाचा शोध घेण्यासारख्या दीर्घ शोधयात्रेवर निघण्याची गरज नसते. तुमचा धर्म आधीच तुमच्याबरोबर असतो. तो नेहमीच तुमच्यामध्ये असतो. तुमच्या अस्तित्वात तो गुंफलेला असतो. आपलं मन आपण खुलं आणि चौकस ठेवलं तर आपला धर्म स्वतःच त्याच्याविषयीची जाहीर घोषणा करतो.

मात्र तरीही आपले धर्म उघड करण्यासाठी अनेक वर्षं धर्माचा शोध घ्यावा लागण्याची शक्यता असते. तातडीने खूप मोठी कामगिरी करून दाखवण्याचा दबाव हे आजच्या जगातील खूप मोठ्या आव्हानांपैकी एक आव्हान आहे. फेसबुकचा संस्थापक मार्क झुकेरबर्ग आणि स्नॅपचॅटचा सहसंस्थापक इव्हान स्पिगेल (हा चोविसाव्या वर्षीच जगातील सर्वाधिक तरुण अब्जाधीश बनला) यांच्यासह चान्स द रॅपर आणि बेला हदीद या लोकांना खूपच लवकर मिळालेल्या यशाचे आभारच मानले पाहिजेत; पण त्यामुळे आपल्यापैकी अनेकांना विशीत असतानाच आपापल्या क्षेत्रात आपल्याला योग्य संधी मिळवता आल्या नाहीत आणि आपण सर्वोच्च स्थानापर्यंत पोहोचू शकलो नाही, तर आपण अपयशी ठरल्यासारखं वाटतं.

लवकरात लवकर यश प्राप्त करण्याचा असा सगळा दबाव लोकांवर टाकणं ही गोष्ट फक्त तणावपूर्णच नाही, तर प्रत्यक्षात ती यशात अडथळा आणणारी आहे. *फोर्ब्ज* नियतकालिकाचा प्रकाशक रिच कार्लगार्डने त्याच्या *लेट ब्लूमर्स* या पुस्तकात लिहिल्याप्रमाणे, आपल्यापैकी बहुसंख्य लोकांना आपलं यश खूपच लवकर मिळत नाही; पण समाजाचं लक्ष हे शैक्षणिक चाचण्या, योग्य महाविद्यालयात प्रवेश मिळवणं आणि तुम्ही पदवी मिळवण्याच्याही आधी (म्हणजे तुमची कोट्यवधी डॉलरची कंपनी चालवण्यासाठी तुम्ही पदवीचा अभ्यासक्रम सोडून देऊन बाहेर पडला नसाल तर) बँकेसाठी एखादं ॲप विकसित करून ते विकणं यावर केंद्रित झालेलं असतं, त्यामुळे ज्यांनी चोविसाव्या वर्षापर्यंत जग पादाक्रांत केलेलं नसतं फक्त त्यांच्याच नव्हे, तर ज्यांनी आधीच लक्षणीय ठसा उमटवलेला असतो, त्यांच्याही मनात मोठ्या प्रमाणात चिंता आणि नैराश्य निर्माण होतं. कमी वयात यश मिळवलेल्या अनेकांवर कामगिरीची पातळी तितकीच उच्च राखण्यासंदर्भात प्रचंड दबाव जाणवतो.

पण कार्लगार्ड दाखवून देतो, त्याप्रमाणे ज्या लोकांना आयुष्यात उशिरा त्यांची लक्ष्यं गाठता आलेली आहेत, असे अनेक लोक विलक्षणरीत्या यशस्वी झालेले आहेत. टोनी मॉरीसनची *द ब्ल्यूएस्ट आय* ही पहिली कादंबरी ती एकोणचाळीस वर्षांची होईपर्यंत प्रकाशित झाली नव्हती. महाविद्यालयात दहा वर्षं कसंबसं काम केल्यानंतर आणि स्की इनस्ट्रक्टर म्हणून दहा वर्षं घालवल्यानंतर डिट्रीच मॅटेस्चिझ चाळीस वर्षांचा झाला होता. त्यानंतर त्याने त्याची प्रचंड प्रसिद्ध झालेली रेड बुल ही शक्तिवर्धक पेयाची कंपनी स्थापन केली. लक्ष द्या, आत्मजाणीव रुजवा, तुमच्या शक्तींचं पोषण करा – मग तुम्हाला *नक्कीच* तुमचा मार्ग सापडेल. एकदा तुमच्या धर्माचा तुम्हाला शोध लागला की, मग तुम्ही त्याचा पिच्छा पुरवा, त्याची जोपासना करा.

इतर लोकांचा धर्म

भगवत् गीता असं सांगते की, दुसऱ्या लोकांचा धर्म परिपूर्णतेने आचरण्यापेक्षा आपला धर्म अपरिपूर्णपणे आचरणं अधिक चांगलं असतं किंवा स्टीव्ह जॉब्जने २००५मध्ये स्टॅनफोर्डमधील भाषणात सांगितल्याप्रमाणे, 'तुमच्याकडे मर्यादित वेळ आहे, त्यामुळे इतर कोणाचं तरी आयुष्य जगण्यात तो वाया घालवू नका.'

आंद्रे आगासीने आपल्या आत्मचरित्रात जगावर एक मोठाच बॉम्बगोळा टाकला होता : जगातील अव्वल क्रमांकाचा माजी टेनिसपटू, आठ वेळा ग्रँड स्लॅम स्पर्धा जिंकणारा चॅम्पियन आणि सुवर्णपदक विजेता असलेल्या या खेळाडूला *टेनिस आवडत नव्हतं.* आगासीला त्याच्या वडिलांनी ते खेळायला भाग पाडलं होतं आणि त्या खेळात त्याने अविश्वसनीय कामगिरी केली असली तरी त्याला त्या खेळाचा तिरस्कार वाटत होता. तो प्रचंड प्रमाणात यशस्वी झाला आणि त्याने भरमसाट पैसा मिळवला या वस्तुस्थितीने काहीही फरक पडत नाही. तो त्याचा धर्म नव्हता, तरीही आगासीने त्याच्या टेनिस कोर्टवरच्या यशाचं त्याच्या खऱ्या उत्कट इच्छेत रूपांतर केलं – आता प्रतिस्पर्ध्यांना परतवता न आलेल्या फटक्यांची सेवा करण्याऐवजी तो लोकांची सेवा करतो. नेवाडा या त्याच्या स्थानिक भागातील मुलांना मूलभूत सेवा पुरवण्याखेरीज आंद्रे आगासी फाउंडेशनतर्फे अभ्यासात कच्च्या असलेल्या विद्यार्थ्यांची के-१२ कॉलेजसाठी तयारी करवून घेणारी शाळा चालवली जाते.

आपल्या ताकदींची, बलस्थानांची उभारणी करण्याऐवजी आपल्या दुर्बलतांना बळकट करण्याच्या सभोवताली आपल्या समाजाची बांधणी झालेली आहे. शाळेत तुम्हाला तीन ए ग्रेड आणि एक डी ग्रेड मिळाली तर तुमच्या सभोवताली असलेले प्रौढ लोक डीवर लक्ष एकवटतात. शाळेतील आपल्या ग्रेड, मानांकित चाचण्यांमधील गुण, कामगिरींचे आढावे, अगदी आपले आत्म-सुधारणांचे प्रयत्न या सगळ्यांतून आपल्या कमतरता ठळक केल्या जातात आणि आपल्याला कळकळीने त्यांच्यात सुधारणा करण्यास सांगितलं जातं; पण जर आपल्या दुर्बलतांकडे आपलं अपयश म्हणून नव्हे, तर *इतर कोणाचा तरी धर्म म्हणून आपण पाहिलं*, तर काय घडतं? सिस्टर जोॲन चिट्टीस्टर ही बेनेडिक्टाईन नन होती. तिने असं लिहिलं होतं की, 'स्वत्वाच्या मर्यादांवरील विश्वास आपल्याला खुलं बनवतो आणि इतरांच्या देणग्यांवरील विश्वास आपल्याला सुरक्षित बनवतो. आपल्या असं लक्षात येतं की, आपल्याला काहीही करण्याची गरज नाही. कारण, आपण प्रत्येक गोष्ट करू शकत नाही. त्याचंही कारण असं की, मी जी गोष्ट करू शकत नाही, ती दुसऱ्या एखाद्याला मिळालेली देणगी असते आणि ती त्याचीच जबाबदारी असते... माझ्या मर्यादांमुळे इतर लोकांच्या देणग्यांना वाव मिळतो.' आपल्या दुर्बलतांवर लक्ष एकवटण्याऐवजी आपल्या ताकदींकडे आपण वळतो आणि त्यांना आपल्या आयुष्याचं केंद्रस्थान बनवण्याचे मार्ग शोधतो.

इथे दोन महत्त्वाचे इशारे देतो : पहिला म्हणजे तुमच्या धर्माचं पालन करण्यासाठी तुम्हाला मोफत पास मिळालेला नसतो. कौशल्यांचा प्रश्न येतो, त्या वेळी तुम्हाला तुमच्या ताकदींकडे, बलस्थानांकडे वळावंच लागतं; पण जर तुमच्या दुर्बलता म्हणजे समरसता, कनवाळूपणा, दयाळूपणा आणि औदार्य यांसारखे भावनिक गुणधर्म असतील तर तुम्ही कधीही त्यांचा विकास करणं थांबवू नका. तुम्ही जर कनवाळू नसाल तर तुमच्याकडे तंत्रज्ञानातील अलौकिक हुशारी असली तरी त्याला काहीच अर्थ नाही. फक्त तुम्ही कुशल आहात म्हणून तुम्ही करुणेचा पूर्ण त्याग करणं केव्हाही योग्य नाही.

दुसरी गोष्ट म्हणजे शाळेत ज्या विषयांत वाईट ग्रेड मिळाल्या असतील तो विषय तुम्ही पूर्णपणे सोडून दिला पाहिजे, असा याचा अर्थ नाही. फक्त आपण अननुभव आणि दुर्बलता यांची सरमिसळ करू नये, त्यांच्यात गोंधळून जाऊ नये, याची दक्षता घेतली पाहिजे. आपल्यापैकी काही जण आपल्या धर्माच्या बाहेर राहून जगतात, कारण, आपला धर्म काय आहे ते त्यांनी शोधून काढलेलं नसतं. पर्याय नाकारण्याच्या आधी व्यापकपणे प्रयोग करणं महत्त्वाचं असतं आणि यांपैकी बरेचसे प्रयोग आपण शाळेत आणि लहान असताना इतरत्र केले जातात.

मला अत्यंत अप्रसन्न वाटलेल्या काही अनुभवांतून माझा स्वतःचा धर्म प्रकट झाला. आश्रमातील त्या वर्गात शिकवण्यापूर्वी माझ्या मनात सार्वजनिक ठिकाणी बोलण्याविषयी नावड होती. मी सात-आठ वर्षांचा असताना शाळेच्या असेंब्लीत भाग घेतला होता. तिथे लहान मुलं आपापल्या सांस्कृतिक चालीरिती सांगतात. माझ्या आईने मला भारतीय राजासारखा पोशाख केला होता. तिने व्यवस्थित न बसणाऱ्या साडीसारख्या पोशाखात मला गुंडाळलं होतं; पण माझ्या अवघडलेल्या शरीराला तो बिलकूल शोभला नव्हता. ज्या क्षणी मी व्यासपीठावर चढलो, त्या क्षणी मुलं हसू लागली. माझ्या आयुष्याची लय मी पकडू शकलो नाही आणि ज्या वेळी इंग्रजी लिपीत लिहिलेल्या संस्कृत शब्दांतील प्रार्थना मी म्हणू लागलो, त्या वेळी तर ते जोरजोरात हसू लागले. मी तिथे दोन मिनिटंसुद्धा थांबलो नव्हतो; पण पाचशे मुलं आणि सगळे शिक्षक मला जोरजोरात हसत होते. मी प्रार्थनेची चाल विसरून गेलो आणि माझ्या समोरच्या कागदाकडे फक्त पाहत राहिलो; पण माझ्या डोळ्यांतील अश्रूंमुळे मी ते शब्द वाचू शकलो नाही. माझ्या शिक्षिकेला व्यासपीठावर यावं लागलं. तिने तिचे हात माझ्याभोवती टाकले आणि प्रत्येक जण तसाच हसत राहिलेला असताना ती मला तिथून बाजूला घेऊन गेली. ती गोष्ट पाणउतारा करणारी होती. त्या क्षणापासून मला व्यासपीठाचा तिटकारा वाटू लागला. त्यानंतर मी चौदा वर्षांचा असताना माझ्या पालकांनी मला शाळा सुटल्यानंतर होणाऱ्या सार्वजनिक भाषणाच्या/नाटकाच्या वर्गाला जबरदस्तीने उपस्थित राहायला लावलं. आठवड्यातून तीन दिवस रोज तीन तास अशा प्रकारे होणाऱ्या या वर्गांना

मी चार वर्षं उपस्थित राहिलो आणि त्यांच्यामुळे मला व्यासपीठावर उभं राहण्याचं कौशल्य प्राप्त झालं; पण माझ्याकडे त्याविषयी सांगण्यासारखं काहीही नाही आणि मला त्यांच्यातून आनंदही मिळाला नव्हता. मी तेव्हाही बुजरा होतो आणि अगदी आताही बुजरा आहे; पण त्या सार्वजनिक ठिकाणी बोलण्याच्या अभ्यासक्रमाने माझं आयुष्य बदलून टाकलं. कारण, एकदा ते कौशल्य माझ्या धर्माशी जोडलं गेल्यानंतर मी अक्षरशः त्याच्या सोबत धावत सुटलो.

आश्रमात गेल्यानंतरचा माझा तो पहिलाच उन्हाळा होता आणि त्याचा कालावधी संपला होता, तोपर्यंत मी पूर्ण वेळ संन्यासी बनलो नव्हतो. मी महाविद्यालयात परतलो आणि पुन्हा एकदा शिक्षकी पेशात काम करता येतं का ते आजमावून पाहायचं असं ठरवलं. मी शैक्षणिक अभ्यासक्रमाव्यतिरिक्त कार्यक्रम करण्यासाठी क्लबची स्थापना केली. 'थिंक आऊट लाऊड' असं त्याचं नाव होतं. तिथे दर आठवड्यात लोक येत आणि माझी तत्त्वज्ञानावरची, आध्यात्मिक आणि/ किंवा वैज्ञानिक विषयांवरची व्याख्याने ऐकत आणि नंतर आम्ही त्यावर चर्चा करत असू. 'ऐहिक समस्या, आध्यात्मिक उपाययोजना' हा पहिल्या बैठकीचा विषय होता. मनुष्यप्राणी म्हणून आपल्याला समान समस्यांचा, पीछेहाटींचा, आयुष्यातील समस्यांचा कसा अनुभव येतो आणि त्याचं उत्तर शोधण्यासाठी आध्यात्मिकता कशी मदत करू शकते, याचा धांडोळा घेण्याचं नियोजन मी केलं होतं. पहिल्या कार्यक्रमाला कोणीही आलं नव्हतं. ती छोटीशी खोली होती आणि ज्या वेळी ती रिकामी राहिली, त्या वेळी मी असा विचार केला की, *मी यापासून काय शिकू शकतो?* त्यानंतर मी कार्यक्रम तसाच पुढे नेला – माझ्या संपूर्ण ऊर्जेसह, मोठ्या उत्साहाने मी त्या रिकाम्या खोलीत व्याख्यान दिलं. कारण, मला असं वाटलं की, तो विषय त्यासाठी पात्र होता, तेव्हापासून कधीही कोणत्या ना कोणत्या माध्यमातून मी त्या दिवशीच्या व्याख्यानातील मांडणीच्या पद्धतीनंच पुढं जात राहिलो आहे – म्हणजे आपण कोण आहोत याविषयी संभाषण सुरू करणं आणि आपल्या दैनंदिन जीवनातील आव्हानांवर आपण कशा प्रकारे उपाययोजना शोधून काढू शकू याविषयी बोलणं.

'थिंक आऊट लाऊड'च्या पुढच्या बैठकीसाठी मी आणखी चांगलं काम केलं. या वेळी मी छोट्या जाहिरातींचं आणि पोस्टर्सचं वितरण केलं आणि त्या वेळी दहा लोक बैठकीला आले. माझ्या या दुसऱ्या प्रयत्नाचा विषयही 'ऐहिक समस्या, आध्यात्मिक उपाययोजना' हाच होता आणि विनोदी कलाकार ख्रिस रॉक याची क्लिप ऐकवून मी कार्यक्रमाला सुरुवात केली. आपले आजार पूर्ण बरे करण्याची औषध उद्योगाला कशी इच्छा नसते आणि प्रत्यक्षात त्यांनी तयार केलेल्या औषधांवर आपण दीर्घकाळापर्यंत अवलंबून राहण्याची गरज त्यांना कशी वाटते, याविषयीची ती क्लिप होती. वाढीविषयीचं खरं काम करण्याऐवजी आपण

कसे झटपट उपाययोजनांच्या शोधात असतो याच्याशी मी हा विषय जोडून घेतला. गमतीशीर आणि समकालीन उदाहरणांतून दैनंदिन जीवनाशी संन्याशाचं तत्त्वज्ञान जोडणारं सार काढायला मला नेहमीच आवडतं. 'थिंक आऊट लाऊड'ने माझ्या पुढच्या महाविद्यालयीन शिक्षणाच्या कालखंडात दर आठवड्यात फक्त हेच काम केलं. मी पदवीधर होईपर्यंत क्लबचे सदस्य वाढून शंभर झाले होते आणि साप्ताहिक तीन तासांची कार्यशाळा सुरू झाली होती.

आपल्या सर्वांकडेच आपल्या अंतर्यामी खास बुद्धिमत्ता असते; पण आपल्यासमोर थेट खुल्या होणाऱ्या मार्गावर ती कदाचित नसते. मुळात तिथे दृश्य मार्ग बिलकूलच नसतो. माझ्या शाळेतील सर्वसामान्य कार्यविषयक मार्गांपैकी एखाद्या मार्गात माझा धर्म नव्हता. आश्रमाने मला दिलेल्या कामातून एक संधी उपलब्ध झाली होती आणि या संधीने दिलेल्या सूचनेमुळे मी क्लब स्थापन केला होता आणि त्या क्लबमध्ये माझा धर्म होता. आपले धर्म लपून राहत नाहीत; पण काही वेळा त्यांना ओळखण्यासाठी आपल्याला धीराने, सहनशीलतेने काम करत राहावं लागतं. अँडर्स एरिक्सन आणि रॉबर्ट पूल या संशोधकांनी *पीक* या पुस्तकात अधोरेखीत केल्याप्रमाणे तज्ज्ञतेसाठी बुद्धिपुरस्सर आणि भरपूर सरावाची गरज असते; पण तुम्हाला जर ते काम आवडत असेल तर तुम्ही ते करता. पिकासोने कलेच्या इतर स्वरूपांवरही काम केल होतं; पण त्याने चित्रं काढण्यावर आपलं लक्ष एकवटलं. मायकेल जॉर्डनने बेसबॉलमध्ये नेमून दिलेलं नेमकं काम केलं; पण बास्केटबॉलमध्ये तो खऱ्या अर्थाने फुलला, बहरला. तुमच्या बलस्थानाच्या, गुणविशेषाच्या क्षेत्रात तुम्ही कठोर परिश्रम करा आणि मग तुम्हाला तुमच्या आयुष्यातील खोली, अर्थपूर्णता आणि समाधान लाभेल.

तुमच्या उत्कट इच्छेशी मेळ साधा

आपले धर्म उघड करण्यासाठी आपल्या उत्कट इच्छा आपल्याला ओळखाव्याच लागतात - ज्या कृतींविषयी किंवा कामाविषयी आपल्याला प्रेम वाटतं आणि नैसर्गिकरीत्या आपला कलही असतो, त्या आपल्या उत्कट इच्छा असतात. 'क्षमतेच्या चार भागां'च्या (क्वाड्रंट्स ऑफ पोटेन्शिअलच्या) आकृतीकडे आपण पाहिलं तर असं स्पष्ट होतं की, वरच्या उजव्या कोपऱ्यावर म्हणजे वर्तुळाच्या दोन क्रमांकाच्या चतकोरावर आपण शक्य तितका वेळ घालवला पाहिजे. या भागात आपण ज्या गोष्टीत चांगले असतो आणि ज्या गोष्टी आपल्याला आवडतात त्या गोष्टी असतात. ज्या वेळी आपल्याकडे फावला वेळ असतो, त्या वेळी आपण चार क्रमांकाच्या चतकोरावर म्हणजेच आपले छंद व आपल्याला आवडणाऱ्या अशैक्षणिक गोष्टींवर चटकन उडी मारतो. अशा वेळी त्यांच्यात अधिक चांगलं काम

क्षमतेचे चतकोर

I. कौशल्य आहे; पण उत्कट इच्छा नाही.	II. कौशल्य आणि उत्कट इच्छाही आहे.
III. कौशल्यही नाही आणि उत्कट इच्छाही नाही.	IV. कौशल्य नाही; पण उत्कट इच्छा आहे.

प्रश्न :

विभाग २ कडे म्हणजेच कौशल्यही आहे आणि उत्कट इच्छाही आहे, अशा गोष्टी करण्याकडे आपला अधिक वेळ आणि अधिक ऊर्जा आपण कशी वळवू शकू?

करण्यासाठी आपल्याला त्यांच्यावर जितका वेळ द्यायला आवडलं असतं, तितका पुरेसा वेळ द्यायला आपल्याला कधीच मिळालं नसलं तरीही आपण हे करतो. ३ क्रमांकाच्या चतकोरावर आपल्याला कमीत कमी वेळ घालवायला आवडतं हे कोणीही मान्य करू शकेल. तिथे राहणं ही गोष्ट अत्यंत निराशाजनक असते. आपल्याला आवडत नसलेल्या आणि आपण ज्या गोष्टी करण्यात चांगलेही नसतो, अशा त्या गोष्टी असतात. मग आता प्रश्न असा आहे की : दोन क्रमांकाच्या चतकोराकडे आपला अधिक वेळ आपण कसा काय वळवू शकू? या चतकोरात आपल्याला आवडणाऱ्या आणि आपण ज्या चांगल्या प्रकारे करू शकतो अशा गोष्टी असतात (तुमच्या हे लक्षात आलं असेल की, मी या चतकोरांची क्रमवार चर्चा केलेली नाही. कारण, पहिल्या क्रमांकाचा आणि चार क्रमांकाचा असे दोन्ही चतकोर आपल्याला हव्या असलेल्या अर्ध्या गोष्टी देऊ करतात, त्यामुळे त्यांची चर्चा पहिल्यांदा करणं अर्थपूर्ण ठरतं).

चतकोर क्र. १ : चांगल्या प्रकारे करता येतं; पण आवडत नाही

इथून दुसऱ्या क्रमांकाच्या चतकोराकडे जाणं ही गोष्ट करण्यापेक्षा सांगायलाच अधिक सोपी असते. असं समजा की, तुम्हाला तुमची नोकरी आवडत नाही. आपल्यापैकी बहुतेक जण एखादा चमत्कार झाल्याप्रमाणे भरपूर वेतन असलेल्या

आपल्याला आवडत्या कामाकडे झेप घेऊ शकत नाहीत. आपल्याकडे आधीच असलेल्या नोकरीतील दोन क्रमांकाच्या चतकोराकडे वळण्यासाठी नावीन्यपूर्ण मार्ग शोधणं हा अधिक व्यवहार्य दृष्टिकोन असतो. तुम्ही जिथे आहात तिथेच तुमचा धर्म आणण्यासाठी तुम्ही काय करू शकता?

मी पहिल्यांदा आश्रम सोडला, त्या वेळी ॲक्सेंचर या जागतिक व्यवस्थापन सल्लागार फर्ममध्ये मी सल्लागाराची नोकरी पत्करली. आम्ही सातत्याने आकड्यांची, माहितीची आणि आर्थिक विवरणपत्रांची हाताळणी करत होतो आणि माझ्या पदावर प्रगती करून घेण्यासाठी मला एक्सेलची माहिती घेणं आवश्यक होतं; पण एक्सेल ही माझी गोष्ट नव्हती. मी बरेच परिश्रम घेऊनही त्यात अधिक चांगला बनण्यासाठी स्वतःला भाग पाडू शकलो नाही. माझा विचार करता, मला ती गोष्ट गाईंच्या गोठ्याची स्वच्छता करण्यापेक्षाही वाईट वाटत होती, त्यामुळे मी शक्य तितक्या प्रयत्नांनी अधिकाधिक चांगलं काम करण्याचा प्रयत्न करणं सुरू ठेवलं असतानाच मी कशात चांगला आहे, हे मी कसं दाखवून देऊ शकेन, असा विचार मी करत होतो. विद्वत्ता आणि ध्यान व एकाग्रचित्तता ही जीवनसाधने या माझ्या उत्कट इच्छा होत्या, त्यामुळे माझ्याबरोबर काम करणाऱ्या कर्मचाऱ्यांच्या गटाला लक्ष एकवटणं किंवा एकाग्रचित्तता शिकवण्याचा प्रस्ताव मी मांडला. प्रमुख व्यवस्थापकीय संचालकांना माझी ही कल्पना आवडली आणि मी घेतलेला वर्ग चांगलाच लोकप्रिय ठरला, त्यामुळे त्यांनी मला विश्लेषकांसाठी आणि सल्लागारांसाठी होणाऱ्या कंपनीस्तरीय उन्हाळी कार्यक्रमात लक्ष एकवटण्यावर आणि ध्यानधारणेवर भाषण देण्यास सांगितलं. इंग्लंडच्या रग्बी संघाचं स्वतःचं स्टेडियम असलेल्या ट्विकेनहॅम स्टेडियममध्ये सुमारे हजार लोकांसमोर मी बोलणार होतो.

मी स्टेडियममध्ये गेलो, त्या वेळी मला असं आढळलं की, सीईओ आणि रग्बीतील दंतकथा बनून गेलेला विल ग्रीनवूड या दोघांच्या भाषणाच्या मध्ये माझं व्यासपीठावरचं आगमन दबलं गेलं होतं. मी त्यांचं बोलणं ऐकत प्रेक्षकांमध्ये बसलो होतो आणि मनात विचार करत होतो की, *'सगळे जण मला हसतील. मी हे कशाला मान्य करून बसलो?'* इतर सगळे वक्ते आपापल्या क्षेत्रांमध्ये सर्वोच्च स्थानी होते आणि त्यामुळे आपले विचार अगदी स्पष्टपणे मांडत होते. त्यानंतर मी काय बोलायचं ठरवलं होतं आणि ते कशा प्रकारे मांडणार होतो, त्याविषयी मी पुनर्विचार करू लागलो. मग मी श्वसनक्रिया केल्या आणि स्वतःला शांत केलं. व्यासपीठावर जाण्याच्या दोन सेकंद आधी मी असा विचार केला की, फक्त स्वतः जो आहेस तोच राहा. इतर कोणाच्याही धर्माप्रमाणे वागण्याऐवजी मी फक्त माझा स्वतःचा धर्म परिपूर्णपणे पाळणार होतो. मी व्यासपीठावर गेलो, माझं काम केलं आणि त्यानंतर जो प्रतिसाद मिळाला, त्याहून अधिक चांगला प्रतिसाद मिळूच शकला नसता. ज्या संचालकांनी या कार्यक्रमाचं आयोजन केलं होतं त्यांनी असं म्हटलं की, 'सल्लागार

आणि विश्लेषक असलेले प्रेक्षक टाचणी पडली तरी आवाज ऐकू यावा, इतके शांत बसून ऐकत असल्याचं कधीच माझ्या ऐकिवात नव्हतं.' त्यानंतर त्यांनी मला यूकेमधील सर्वच कंपन्यांमध्ये चित्त एकाग्रतेविषयी शिकवण्यासाठी आमंत्रित केलं.

माझ्या दृष्टीने तो अत्यंत महत्त्वपूर्ण भाग होता. माझ्या असं लक्षात आलं होतं की, माझ्या आयुष्यातील तीन वर्षं मी फक्त संन्याशांसाठीच असलेलं आणि आश्रमाबाहेर असंबद्ध ठरणारं गूढ तत्त्वज्ञान शिकण्यात घालवली नव्हती. माझी सगळी कौशल्यं मी व्यवहारात वापरू शकत होतो. खरं तर माझा धर्म मी आधुनिक जगात समाधानकारकपणे पार पाडू शकत होतो. ता.क. मला अजूनही एक्सेलचा वापर कसा करावा, ते माहिती नाही.

नोकरीत प्रचंड मोठा बदल घडवून आणण्याऐवजी तुम्ही माझा दृष्टिकोन वापरू शकता : आयुष्यात तुम्हाला जे आवडतं ते करण्यासाठी तुमच्याकडे आधीपासून असलेल्या संधींचा शोध घ्या. ती गोष्ट तुम्हाला कुठे घेऊन जाईल हे तुम्हाला कदाचित कधीच माहिती नसतं. लिओनार्दो डीकॅप्रिओने अभिनय किंवा निर्मिती सोडून दिली नव्हती; पण तरीही त्याने पर्यावरणसंबंधी विषयांच्या पुरस्काराकडे लक्षणीय ऊर्जा वळवली. कारण, तो त्याच्या धर्माचा एक भाग होता. एखादा उद्योग साहाय्यक आपणहून डिझाईनचं काम करण्यास पुढे सरसावेल. बारमध्ये काम करणारा कर्मचारी ट्रिव्हिया स्पर्धा आयोजित करू शकतो. *द ग्रेट ब्रिटिश बेक ऑफवर बेकर* म्हणून काम करण्याची उत्कट इच्छा असलेल्या एका वकिलासोबत मी काम केलं आहे. तिला ते उद्दिष्ट अवास्तव, काल्पनिक वाटत होतं, त्यामुळे या कार्यक्रमाने झपाटून गेलेल्या तिच्या सहकाऱ्यांचा एक गट तिने तयार केला आणि त्यांनी 'बेकिंग मंडेज'ची सुरुवात केली. तिथे दर सोमवारी तिच्या संघातील कोणीतरी त्यांनी स्वतः तयार केलेला पदार्थ घेऊन येत असे. ती अजूनही तिच्या वकिलीच्या व्यवसायात परिश्रमपूर्वक काम करत होती आणि ते काम तिला थोडंसं किचकट वाटलं तरी त्यातही ती चांगलं काम करत होती; पण तिची उत्कट इच्छा प्रत्यक्षात उतरवल्यामुळे तिचा तो गट - तो संघ अधिक बळकट झाला होता आणि त्यामुळे तिलाही दिवसभर अधिक उत्साही वाटत होतं. जर तुम्हाला दोन मुलं असतील आणि तुम्ही गहाणवटीवर पैसा घेतला असेल, तर तुम्ही नोकरी सोडू शकणार नाही, मग त्या वकिलाने केलं तसं करा आणि कामाच्या ठिकाणी तुमच्या धर्माची ऊर्जा आणण्याचा मार्ग शोधा किंवा छंद, घर आणि मैत्री यांसारख्या तुमच्या आयुष्याच्या इतर पैलूंमध्ये ती आणण्याचा मार्ग धुंडाळा.

तुमची बलस्थाने तुम्हाला का आवडत नाहीत, याचाही विचार करा. ती आवडण्याजोगी काही कारणं तुम्हाला सापडतात का? उद्योग जगतात काम करत असलेल्या लोकांना मी नेहमीच भेटतो. त्यांच्याकडे चांगल्या कामासाठी आवश्यक असलेली सगळी कौशल्यं असतात; पण त्यांना ते काम अर्थहीन वाटतं. तो अनुभव

भविष्यात तुम्हाला कसा उपयुक्त ठरू शकतो हे शोधून काढणं हा अनुभवात अर्थाची भर टाकण्याचा एक उत्तम मार्ग असतो. तुम्ही जर स्वतःलाच सांगितलं की : 'मी जागतिक संघात कसं काम करावं ते शिकत आहे' किंवा 'एखाद्या दिवशी मी स्केटचं दुकान उघडलं तर माझ्याकडे हिशेबासाठी आवश्यक असलेली सगळी कौशल्यं मी मिळवत आहे,' तर तुमची पहिली निवड नसलेल्या एखाद्या गोष्टीसाठीच्या उत्कट इच्छेची तुम्ही जोपासना करू शकता. उत्कट इच्छेच्या भावनेला अध्ययनाच्या आणि विकासाच्या अनुभवाशी जोडा.

येल स्कूल ऑफ मॅनेजमेंटची मानसोपचारतज्ज्ञ ॲमी झेस्निवस्की आणि तिचे सहकारी यांनी रुग्णालयातील स्वच्छता कर्मचाऱ्यांना त्यांचं काम कसं वाटतं या संदर्भात अभ्यास केला. कर्मचाऱ्यांच्या एका गटाने त्याच्या कामाचं वर्णन करताना असं सांगितलं की, ते काम नेमकेपणाने सांगायचं तर समाधानकारक नव्हतं आणि त्यासाठी फारशा कौशल्याचीही गरज नव्हती. ज्या वेळी त्यांनी ते करत असलेल्या कामांचं वर्णन केलं त्या वेळी तर मूलतः एखाद्या वैयक्तिक माहितीपुस्तिकेतील माहिती ते सांगत असावेत असं वाटत होतं; पण संशोधकांनी स्वच्छता कर्मचाऱ्यांच्या दुसऱ्या गटाशी चर्चा केली, त्या वेळी त्यांनी जे ऐकलं ते ऐकून त्यांना आश्चर्य वाटलं. दुसऱ्या गटाला त्यांच्या कामातून आनंद मिळत होता. त्यांना ते अतिशय अर्थपूर्ण वाटत होतं आणि त्यांनी त्यासाठी खूपच कौशल्याची गरज असल्याचंही सांगितलं. त्यांच्या कामांचं त्यांनी वर्णन केलं, त्या वेळी या दोन गटांमधील फरक स्पष्ट होऊ लागला. दुसरा गट फक्त नियमित कामकाजाविषयीच बोलत नव्हता, तर जे रुग्ण दुःखी दिसत होते किंवा ज्यांना भेटायला येणाऱ्यांची संख्या कमी होती आणि जे संभाषण सुरू करण्याचा प्रयत्न करत किंवा वरचेवर रुग्णालयात दाखल होत होते, अशा रुग्णांविषयीही बोलत होता. भेटायला येणाऱ्या प्रौढ व्यक्ती हरवू नयेत म्हणून पार्किंगमधून बाहेरपर्यंत त्यांना सोडून आल्याविषयीही ते बोलत होते (खरं तर असं घडलं तर देखभाल करणाऱ्या कर्मचाऱ्यांना तांत्रिकदृष्ट्या कामावरून काढलं जाण्याची शक्यता होती). एका महिलेने सांगितलं की, ती विविध खोल्यांच्या भिंतींमधील चित्रं ठरावीक कालावधीनंतर सातत्याने बदलत होती. तो तिच्या कामाचा भाग होता का, असं विचारल्यावर तिने सांगितलं की, 'तो माझ्या कामाचा भाग नाही; पण तो माझा भाग आहे.'

या अभ्यासावरून आणि त्या संदर्भातील आणखी संशोधनावरून झेस्निवस्कीला आणि तिच्या सहकाऱ्यांना असं आढळलं की, 'कामात गोडी वाटून काम करण्यास प्रोत्साहन मिळावं, कामाचं समाधान मिळावं, लवचीकता प्राप्त व्हावी आणि आपली भरभराट व्हावी, यासाठी कर्मचारी आपल्या स्वतःच्या कामांची विविध मार्गांनी पुनर्रचना करतात. यासाठी तिने 'कामातील विशेष कौशल्य' किंवा

'कामातील कारागिरी' या संज्ञेची निर्मिती केली. संशोधकांच्या मते, आपल्या कामांची, नातेसंबंधांची किंवा आपण काय करतो, त्याचं आपण कसं आकलन करून घेतो (देखभाल करणारे कर्मचारी स्वतःला जखमा किंवा वेदना दूर करणारे किंवा राजदूत समजू शकतात, त्याप्रमाणे) याची आपण पुनर्रचना करू शकतो. ज्या संकल्पातून आपल्या कामाकडे आपण पाहतो, त्याचा त्यापासून आपल्याला मिळणाऱ्या अर्थपूर्णतेवर आणि आपल्या हेतूच्या वैयक्तिक जाणिवेवर प्रचंड परिणाम होतो. अर्थ शोधण्यास शिका, ती गोष्ट आयुष्यभर तुम्हाला उपयोगी पडेल.

चार क्रमांकाचा चतकोर : जे करण्यात तुम्ही चांगले नसता; पण तुम्हाला आवडतं

ज्या वेळी आपल्या उत्कट इच्छा आकर्षक नसतात, त्या वेळी आपण त्यांना प्राधान्य देत नाही. मग आपल्याला एखादी गोष्ट करायची असते; पण ती आपण व्यवस्थित करू शकत नाही किंवा अनेकदा आपल्याला तिचा पुरेपूर आनंद उपभोगता येत नाही म्हणून आपण निराश होतो. वेळ देणं हा कौशल्यांमध्ये सुधारणा घडवून आणण्याचा अत्यंत खात्रीशीर मार्ग आहे. तुम्हाला जी गोष्ट आवडते, ती करण्यात सुधारणा घडवून आणण्यासाठी तुम्ही प्रशिक्षणाचा वापर करणं, अभ्यासक्रम शिकणं किंवा प्रशिक्षण घेणं या गोष्टींचा उपयोग करून घेऊ शकता का?

'अशक्य, माझ्यावर विश्वास ठेवा की, जर माझ्याकडे पुरेसा वेळ असता तर मी ते केलं असतं,' असं तुम्ही म्हणाल. अस्तित्वात नसलेला वेळ कसा मिळवायचा हे आपण पुढच्या प्रकरणात पाहणार आहोत; पण सध्या मी असं म्हणेन की, प्रत्येकाकडे वेळ असतो. आपण प्रवास करतो किंवा स्वयंपाक करतो किंवा टीव्ही पाहतो. आपल्याकडे कदाचित तीन तासांचा वेळ नसेल; पण पॉडकास्ट ऐकण्यासाठी किंवा यू ट्यूब व्हिडिओवरून नवीन तंत्र शिकण्यासाठी दहा मिनिटांचा वेळ नक्कीच असतो. दहा मिनिटांत तुम्ही खूप काही करू शकता.

काही वेळा आपल्या धर्माची आपण निवड करतो, त्या वेळी खूप परिश्रमाने आपण त्यासाठी वेळ काढतो. ज्या वेळी मी पहिल्यांदा व्हिडिओ बनवण्यास सुरुवात केली, त्या वेळी माझ्या नोकरीवरून घरी गेल्यावर मी त्यांच्यावर काम करत होतो. रोज पाच तास याप्रमाणे आठवड्यात पाच दिवस मी पाच मिनिटांच्या व्हिडिओंच्या संपादनावर लक्ष केंद्रित करत होतो. दीर्घकाळापर्यंत या गुंतवणुकीतून मिळणारा परतावा दयनीय होता; पण माझं बहुतांश कौशल्य वापरण्याआधीच माघार घेण्याची माझी तयारी नव्हती.

तेव्हापासून अनेक वर्षं लोक अतिशय विचित्र गोष्टींवर खर्च करत असल्याचं मी पाहिलं आहे. एट्सी (Etsy)च्या वेबसाईटवर थोडासा वेळ घालवा. आपल्या

उत्कट इच्छांवर किती लोक पैसे खर्च करण्याचे मार्ग शोधतात ते पाहून तुम्हाला आश्चर्य वाटेल. मात्र जर तुम्हाला जग असा अत्यंत प्रबळ संदेश पाठवत असेल की, ते तुमच्या उत्कट इच्छांवर खर्च करणार नाही किंवा त्याला त्यांची गरज नाही अगर त्याला त्या नको आहेत तर तेही ठीक आहे. त्याचा स्वीकार करा. जगाला सॉकरची *अतिशय* गरज आहे; पण सॉकर खेळण्याची *मला* गरज वाटत नाही, तरीही ॲक्सेंचरवर मी आयोजित केलेले सॉकरचे सामने ही माझ्या त्या आठवड्याची ठळक गोष्ट असत होती. तो तुमचा धर्म नसला तरीही तो तुम्हाला आनंद मिळवून देतो.

तीन क्रमांकाचा चतकोर : तुम्ही ते करण्यात चांगले नाही आणि तुम्हाला ते आवडतही नाही

या जीव खाणाऱ्या चतकोरातून हळूहळू बाहेर पडण्यासाठी तुम्हाला शक्य असेल ते सारं काही करा. तुमच्याकडे नेहमीच अप्रसन्न करणारी कामं असतात; पण ती तुमच्या आयुष्याचा सर्वाधिक मोठा भाग असू नयेत. जर ते शक्यच नसेल तर या वर्गवारीतील कामं तुम्ही बाहेरून कोणाकडून तरी करून घेतली पाहिजेत. खिशाला झळ बसू दे, मनाला वाचवा. एक गोष्ट लक्षात ठेवा, फक्त तुम्हाला ती आवडत नाहीत म्हणून ती कोणालाच आवडत नाहीत, असा त्याचा अर्थ नसतो. एखाद्या मित्राबरोबर किंवा सहकाऱ्यासोबत तुम्ही या संदर्भात देवाणघेवाण करू शकता का? त्या परिस्थितीत तुम्हाला न आवडणारी कामं तुम्ही तुमच्या मित्राकडे देऊ शकाल आणि त्याला न आवडणारी कामं स्वतःकडे घेऊ शकाल.

जर एखादं काम तुम्हाला परवडणारं नसेल तर आश्रमातून मी शिकलेला धडा लक्षात घ्या – प्रत्येक काम हा एक आवश्यक अवयव किंवा भाग असतो. कोणतंही काम दुसऱ्या कामापेक्षा कमी महत्त्वाचं नसतं आणि कोणतंही काम न करण्याएवढं आपल्यापैकी कोणीही अति महत्त्वाचं नसतं. तुम्हाला जर एखादं काम आपण अतिशय चांगल्या प्रकारे पार पाडत आहोत, असं वाटत असेल, तर तुम्ही अत्यंत वाईट आत्मनिष्ठ, गर्विष्ठ आवेगाला बळी पडत आहात आणि ते काम करत असलेल्या कोणाला तरी तुम्ही कमी लेखत आहात. तुमच्या धर्मात तुम्हाला समाधान वाटत असेल तर तुम्ही अहंभाव किंवा असूया न बाळगता दुसऱ्या कौशल्यात चांगल्या असलेल्या इतरांचं कौतुक करता. जे लोक एक्सेलचं काम करू शकतात, त्यांच्याविषयी माझ्या मनात अतीव आदर आहे, फक्त मला ते काम करण्याची इच्छा नाही. ज्या वेळी डॉक्टरांसमोर किंवा सैनिकांसमोर किंवा इतर अनेक व्यवसायांतील असंख्य लोकांच्या समोर मी येतो, त्या वेळी मला वाटतं की, *हे काम करणं ही गोष्ट असामान्य आहे. ही विलक्षण गोष्ट आहे; पण तो मी नाही.*

हे करून पाहा : तुमचा क्षमतेचा चतकोर ओळखा

तुम्ही क्षमतेच्या चतकोराविषयी वाचल्यानंतर मनातल्या मनात कदाचित हा स्वाध्याय करत असाल. काहीही असलं तरी, तुमचा धर्म जगण्याच्या तुम्ही किती जवळ आहात हे दाखवून देणारा स्वाध्याय तुम्ही करावा असं मला वाटतं.

तुम्हाला तुमचं काम आवडतं का?
तुमचं तुमच्या कामावर प्रेम आहे का?
तुमच्या कामात तुम्ही चांगले आहात का?
तुमच्या कामाची इतरांना गरज आहे का आणि ते त्याचं कौतुक करतात का?
तुमचं सर्वोत्कृष्ट कौशल्य आणि उत्कट इच्छा ही तुमच्या कामाच्या बाहेर आहे का?
ती काय आहे?
तुमच्या उत्कट इच्छेलाच तुमचं काम बनवण्याचं तुमचं स्वप्न आहे का?
हे स्वप्न सत्यात उतरवण्याजोगं आहे असं तुम्हाला वाटतं का?
तुमची उत्कट इच्छा तुमच्या कामात समाविष्ट करण्याचे मार्ग असू शकतील, असं तुम्हाला वाटतं का?
जगासमोर तुमची उत्कट इच्छा आणण्याच्या तुमच्या कल्पना लिहून काढा.

दोन क्रमांकाचा चतकोर : वेदकालीन व्यक्तिमत्त्व

आपल्याला दोन क्रमांकाच्या चतकोरात राहण्याची इच्छा आहे. तिथे आपल्याला जी गोष्ट आवडते ती करण्यासाठी आपल्या बुद्धिमत्तेचा वापर करण्यात आपण आपला वेळ घालवतो. जर आपण तिथे नसू तर तुम्ही विकसित केलेल्या विशिष्ट कौशल्याकडे आणि तुम्हाला आवडणाऱ्या विशिष्ट कामांकडे पाहण्याऐवजी आपण संन्याशाच्या मार्गाने त्यांचं परीक्षण करून, त्यांच्या पलीकडे जाऊन त्यांच्या मुळांपर्यंत पोहोचतो. भगवत् गीता ज्याला *वर्ण* म्हणते त्या चार प्रकारच्या व्यक्तिमत्त्वांमध्ये आपल्याला विभाजित करून, भगवत् गीता धर्मावर चिंतन करते. चार *वर्ण* आहेत आणि तुमचा *वर्ण* जाणून घेण्यातून तुम्हाला तुमचा स्वभाव आणि क्षमता समजते. तुलनेत अलीकडच्या इतिहासात (एकोणिसाव्या शतकाच्या दरम्यानच्या) ब्रिटिश राज्यकर्त्यांनी त्यांची स्वतःची कर्मठ वर्गव्यवस्था भारतीय समाजावर लादली, त्या वेळी *वर्ण* हे जातिव्यवस्थेचा पाया म्हणून उदयास आले. कामाच्या वर्गवारीची उतरंड असलेल्या जाती वर्णांवर आधारित असल्या तरी हा ग्रंथाच्या मूळ भागाचा विपर्यास आहे. मी इथे जातिव्यवस्थेविषयी बोलत नाही – आपण सर्व समान

आहोत, असा माझा विश्वास आहे, आपल्याकडे फक्त वेगवेगळ्या बुद्धिमत्ता आणि कौशल्यं असतात. मी *वर्णांविषयी* करत असलेली चर्चा ही केवळ या कौशल्यांचा आणि बुद्धिमत्तांचा उपयोग तुमच्या संपूर्ण क्षमतांचा वापर करण्यासाठी कसा करून घेता येईल, याविषयी आहे. समाजात विविध प्रकारच्या व्यक्तिमत्त्वांनी शरीराच्या अवयवांप्रमाणे एकत्रितपणे काम करणं अभिप्रेत आहे – हे सर्व अवयव आवश्यक आहेत आणि कोणीही दुसऱ्याहून अधिक श्रेष्ठ नाही.

वर्ण हे जन्मावर ठरत नाहीत. आपले खरे स्वभाव आणि कल समजून घेण्यासाठी त्यांनी आपल्याला मदत करणं अभिप्रेत असतं. तुमचे पालक सर्जनशील आहेत म्हणून तुम्ही सर्जनशील नसता.

कोणताही एक *वर्ण* हा दुसऱ्याहून अधिक चांगला नाही. आपण सगळेच जण वेगवेगळ्या प्रकारची कामं, मौजमजा, प्रेम आणि सेवा यांच्या शोधात असतो. यात कोणत्याही प्रकारची उतरंड किंवा विलगीकरण नाही. जर दोन लोक आपापले धर्म उत्तम प्रकारे पाळत असतील, इतरांच्या सेवेसाठी जगत असतील तर कोणतीही एक व्यक्ती दुसरीहून अधिक श्रेष्ठ नाही. कर्करोगावर संशोधन करणारा संशोधक हा आग विझवणाऱ्या व्यक्तीहून, कर्मचाऱ्याहून अधिक चांगला असतो का?

हे करून पाहा : वेदकालीन व्यक्तिमत्त्व चाचणी

या साध्या चाचणीतून तुमच्या व्यक्तिमत्त्वाच्या प्रकारची पूर्ण निश्चिती होणार नाही; पण तुमचा धर्म शोधण्यास ती तुम्हाला मदत करेल.

परिशिष्ट पाहा. (पान क्र. ३२७)

वर्ण

व्यक्तिमत्त्वाचे वेदकालीन प्रकार – मार्गदर्शक, नेता, नवनिर्माता आणि उत्पादक किंवा कर्ता असे चार *वर्ण* आहेत. ही लेबलं कोणत्याही नोकरीशी किंवा कामाशी थेट जोडली गेलेली नाहीत. विशिष्ट कामं आपल्याला आनंद मिळवून देतात हे नक्की, कारण ती आपल्या धर्माची पूर्तता करतात; पण आपला धर्म पाळण्याचे अनेक वेगवेगळे मार्ग आहेत. तुम्हाला पुढे देण्यात आलेल्या मार्गदर्शक सूचना पाहिल्यावर तुमच्या लक्षात येईल की, मार्गदर्शकाला अभ्यास करणं आणि इतरांना माहिती देणं भागच असतं – अशा वेळी तुम्ही शिक्षक किंवा लेखक असू शकता. नेत्याला प्रभाव टाकायला आणि तरतूद, कारवाई करायला आवडतं; पण याचा अर्थ तुम्ही सीईओ किंवा लेफ्टनंट असलं पाहिजे असा नाही. तुम्ही शाळेतील मुख्याध्यापक किंवा दुकानातील व्यवस्थापक असू शकता. नवनिर्माता

काहीतरी घडवत राहतो. – मग ती एखादी स्टार्ट अप कंपनी असेल किंवा शेजाऱ्यांची संघटना. उत्पादकाला मूर्त स्वरूपात वस्तूंची उभारणी होत असल्याचं पाहायला आवडतं – असे लोक संगणकीय कोड बनवणारे किंवा परिचारिका असू शकतात.

धर्माचं संक्षिप्त वर्णन

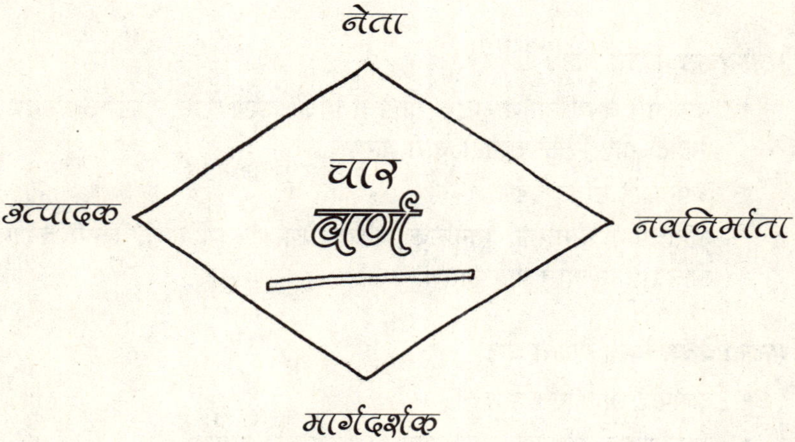

गुण लक्षात घ्या : *तामस, राजस आणि सत्त्व* – अज्ञान, भावनाविवशता आणि चांगुलपणा. प्रत्येक *वर्णासाठी* त्यांचं वर्तन प्रत्येक *गुणाच्या* संदर्भात कसं असेल, त्याचं मी वर्णन करतो. अज्ञानाचा त्याग करून, त्याला जाऊ देऊन, आपल्या उत्कट इच्छांमध्ये काम करून आणि चांगुलपणाने सेवा करून आपण *सत्त्वाच्या* दिशेने जाण्यासाठी संघर्ष करत असतो. *सत्त्वामध्ये* आपण जितका जास्त वेळ घालवू तितके आपण अधिक प्रभावशाली आणि समाधानी बनतो.

नवनिर्माते

मूलतः : व्यापारी, उद्योजक-व्यावसायिक.

आजचे : विपणनकर्ते, विक्रेते, मनोरंजन करणारे, निर्माते, उद्योजक, सीईओ.

कौशल्यं : सामुदायिक चर्चेतून उत्स्फूर्तपणे मार्ग सुचवणं, जाळं तयार करणं, नावीन्यपूर्ण कल्पना लढवणं.

- गोष्टी घडवून आणणं.
- कुठलीही गोष्ट स्वतःला आणि दुसऱ्यांना पटवून देऊ शकणं.
- विक्री, वाटाघाटी, मन वळवणं यात वाकबगार असणं.
- पैसा, आनंद आणि यश यामुळे मोठ्या प्रमाणात चालना मिळणं.
- अत्यंत कष्टाळू आणि निश्चयी असणं.
- व्यापार, वाणिज्य आणि बँकिंग क्षेत्रात कुशल असणं.
- सतत फिरत राहणं.
- कठोर परिश्रम करणं, भरपूर काम करणं.

अज्ञानाकडे नेणारी वाट

- भ्रष्टाचारी बनणं आणि क्षुल्लक गोष्टींची विक्री करणं/खोटं बोलणं, फसवणं, एखादी गोष्ट विकण्यासाठी चोरी करणं.
- अपयशाने मोडून पडणं.
- अतिश्रमाने शारीरिक, मानसिक थकवा येणं, निराश होणं, लहरी बनणं, अतिश्रम करण्यास पात्र असणं.

भावनाविवशतेकडे नेणारी वाट

- दर्जाकडे आकर्षित होणं.
- चैतन्यशील, जोशपूर्ण, आकर्षक आणि मोहक असणं.
- चटपटीत (पटापट कामं उरकणारा), उद्दिष्टाभिमुख काम करणं, सहजासहजी न थकणं.

चांगुलपणाची वाट

- अधिक महान चांगल्या गोष्टीसाठी पैशाचा वापर करणं.
- पैसा मिळवून देणाऱ्या उत्पादनांची आणि कल्पनांची निर्मिती करणं; पण इतरांचीही सेवा करणं.
- इतरांना नोकऱ्या आणि संधी पुरवणं.

उत्पादक किंवा कर्ते

मूलतः कलाकार, संगीतकार, सर्जनशील लोक, लेखक.

आजचे : सामाजिक कार्यकर्ते, रोगोपचारतज्ज्ञ, डॉक्टर, परिचारिका, सीओओ,

मानव संसाधनांचे प्रमुख, कलाकार, संगीतकार, अभियंते, कोडर, सुतार, आचारी.
कौशल्यं : शोध घेणं, पाठिंबा किंवा आधार देणं, अंमलबजावणी करणं.

अज्ञानाकडे नेणारी वाट

- अपयशाने निराश होणं.
- अडकून पडल्यासारखं आणि नगण्य असल्यासारखं वाटणं.
- चिंता वाटणं.

भावनाविवशतेकडे नेणारी वाट

- नवीन कल्पनांचा धांडोळा घेणं आणि त्यांच्या संदर्भात प्रयोग करणं.
- एकाच वेळी हातचलाखीने अनेक गोष्टी करणं.
- तज्ज्ञतेवर आणि दक्षतेवर लक्ष एकाग्र न करणं, पैशावर आणि परिणामांवर अधिक लक्ष केंद्रित करणं.

चांगुलपणाची वाट

- स्थैर्यामुळे आणि सुरक्षिततेमुळे प्रेरित होणं.
- सर्वसामान्यपणे विद्यमान स्थितीत समाधानी आणि सुखी असणं.
- कठोर परिश्रम करणं; पण नेहमीच कौटुंबिक बांधिलकींशी समतोल साधणं.
- उत्तम उजवे हात (विश्वासू साहाय्यक) म्हणून काम करणं.
- सांधिक संमेलनांचं नेतृत्व करणं.
- गरजूंना आधार देणं.
- हाताने कामं करावयाच्या व्यवसायांमध्ये अत्यंत निपुण असणं.

संबंध

नवनिर्माते आणि उत्पादक एकमेकांना पूरक असतात.
उत्पादक नवनिर्मात्यांना तपशिलावर, दर्जावर, कृतज्ञतेवर आणि समाधानावर लक्ष केंद्रित करायला लावतात.

नवनिर्माते उत्पादकांना अधिक मोठा विचार करण्यास, अधिक उद्दिष्टाभिमुख बनण्यास मदत करतात.

मार्गदर्शक

मूळचे आणि आजचे : शिक्षक, मार्गदर्शक, गुरू, प्रशिक्षक, विश्वासू सल्लागार.
कौशल्यं : अध्ययन, शिकणं, ज्ञान किंवा माहिती वाटणं आणि विद्वत्ता.

- प्रशिक्षक आणि सल्लागार कोणत्याही भूमिका पार पाडत असले तरीही इतर लोकांच्या आयुष्यात त्या लोकांच्या मधील उत्तम गोष्टी बाहेर आणण्याची त्यांची इच्छा असते.
- प्रसिद्धी, सत्ता, पैसा, सुरक्षितता यांपेक्षा ज्ञानाला आणि विद्वत्तेला अधिक महत्त्व देतात.
- चिंतन आणि अध्ययन यांसाठी अवकाश आणि वेळ मिळालेला आवडतो.
- लोकांना अर्थ शोधण्यास, समाधान मिळवण्यास आणि हेतू शोधण्यास मदत करायला आवडतं.
- एकट्याने काम करायला आवडतं.
- फावल्या वेळात वाचन, वादविवाद, चर्चा यांसारख्या बौद्धिक पाठपुराव्याच्या गोष्टी करायला आवडतात.

अज्ञानाकडे नेणारी वाट

- जो उपदेश करतात, त्याचं अनुकरण न करणं.
- उदाहरण घालून देऊन नेतृत्व न करणं
- अंमलबजावणीसाठी संघर्ष करत राहणं.

भावनाविवशतेकडे नेणारी वाट

- वाद घालायला आणि दुसऱ्यांचा युक्तिवाद खोडून काढायला आवडणं.
- ताकदीसाठी आणि सत्तेसाठी ज्ञानाचा वापर करणं.
- बौद्धिकदृष्ट्या जिज्ञासू असणं.

चांगुलपणाचा मार्ग

- लोकांना त्यांचे हेतू शोधण्यासाठी मदत करण्यास ज्ञानाचा वापर करणं.
- लोकांना अधिक देता यावं यासाठी स्वतःला अधिक चांगलं बनवण्याची महत्त्वाकांक्षा असणं.
- ज्ञान हे एकट्याने वापरायचं नसतं. कारण, ते त्यांचं एकट्याचं नसतं आणि ते इथे सेवेसाठी आहेत याची जाणीव असणं.

नेते

मूळचे : राजे, योद्धे

आजचे : लष्कर, न्याय, कायदा अंमलबजावणी, राजकारण या क्षेत्रांतील लोक.

कौशल्यं : हुकूमत चालवणं, राज्यव्यवस्था पाहणं, इतरांना स्फूर्ती देणं आणि काम करायला लावणं.

- लोकांचे, चळवळींचे, गटांचे आणि कुटुंबांचे नैसर्गिक नेते असतात.
- धैर्य, धाडस, ताकद आणि निर्धार यांच्या प्रेरणेतून कामाला दिशा मिळते.
- वंचित, शोषित यांचं संरक्षण करतात.
- उच्च नैतिकता आणि मूल्यं यांचं पालन करतात आणि जगभर त्यांची अंमलबजावणी करण्याचा प्रयत्न करतात.
- लोकांच्या वाढीसाठी रचना आणि चौकटी पुरवतात.
- संघांमधून (टीममधून) काम करायला आवडतं.
- संघटन करणं, लक्ष केंद्रित करणं आणि कामावरची निष्ठा याबाबतीत खूपच मोठे असतात.

अज्ञानाकडे नेणारी वाट

- भ्रष्टाचार आणि दांभिकता यांच्यामुळे बदल झाला तर काम सोडून देणं.
- नकारात्मक, निराशावादी दृष्टिकोन विकसित करणं.
- सत्ता मिळवण्यासाठी नैतिकतेचा आवाका गमावून बसणं.

भावनाविवशतेकडे नेणारी वाट

- अर्थपूर्णतेसाठी नव्हे, तर प्रसिद्धी आणि पैसा यांसाठी रचना आणि चौकटी यांची उभारणी करणं.
- मानवतेच्या नव्हे, तर स्वतःच्या सेवेसाठी आपल्या बुद्धीचा वापर करणं.
- स्वतःसाठी अल्पकालीन उद्दिष्टांवर लक्ष केंद्रित करणं.

चांगुलपणाचा मार्ग

- नैतिकता, नीतिमूल्यं आणि मूल्यं यांच्यासाठी लढा देणं.
- लोकांना एकत्रितपणे काम करण्याची स्फूर्ती देणं.
- समाजाला आधार किंवा पाठबळ देण्यासाठी दीर्घकालीन उद्दिष्टांची उभारणी करणं.

संबंध

मार्गदर्शक आणि नेते परस्परपूरक असतात.

मार्गदर्शक नेत्यांना विद्वत्ता देतात.

नेते मार्गदर्शकांना रचना देतात.

तुम्हाला स्वतःला समजून घेण्यास साहाय्य व्हावं आणि तुमच्या सर्वाधिक भक्कम कौशल्यांकडे आणि कलांकडे तुम्हाला लक्ष केंद्रित करणं शक्य व्हावं, हाच *वर्ण* निर्मितीतील खरा मुद्दा आहे. आत्मजाणिवेमुळे तुम्हाला अधिक प्रमाणात चित्तएकाग्रता प्राप्त होते. माझ्यातील मार्गदर्शकाच्या प्रवृत्तींकडे मी पाहिलं, त्या वेळी माझ्या असं लक्षात आलं की, ज्या वेळी मी व्यूहरचनांवर लक्ष केंद्रित करतो, त्या वेळी मी यशस्वी होतो. निर्माते आणि उत्पादक हे अंमलबजावणी करण्यात अधिक चांगले असतात, त्यामुळे ही गोष्ट करण्यात मला साहाय्य करणाऱ्या लोकांना मी माझ्याभोवती गोळा केलं. सुरक्षिततेमुळे प्रेरित झालेला संगीतकार हे उत्पादक असू शकतात. यशस्वी होण्यासाठी त्यांना व्यूहरचनाकारांच्या सान्निध्यात राहण्याची गरज असू शकते. तुमच्या बलस्थानांमध्ये गुंतवणूक करा आणि त्यांच्यातील तफावती, पोकळ्या भरून काढणाऱ्या लोकांना आपल्याभोवती गोळा करा.

ज्या वेळी तुम्हाला तुमचा *वर्ण* म्हणजेच तुमची उत्कट इच्छा आणि कौशल्यं माहिती असतात आणि तुम्ही त्यांच्यासह सेवा करता, त्या वेळी तो तुमचा धर्म बनतो.

हे करून पाहा : उत्तम स्वत्व प्रतिबिंबीत करणारा स्वाध्याय

१. तुम्हाला चांगल्या प्रकारे ओळखणाऱ्या लोकांच्या गटाची निवड करा – तुम्ही काम करत असलेल्या ठिकाणचे लोक, तुमचे कुटुंबीय आणि मित्र अशा वेगवेगळ्या प्रकारच्या लोकांचं ते मिश्रण असावं. किमान तीन लोक तरी असले पाहिजेत; पण दहा ते वीस जण असतील तर ते अधिक चांगलं होईल.

२. तुम्ही त्यांच्याशी उत्तम प्रकारे वागलेला एक क्षण त्यांना लिहायला सांगा. त्यांना तो नेमकेपणाने लिहायला सांगा.

३. त्यांच्या लिखाणातील संरचना आणि सामाईक मध्यवर्ती कल्पना शोधा.

४. जणू काही त्यांनी ते तुमच्याविषयी लिहिलेलंच नसावं, अशा प्रकारे ती प्रतिसादात्मक माहिती गोळा करून स्वतःसाठी एक टिपण तयार करा.

५. तुमची उत्तम कौशल्यं तुम्ही कशा प्रकारे तुमच्या कृतीत परावर्तित करू शकाल, त्याचा विचार करा. या आठवडाअखेरीला वेगवेगळ्या परिस्थितींमध्ये किंवा वेगवेगळ्या लोकांच्या बाबतीत तुम्ही ती कौशल्यं कशा प्रकारे वापरू शकाल?

तुमच्या धर्माची चाचणी घ्या

वेदकालीन व्यक्तिमत्त्व चाचणी तुम्हाला तुमचा *वर्ण* शोधायला मदत करते; पण जन्मपत्रिकेप्रमाणे ती तुम्हाला उद्या काय होणार आहे ते सांगू शकत नाही. धांडोळा घेणं आणि प्रयोग करणं यांच्या माध्यमातून या *वर्णांची* खऱ्या जगात चाचणी घेणं

हे तुमच्यावर अवलंबून असतं. नेता हा तुमचा धर्म असेल तर ही भूमिका कामाच्या ठिकाणी पार पाडण्याचा किंवा तुमच्या मुलाच्या वाढदिवसाची पार्टी आयोजित करून पार पाडण्याचा प्रयत्न करा. या प्रक्रियेत तुम्हाला प्रामाणिकपणे आनंद मिळतो का?

आपण एखादा पदार्थ खातो, त्या वेळी आपल्या मनात निर्माण होणाऱ्या जाणिवेच्या पातळीचा विचार करा. आपण तातडीने ज्ञानेंद्रियांच्या नियंत्रणाच्या साहाय्याने तो पदार्थ आपल्याला आवडतो की नाही ते ठरवतो आणि जर आपल्याला त्या पदार्थाचं एक ते दहा आकड्यांच्या मोजपट्टीवर मापन करण्यास सांगण्यात आलं तर तसं करण्यासही आपल्याला कसलीच तसदी पडत नाही; पण दुसऱ्या दिवशी आपल्या मनात त्याच्याविषयी कदाचित वेगळ्याच भावना असतात (ज्या वेळी रविवारी रात्री ब्राऊनी संडी हे माझं आवडतं चॉकलेट मी खातो, त्या वेळी मला त्यामुळे खूप आनंद होतो; पण सोमवारी सकाळपर्यंत माझ्या शरीरात पाठवण्यासाठीची ती जगातील उत्तम गोष्ट आहे, असा विचार मी करत नसतो). तत्काळ आणि दीर्घकालीन मननासह त्या अन्नाला आपल्या नियमित आहाराचा भाग आपण बनवू इच्छितो का याविषयीच्या सूक्ष्म छटा असलेली मतं आपण बनवतो. आपण सगळेच जण अन्नाच्या बाबतीत हे करतो, चित्रपटगृहातून बाहेर पडतानाही आपण असं करतो (तुम्हाला चित्रपट आवडला का? यावर आपली मतं अशीच विविध सूक्ष्म छटांची असतात) आणि आपल्यापैकी काही जण वेदनेने विव्हळण्याच्या बाबतीतही असं करतात; पण आपला वेळ आपण कसा घालवतो, त्याविषयीचा मेळ, सुसंगतता आणि त्याविषयीची आपली रुची यांचं मापन करण्याचा विचार आपण करत नाही. आपलं कशामुळे सक्षमीकरण होतं हे ओळखण्याची सवय तुम्ही लावून घेतली तर आपल्याविषयीचं आणि आपल्याला आयुष्यात काय हवं आहे, याविषयीचं आपलं आकलन अधिक चांगलं बनेल. आपल्या *वर्णाच्या* आकलनाचं शुद्धीकरण करण्यासाठी आपण नेमकं हेच करणार आहोत.

तुमच्या *वर्णाचा* तुम्ही शोध घेत असता, त्या वेळी विचारावयाचा पहिला आणि सर्वाधिक महत्त्वाचा प्रश्न असा असतो :

या प्रक्रियेत मला आनंद मिळाला का?

तुम्हाला त्याविषयीची कोणती गोष्ट आवडली ते नेमकेपणाने शोधण्यासाठी तुमच्या *वर्णाचं* वर्णन आणि तुमचा अनुभव यांची चाचणी घ्या. फक्त 'मला छायाचित्रं काढायला आवडतात' असं म्हणण्याऐवजी त्याच्या मुळापर्यंत शोध घ्या. वेगवेगळ्या कुटुंबांना अभिमान वाटण्याजोगं ख्रिसमस कार्ड तयार करण्यासाठी मदत करायला तुम्हाला आवडतं का? (मार्गदर्शक) बदलाला प्रोत्साहन देण्यासाठी मानवी संघर्षांची किंवा इतर अर्थपूर्ण घडामोडींची नोंद ठेवायला तुम्हाला आवडते का? (नेते) की तुम्हाला प्रकाशयोजना करणं, चित्रफितीवर लक्ष केंद्रित करणं आणि ती विकसित

करणं याविषयीचे तांत्रिक पैलू आवडतात? (उत्पादक) संन्यासी म्हणून काम करत असताना, दर वेळी आम्ही कृती केली किंवा या पुस्तकात देण्यात आले आहेत, तशा प्रकारचा एखादा विचारविषयक स्वाध्याय पूर्ण केला की, आम्ही स्वतःला पुढील प्रश्न विचारत असू : *मला याविषयीचं काय आवडलं? मी त्यात चांगला आहे का? मला त्याविषयी वाचन करण्याची, शिकण्याची आणि ते करण्यासाठी माझा भरपूर वेळ घालवण्याची इच्छा आहे का? मला सुधारणा करण्याची चालना मिळाली आहे का? मला ते कशामुळे सोईस्कर किंवा गैरसोईचं वाटलं? जर मला ते गैरसोईचं किंवा अस्वस्थ करणारं वाटलं असेल तर ते सकारात्मक पद्धतीने वाटलं होतं का – म्हणजे मला वाढायला लावणारं ते एखादं आव्हान होतं का की मला ते नकारात्मक पद्धतीने वाटलं होतं?* आपली ही जाणीवच आपल्याला, आपली कुठे भरभराट होईल किंवा आपण कुठे बहरू याविषयीचा अधिक चांगला सूक्ष्म अर्थछटा असलेला दृष्टिकोन देते. आपल्याला फक्त एका आणि एकमेव मार्गावर पाठवण्याऐवजी ही जाणीव आपल्यासमोर आपल्या उत्कट इच्छांचा आपण वापर करू शकू असे अनेक मार्ग खुले करते.

हे करून पाहा : कृतींची नोंदवही ठेवा

काही दिवसांच्या कालावधीत तुम्ही भाग घेत असलेल्या प्रत्येक कृतीची, कार्यक्रमाची नोंद ठेवा. यात बैठका, कुत्र्याला फिरवायला नेणं, मित्राबरोबर किंवा मैत्रिणीबरोबर दुपारच्या जेवणासाठी बाहेर जाणं, ई-मेल लिहिणं, स्वयंपाक करणं, व्यायाम करणं, समाज माध्यमांवर वेळ घालवणं या सगळ्यांचा समावेश असू द्या. प्रत्येक कृतीसाठी तुमच्या धर्माविषयीच्या पुढील दोन मूलभूत प्रश्नांची उत्तरं द्या : मला या प्रक्रियेत मजा वाटली का? मिळालेले परिणाम इतर लोकांना आवडले का, त्यांना त्यात मजा वाटली का? यात कुठलीही उत्तरं बरोबर किंवा चुकीची नसतात. तुमच्या जाणिवेची व्याप्ती वाढवण्यासाठीचा हा निरीक्षण स्वाध्याय आहे.

तुमच्या धर्माचा स्वीकार करा

आपण आतापर्यंत फक्त उत्तम निवडीच केल्या आहेत, असं आपली डोकी कदाचित आपल्याला पटवून देण्याचा प्रयत्न करतीलही; पण आपले खरे स्वभाव – म्हणजेच आपल्या उत्कट इच्छा आणि हेतू हे आपल्या डोक्यांमध्ये नसतात, ते आपल्या हृदयांमध्ये असतात. खरं तर आपल्या उत्कट इच्छांच्या आड नेहमीच आपली डोकी येतात. आपल्या मनाची कवाडं बंद करण्यासाठी आपण वापरत असलेली काही समर्थने अशी असतात :

'व्यवसाय सुरू करण्याच्या दृष्टीने मी खूपच वयस्कर आहे.'

'हा बदल केला तर तो माझा बेजबाबदारपणा ठरेल.'

'मला हे करणं परवडणार नाही.'

'मला ते आधीच माहिती आहे.'

'या प्रकारे मी नेहमीच हे केलं आहे.'

'अशा प्रकारे ते माझ्यासाठी काम करणार नाही.'

'माझ्याकडे वेळ नाही.'

चुकीच्या किंवा स्वतःची फसवणूक करणाऱ्या जुन्या, भूतकालीन समजुती आपली प्रगती रोखण्यासाठी हळूच आत सरकतात. नवीन गोष्टी करून पाहण्यापासून भीती आपल्याला रोखतात. नवीन माहिती शिकण्यापासून आणि वाढीसाठी आपल्याला खुले करण्यापासून आपले अहंकार आपल्या मार्गात आडवे येतात (या संदर्भात आठव्या प्रकरणात आणखी पाहू) आणि कोणाकडेही बदलासाठी मुळीच वेळही नसतो; पण ज्या वेळी तुम्ही तुमच्या धर्माचा स्वीकार करता त्या वेळी चमत्कार घडून येतात.

जोसेफ कॅम्पबेल मोठा होत असताना, त्याच्या वैविध्यपूर्ण स्वारस्यांमध्ये चपखल बसणाऱ्या करिअरचा नमुना त्याच्या समोर नव्हता. सन १९००च्या सुरुवातीच्या काळात बालपण गेलं असल्यामुळे स्थानिक अमेरिकन संस्कृतीची त्याच्या मनाला भुरळ पडली आणि या संस्कृतीविषयी त्याला शक्य होतं तितकं सारं काही तो शिकला. महाविद्यालयात असताना कॅथलिक लोकांच्या धार्मिक विधींनी आणि प्रतीकांनी तो भारावून गेला. परदेशात शिकत असताना यंग आणि फ्रॉईड यांच्या सिद्धान्तांचा समावेश करण्याएवढा त्याच्या रुचींचा विस्तार झाला आणि त्याला आधुनिक कलांमध्ये स्वारस्य निर्माण झालं. कोलंबियामध्ये परतल्यानंतर जोसेफने त्याच्या शोधनिबंधाच्या मार्गदर्शकांना सांगितलं की, त्याला होली ग्रेलविषयीच्या प्राचीन कथांचा कला आणि मानसशास्त्रविषयक कल्पनांशी संगम साधण्याची इच्छा होती. मात्र त्याच्या मार्गदर्शकांनी ही कल्पना नाकारली. त्याने त्याच्या शोधनिबंधावरचं काम सोडून दिलं आणि सन १९४९मध्ये त्याला सारा लॉरेन्स कॉलेजमध्ये साहित्य हा विषय शिकवण्याची नोकरी मिळाली. ती त्याने अडतीस वर्षं केली. दरम्यानच्या काळात त्याची शेकडो पुस्तकं आणि लेख प्रसिद्ध झाले आणि त्याने प्राचीन भारतीय पुराणकथा आणि तत्त्वज्ञानाचाही सखोल अभ्यास केला; पण पहिल्यांदा द *हिरो विथ अ थाऊजंड फेसेसमध्ये* त्याने ज्याला 'नायकाचा प्रवास' (हिरोज जर्नी) असं म्हटलं त्या अभिनव कल्पनांवर चर्चा केली. या संकल्पनेमुळे कॅम्पबेल हा पुराणकथा आणि मानवी मन या विषयातील अग्रगण्य अधिकारी व्यक्तींमध्ये गणला जाऊ लागला.

आपल्या धर्माचं पालन करणारी व्यक्ती म्हणून जोसेफ कॅम्पबेल हा 'तुमच्या परमानंदाचं अनुसरण करा,' असा सल्ला देणारा मूलस्रोत बनला, यात आश्चर्य वाटण्याजोगं काहीच नाही. त्याने लिहिलं होतं, 'आता मला ही परमानंदाची कल्पना सुचली आहे. कारण, जगाची महान आध्यात्मिक भाषा असलेल्या संस्कृतमध्ये अलौकिकत्वाच्या महासागराच्या काठाचं, उडी मारण्याच्या जागेचं तीन संज्ञा प्रतिनिधित्व करतात : सत्, चित्, आनंद. सत् या शब्दाचा अर्थ अस्तित्व असा आहे. चित्चा अर्थ जाणीव असा आहे आणि आनंद म्हणजे परमानंद किंवा ब्रह्मानंद. मी असा विचार केला की, माझी जाणीव ही योग्य जाणीव आहे की नाही ते मला माहिती नाही, माझं अस्तित्व हे माझं योग्य अस्तित्व आहे की नाही याविषयीही मला काही माहिती आहे का, ते मला माहिती नाही; पण माझा परमानंद कुठे आहे ते मला माहिती आहे, त्यामुळे माझ्या परमानंदातच मला राहू देत म्हणजे मग तोच माझी जाणीव आणि माझं अस्तित्व माझ्यापर्यंत आणेल. मला वाटतं की, त्याने काम केलं आहे.' त्याने पुढे लिहिलं आहे की, 'जर तुमच्या परमानंदाचं तुम्ही अनुसरण केलं, त्याचा पाठलाग केला तर इतर कोणाहीसाठी न उघडणारे दरवाजे तुमच्यासाठी खुले होतील.'

संरक्षणात्मक अंतःप्रेरणा आपल्याला मागे खेचतात किंवा व्यवहार्य निर्णयांच्या दिशेने नेतात (कॅम्पबेलने अडतीस वर्षं साहित्य हा विषय शिकवला होता); पण आपण त्यांच्या पलीकडे पाहू शकतो आणि कशाचा शोध घ्यायचा आहे हे आपल्याला माहिती असेल तर आपल्या धर्माचं आपण अनुसरण करतो.

धर्म हा शरीराचा असतो

आपल्या मनाचं ऐकण्याऐवजी आपण आपल्या शरीराला एखादी कल्पना किंवा कृती कशी वाटते त्याकडे आपण लक्ष दिलंच पाहिजे. पहिली गोष्ट म्हणजे ज्या वेळी या प्रक्रियेत तुम्ही स्वतःचं चित्र डोळ्यांसमोर आणता, त्या वेळी तुम्हाला आनंदाची भावना जाणवते का? त्याची कल्पना तुम्हाला भावते का? मग ज्या वेळी तुम्ही प्रत्यक्ष ती कृती करता, त्या वेळी तुमचं शरीर कसा प्रतिसाद देतं? ज्या वेळी तुम्ही अनुकूल परिस्थितीत, आनंदाच्या भरात असता, त्या वेळी तुम्हाला त्याची जाणीव होते.

१. *चैतन्यमयता* : काही लोकांसाठी धर्मरत असणं याचा अर्थ शांत, आत्मविश्वासू आणि समाधान जाणवणं असा असतो. इतरांना आनंदाची रोमहर्षकता आणि रोमांचकता जाणवते; पण यांपैकी काहीही असलं तरी तुम्हाला चैतन्यमयता, संलग्नता जाणवते आणि तुमच्या चेहऱ्यावर स्मित असतं, तेज असतं.

२. *प्रवाह* : धर्मात नैसर्गिक संवेग असतो. तुम्हाला विरोधी फेसाळत्या लाटांमधून संघर्ष करत पोहत निघाल्याऐवजी पाण्यात तुमच्यासाठी आखलेल्या मार्गातून तुम्ही प्रवाहातून पोहत पुढे निघाल्यासारखं वाटतं. ज्या वेळी तुम्ही खरोखरच त्या लाटांशी मेळ साधता त्या वेळी तिथे प्रवाहाची जाणीव निर्माण होते – तुम्ही तुमच्या स्वतःच्या डोक्यातून बाहेर पडता आणि तुमचं वेळेचं भान हरपतं.

३. *दिलासा* : तुम्ही धर्मपालन करत असताना कोणीही आलं आणि गेलं तरी किंवा शारीरिकदृष्ट्या तुम्ही कुठेही असलात तरी तुम्ही जिथे असता ती जागा तुम्हाला योग्य वाटते, मग तुम्ही जगभर प्रवास करत असलात तरीही ती जागा तुम्हाला योग्यच वाटते. तुम्हाला एकाकीपणा जाणवत नाही किंवा बाजूला पडल्यासारखं वाटत नाही. मला धोक्याची भावना आवडत नाही; पण माझ्या एका मित्राला भरधाव कारमधून फिरायला आणि जेट स्की आवडतात. धोक्याचं अत्यंत वाईट दृश्य हे आम्हा दोघांच्याही दृष्टीने एकसारखंच आहे; पण त्याच्या दृष्टीने धोक्यासाठी ती किंमत मोजणं योग्य असतं किंवा धोक्यातच त्याला आनंद मिळतो. व्यासपीठावर मी माझ्या अनुकूल परिस्थितीत, आनंदाच्या भरात असतो; पण दुसरा एखादा त्या वातावरणात मिटून जाईल, कोमेजून जाईल.

४. *सातत्य* : सुट्टीत पाण्याखाली प्राणवायूची नळकांडी लावून पोहण्यात तुम्हाला खूपच मजा वाटत असेल तर त्याचा अर्थ असं पोहणं किंवा त्यासाठी सुट्टी घेणं हा तुमचा धर्म आहे असा मात्र नाही. तुमच्या धर्मात असणं यात पुनरावृत्ती असते. खरं तर तुम्ही ते आचरण जितकं जास्त प्रमाणात करता तितकं ते अधिक चांगलं बनत जातं; पण एकाच घटनेतून तुम्हाला कोणती ऊर्जा आवडते आणि कधी व केव्हा चैतन्यशील झाल्यासारखं वाटतं याचा तुम्हाला सुगावा सापडतो.

५. *सकारात्मकता आणि विकास* : ज्या वेळी आपल्याला आपल्या बलस्थानांची जाणीव असते, त्या वेळी आपण जास्त आत्मविश्वासू बनतो, इतरांच्या क्षमतांना आपण अधिक महत्त्व देतो आणि आपल्याला कमी स्पर्धात्मकता जाणवते. तुमचा स्वतःची इतरांशी तुलना करण्याकडे असलेला कल कदाचित पूर्णपणे दूर होत नाही; पण तो आक्रसतो, कारण तुम्ही फक्त तुमच्या तज्ज्ञतेच्या क्षेत्रातील लोकांशीच तुमची स्वतःची तुलना करता. नाकारलं जाणं आणि टीका करणं या गोष्टी अवमानकारक असल्यासारख्या वाटत नाहीत. त्या गोष्टी माहितीसारख्या वाटतात आणि त्या आपल्याला पुढे जाण्यासाठी मदत करतात का त्यानुसार, त्या आपण स्वीकारू किंवा नाकारू शकतो.

धर्म ही तुमची जबाबदारी असते

एकदा तुम्हाला तुमच्या धर्माची जाणीव झाली की, तो धर्म जगण्यासाठी आपल्या आयुष्याची रचना करणं हे तुमच्यावर अवलंबून असतं. आपला धर्म इतरांनी ओळखण्याजोग्या ठिकाणी किंवा परिस्थितीत आपण नेहमीच जात नाही आणि आपल्या धर्माची परिपूर्ती करण्यास मदत करण्यासाठी दुसऱ्यांना खूश करण्याचे आटोकाट प्रयत्नही करत नाही. आपल्याला सर्वांनाच कधी ना कधी अनुभव आलेला असतो, त्याप्रमाणे बॉस नेहमीच कर्मचाऱ्याच्या क्षमतेचा वापर करून घेत नाहीत. माझ्या व्यवस्थापकाने त्याचा धर्म समजून घेण्याची गरज आहे – *मग तो मला बढती देईल*, असा विचार करून तुम्ही हे प्रकरण वाचत असाल तर तुमच्या लक्षात माझा मुद्दा आलेला नाही. ज्या जगात प्रत्येक जण सातत्याने आपला धर्म पाळतो, अशा आनंददायक आणि साध्या जगात आपण कधीच जगत नसतो, त्यामुळे तुमचे बॉसही वरचेवर थांबून तुम्हाला बोलावून घेऊन तुमच्या क्षमतांची खरोखरच परिपूर्ती झाली आहे का ते विचारत नाहीत.

आपला धर्म दाखवून देणं आणि त्याचं रक्षण करणं ही आपली जबाबदारी असते. मनुस्मृती असं सांगते की, जे धर्माचं रक्षण करतात त्यांचं धर्म रक्षण करतो. धर्म तुम्हाला स्थैर्य आणि शांतता मिळवून देतो. आपण कुठे बहरू हे जाणून घेण्याचा आपल्याला आत्मविश्वास असतो, त्या वेळी आपल्याला तो दाखवून देण्याच्या संधी मिळतात. त्यामुळे प्रतिक्रियात्मक माहितीचा वेढा तयार होतो. ज्या वेळी तुम्ही आपल्या धर्माचं रक्षण करता, त्या वेळी जिथे तुम्ही बहरता त्याच जागी राहण्यासाठी तुम्ही सतत संघर्ष करत राहता. तुमचा उत्कर्ष किंवा भरभराट होते, त्या वेळी लोकांच्या ते लक्षात येतं आणि तुम्हाला तुमच्या धर्मातच राहण्यास मदत करणाऱ्या बक्षिसांचं फळ तुम्हाला मिळतं. तुमचा धर्म तुमच्या हर्षोल्हासाचं आणि तुमच्या हेतूच्या जाणिवेचं रक्षण करतो आणि तुम्हाला वाढण्यास मदत करतो.

तुमचा धर्म पूर्ण ताकदीनिशी जगा

जो माणूस त्याचा धर्म जगत नाही, तो पाण्यातून बाहेर काढलेल्या माशासारखा असतो. तुम्ही त्या माशाला जगातील सगळ्या सुखसमृद्धी द्या; पण तरीही त्याला पुन्हा पाण्यात सोडलं गेलं नाही तर तो मरण पावेल. एकदा तुम्हाला तुमच्या धर्माचा शोध लागला की, तुमच्या आयुष्याच्या प्रत्येक पैलूत ती भूमिका पार पाडण्याची पराकाष्ठा करा. तुमच्या या उत्कट इच्छेचं तुमच्या कामाच्या ठिकाणी अनुसरण करा. त्याच कौशल्य संचाचा वापर करून समाजाचे प्रश्न हाती घ्या. तुमच्या कुटुंबात, क्रीडांमध्ये, नातेसंबंधांमध्ये, मित्रांबरोबर बाहेर असताना सगळीकडे

आपल्या धर्मातच राहा. जर माझा धर्म नेत्याचा असेल तर मी कदाचित कुटुंबाच्या सुट्ट्यांचं नियोजन करणारा असू शकतो. मला त्या भूमिकेत अर्थ असल्याचं जाणवेल; परंतु जर मी नेता असेन आणि ती भूमिका पार पाडत नसेन, तर मला आपण नगण्य असल्यासारखं वाटेल आणि मी निराश होईन.

कदाचित, तुम्ही असा विचार करत असाल की, *जय, फक्त आपल्या धर्माला चिकटून राहण्यात काहीच अर्थ नाही. प्रत्येकालाच हे माहिती असतं की, तुम्हाला स्वतःला पुढे न्यावं लागतं. नवीन गोष्टी करून पाहाव्या लागतात. आपल्या सुखासीनतेच्या जागेतून बाहेर पडावं लागतं.* तुमचा धर्म ही तुमची नैसर्गिक अवस्था असली तरीही त्याची व्याप्ती ही तुमच्या सुखासीनतेच्या जागेच्या पलीकडेपर्यंत पसरलेली असते. उदाहरणार्थ, जर वक्ता असणं हा तुमचा धर्म असेल, तर तुमचा प्रभाव किती आहे, त्याच्या मापनानुसार, तुम्ही दहा प्रेक्षकांपासून शेकडो प्रेक्षकांपर्यंत पोहोचू शकता. तुम्ही विद्यार्थ्यांसमोर बोलत असाल तर तुम्ही सीईओंसमोर बोलण्यास सुरुवात करू शकता.

तुमचा धर्म ताणणं म्हणजेच तुमच्या धर्माचं पूर्ण ताकदीनिशी पालन करणं हीसुद्धा महत्त्वाची गोष्ट असते. मी जगात फार बाहेर जात राहणारी व्यक्ती नाही; पण मी काही कार्यक्रमांना आणि बैठकांना जातो. कारण, लोकांशी जोडलं जाण्याने माझा हेतू साध्य होतो हे मला माहिती आहे. तुमच्या धर्माच्या विरुद्ध जाणं हे थोडंसं रोलर स्केटिंगसारखं असतं. तुम्हाला नंतर तोल ढळल्यासारखं, थोडंसं नियंत्रण सुटल्यासारखं आणि थकल्यासारखं वाटतं; पण तुम्ही स्वतःला जितके जास्त समजून घ्याल, तितक्या जास्त प्रमाणात तुमचा पाया मजबूत कराल. तुमच्या अधिक उच्चतर हेतूसाठी तुम्ही जाणीवपूर्वक वेगळ्या दिशेला स्केटिंग करू शकता. तुमचा धर्म समजून घेणं ही तो धर्म कधी आणि कसा मागे सोडायचा हे जाणून घेण्याची गुरूकिल्ली असते.

आपले धर्म आपल्याबरोबरच उत्क्रांत होत जातात. मूळची ब्रिटिश नागरिक असलेली एम्मा स्लेड हाँगकाँगमध्ये राहत होती. तिथे ती एक अब्जांहून अधिक डॉलर्स किमतीच्या जागतिक बँकेच्या खात्यांचं व्यवस्थापन करण्याचं काम करत होती. 'मला ते काम आवडत होतं,' असं ती म्हणते. 'ते जलद गतीचं आणि रोमहर्षक काम होतं... मी तर जणू ताळेबंदांचाच नाष्टा करत होते.' त्यानंतर १९९७च्या सप्टेंबरमध्ये स्लेड इंडोनेशियातील जाकार्ता इथे व्यावसायिक ट्रीपवर गेली होती. तिथे एका सशस्त्र माणसाने तिच्या छातीवर बंदूक रोखली आणि तिला लुटलं. त्यानंतर त्याने तिच्या हॉटेलच्या खोलीत तिला ओलीस ठेवलं. ती म्हणते की, खोलीच्या जमिनीवर ती भीतीने अंग चोरून पडलेली असताना मानवी आयुष्याची किंमत तिच्या लक्षात आली. सुदैवाने स्लेडला शारीरिक इजा होण्याच्या आधीच पोलीस तिथे पोहोचले. त्यानंतर ज्या वेळी पोलीस अधिकाऱ्यांनी तिला हॉटेलच्या भिंतीसमोर

खाली कोसळलेल्या आणि रक्ताच्या थारोळ्यात पडलेल्या माणसाचं छायाचित्र दाखवलं, त्या वेळी त्याच्याविषयी दुःखाच्या आणि करुणेच्या भावना तिच्या मनात भरून आल्यामुळे तिला धक्का बसला. ती भावना तिच्या मनात घट्ट रुतून बसली आणि तिचा खरा हेतू काय होता या प्रश्नाचा पाठपुरावा करण्याकडे ती वळली.

स्लेडने तिची नोकरी सोडली आणि ती योग आणि मनाचं स्वरूप यांचा धांडोळा घेऊ लागली. सन २०११मध्ये ती भूतानमध्ये गेली. तिथे तिला एक संन्यासी भेटला आणि तिच्यावर त्याचा कायमस्वरूपी प्रभाव पडला (मीही कधीतरी असाच कायमस्वरूपी प्रभाव पडण्याच्या तिच्या जागी होतो!) सन २०१२मध्ये ती बौद्ध संन्यासिनी बनली आणि त्याच वेळी स्लेडला (आता तिला पेमा डेकी म्हणून ओळखलं जातं) असं जाणवलं की, तिला हवी असलेली शांतता तिला अखेरीस लाभली होती, तरीही तिच्यावर हल्ला केलेल्या माणसाविषयी तिला वाटलेली करुणेची भावना पुन्हा तिच्या मनात निर्माण झाली होती आणि स्लेडच्या असं लक्षात आलं की, ही करुणा कृतीत उतरवण्यासाठी तिने काहीतरी करण्याची गरज होती. सन २०१५मध्ये इंग्लंडमध्ये तिने 'ओपनिंग युवर हार्ट टू भूतान' नावाच्या एका धर्मादाय संस्थेची स्थापना केली. पूर्व भूतानच्या ग्रामीण भागातील लोकांच्या प्राथमिक गरजा पूर्ण करण्याचं काम ही संस्था करते. संन्यासिनी बनल्यामुळे तिला परिपूर्तता लाभली असली तरीही गुहेत बसून उर्वरित आयुष्यभर ध्यान करणं हा कधीच तिचा धर्म नव्हता. आता आर्थिक क्षेत्रातील तिच्या नैपुण्याचा वापर ती तिची स्वतःची आणि इतरांची अधिक समृद्धपणे सेवा करण्यासाठी करते. स्लेड असं म्हणते की, 'माझं आयुष्य आता अत्यंत अर्थपूर्ण आणि आनंदी बनवण्यासाठी मला जुनी कौशल्यं अत्यंत उपयुक्त ठरली आहेत.' स्लेड तिच्या अनुभवाची तुलना कमळाच्या फुलाशी करते. कमळ चिखलात जन्मतं आणि प्रकाशाच्या शोधात पाण्यातून वरच्या बाजूला वाढतं. आयुष्यातील आव्हानांचे चिखल आणि गलिच्छ, उबग आणणाऱ्या गोष्टी या विकासासाठी सुपीक जमीन पुरवतात, असं बौद्ध धर्मातील तत्त्व सांगतं. या धर्माचं कमळ हे प्रतीक आहे. कमळ जसजसं वाढतं, तसतसं ते पाण्यातून बाहेर येतं आणि अखेरीस फुलतं. बुद्ध असं सांगतो की, 'पाण्यात जन्मलेलं, पाण्यातून वर येणारं लाल, निळं किंवा पांढरं कमळ जसं पाण्यात भिजून जात नाही, त्यापासून अलिप्त राहतं अगदी त्याच प्रकारे मीही या जगात जन्मतो, या जगात वाढतो आणि या जगावर मात केल्यानंतर या जगापासून अलिप्त राहून जगतो.'

'जाकार्ता हा माझा चिखल होता,' असं स्लेड तिच्या टेडएक्सवरील भाषणात म्हणते. 'पण माझ्या भविष्यकालीन विकासाचं तेच बीजही होतं.'

धर्माचं संपूर्ण सूत्र लक्षात घ्या. धर्म म्हणजे फक्त उत्कट इच्छा आणि कौशल्यं नव्हे. *धर्म ही इतरांच्या सेवेची उत्कट इच्छा आहे*. तुमच्या धर्माने जगाची गरज पूर्ण

केलीच पाहिजे. मी आधीच म्हटलं आहे त्याप्रमाणे, अधिक उच्चतर हेतू असतो त्या वेळी जे काही करण्याची गरज असते, ते करण्याची तुमची इच्छा असली पाहिजे, यावर संन्याशांचा विश्वास असतो (आणि संन्यासी हा हेतू पूर्णपणे जगतातही); पण तुम्ही संन्यासी नसाल तर तुमची उत्कट इच्छा पार पाडल्याने तुम्हाला होणारा आनंद हा इतर लोक त्याची कितपत प्रशंसा करतात, त्याच्याशी सममूल्य असला पाहिजे. तो तसा आहे का हे पाहणं हा वरील हेतू पूर्ण होतो का हे तपासण्याचा एक मार्ग आहे. जर तुम्ही प्रभावी आहात असं इतरांना वाटत नसेल तर तुमची उत्कट इच्छा हा तुमचा छंद आहे आणि तो तुमच्या आयुष्याच्या समृद्धीत भर घालू शकतो.

प्रत्येक धर्मबाह्य कृती म्हणजे वेळेचा अपव्यय असतो, असा मात्र याचा अर्थ नाही. आपल्या सर्वांसाठीच क्षमतेची उभारणी करणाऱ्या आणि चारित्र्याची उभारणी करणाऱ्या कृती असतात. ज्या वेळी मला पहिल्यांदा व्याख्यान देण्यास सांगण्यात आलं, त्या वेळी माझ्या धर्मात मी क्षमतेची उभारणी केली; पण ज्या वेळी मला कचरा काढण्यास सांगण्यात आलं, त्या वेळी माझ्या चारित्र्याची मी उभारणी केली. चारित्र्याविषयी आदर न बाळगता तुमच्या क्षमतेची उभारणी करणं ही गोष्ट म्हणजे आत्ममग्नता असते आणि क्षमतांवर काम न करता चारित्र्याची उभारणी करणं ही गोष्ट परिणामशून्य असते. आपल्या आत्म्यांची सेवा करण्यासाठी आणि उच्च हेतू साध्य करण्यासाठी आपण या दोन्ही गोष्टींवर काम करण्याची गरज असते.

ज्या वेळी रोज तुमचा वेळ आणि ऊर्जा यांचा तुम्ही शहाणपणाने वापर करता त्या वेळी तुमचा हेतू जाणून घेणं आणि त्याची पूर्तता करणं ही गोष्ट अधिक सोपी आणि अधिक फलदायी असते. पुढच्या प्रकरणात तुमच्या दिवसाची उत्तम सुरुवात कशी करता येईल आणि तिथून पुढचा दिवस कसा पार पाडावा, याविषयी आपण बोलणार आहोत.

प्रकरण ६

दिनक्रम

स्थळाकडे ऊर्जा असते, काळाकडे स्मृती असते

रोज जागे झाल्यानंतर असा विचार करा की, आज मी सुदैवी आहे.
कारण, आज मी जिवंत आहे, माझ्याकडे मूल्यवान मानवी जीवन आहे,
मी ते वाया घालवणार नाही.
– दलाई लामा

आम्ही बारा किंवा थोडे जास्त लोक योगाच्या पॅडसारख्या अंथरुणावर जमिनीवर झोपत होतो. त्याच्यावर एक साधी चादर टाकलेली असे. खोलीच्या भिंती या एकावर एक रचलेल्या शेणींच्या थरांपासून बनवलेल्या होत्या आणि तिथे अप्रसन्न न वाटणारा; पण अभिरुचीहीन गंध पसरलेला होता. ओबडधोबड दगडी जमिनी गुळगुळीत करण्यात आल्या होत्या; पण फोमच्या गाद्यांच्या आठवणींच्या तुलनेत त्या गाद्यांपासून त्या खूपच दूर होत्या. या इमारतीला चांगल्या प्रकारे बांधण्यात आलेल्या खिडक्या नव्हत्या – आम्ही आतल्या बाजूच्या खोलीत होतो आणि त्यामुळे पावसाळ्याच्या मोसमात आम्ही कोरडे राहत होतो आणि हवा खेळती राहण्यासाठी इमारतीला भरपूर दरवाजे होते.

मी तिथे रोज रात्री झोपत असलो तरीही तिथे 'माझी' अशी विशिष्ट जागा नव्हती. आम्ही मालकी हक्कापासून इथे अगदी स्पष्टपणे दूर जात होतो. कशावरही ताबा नाही, कोणत्याही भौतिक आसक्ती नाहीत. अगदी आता एखाद्या गुहेसारखा त्या खोलीत अंधार पसरला होता; पण बाहेर सुरू झालेल्या पक्ष्यांच्या किलबिलाटामुळे

आमच्या शरीरांना हे समजलं होतं की, पहाटेचे चार वाजले होते – म्हणजे उठण्याची वेळ झाली होती. आम्ही आता अर्ध्या तासात सामुदायिक प्रार्थनेसाठी जमणार होतो. एकही शब्द न बोलता आम्ही कपाटांच्या खोलीकडे गेलो. आमच्यापैकी काही जण अंघोळ करत होते, काही जण अंघोळीनंतर घालण्यासाठी त्यांच्या कफन्या काढून घेत होते. चार सामुदायिक सिंकसमोर आम्ही दात घासण्यासाठी रांगेत उभे होतो. बाहेरच्या जगातील कोणीही आमच्या कृती पाहत नव्हतं; पण त्यांनी जर त्या पाहिल्या असत्या तर त्यांना छान विश्रांती घेतलेल्या पुरुषांचा एक गट दिसला असता. त्यांच्यापैकी सगळेच जण एवढ्या पहाटे उठण्याबाबत अगदी पूर्णपणे समाधानी असल्याचं दिसत होतं.

नेहमीच ही गोष्ट एवढी सोपी असत नव्हती. रोज सकाळी माझा मेंदू आणखी थोडा वेळ तसेच डोळे मिटून पडून राहण्याची तीव्र इच्छा करत होता, मी आणखी का झोपावं याच्या वेगवेगळ्या समर्थनांचा विचार करत होता; पण मी स्वतःला ही नवीन दिनचर्या स्वीकारणं भाग पाडलं. कारण, माझी त्या प्रक्रियेशी बांधिलकी होती. ती कठोर आणि कठीण होती हा या प्रवासाचा एक महत्त्वाचा भाग होता.

अखेरीस यशस्वीपणे लवकर उठण्याची एक हमखास युक्ती मी शिकलो. *मला लवकर झोपावंच लागणार होतं.* हीच ती युक्ती होती. प्रत्येक दिवसाच्या मर्यादा पुढे ढकलत, उद्याचा बळी देत माझं संपूर्ण आयुष्य मी घालवू शकलो असतो. कारण, मला आजची चांगली संधी गमवायची नव्हती; पण अखेरीस मी ते सोडून दिल्यावर आणि लवकर झोपायला सुरुवात केल्यावर चार वाजता उठणं ही गोष्ट अधिकाधिक सोपी बनत गेली. ही गोष्ट अधिक सोपी बनल्यावर मला असं आढळून आलं की, माझ्या शरीराखेरीज आणि सभोवतालच्या नैसर्गिक जगाखेरीज इतर कोणाच्याही आणि कशाच्याही मदतीखेरीज मी ते करू शकत होतो.

हा माझ्यासाठी साक्षात्कारी अनुभव होता. माझ्या असं लक्षात आलं की, माझ्या आयुष्यात कधीही माझ्या दिवसाची सुरुवात मी कोणत्या ना कोणत्या प्रकारच्या दचकवणाऱ्या अनुभवाखेरीज केली नव्हती. मी किशोरवयीन असताना सकाळी खालच्या मजल्यावरून माझ्या आईच्या किंचाळण्याच्या आवाजात माझ्यासाठी सकाळ झाल्याचा आदेश येत असे. 'जय, उठ!' नंतरच्या काळात गजराचं घड्याळ कृतघ्नपणे हे काम करत असे. माझ्या आयुष्यातील प्रत्येक दिवसाची सुरुवात अचानक, कर्कशपणे आणि आगंतुकपणे होत होती. आता मात्र मी पक्ष्यांच्या किलबिलाटाच्या, वाऱ्यामुळे होणाऱ्या झाडांच्या सळसळीच्या, पाण्याच्या प्रवाहाच्या आवाजाने उठत होतो. निसर्गातल्या आवाजांनी मी जागा होत होतो.

अखेरीस मला याची किंमत समजली. पहाटे लवकर उठायला लावणं हा आमचा छळ करण्याचा प्रकार नव्हता. शांततेत आणि स्थिरचित्तपणे दिवसाची

सुरुवात करणं हा त्यामागचा उद्देश होता. पक्षी, वाहत्या पाण्याचा ध्वनी हे इशारे होते आणि आमच्या दिनचर्या कधीही बदलत नव्हत्या. आश्रमातील सकाळचा साधेपणा आणि रचना यांनी निर्णयांच्या आणि बदलांच्या तणावपूर्ण गुंतागुंतींपासून आमची सुटका केली होती. एवढ्या साधेपणाने आणि ऊर्जेने आमच्या दिवसांची सुरुवात करणं ही गोष्ट मनाला स्नान घालण्यासारखी, मन स्वच्छ करण्यासारखी होती. आदल्या दिवशीची आव्हाने आमच्या मनांतून पुसून टाकली जात होती आणि आम्हाला लोभाला औदार्यात, क्रोधाला करुणेत, हानीला प्रेमात रूपांतरित करण्याचा अवकाश आणि ऊर्जा मिळत होती. अखेरीस त्यामुळे आम्हाला दिवसभर वापरण्यासाठी एक संकल्प, एक निर्धार, एक हेतू मिळाला होता.

आश्रमात आम्ही सराव करत असलेल्या सवयीला किंवा विधीला गती देण्यासाठी आमच्या आयुष्यातील प्रत्येक तपशिलाची रचना करण्यात आली होती. उदाहरणार्थ, आमच्या कफन्या : आम्ही सकाळी उठलो की, कधीही कोणते कपडे घालावेत याचा आम्हाला विचार करावा लागत नव्हता. स्टीव्ह जॉब्ज, बराक ओबामा आणि अरियाना हफिंग्टन हे सगळेच लोक त्यांच्या स्वतःच्या मूलभूत गणवेषांमुळे ओळखले जातात. संन्यासी त्यांच्या कपड्यांचा प्रश्न सोडवतात, त्यामुळे त्या दिवशी कोणते कपडे घालावयाचे याचा विचार करण्यावर त्यांना त्यांची ऊर्जा आणि वेळ वाया घालवावा लागत नाही. आम्हा प्रत्येकाकडे दोन कफन्या होत्या – एक घालायची आणि एक धुवायची. त्याच प्रकारे योग्य चैतन्यासह दिवसाची सुरुवात करता यावी, यासाठी पहाटे उठण्याची रचना करण्यात आली होती. तशी ती त्रासदायक वेळ होती; पण तरीही आध्यात्मिकदृष्ट्या ती उद्बोधक वेळ होती.

मी कधीच एवढ्या लवकर उठणार नाही, असा कदाचित तुम्ही विचार करत असाल. *दिवसाची सुरुवात करण्याचा याहून जास्त वाईट मार्गाचा विचार मी करू शकत नाही*, असंही तुम्हाला वाटत असेल. मलाही असंच वाटत असे, त्यामुळे मी हा दृष्टिकोन समजू शकतो! पण बहुतांश लोक सध्याही त्यांच्या दिवसाची सुरुवात कशी करतात त्यावर एक नजर टाकू या : झोपेवर संशोधन करणारे संशोधक असं सांगतात की, आपल्यापैकी ८५ टक्के लोकांना कामावर जाण्यास उठण्यासाठी गजराच्या घड्याळाची गरज भासते. ज्या वेळी उठण्यासाठी आपल्या शरीराची तयारी होण्याच्या आधी आपण उठतो, त्या वेळी मेलॅटोनीन हे झोपेचं नियमन करणारं हार्मोन सहसा अजूनही काम करत असतं. आपण अलार्मचं स्नूझ बटण दाबतो, त्यामागचं हे एक कारण आहे.

दुर्दैवाने, आपला उत्पादकताभिमुख समाज आपल्याला अशाच प्रकारे जगण्यास प्रोत्साहन देतो. मारिया पोपोवा ही लेखिका *ब्रेन पिकिंग्जची* व्यवस्थापिका म्हणूनच जास्त ओळखली जाते. ती असं लिहिते की, ‘थोडीच झोप घेऊन उठण्याच्या आपल्या क्षमतेमुळे आपल्या कामाच्या नीतिमत्तेला मान्यता मिळते, असं वाटून

आपण एखाद्या सन्मानचिन्हासारखी ही क्षमता मिरवतो; परंतु ही क्षमता म्हणजे स्वतःविषयीचा आदर आणि प्राधान्य यांच्याबद्दलचं प्रचंड अपयश असतं.'

मग एकदा आपण अत्यल्प झोप घेऊन उठलो की, आपल्यापैकी जवळजवळ २५ टक्के लोक आणखी एक गोष्ट करतात आणि तिच्यामुळे दिवस सुरू करताना आपण दुसरं चुकीचं पाऊल टाकतो. *आपण उठल्याबरोबर मिनिटभराच्या आतच सेलफोन हातात घेतो.* आपल्यापैकी जवळजवळ निम्मे लोक दहा मिनिटांत संदेश पाहतात. बहुसंख्य लोक झोपेने अजूनही जडावलेल्या डोळ्यांनीच रोज सकाळी काही मिनिटांत माहितीच्या डोंगरांवर प्रक्रिया करतात.

दोन सेकंदांमध्ये शून्य वेगापासून ताशी साठ मैल वेगाने धावू शकणाऱ्या फक्त सहा कार आहेत. बहुतांश इतर कारप्रमाणे मानवी शारीरिक किंवा मानसिक रचना ही झटपट स्थित्यंतरास उपयुक्त ठरण्याजोगी बनवण्यात आलेली नाही. तुम्ही नुकतेच उठलेले असता त्या वेळी जी गोष्ट करणं तुम्हाला गरजेचं वाटतं ती असते बातम्यांचे शोकांत आणि वेदनादायक, दुःखद मथळे पाहणं किंवा कार्यालयात जाण्याच्या त्यांच्या मार्गावर वाहतुकीच्या कोंडीत अडकल्यामुळे तुमच्या मित्रांचे भावनांचे उद्रेक ऐकणं ही. सकाळी उठल्याबरोबर लगेच पहिल्यांदा तुमच्या फोनकडे पाहणं हे तुम्ही अंघोळ केलेली नसताना, दात घासलेले नसताना, केस विंचरलेले नसताना सुमारे शंभर गप्पिष्ट अनोळखी लोकांना तुमच्या झोपण्याच्या खोलीत बोलावण्यासारखं असतं. गजराचं घड्याळ आणि तुमच्या फोनमधील जग यांच्या दरम्यान तुम्ही तणाव, दबाव, चिंता यांनी तत्काळ घेरले जाता. या अवस्थेतून उठल्यानंतर तुम्हाला एक प्रसन्न, उत्पादक दिवस मिळेल अशी अपेक्षा तुम्ही खरोखरच बाळगू शकता का?

आश्रमात असताना आम्ही ज्या प्रकारच्या दिवसाचं नियोजन केलेलं असे त्या प्रकारच्या चैतन्यातच आम्ही प्रत्येक सकाळची सुरुवात करत होतो आणि दिवसभर तोच जाणीवपूर्वक विचार आणि एकाग्रचित्तता टिकवून ठेवण्यासाठी स्वतःला प्रशिक्षित करत होतो. तुमच्या दैनंदिन वेळापत्रकात प्रार्थना, ध्यानधारणा, अभ्यास, सेवा आणि कामं यांचा समावेश असेल तर या सगळ्या गोष्टी छान आणि चांगल्या असतात हे नक्की; पण बाह्य जग हे अधिक गुंतागुंतीचं असतं.

लवकर उठणं

इथे मी पहिली शिफारस करतो : तुम्ही आता उठता त्याहून तासभर आधी उठा. 'बिलकूल शक्य नाही!' असं तुम्ही म्हणाल. 'मी आता उठतोय, त्याहून तासभर आधी उठण्याची काय गरज आहे? तशीही मला पुरेशी झोप मिळत नाही. शिवाय हॅं! असं कोण उठणार?' असंही तुम्ही म्हणाल; पण माझं बोलणं ऐकून घ्या. आपल्यापैकी

कोणालाही दमलेल्या अवस्थेत कामावर जायला आणि दिवसाअखेरीला आपण याहून अधिक काम करू शकलो असतो, अशी भावना घेऊन परत यायला आवडत नाही. सकाळची ऊर्जा आणि मनःस्थिती दिवसभर आपल्यासोबत राहते म्हणून आयुष्य अधिक अर्थपूर्ण बनवण्याची सुरुवात तिथेच होते.

आपल्याला कामावर किंवा क्लासला किंवा व्यायामाला अगर मुलांना शाळेत सोडायला जाण्याच्या अगदी थोडाच वेळ आधी उठण्याची सवय लागलेली आहे. अंघोळीसाठी, नाष्ट्यासाठी, आवरण्यासाठी इ. काही गोष्टींसाठी आपण अगदी जेमतेम वेळच ठेवतो; पण फक्त जेमतेम पुरेसा वेळ असणं याचा अर्थ पुरेसा वेळ नसणं असा असतो. तुम्हाला उशीर होतो. तुम्ही नाष्टा करत नाही. तुमचं अंथरुण न आवरता तसंच ठेवून निघता. तुमच्या अंघोळीचा आनंद घेण्यासाठी, दात योग्य प्रकारे ब्रश करण्यासाठी, नाष्टा संपवण्यासाठी किंवा घरी आल्यानंतर नीटनेटकं घर असावं म्हणून घर आवरण्यासाठी तुम्ही वेळ काढू शकत नाही. या सगळ्या गोष्टी तुम्हाला अत्यंत घाईघाईने कराव्या लागल्या तर तुम्ही सहेतुकपणे आणि काळजीपूर्वक गोष्टी करू शकत नाही. ज्या वेळी तुम्ही उच्च दबाव आणि उच्च तणाव यांनी सकाळची सुरुवात करता, त्या वेळी उर्वरित दिवसभर संभाषणांदरम्यान, बैठकांमध्ये आणि भेटींच्या वेळांमध्ये याच अवस्थेत काम करण्यासाठी तुम्ही शरीराला तयार करता.

सकाळी लवकर उठण्यामुळे अधिक उत्पादक दिवसाकडे तुम्ही जाता. यशस्वी व्यावसायिक आधीच हे करत आहेत. ॲपलचे सीईओ टिम कूक त्यांच्या दिवसाची सुरुवात पहाटे ३.४५ वाजता करतात. रिचर्ड ब्रॅन्सन ५.४५ वाजता आणि मिशेल ओबामा ४.३० वाजता उठतात; पण उच्च प्रभाव असलेले लोक सकाळी लवकर उठत असले तरीही उच्च पदाधिकाऱ्यांमध्ये झोपेत सुधारणा घडवून आणण्याची क्रियाही सुरू असल्याचं दिसतं. ॲमेझॉनचे सीईओ जेफ बेझॉस हे रोज रात्री आठ तासांची झोप मिळण्यास प्राधान्य देतात. ते असं म्हणतात की, 'कमी झोप घेण्याने कदाचित तुम्हाला उत्पादन करण्यास जास्त वेळ मिळू शकेल; पण त्यामुळे दर्जा घसरेल.' म्हणून जर तुम्ही लवकर उठणार असाल, तर तुम्हाला रात्रभर पूर्ण विश्रांती मिळावी म्हणून तासभर लवकर झोपावं लागेल.

तुम्हाला मुलं असतील किंवा रात्रपाळीच्या नोकऱ्या असतील, तर आयुष्यं अधिक गुंतागुंतीची बनतात म्हणून तासभर लवकर उठण्याची कल्पना या किंवा यांसारख्या परिस्थितींमुळे अतर्क्य वाटत असेल, तर निराश होऊ नका. सहज हाताळता येण्याजोग्या गोष्टींनी सुरुवात करा (पुढे दिलेलं 'हे करून पाहा' वाचा). तुमच्या लक्षात येईल की, मी तुम्ही विशिष्ट वेळीच उठलं पाहिजे असं म्हटलेलं नाही. मी तुम्हाला पहाटे चार वाजता उठण्यास सांगत नाही. ही वेळ लवकरची असली पाहिजे असंही नाही - तुम्हाला हेतूपूर्वक वावरता यावं आणि गोष्टी पूर्ण करता याव्यात हे यामागचं उद्दिष्ट आहे. तेच चैतन्य दिवसभर तुमच्या सोबत राहील.

दिवसाच्या सुरुवातीला वेळेचं संरक्षक कवच तयार करा, अन्यथा त्याच्या शोधात तुम्ही संपूर्ण दिवस घालवाल. दिवस अर्धा उलटून गेल्यावर तुम्हाला ते कधीच सापडणार नाही, हे मी तुम्हाला खात्रीने सांगतो. तुमच्या सकाळच्या झोपेतून तुम्ही ते चक्क चोरा आणि रात्री ती चोरलेली झोप स्वतःला परत द्या. मग काय बदल होतात ते पाहा.

हे करून पाहा : सकाळी लवकर उठण्यातील सहजता

या आठवड्यात फक्त पंधरा मिनिटं लवकर उठा. तुम्हाला कदाचित गजर लावावा लागेल; पण तो हळुवार असेल असं पाहा. तुम्ही पहिल्यांदा उठाल त्या वेळी मंद प्रकाश असू द्या आणि शांत संगीत लावा. निदान त्या जास्तीच्या पंधरा मिनिटांत तरी फोन उचलू नका. पुढच्या दिवसासाठी तुमच्या मेंदूला या वेळात मनःस्थिती तयार करू द्या. असं आठवडाभर केल्यानंतर तुमची उठण्याची वेळ आणखी पंधरा मिनिटं मागे न्या. आता तुम्ही आधीच्या तुलनेत अर्धा तास आधी उठू लागाल. मग हा वेळ तुम्ही कसा व्यतीत कराल? तुम्ही कदाचित अंघोळीसाठी जास्त वेळ घ्याल. चहाचे आरामात घोट घ्याल. फिरायला जाल. ध्यान कराल. घराबाहेर पडण्यापूर्वी थोड्या वेळात घराची स्वच्छता करून ठेवाल. रात्री ज्या वेळी तुम्हाला दमल्याची पहिली चाहूल लागेल, त्या वेळी टीव्ही आणि फोन बंद करा आणि झोपायला जा.

वेळ काढा

एकदा का तुम्ही सकाळी अवकाश तयार केला की, मग ती वेळ फक्त तुमची एकट्याची असेल. तुम्ही तिचा वापर कसा करता यावर कोणीही नियंत्रण ठेवणार नाही. आपल्या वेळेवर नोकरी, कुटुंब इ. विषयीच्या आपल्या कर्तव्यांचं, बंधनांचं भरपूर नियंत्रण असतं, त्यामुळे हा मोकळा वेळ ही आपण स्वतःलाच दिलेली एक महानतम भेटवस्तू असेल. तुम्ही कदाचित तुमच्या नियमित दिनचर्येकडे वळाल; पण अधिक वेळामुळे निर्माण केलेल्या अवकाशाची आणि चैनीची जाणीव करून घ्या. कदाचित, रस्त्यात जाता जाता कॉफीवर झडप घालण्याऐवजी तुम्हाला तुमची कॉफी तयार करण्याएवढा वेळ मिळू शकेल. नाष्टा करताना तुम्ही संभाषण करू शकाल, वर्तमानपत्र वाचू शकाल किंवा तुम्हाला नव्याने गवसलेल्या या वेळेचा वापर व्यायाम करण्यासाठी करू शकाल. जर तुम्ही ध्यान करत असाल तर कृतज्ञता नजरेसमोर आणण्याच्या सरावाने तुम्ही दिवसाची सुरुवात करू शकता. तुमच्या रोजच्या सकाळमध्ये चालण्याच्या व्यायामांची भर टाकण्यासाठी तुम्ही कदाचित कामाच्या जागेपासून काही अंतरावर गाडी उभी करा, असा सल्ला आरोग्यतज्ज्ञ

तुम्हाला देऊ इच्छितील. तुम्ही ज्या वेळी वेळेचा हा अवकाश निर्माण कराल, त्या वेळी तुमच्याकडे ज्या गोष्टीचा सर्वाधिक अभाव असतो, त्या गोष्टीची म्हणजेच स्वतःसाठी वेळ काढण्याची कमतरता तुम्ही भरून काढू शकाल.

हे करून पाहा : सकाळचा नवीन दिनक्रम

रोज सकाळी पुढील गोष्टींसाठी थोडा वेळ काढा :

कृतज्ञता किंवा आभार मानणं. एखाद्या व्यक्तीविषयी, स्थळाविषयी, दिवसातील एखाद्या गोष्टीविषयी कृतज्ञता व्यक्त करा. यात त्या गोष्टीचा विचार करणं, लिहून काढणं आणि सांगणं याचा समावेश असतो (प्रकरण नऊ वाचा).

अंतर्ज्ञान किंवा मर्मदृष्टी. वर्तमानपत्र किंवा एखादं पुस्तक वाचून किंवा पॉडकास्ट ऐकून अंतर्ज्ञान किंवा मर्मदृष्टी मिळवा.

ध्यान. एकांतात पंधरा मिनिटं घालवा. श्वसनाद्वारे, नजरेसमोर दृश्य आणून किंवा ध्वनीच्या आधारे (भाग ३च्या सुरुवातीला ध्वनी ध्यानाविषयी अधिक माहिती आहे) ध्यान करा.

व्यायाम. आम्ही संन्यासी योग करतो; पण तुम्ही शरीर ताणण्याचे (स्ट्रेचेस) किंवा इतर मूलभूत व्यायाम करू शकता.

कृतज्ञता (Thankfullness), अंतर्ज्ञान किंवा मर्मदृष्टी (Insight), ध्यान (Meditation), व्यायाम (Exercise) या चारही बाबींच्या इंग्रजी शब्दांची आद्याक्षरं घेतली तर ती आहेत T.I.M.E. म्हणजेच वेळ. तुमच्या रोजच्या सकाळमध्ये वेळेची भर घालण्याचा नवीन मार्ग.

संध्याकाळचा दिनक्रम

आश्रमात असताना मी असं शिकलो की, संध्याकाळीच दुसऱ्या दिवशीची सकाळ कशी असावी ते ठरवलं जातं. प्रत्येक सकाळकडे नवीन सुरुवात म्हणून पाहणं ही गोष्ट आपल्या दृष्टीने स्वाभाविक असते; पण यातलं सत्य असं आहे की, आपले दिवस हे स्वतःभोवती चक्राकारात फिरत असतात. तुम्ही सकाळी गजर लावत नाही. आदल्या रात्री तो लावता. याचा अर्थच असा की, जर तुम्हाला दुसऱ्या दिवशी संकल्पासह उठायचं असेल तर त्यासाठी तुम्ही संध्याकाळच्या निकोप, आरोग्यपूर्ण, विश्रांतीपूर्ण दिनक्रमाने त्या प्रक्रियेचा वेग वाढवण्यास सुरुवात करण्याची गरज असते म्हणूनच आपण सकाळकडे दिलेलं लक्ष विस्तारू लागतं आणि संपूर्ण दिवसाचा अर्थ आणि मर्यादा सकाळीतून स्पष्ट होतात.

कदाचित, एक तास आधी उठण्यासाठी वेळ काढणं तुम्हाला बिलकूल शक्य नसतं; पण सहसा नेहमी तुम्ही टीव्ही कधी बंद करता? एक कार्यक्रम बघून झाला की दुसरा असं करत राहून मध्यरात्र उलटून जाईपर्यंत टीव्ही बघत राहता का? तुम्ही 'विश्रांती घेण्यासाठी', म्हणून तुम्ही टीव्ही पाहत राहता. तुमच्यात इतर कोणतीही गोष्ट करण्याएवढं त्राणच उरलेलं नसतं; पण तुम्ही झोपण्याची वेळ अलीकडे आणली तर त्यामुळे तुम्ही अधिक चांगल्या मनःस्थितीत राहाल. मानवी वाढीचे हार्मोन (एचजीएच) ही एक मोठीच गोष्ट असते. ते वाढीमध्ये, पेशींच्या दुरुस्तीत आणि चयापचय क्रियेत महत्त्वाची भूमिका बजावते. ते नसेल तर आपण बहुधा लवकर मरण पावू. आपल्या शरीरांतील सुमारे ७५ टक्के एचजीएच झोपेत स्रवते आणि संशोधनातून असं दिसून आलं आहे की, एचजीएचचा सर्वोच्च स्राव हा रात्री १० ते मध्यरात्र या कालावधीत बाहेर पडतो, त्यामुळे त्या तासांमध्ये तुम्ही जागे असलात तर एचजीएचच्या बाबतीत तुम्ही स्वतःची फसवणूक करत असता. तुम्हाला नोकरीत मध्यरात्र उलटून जाईपर्यंत काम करावं लागत असेल किंवा तुमचं लहान मूल तुम्हाला जागवत असेल तर माझ्याकडे खुशाल दुर्लक्ष करा; पण तुमच्या दिवसाच्या मागण्या सुरू होण्याच्या आधी उठणं ही गोष्ट तुमच्या चांगल्या झोपेचा बळी देऊन केली जाऊ नये. तुम्ही रात्री दहा ते मध्यरात्रीपर्यंतचा वेळ खरोखरची विश्रांती घेण्यात घालवला तर तेच तास तुम्हाला सकाळी मिळवणं फारसं अवघड वाटणार नाही.

आश्रमात असताना आम्ही संध्याकाळी अभ्यासात आणि वाचनात घालवत असू आणि रात्री आठ ते दहाच्या दरम्यान झोपायला जात असू. आम्ही गुडूप अंधारात झोपत असू. आम्ही टी शर्ट आणि शॉर्ट घालून झोपत असू, जागेपणीच्या, दिवसाच्या ऊर्जा असलेल्या आमच्या कफन्या घालून आम्ही कधीही झोपत नसू.

सकाळ दिवसाची मनःस्थिती ठरवते; पण सुनियोजित संध्याकाळी सकाळची तयारी करतात. सीएनबीसीच्या मेक इट या मुलाखतीत इन्स्टाग्रामचा बडा 'स्टार' असलेल्या केवीन ओ लिरी याने असं म्हटलं होतं की, झोपण्यापूर्वी तो दुसऱ्या दिवशी त्याचे कुटुंबीय सोडून इतरांशी बोलण्याआधी त्याला करावयाच्या असलेल्या तीन गोष्टी लिहून काढतो. त्याची सूचना पाळा आणि तुम्हीही झोपण्यापूर्वी उद्या तुम्हाला ज्या गोष्टी पहिल्यांदा प्राप्त करायच्या आहेत, त्या शोधून काढा. तुम्हाला पहिल्यांदा काय करायचं आहे, हा प्रश्न सोडवल्याने तुमची सकाळ सुलभ बनते. ज्या वेळी तुमचं मन नुकतंच हळूहळू तयार होत असतं, त्या वेळी तुम्हाला त्याला जोरात ढकलून किंवा त्याच्यावर जबरदस्ती करून त्याला कामाला लावावं लागत नाही (आणि याचा बोनस असा असतो की, तुम्ही उद्या ते काम करणारच आहात हे तुम्हाला माहिती असलं की त्यासाठी तुम्हाला रात्री जागरण करावं लागत नाही).

यानंतर संन्याशाच्या कफनीऐवजी त्याच प्रकारे सकाळी वापरावयाचा तुमचा पोशाख शोधा - म्हणजेच सकाळी तुम्ही घालणार असलेला तुमचा गणवेश शोधून

ठेवा. आता माझ्याकडे कपड्यांच्या अधिक मोठ्या निवडी आहेत आणि त्यांच्यात एकही भगवी कफनी नाही, ही माझ्या पत्नीच्या दृष्टीने दिलासादायक गोष्ट आहे; पण मला विविध रंगांतील तशाच प्रकारच्या कपड्यांचा संच आवडतो. सकाळची आव्हाने दूर करणं हा यातला मुद्दा आहे. ती कितीही क्षुल्लक दिसत असली तरीही काय खायचं, काय घालायचं आणि पहिल्यांदा कुठली कामं करायची यावर जर तुमचा सकाळचा वेळ तुम्ही घालवत असाल तर अशा प्रकारच्या अनेक निवडींच्या एकत्रीकरणामुळे अकारणच सगळ्या गोष्टी गुंतागुंतीच्या बनतात.

ख्रिस्तोफर सोमर हा जिम्नॅस्टिक्सच्या अमेरिकन नॅशनल टीमचा माजी प्रशिक्षक आहे. प्रशिक्षण देण्याचा चाळीस वर्षांचा अनुभव गाठीशी असलेला हा प्रशिक्षक त्याच्या खेळाडूंना सांगतो की, त्यांना घ्याव्या लागणाऱ्या निर्णयांची संख्या त्यांनी मर्यादित ठेवली पाहिजे. कारण, प्रत्येक निर्णयात त्यांच्या मार्गावरून त्यांना विचलित करण्याची शक्यता असते. तुम्ही किरकोळ निर्णय घेण्यात तुमच्या सकाळी घालवल्या तर तुमच्या तितक्या ऊर्जेचा अपव्यय केलेला असतो. संरचनांमध्ये स्थिरावून जा आणि आदल्या रात्री निर्णय घ्या. मग सकाळी तुम्ही झपाट्याने थेट सुरुवात कराल आणि दिवसभर लक्ष एकाग्र करून निर्णय घेणं तुम्हाला अधिक चांगल्या प्रकारे शक्य होईल.

अखेरीस झोपण्यापूर्वी तुमच्या मनात अखेरचे कोणते विचार आहेत त्यांचा विचार करा. *या आरशावर धूळ साचलेय, तो अंधुक झालाय, माझा फोन मी बंद करणंच अधिक चांगलं ठरेल किंवा माझ्या आईचं मी वाढदिवसाबद्दल अभिष्टचिंतन करायला विसरलो असे ते विचार आहेत का?* वाईट ऊर्जेसह उठण्यासाठी तुमची तयारी करून ठेवू नका. रोज रात्री ज्या वेळी आता आपल्याला गाढ झोप लागेल, असं मला जाणवतं, त्या वेळी मी स्वतःशी म्हणतो, 'मी सैलावलो आहे, ऊर्जाभारित आणि एकाग्रचित्त आहे. मी शांत, उत्साही आणि उत्पादक आहे.' मी हे जे लिहिलं आहे, ते वाचल्यावर तुम्हाला रोबोसारखं वाटू शकतं; पण माझ्यासाठी तरी हे काम करतं. ऊर्जेसह आणि निश्चयासह जागं होण्यासाठी माझ्या मनाला मी तयार करतो. **रात्री तुम्ही ज्या भावनेसह गाढ झोपी जाल, त्याच भावनेसह बहुतांश वेळा तुम्ही सकाळी जागे व्हाल.**

रस्त्यावरचा दगड

संपूर्ण दिवसात संकल्पपूर्णत्व आणणं हे या सगळ्या तयारीचं उद्दिष्ट आहे. तुम्ही कुठल्याही क्षेत्रात काम किंवा नोकरी करत असलात तरी ज्या क्षणी घर सोडून बाहेर पडता त्या क्षणापासूनच अनेक अनपेक्षित बाबी तुमच्यासमोर येऊ लागतात. तुम्ही सकाळी ज्या ऊर्जेची आणि चित्तएकाग्रतेची रुजवणूक केलेली असते तिची तुम्हाला

हे करून पाहा : दुसऱ्या दिवशीच्या सकाळचं कल्पनाचित्र रेखाटा

ज्याप्रमाणे एखाद्या संशोधकाला एखाद्या कल्पनेची मांडणी करण्याआधी ती कल्पनाचित्राच्या स्वरूपात मनश्चक्षूंसमोर आणावी लागते, त्याप्रमाणे आपणही आपल्याला हव्या असलेल्या आयुष्याचं कल्पनाचित्र मनश्चक्षूंसमोर आणू शकतो. यासाठी आपल्या सकाळविषयीच्या आपल्या इच्छा नजरेसमोर आणून सुरुवात करावी.

तुमचं मन शांत करण्यासाठी तुम्ही श्वसनक्रिया केल्यानंतर तुमचं उत्तम स्वत्व तुम्ही नजरेसमोर आणावं असं मला वाटतं. सकाळी निरोगी, उत्तम विश्रांती घेतलेल्या आणि ऊर्जाभारित अवस्थेत तुम्ही उठल्याचं दृश्य नजरेसमोर आणा. खिडक्यांतून सूर्यप्रकाश येत असल्याचं नजरेसमोर आणा. तुम्ही उठता आणि तुमच्या पावलांना जमिनीचा स्पर्श जाणवला की, तुम्हाला दुसऱ्या दिवसाविषयीची कृतज्ञतेची भावना जाणवते, अशी कल्पना करा. खरोखरच त्या कृतज्ञतेची जाणीव करून घ्या आणि नंतर मनात म्हणा की, 'आजच्या दिवसासाठी मी कृतज्ञ आहे. आजच्या दिवसाविषयी माझ्या मनात रोमहर्षकता आहे. आज मी हर्षोल्हासित झालो आहे.'

तुम्हाला हवा तितका वेळ घेऊन तुम्ही दात घासत असल्याचं नजरेसमोर आणा. प्रत्येक दात जाणीवपूर्वक घासत असल्याचं पाहा. त्यानंतर तुम्ही अंघोळ करायला गेल्याची कल्पना करा. तुम्हाला शांत, समतोल, सहज आणि स्थिरपणा जाणवत असल्याचं नजरेसमोर आणा. तुम्ही अंघोळ करून बाहेर पडता, त्या वेळी रात्रीच तुम्ही घालावयाचे कपडे निवडलेले असल्याने त्याची काळजी करण्याची गरज नाही. आता तुम्ही बसून तुमचे संकल्प लिहीत असल्याचं दृश्य नजरेसमोर आणा. 'एकाग्रचित्त राहणं हा माझा आजचा संकल्प आहे. शिस्तबद्ध वागणं हा माझा आजचा संकल्प आहे. सेवा करणं हा माझा आजचा संकल्प आहे.'

तुम्हाला शक्य असेल तितक्या वस्तुनिष्ठपणे संपूर्ण सकाळची दृश्यं पुन्हा एकदा नजरेसमोर आणा. त्यात तुम्ही कदाचित एखाद्या व्यायामाची, ध्यानाची भर टाकू शकाल. त्यावर विश्वास ठेवा. त्याची जाणीव करून घ्या. तुमच्या आयुष्यात त्याचं स्वागत करा. ताजेतवाने झाल्याची, ऊर्जाभारित झाल्याची जाणीव करून घ्या.

आता तुमच्या उत्तम स्वत्वात असताना तुम्ही दिवस पुढे तसाच सुरू ठेवत असल्याचं दृश्य नजरेसमोर आणा. तुम्ही इतरांना स्फूर्ती देत आहात, इतरांचं नेतृत्व करत आहात, इतरांना मार्गदर्शन करत आहात, तुमचे विचार इतरांना सांगत आहात, इतरांकडून शिकत आहात, इतरांसमोर खुल्या मनाने वागत आहात, त्यांच्या प्रतिक्रिया, प्रतिसाद आणि विचार समजून घेत आहात. तुम्हाला उत्तम गोष्टी देणाऱ्या आणि तुमच्याकडून उत्तम गोष्टी मिळवणाऱ्या, अशा चैतन्यमयी वातावरणात स्वतः असल्याचं पाहा.

आता दिवसाअखेरीला तुम्ही घरी येत असल्याचं दृश्य डोळ्यांसमोर आणा. तुम्ही थकलेले आहात; पण आनंदी आहात. तुम्हाला बसून विश्रांती घ्यायची आहे; पण तुमच्याकडे जे काही आहे, तुम्हाला जे काही मिळालं, त्याबद्दल तुमच्या मनात कृतज्ञता आहे : यात तुमची नोकरी, आयुष्य, कुटुंब, मित्र-मैत्रिणी आणि घर यांचा समावेश असेल. तुमच्याकडे इतर अनेक लोकांच्या तुलनेत खूप काही आहे. संध्याकाळी तुम्ही स्वतःला टीव्हीवरचा कार्यक्रम पाहत असल्याचं किंवा फोनवर असल्याचं पाहण्याऐवजी अधिक अर्थपूर्णतेने संध्याकाळ व्यतीत करण्याच्या नवीन कल्पना तुम्ही करत असल्याचं चित्र डोळ्यांसमोर आणा.

चांगल्या, योग्य वेळी तुम्ही अंथरुणावर झोपत असल्याचं दृश्य नजरेसमोर तुम्ही आणाल त्या वेळी तुम्ही वर पाहून पुढील वाक्यं म्हणत असल्याचं डोळ्यांसमोर आणा : 'आजच्या दिवसासाठी मी कृतज्ञ आहे. मी उद्या सकाळी उठेन त्या वेळी मला निरोगी, ऊर्जाभारित आणि विश्रांती घेऊन उठल्यासारखं वाटेल. आभारी आहे.' त्यानंतर स्वतः तुमचं शरीर निरखून पाहत असल्याची आणि दिवसभर तुम्हाला मदत केल्याबद्दल प्रत्येक अवयवाचे आभार मानत असल्याची कल्पना करा.

तुम्हाला लागेल तेवढा वेळ घ्या आणि ज्या वेळी तुम्ही तयार असाल, त्या वेळी तुमच्या स्वतःच्या गतीने हळूहळू आणि हळुवारपणे डोळे उघडा.

टीप : आयुष्य तुमच्या योजनांचा विचका करतं. तुम्ही उद्याचं जसं चित्र नजरेसमोर आणलं असेल, तसाच दुसरा दिवस जात नाही. डोळ्यांसमोर अशा प्रकारे कल्पनाचित्र उभं करून तुमचं आयुष्य बदलत नाही; पण तुम्ही आयुष्याकडे कसं पाहता, त्यात बदल होतो. तुम्ही कल्पना केलेल्या आदर्शाकडे परत वळून तुमच्या आयुष्याची तुम्ही उभारणी करू शकता. ज्या ज्या वेळी तुमच्या आयुष्यात मेळ साधला जात नाही, आयुष्य सरळ रेषेत नाही, असं तुम्हाला वाटतं त्या त्या वेळी अशा प्रकारे नजरेसमोर दृश्यं आणून तुम्ही आयुष्यात पुन्हा मेळ साधू शकता, त्याला पुन्हा सरळ मार्गावर आणू शकता.

गरज भासू लागते. संन्याशांकडे फक्त सकाळचा दिनक्रम नसतो, तर रात्रीचा क्रमबद्ध आचारही नसतो. दिवसाच्या प्रत्येक क्षणी आम्ही वेळेच्या आणि स्थळाच्या दिनक्रमांचा वापर करतो. मी आधी उल्लेख केलेल्या सिस्टर जोॲन चिट्टीसटर या बेनेडिक्टिन संन्यासिनीने असं म्हटलं आहे की, 'शहरांमध्ये आणि उपनगरांमध्ये राहणारे लोक त्यांच्या जीवनपद्धतींविषयीच्या निवडी करू शकतात; पण त्यांच्यापैकी अनेक जणांना ते दिसत नाही. कारण, सदा सर्वकाळ पुढे जाण्यासाठी, धावत राहण्यासाठीच त्यांची मनोरचना तयार झालेली असते. सर्वसामान्य लोकांच्या जीवनातही मठांमधील जीवनाच्या दिनचर्येशी तुलना करण्याजोगी एखादी गोष्ट असती

तर अमेरिका कशी दिसली असती याची क्षणभरासाठी कल्पना करा. मठातील जीवन प्रार्थनेसाठी, कामासाठी आणि मनोरंजनासाठी निश्चित वेळ पुरवतं. नित्यक्रम आपल्याला रुजवतात. ज्याप्रमाणे दिवसाचे चोवीस तास माझ्या ध्यानावर परिणाम करतात, त्याप्रमाणेच ध्यान करण्यात मी घालवत असलेले दोन तास दिवसाच्या इतर तासांना पाठबळ देतात. या दोहोंमधील संबंध हा परस्परपूरक असतो.

आश्रमात आम्ही एकाच रस्त्यावरून दिवसातून किमान एकदा तरी तीस मिनिटं चालत जात असू. रोज एखाद्या वेगळ्या गोष्टीसाठी म्हणजे जी गोष्ट अगदी काल-परवापर्यंत किंवा त्याही आधी त्या रस्त्यावरून चालताना त्याआधी कधीच आम्हाला दिसली नसेल ती पाहण्यासाठी आम्ही डोळे उघडे ठेवावेत, असं आम्हाला संन्यासी सांगत असत.

आमच्या नित्याच्या दैनंदिन परिचित चालण्याच्या दरम्यान काहीतरी नवीन शोधण्याची सूचना ही त्या चालण्यावर, प्रत्येक नित्यक्रमावर लक्ष एकाग्र करण्यासाठी, प्रत्येक दिनक्रमात नावीन्य पाहण्यासाठी आणि सजग राहण्यासाठी आम्हाला करून दिलेली आठवण होती. एखादी गोष्ट पाहणं आणि तिच्याकडे लक्ष देणं या गोष्टी समान नसतात. 'तुम्हाला सगळ्यात जवळची अग्निशमन यंत्रणा कुठे आहे ते ठिकाण माहिती आहे का,' असा प्रश्न युक्लामधील संशोधकांनी मानसशास्त्र विभागातील प्राध्यापकांना, कर्मचाऱ्यांना आणि विद्यार्थ्यांना विचारला. ९२ टक्के लोकांनी जिथे बसून तो सर्वेक्षणाचा अर्ज भरला होता तिथपासून ती यंत्रणा अगदी काही फुटांच्या अंतरावर असली तरीही फक्त २४ टक्के लोकांना ती आठवत होती (खरं तर ते वरचेवर त्यांच्या स्वतःच्या कार्यालयात किंवा वर्गांत जात होते आणि तिथेच जवळपास ती यंत्रणा होती). एका प्राध्यापकाला तर गेली पंचवीस वर्षं तो त्याच्या ज्या कार्यालयात बसत होता, त्या कार्यालयापासून ती यंत्रणा फक्त काही इंचांच्या अंतरावर असूनही ती लक्षात आली नव्हती.

आपल्या सभोवताली काय आहे, त्याकडे खरोखर लक्ष देण्यामुळे आपले मेंदू विचारपूर्वक निर्णय न घेता आपोआप, सवयीने निर्णय घेण्याकडे वळत नाहीत. आश्रमात आमच्या दैनंदिन फिरण्याच्या दरम्यान हे करण्यासाठी आम्हाला प्रशिक्षित करण्यात आलं होतं.

मी या मार्गावरून जवळजवळ शेकडो दिवस फिरलो आहे. आज उकडत आहे; पण कफनीमुळे मला ते अप्रसन्न वाटत नाही. जंगल पर्णाच्छादित आणि थंड आहे. पायाखालचा घाणेरडा रस्ता दिलासादायक वाटत आहे. आज ज्येष्ठ संन्याशाने आम्हाला त्याआधी आमच्या कधीही लक्षात न आलेला एक नवीन दगड शोधायला सांगितला आहे. मी किंचित निराश झालो आहे. गेल्या आठवड्यात किंवा तत्सम काळात आम्हाला रोज एक नवीन फूल शोधायला सांगितलं गेलं होतं आणि काल मी आजच्या दिवसासाठी एक अतिरिक्त फूल शोधून ठेवलं होतं.

ते एक छोटंसं निळ्या रंगाचं फूल आहे आणि त्याच्यावर एक छोटासा दवबिंदू आहे. जणू काही त्याला माझी योजना समजली असावी, अशा प्रकारे ते आता मला वेडावून दाखवत आहे; पण नाही, आमच्या नेत्याचं कसं कोण जाणे; पण माझ्याकडे लक्ष आहे आणि त्यांनी गोष्टी बदलून टाकल्या आहेत आणि त्यामुळे पुन्हा शोध घेणं सुरू आहे.

दिनक्रम तुमच्या मनांना मुक्त करतात, हे संन्याशांना समजतं; पण नीरसता आणि तोचतोचपणा हा मुक्ततेला असलेला सर्वांत मोठा धोका असतो. लोक आपल्या स्मृती क्षीण असल्याची तक्रार करतात; पण ती *आपल्या धारणेची* समस्या नसते, तर लक्ष देण्याची समस्या असते. नव्याचा शोध घेऊन तुमच्या मेंदूला तुम्ही लक्ष देण्याची आणि प्रत्येक गोष्टीत काही ना काही शिकण्याजोगं असतं हे ओळखून पुन्हा जोमदारपणे सतत काम करण्याची आठवण करून देता. आपण समजतो तितकं आयुष्य निश्चित नसतं.

दिनक्रम प्रस्थापित करणं आणि त्याच वेळी नावीन्याचा शोध घेणं या दोन्ही गोष्टींचा सल्ला मी एकाच वेळी कसा काय देऊ शकतो? या दोन्ही गोष्टी परस्परविरुद्ध, विसंगत नाहीत का? मात्र ही गोष्ट नेमकेपणाने शोधण्यासाठी जागा निर्माण करण्याची परिचित गोष्ट करते. कोबे ब्रायंटने याचा शोध घेतला. बास्केटबॉलमध्ये दंतकथा बनून गेलेल्या या खेळाडूने पुस्तकं आणि व्हिडिओ मालिका विकसित करून आपली सर्जनशील बाजू दाखवण्यास सुरुवात केली. ब्रायंटने माझ्या पॉडकास्टवरून मला असं सांगितलं की, त्याच्या कामासाठी *सहेतुक* दिनक्रम असणं ही महत्त्वाची गोष्ट होती. 'अनेक वेळा सर्जनशीलता ही रचनेतून येते. तुमच्याकडे तिचे निकष आणि रचना असेल तर त्या अंतर्गत तुम्ही सर्जनशील बनू शकता. तुमच्याकडे रचना नसेल, तर तुम्ही फक्त निर्हेतुकपणे काहीतरी करत राहता.' नियम आणि नित्यक्रम या गोष्टी आपलं आकलनात्मक ओझं कमी करतात, त्यामुळे आपल्याकडे सर्जनशीलतेला हाताळण्याची ऊर्जा आणि मानसिक क्षमता असते. रचना उत्स्फूर्ततेला उत्तेजन देते आणि शोधामुळे दिनक्रमांना पुन्हा जोम चढतो.

हा दृष्टिकोन आपल्याला लहान लहान गोष्टींमधून मोठा आनंद मिळवण्याकडे घेऊन जातो. सुट्ट्या, बढत्या, वाढदिवसाच्या पार्ट्या यांसारख्या आयुष्यातील मोठ्या घडामोडींना आगाऊ गृहीत धरण्याकडे आपला कल असतो. आपल्या अपेक्षा पूर्ण होण्यासाठी आपण या घडामोडींवर दबाव टाकतो; पण आपण छोट्या आनंदांचा शोध घेतला तर असे आनंद मिळण्यासाठी विशिष्ट काळाची आपल्याला प्रतीक्षा करावी लागत नाही. त्याऐवजी आपण त्यांचा शोध घेण्यासाठी वेळ काढला तर ते आनंद रोजच्या रोज आपली वाटच पाहत बसलेले असतात.

...आणि मला ते सापडलं! इथे एक जिज्ञासा चाळवणारा केशरी रंगाचा दगड आहे. कालपर्यंत न दिसलेला तो दगड अचानकच कुठून तरी अवतरल्यासारखा

वाटत आहे. माझ्या तळव्यावर मी त्याला उलटसुलट करून पाहतो. दगड शोधणं हा आमच्या शोधप्रक्रियेचा अंत नाही. आम्ही त्याचं सखोल निरीक्षण करतो, त्याच्या रंगाचं, आकाराचं वर्णन करतो. त्याला समजून घेण्यासाठी आणि त्याचं कौतुक करण्यासाठी आम्ही स्वतःला त्याच्यात बुडवून टाकतो. आम्ही त्याचा पूर्ण अनुभव घेतल्याची खात्री पटवण्यासाठी आम्ही कदाचित त्याचं पुन्हा एकदा वर्णन करतो. हा काही स्वाध्याय नाही, ही खरी गोष्ट आहे. एक सखोल अनुभव. रस्त्याच्या कडेला अर्धवट झाकलेल्या अवस्थेत; पण दुसऱ्या कोणाला तरी सापडावा, यासाठी तो पुन्हा ठेवून देण्याच्या आधी मी स्मित करतो.

त्याच जुन्या रस्त्यावरून चालत जायचं आणि नवीन दगड शोधायचा ही गोष्ट तुमचं मन खुलं करण्यासाठी असते.

तुमची पेयं चावून खा आणि अन्न प्या

संन्याशाचं प्रशिक्षण हे फक्त नवीन गोष्टीचा शोध घेण्यापुरतंच मर्यादित नव्हतं. ते जाणिवेसह, सजगपणे परिचित गोष्टी करण्याविषयी होतं.

एके दिवशी दुपारी एका ज्येष्ठ संन्याशाने आम्हाला सांगितलं, 'आज दुपारी आपण मौनात जेवण करणार आहोत. तुमची पेयं चावून खायची आणि अन्न प्यायचं हे लक्षात ठेवा.'

'म्हणजे काय?' मी विचारलं.

'अन्न योग्य प्रकारे खाण्यासाठी आपण वेळ काढत नाही,' तो संन्यासी म्हणाला. 'ज्या वेळी तुम्ही तुमचं अन्न पिता, त्या वेळी घन पदार्थ द्रव पदार्थांत रूपांतरित होईपर्यंत ते चावता. ज्या वेळी तुमचं पेय तुम्ही चघळता, त्या वेळी ते गटकन गिळून टाकण्याऐवजी जणू काही तो चवीचवीने खाण्याचा घास असावा, अशा प्रकारे तुम्ही प्रत्येक घोट घेता.'

हे करून पाहा : तुमचं पेय चावून खा आणि अन्न प्या

तुमच्या दिनक्रमात आधीपासूनच असलेली एखादी नवीन गोष्ट शोधा. तुमच्या कार्यालयात जाण्या-येण्याच्या रोजच्या मार्गावर तुम्ही आधी कधीही न पाहिलेली कोणती गोष्ट तुम्हाला शोधून काढणं शक्य आहे? तुम्ही ज्यांना रोज पाहता; पण कधीही ज्यांच्याशी बोलला नसाल, अशा कोणाशी तरी संभाषण सुरू करण्याचा प्रयत्न करा. रोज अशा एका नवीन व्यक्तीच्या बाबतीत असं काहीतरी करा आणि तुमचं आयुष्य कसं बदलतं ते पाहा.

जर संन्यासी त्याच्या पाण्याच्या एका घोटाकडेही लक्षपूर्वक पाहू शकत असेल तर उर्वरित दैनंदिन जीवनात अवधान देणं किंवा लक्षपूर्वक गोष्टी करणं ही बाब कशा प्रकारे आचरणात आणली जात असेल याचा विचार करा. तुमच्या रोजच्याच दिवसाचा तुम्ही कसा काय पुनर्शोध घेऊ शकाल? व्यायाम करत असताना धावत असलेला मार्ग तुम्ही पाहू शकता का किंवा व्यायामशाळेच्या लयीची जाणीव वेगळ्या प्रकारे करून घेऊ शकता का? रोज एकच स्त्री तिच्या कुत्र्याला फिरायला नेत असल्याचं तुम्ही पाहता का? मान डोलावून तुम्ही तिला अभिवादन करू शकता का? तुम्ही अन्नखरेदीला जाता त्या वेळी परिपूर्ण किंवा सगळ्यात वेगळं सफरचंद निवडण्यासाठी तुम्ही वेळ काढता का? रोखपालाबरोबर तुम्ही वैयक्तिक संभाषण करता का?

तुमच्या भौतिक अवकाशात तुम्ही गोष्टींकडे नव्याने कसे पाहू शकाल? आपल्या घरभर आणि कामाच्या ठिकाणीही आपल्या आवतीभोवती आपल्याला आवडत असलेल्या अनेक गोष्टी आपण बाजूला काढून ठेवतो. त्यात छायाचित्रं, कलात्मक वस्तू, कमी किमतीच्या शोभेच्या वस्तू यांचा समावेश असतो. तुमच्याकडच्या अशा वस्तूंकडे बारकाईने बघा. तुम्हाला ज्या गोष्टींमुळे आनंद मिळतो त्यांची त्या वस्तू म्हणजे खरीखुरी प्रतिबिंबं आहेत का? आता इतर आवडत्या गोष्टींकडे पाहा. त्या गोष्टी त्या महत्त्वाच्या जागी ठेवण्यास आणि तुमच्या परिचित परिसरात नावीन्यपूर्णता आणण्यास पात्र आहेत का? तुमच्या मालकीच्या परिचित गोष्टींमध्ये नवीन चमक आणि हेतूपूर्णता शोधण्यासाठी फुलदाणीत फुलांची भर घाला किंवा तुमच्या जागेतील फर्निचरची पुनर्रचना करा. येणाऱ्या मेलसाठी फक्त नवीन जागा शोधल्यामुळेही अव्यवस्थितपणाचं संघटित जीवनात रूपांतर होऊ शकतं.

काही गोष्टींमध्ये बदल घडवून आपण घराच्या परिचितपणाविषयी जागरूकता निर्माण करू शकतो. तुम्ही जर नेहमी तुमचा जोडीदार घरी येण्याच्या वेळी संगीत लावत नसाल, तर आता ते त्या वेळी लावा किंवा याच्या उलटही करू शकता म्हणजे जर तुम्ही नेहमी संगीत लावून ठेवत असाल किंवा पॉडकास्ट लावत असाल तर आता ते बंद करा आणि त्याऐवजी घरात शांतता ठेवा. दुकानातून वेगळ्याच प्रकारचं फळ घरी आणा आणि ते तुमच्या जेवणाच्या टेबलाच्या मध्यभागी ठेवा. तुमच्यासोबत रात्रीच्या जेवणासाठी बसलेल्या लोकांमध्ये संभाषण सुरू करण्यासाठी एखादा विषय काढा किंवा त्या दिवसातील तीन आश्चर्यकारक क्षण एका पाठोपाठ एक याप्रमाणे सगळ्यांनी एकमेकांना सांगा. अधिक मुलायम आणि अधिक स्वच्छ प्रकाश पाडण्यासाठी लाईटच्या बल्बचं बटण त्या दिशेला दाबा. चादर उलटी करून पलंगावर घाला. पलंगाच्या 'चुकीच्या' बाजूला डोकं करून झोपा.

रोजच्या दिवसाचा आस्वाद घेण्यासाठी दैनंदिन कामांमध्ये मूल्य शोधण्यासाठी दर वेळी एवढ्या मोठ्या प्रमाणात बदलाचा समावेश केलाच पाहिजे, असंही नसतं.

ॲट होम इन द वर्ल्ड या आपल्या पुस्तकात संन्यासी थिच न्हाट हान असं लिहितो की, 'ज्या वेळी मी भांडी घासत नसतो, त्या वेळी भांडी घासणं ही कल्पना मला अप्रिय किंवा दुःखद वाटते, असं मला वाटतं... जर मी भांडी घासण्याचं काम आनंदाने करण्यास अक्षम असेन, जर भांडी घासल्यावर मला एखादं पक्वान्न किंवा कपभर चहा घेता येईल म्हणून मी ते काम झटपट संपवत असेन तर अखेरीस ज्या वेळी माझं ते पक्वान्न किंवा चहा माझ्या हातात येतो, त्या वेळी त्याचा आनंद घेण्यासही मी तितकाच अक्षम असेन. जाणिवेच्या सूर्यप्रकाशातील प्रत्येक विचार, प्रत्येक कृती पवित्र बनते. या प्रकाशात पवित्र आणि अभद्र किंवा अपवित्र अशी मर्यादा अस्तित्वात राहत नाही.'

हे करून पाहा : ऐहिकतेत परिवर्तन घडवून आणा

एखादं काम भांडी घासण्याएवढं सामान्य दर्जाचं असलं तरीही जर तुमची इच्छा असेल तर त्यात परिवर्तन घडून येऊ शकतं. एकच काम करण्याची बांधिलकी पत्करून सिंकच्या समोर उभे राहा. संगीत लावण्याऐवजी भांडी घासण्यावरच सगळं लक्ष केंद्रित करा. त्यांचे पृष्ठभाग मलिनतेतून कसे स्वच्छ होतात त्याचं निरीक्षण करा. भांडी घासण्याच्या साबणाचा वास घ्या, गरम पाण्याच्या वाफेची जाणीव करून घ्या. भांड्यांनी भरलेलं सिंक हळूहळू रिकामं होत चालल्याचं पाहणं किती समाधानकारक आहे, त्याचं निरीक्षण करा. जपानमधील बौद्ध संप्रदायात एक म्हण आहे : 'ज्ञानप्राप्तीच्या आधीही लाकडं तोडा, पाणी आणा, ज्ञानप्राप्तीनंतरही लाकडं तोडा, पाणी आणा.' आपली कितीही वाढ झाली तरी त्याने काहीही फरक पडत नाही, आपण कधीही दैनंदिन कामकाजापासून आणि दिनचर्येपासून मुक्त होऊ शकत नाही. ज्ञानप्राप्ती होणं याचा अर्थच दैनंदिन कामकाजाचा आणि दिनक्रमांचा स्वीकार करणं असा असतो. बाह्य बाजू तशीच दिसत असली तरी अंतर्यामी तुमच्यात परिवर्तन घडून आलेलं असतं.

दिवसाचा प्रत्येक क्षण

सर्वसामान्य, परिचित क्षण घेऊन त्याचं मूल्य ओळखण्याचे किंवा त्याला दाद देण्याचे नवीन मार्ग शोधणं याविषयी आता आपण बोललो आहोत. हीच सतर्कता दुसऱ्या पातळीवर नेण्यासाठी आपण हे सगळे क्षण एकत्र ओवण्याचा प्रयत्न करतो, त्यामुळे आपण फक्त विशिष्ट फिरणं किंवा भांडी घासण्याचे भाग यांना निवडून आपण त्यांना खास बनवत नाही. आपल्या प्रत्येक क्षणाच्या जाणिवेला आपण प्रत्येक क्षणी उन्नत बनवतो.

त्या क्षणात राहणं किंवा जगणं या कल्पनेशी आपण सर्वच जण परिचित आहोत. तुम्ही एखाद्या स्पर्धेत धावत असाल, तर पुन्हा परत जाऊन दुसऱ्या मैलाच्या मार्गावर तुम्ही जितक्या वेगाने धावलेले असता त्या वेगात बदल घडवून आणणं तुम्हाला शक्य नसतं. तुम्हाला यशस्वी व्हायचं असेल तर तुम्हाला फक्त त्या एकाच क्षणात यशस्वी होण्याची संधी असते. तुम्ही कामासंदर्भातील एखाद्या बैठकीत असा किंवा मित्र-मैत्रिणीबरोबर रात्रीचं जेवण करायला गेलेले असा, तुम्ही करत असलेली संभाषणं, तुम्ही निवडत असलेले शब्द - या सगळ्यांच्या संदर्भात त्यावेळच्या संधीसारखी आणखी एक संधी तुम्हाला मिळत नाही. त्या क्षणात तुम्ही भूतकाळ बदलून टाकू शकत नाही, तुम्ही भविष्यकाळ ठरवत असता म्हणून तुम्ही जिथे असता तिथे अधिक चांगल्या प्रकारे राहणं महत्त्वाचं असतं. कालिदास या पाचव्या शतकातील महान संस्कृत कवीने असं लिहिलं आहे की, 'काल हे एक स्वप्न आहे. उद्या हे फक्त एक मनोराज्य, काल्पनिकता आहे; पण चांगल्या प्रकारे जगलेला आज प्रत्येक कालला आनंदी स्वप्न बनवतो आणि प्रत्येक उद्याला आशादायक कल्पना बनवतो.'

वर्तमानकाळात जगण्याला अर्थ असतो हे आपण सगळेच जण मान्य करू; पण सत्य असं आहे की, आपल्याला फक्त *निवडक* सतर्कतेची इच्छा असते. आपल्याला फक्त विशिष्ट वेळीच सतर्क राहण्याची इच्छा असते - आपल्या आवडत्या कार्यक्रमाच्या वेळी किंवा योगाच्या वर्गांच्या वेळी किंवा अगदी आपण उन्नत बनण्यासाठी निवडलेल्या नित्यकर्माच्या वेळी; पण तरीही ज्या वेळी आपण लक्ष विचलित होऊ देण्याची निवड करतो, त्या वेळी आपलं लक्ष विचलित व्हावं, असं आपल्याला वाटत असतं म्हणूनच लक्ष विचलित होतं. कामावर असताना आपण तिथला वेळ सुट्टी घालवण्यासाठी समुद्रकिनारी जाण्याचं स्वप्न बघण्यात घालवतो; पण नंतर समुद्रकिनारी गेल्यानंतर आपण ज्याची दीर्घकाळापासून प्रतीक्षा केलेली असते, ते पेय आपल्या हातात असतानाही आपण कामाचा विचार करणं थांबवू शकत नाही हे पाहून आपण चिडतो. ही दोन्ही दृश्यं परस्परांशी संलग्न असतात हे संन्यासी शिकलेले असतात. कामावर असताना स्वेच्छेने लक्ष विचलित केलेलं असेल तर ते विचलन सुट्टीवरच्या अनैच्छिक लक्ष विचलीकरणाद्वारे भळाभळा वाहू लागतं. दुपारच्या जेवणाच्या वेळी लक्ष विचलित झालं असेल तर दुपारभर ते तसंच विचलित होऊन वाहत राहतं. आपल्या मनाला आपण जिथे शारीरिकदृष्ट्या नसतो, तिथे राहण्याचं आपण प्रशिक्षण देतो. तुम्ही जर स्वतःला दिवास्वप्न पाहण्याची परवानगी दिली तर तुमचं लक्ष नेहमीच विचलित होईल.

वर्तमानात जगणं किंवा राहणं हा खरोखरच समृद्ध आणि संपूर्ण आयुष्य जगण्याचा एकमेव मार्ग आहे.

स्थानात ऊर्जा असते

एखाद्या सर्वसामान्य दिवशी संपूर्ण दिवसभर सजगतेने त्या दिवसात उपस्थित असण्याचं मूल्य पाहणं ही गोष्ट अधिक सोपी असतेच आणि दिनक्रमाकडे देण्याजोगे जे लाभ असतात ते समजून घेणं आणि त्यांचा आस्वाद घेणं, त्यांचं मूल्य ओळखणं या गोष्टीही सोप्या असतात. दिनक्रमांचा संबंध हा फक्त कृतींशी नसतो, तर त्या कृती घडून येत असलेल्या स्थळांशी किंवा स्थानांशीही असतो. लोक ग्रंथालयांमध्ये अधिक चांगला अभ्यास करू शकतात आणि कार्यालयांमध्ये अधिक चांगलं काम करू शकतात, यामागेही हेच कारण आहे. न्यू यॉर्क शहर गजबजाट देतं, तर लॉस एंजेलिसमध्ये तुम्हाला आरामशीरपणा जाणवतो. मोठ्या शहरापासून ते लहान शहरापर्यंत आणि खोलीतील एखाद्या सर्वाधिक लहान कोपऱ्यापर्यंतच्या प्रत्येक वातावरणाला त्याची स्वतःची विशिष्ट ऊर्जा असते. प्रत्येक स्थळ वेगवेगळी भावना निर्माण करतं आणि त्यानुसार विशिष्ट वातावरणांमध्ये तुमच्या धर्माची भरभराट होते किंवा तो अडखळतो. आपण सातत्याने अनेक कृतींच्या आणि वातावरणांच्या कित्येक व्याप्तींचा अनुभव घेतो; पण त्यापैकी कोणतं वातावरण आपल्याला सर्वाधिक भावतं यावर चिंतन करणं आपण थांबवत नाही.

तुम्ही व्यग्रतेच्या वातावरणात बहरता की एकांतात? तुम्हाला सुरक्षिततेचा उबदार, आरामशीर निवांतपणा आवडतो की प्रशस्त ग्रंथालयं? लक्ष एकाग्र करण्यास मदत होण्यासाठी तुम्ही सभोवताली प्रोत्साहनात्मक कलात्मक काम आणि संगीत असण्यास प्राधान्य देता की गोंधळ नसलेल्या व्यवस्थित साधेपणाला? तुम्हाला काम पूर्ण झाल्यानंतर इतरांच्या कल्पना धुडकावून लावायला आवडतात की त्याविषयीच्या प्रतिक्रिया समजून घ्यायला? तुम्ही एखाद्या प्रदेशातील नैसर्गिक परिसराच्या परिचितपणाला प्राधान्य देता की त्यामधील बदलाला? ही आत्मजाणीव असण्याने तुमचा धर्म साध्य होतो. याचा अर्थ असा आहे की, ज्या वेळी तुम्ही नोकरीच्या मुलाखतीसाठी जाता त्या वेळी तुम्ही त्या नोकरीत कशी कामगिरी कराल आणि तुमच्याशी ती नोकरी चांगल्या प्रकारे मेळ राखते का, सुसंगत आहे का याची तुम्हाला अधिक चांगली जाणीव असते. याचा अर्थ असा आहे की, तुम्ही एखाद्या डेटचं नियोजन करत असाल तर तुम्हाला सर्वाधिक आरामदायी वाटणाऱ्या जागेची तुम्ही निवड कराल. तुमच्या कौशल्य संचातील विविध करिअरची तुम्ही कल्पना करता, त्या वेळी तुमच्या संवेदनशक्तीशी कोणती करिअर किंवा व्यवसाय उत्तम प्रकारे जुळतो ते तुम्हाला माहिती असतं.

हे करून पाहा : वातावरणविषयक जाणीव

या आठवड्यात तुम्ही वेळ घालवत असलेल्या प्रत्येक वातावरणाविषयी स्वतःला पुढील प्रश्न विचारा. शक्य असेल तर त्या अनुभवानंतर लगेच ते विचारा आणि नंतर पुन्हा एकदा आठवडा संपल्यानंतर विचारा.

या जागेचे प्रमुख गुणधर्म काय होते?

शांतता की गोंगाट?

मोठी की लहान?

सक्रिय जागेच्या मध्यभागी की दूरवर?

इतर लोकांच्या जवळ की अलग?

मला या जागेत कसं वाटलं : उत्पादक? दिलासादायक? लक्ष विचलित झाल्यासारखं?

मी ज्या ठिकाणी ती कृती करत होतो, ती त्या जागेत चपखल बसली होती का?

मी जे करण्यासाठी बाहेर पडलो होतो, त्यासाठी मी चांगल्या मानसिकतेत होतो का? जर नसेन तर मी ज्याचं नियोजन केलं आहे ते पार पाडण्यासाठी माझ्याकडे अधिक सुखदायक, आरामदायक जागा आहे का?

तुमच्या वैयक्तिक जागा जितक्या अधिक प्रमाणात एकाच, स्वच्छ हेतूला वाहिलेल्या असतील तितक्या त्या तुमच्यासाठी अधिक चांगलं काम करतील. फक्त तुमच्या धर्माच्या परिपूर्तीसाठीच नव्हे, तर तुमच्या मनःस्थितीसंदर्भात आणि उत्पादकतेसंदर्भातही त्या अधिक चांगलं काम करतील. ज्याप्रमाणे आम्ही संन्यासी झोपत असलेल्या खोलीची रचना इतर कोणत्याही गोष्टीसाठी नव्हे, तर फक्त झोपेसाठी करण्यात आली होती, त्याप्रमाणेच आश्रमातील प्रत्येक जागा एकेका गोष्टीसाठी किंवा कृतीसाठी वाहण्यात आली होती. आम्ही झोपत असलेल्या जागी आम्ही वाचन किंवा ध्यान करत नव्हतो. सामुदायिक भोजनगृहात आम्ही काम करत नव्हतो.

आश्रमाबाहेरच्या जगात तुमच्या झोपण्याच्या खोलीत नेटफ्लिक्स पाहणं आणि/किंवा खाणं याचा अर्थ त्या जागेच्या ऊर्जेत गोंधळ निर्माण करणं असा असतो. तुम्ही त्या ऊर्जा तुमच्या झोपण्याच्या खोलीत नेल्या तर तिथे झोपणं अधिक कठीण होतं. अगदी छोट्यात छोट्या अपार्टमेंटमध्येसुद्धा तुम्ही वेगवेगळ्या जागा वेगवेगळ्या कृतींसाठी किंवा कामांसाठी राखून ठेवल्या पाहिजेत. प्रत्येक घरात खाण्यासाठी वेगळी जागा असली पाहिजे. झोपण्यासाठी जागा असली पाहिजे. तुम्हाला शांतता मिळावी म्हणून पवित्र जागा असली पाहिजे आणि तुम्ही रागावलेले

असता त्या वेळी तुम्हाला दिलासा जाणवणारी जागाही असली पाहिजे. तुमच्या संकल्पांशी सुसंगत ऊर्जा देणाऱ्या जागांची निर्मिती करा. झोपण्याच्या खोलीत लक्ष विचलित करणाऱ्या किमान गोष्टी असल्या पाहिजेत. तिथे शांत रंग, मुलायम, मंद प्रकाशयोजना असावी. तार्किकदृष्ट्या झोपण्याच्या खोलीत तुमची काम करण्याची जागा असू नये. दरम्यान, कामाच्या जागी भरपूर प्रकाश असला पाहिजे. तिथे गोंधळ नसावा आणि तिथे तुम्हाला स्फूर्ती देणारी चित्रं किंवा कलात्मक गोष्टी असाव्यात आणि ती जागा कामासाठीच वापरली जावी.

तुम्ही कुठे बहरता हे तुम्ही ओळखलं की, त्या संधींचा विस्तार करण्यावर लक्ष केंद्रित करा. फावल्या वेळात तुम्ही नाइटक्लबच्या ऊर्जेकडे ओढले जात असाल तर तुम्ही तितक्याच प्रमाणात उत्साही आणि जोमदार असलेल्या व्यवसायात किंवा नोकरीत अधिक चांगलं काम करू शकाल का? तुम्ही रॉक संगीतकार असाल; पण तुम्ही शांततेत बहरत असाल तर रॉक संगीत सादर करण्याऐवजी तुम्ही त्याची संगीतरचना करणं अधिक चांगलं असू शकेल. तुमच्याकडे घरून काम करण्याजोगी 'परिपूर्ण नोकरी' असेल; पण तुम्ही कार्यालयीन कामकाजाला प्राधान्य देत असाल, तर एखाद्या कॅफेत किंवा सहभागी कामाच्या जागी तुमचं कामाचं ठिकाण हलवण्याचा विचार करा. यातला मुद्दा असा आहे की, तुमची कुठे भरभराट होते याविषयी तुम्ही सजगतेने विचार करा. तुम्ही कुठे उत्तम काम करू शकता ते पाहा आणि त्या जागी बहुतांश वेळ कसा घालवता येईल, ते शोधून काढा.

अर्थातच, आपल्याला आपल्या दृष्टीने आदर्श नसलेल्या आणि आपल्याला न आवडणाऱ्या वातावरणांमध्ये कृती करणं आणि विशेषतः काम करणं भाग पडतं. आपल्याला सर्वांनाच अशा कृतींमधून निर्माण होणाऱ्या नकारात्मक ऊर्जांचाही अनुभव आहे. सजगता किंवा जाणीव वाढवून आपल्याला कोणत्या गोष्टीने उतावळे, तणावपूर्ण, दमलेले किंवा शक्तीचा ऱ्हास झालेले बनवलं आहे ते आपण समजून घेऊ शकतो, तसंच आपल्या धर्मात जगण्यासाठी काय योग्य आहे, कोणतं वातावरण किंवा ऊर्जा योग्य असल्याचं दिसतं, त्या संदर्भातील मार्गदर्शक तत्त्वंही विकसित करू शकतो. हे दीर्घकालीन उद्दिष्ट असलं पाहिजे.

तुमच्या आयुष्यातील ध्वनींची रचना करा

तुमचं ठिकाण आणि तुमची पंचेंद्रियं एकमेकांशी बोलतात. ज्या वेळी रोज तोंड द्यावं लागणाऱ्या ध्वनींचा आपण विचार करतो, त्या वेळी ही गोष्ट सर्वाधिक स्पष्टपणे दिसून येते. संन्याशाच्या जीवनात आपण ऐकत असलेले ध्वनी थेट आपण जे करत असतो, त्याच्याशी संबंधित असतात. आम्ही पक्ष्यांच्या आणि वाऱ्याच्या आवाजाने उठतो. आम्ही ध्यानात शिरतो, त्या वेळी आम्ही मंत्रोच्चारण ऐकत असतो. तिथे कोणताही दुःखद किंवा वेदनादायक आवाज नसतो.

पण आधुनिक जग अधिक गोंगाटपूर्ण असतं. आपल्या डोक्याच्या वर, आकाशात विमाने उडत असतात. कुत्री भुंकतात. गिरमिटांच्या, यंत्राच्या आवाजांची किरकिर सुरू असते. आपल्याला दिवसभर हे सगळे अनियंत्रित आवाज सोसणं भाग पडतं. आपल्याला असं वाटतं की, आपण हॉर्नच्या आवाजांकडे आणि दैनंदिन जीवनातील कोलाहलांच्या ध्वनीकडे दुर्लक्ष करत आहोत; पण या सगळ्या गोष्टींमुळे आपल्या आकलनशक्तीवरचा भार वाढत जातो. आपण अगदी जाणीवपूर्वक ऐकत नसलो तरीही मेंदू ध्वनींवर प्रक्रिया करतो. घरी असताना आपल्यापैकी बहुतेक जण शांततेत राहतात, त्यामुळे आपण शांतता आणि कोलाहल या दोन्ही गोष्टींच्या तीव्रतांमध्ये राहतो.

तुमच्या आयुष्यातील ध्वनी काढून टाकण्याऐवजी त्यांना सुसंवादी बनवून घ्या – ध्वनींची रचना करा. गजराचा जगातील सर्वोत्तम ध्वनी निवडून याची सुरुवात करा. तुम्हाला आनंदी बनवणारं गाणं निवडून दिवसाची सुरुवात करा. कामावर जाण्याच्या मार्गावर तुम्हाला अतिशय आवडत असलेलं एखादं श्राव्य पुस्तक, आवडता पॉडकास्ट ऐका किंवा तुमची गो-टू प्लेलिस्ट ऐका. तुम्हाला अधिक आनंदी आणि निकोप ठेवणारे ध्वनी ऐका. आश्रमातील अत्युच्च निकोप आयुष्याची पुनरुक्ती करणं अधिक चांगलं ठरतं.

वेळेला स्मृती असते

ज्या वेळी विशिष्ट हेतूंसाठी आपण ठिकाण तयार करतो, त्या वेळी योग्य प्रकारची ऊर्जा आणि अवधान (लक्ष देणं) यांना आपण अधिक चांगल्या प्रकारे एकवटू शकतो. वेळेच्या बाबतीतही हीच गोष्ट सत्य असते. रोज त्याच वेळी एखादी गोष्ट केल्यामुळे ती गोष्ट लक्षात ठेवण्यास, तिच्याशी बांधिलकी पत्करण्यास आणि वाढत्या कौशल्याने आणि सुविधांसह ती करण्यास मदत होते. रोज सकाळी ठरावीक वेळी व्यायामशाळेत जाण्याची तुम्हाला सवय असेल तर बदल म्हणून एखाद्या दिवशी संध्याकाळी जा आणि ती गोष्ट किती आव्हानात्मक बनते ते पाहा. रोज ठरावीक वेळीच आपण एखादी गोष्ट करतो, त्या वेळी ती वेळ आपल्यासाठी त्या कामाची आठवण ठेवते. तो सराव ती तसाच धरून ठेवते. ती अवकाश वाचवते. तुमच्या दिनक्रमात तुम्हाला ध्यान करणं किंवा वाचन करणं यांसारखी एखादी नवीन सवय जडवायची असेल, तर तुमच्याकडे मोकळा क्षण असताना ती करण्याचा प्रयत्न करून ती अधिक अवघड बनवू नका, तर रोज एकाच वेळी ती करून तुमच्या दिनक्रमात घट्ट बसवून टाका. त्याहूनही अधिक चांगली गोष्ट म्हणजे हा नवीन सराव तुमच्या आधीच्या एखाद्या सवयीशी जोडून टाका. माझ्या एका मैत्रिणीला तिच्या वेळापत्रकात योगाचा सराव बसवायचा होता, त्यामुळे तिने योगाचं

मॅट बरोबर तिच्या पलंगाच्या शेजारीच टाकून ठेवलं. ती अक्षरशः पलंगावरून त्या मॅटवर खाली घरंगळून येत असे आणि योग करण्यास सुरुवात करत असे. सवयींशी अशा प्रकारे एकरूप होणं हा सवयी न पाळण्याविषयीच्या समर्थनांना युक्तीने बगल देण्याचा मार्ग आहे.

स्थळांमध्ये ऊर्जा असते, वेळेकडे स्मृती असते.

तुम्ही रोज एकाच वेळी एखादी गोष्ट करत राहिलात तर ती अधिक सोपी आणि स्वाभाविक बनते.

तुम्ही रोज एकाच जागी एखादी गोष्ट करत राहिलात तर ती अधिक सोपी आणि स्वाभाविक बनते.

एका वेळी एकच काम करणं

क्षणाला जास्तीत जास्त मोठा करण्यास आपल्याला वेळ आणि स्थळ मदत करतात; पण त्या क्षणात पूर्णपणे राहता यावं यासाठी फक्त एकच आवश्यक घटक आहे : तो आहे एका वेळी एकच काम करणं. अभ्यासांतून असं दिसून आलं आहे की, आपल्यापैकी फक्त २ टक्के लोक प्रभावीपणे एकावेळी अनेक कामं करू शकतात. आपल्यापैकी अनेक जण असं करण्यात अत्यंत वाईट असतात, विशेषतः त्यांच्यापैकी एखाद्या कामावर मोठ्या प्रमाणात लक्ष देण्याची आवश्यकता असते त्या वेळी असं घडतंच. ज्या वेळी आपण एकावेळी अनेक कामं करत आहोत असा आपण विचार करतो, त्या वेळी सहसा आपण अनेक वेगवेगळ्या गोष्टींमधून झपाट्याने पुढे सरकत असतो किंवा एका पाठोपाठ एक कामांची मालिका पार पाडतो. अशा प्रकारे विभाजित झालेलं अवधान प्रत्यक्षात लक्ष केंद्रित करण्याच्या आपल्या क्षमतेची झीज करतं म्हणून लक्ष विचलित करून न घेता एका वेळी फक्त एक गोष्ट करणं अवघड बनतं. स्टॅनफोर्ड युनिव्हर्सिटीतील संशोधकांनी विद्यार्थ्यांच्या एका गटाला दोन भागांत विभाजित केलं. एक गट वरचेवर प्रसारमाध्यमांच्या वेगवेगळ्या प्रवाहांमध्ये राहत होता (उदाहरणार्थ, ई-मेल तपासणं, समाज माध्यमांवर राहणं, बातम्यांचे मथळे तपासणं) आणि दुसरा गट असं करत नव्हता. त्यांनी या गटांना अवधानाच्या आणि स्मृतीच्या वेगवेगळ्या कामांच्या मालिकांमध्ये ठेवलं. त्यात अक्षरांचा क्रम लक्षात ठेवणं आणि इतर रंगीत आकारांकडे दुर्लक्ष करून विशिष्ट रंगीत आकारांवरच लक्ष केंद्रित करणं यांसारख्या गोष्टींचा समावेश होता. एका वेळी अनेक प्रसारमाध्यमांमधून संचार करणाऱ्यांनी यात निकृष्ट कामगिरी केली. अगदी कामात बदल करण्याच्या क्षमतेच्या चाचणीतही त्यांनी जास्त वाईट कामगिरी केली.

माझ्यासाठी एका वेळी एक काम करणं अधिक सोपं बनवण्यासाठी माझ्याकडे 'तंत्रज्ञानविरहित' जागा आणि वेळ आहेत. माझी पत्नी आणि मी झोपण्याच्या खोलीत,

जेवणाच्या टेबलावर आणि रात्री ८ ते सकाळी ९ या वेळात तंत्रज्ञानाचा वापर करत नाही. सवय अधिक पक्की करण्यासाठी सर्वसामान्य दैनंदिन कामकाजांमध्ये मी एका वेळी एकच काम करण्याचा प्रयत्न करतो. इतर कुठलाही विचार न करता मी दात घासतो. ते पुरेशा प्रमाणात पांढरे आहेत आणि ते छान दिसतात, असं मला वाटत होतं; पण त्यानंतर माझ्या दंतवैद्याने मला सांगितलं की, माझ्या हिरड्यांची हानी झाली आहे. आता मी प्रत्येक दातावर चार सेकंदांचा वेळ घालवतो. मी मनातल्या मनात *एक*, *दोन*, *तीन*, *चार* असे आकडे मोजतो आणि त्यामुळे माझ्याकडे दात घासताना करायला काहीतरी असतं. अजूनही दात घासण्यासाठी मी तितकाच वेळ घालवतो; पण आता मी तो जास्त प्रभावीपणे करतो. दात घासत असताना किंवा अंघोळ करत असताना जर मी व्यवसायाचा विचार करत असेन तर ती गोष्ट पोषक आणि ऊर्जादायक नसते आणि मग दात घासताना माझ्या हिरड्यांची मी काळजी घेत नाही. तुम्ही दात घासता, त्या वेळी फक्त दातच घासा. ज्या वेळी अंघोळ करता, त्या वेळी अंघोळच करा.

प्रत्येक कामावर, दर वेळी आपल्याला लेसरच्या झोताप्रमाणे लक्ष एकाग्र करण्याची गरज नसते. स्वच्छतागृहाची स्वच्छता करताना संगीत ऐकणं किंवा एकत्र बसून नाष्टा करत असताना जोडीदाराबरोबर गप्पा मारणं या गोष्टी ठीक असतात. ज्याप्रमाणे काही वाद्यं एकत्र वाजली की, खूपच छान वाटतं, त्याप्रमाणे काही सवयी एकमेकींना पूरक असतात; पण शक्य असेल तितकं एका वेळी एकच काम केल्यामुळे तुमच्या मेंदूला एका वेळी एकाच गोष्टीवर लक्ष केंद्रित करण्याची सवय लागते आणि कौशल्याची बांधणी करण्यासाठी तुम्ही एका वेळी एकच काम करण्याचे काही विशिष्ट दिनक्रम निवडू शकता. यात कुत्र्याला फिरवणं, तुमच्या फोनचा वापर करणं (एका वेळी एकाच ॲपचा वापर!), अंघोळ करणं किंवा कपड्यांच्या घड्या घालणं यांसारख्या कामांचा समावेश होतो.

संपूर्ण मार्ग चालून जाणं

तुम्ही जर एखादी गोष्ट जीव ओतून, तल्लीनतेने केली, तर दिनक्रम अधिक सोपे बनतात. तुमच्या आयुष्यात तुम्हाला नवीन कौशल्यं आणायची असतील, तर मी अशी शिफारस करतो की, तुम्ही अल्पावधीसाठी फक्त एका वेळी एकावरच लक्ष केंद्रित करून त्यांना तुमच्या जीवनात आणा. मी जर रोज एक तास पिंगपाँग खेळत राहिलो, तर मी नक्कीच तो खेळण्यात अधिक चांगला बनेन. तुम्हाला जर दैनंदिन ध्यानाचा सराव सुरू करायचा असेल, तर एका आठवडाभर एखाद्या शांत ठिकाणी राहून ध्यान करण्यामुळे त्याविषयीचा भक्कम पाया तयार होईल. या पुस्तकात सर्वत्र तुमच्या आयुष्यात तुम्ही घडवून आणू शकत असलेले बदल मी तुम्हाला सुचवत

आहे; पण तुम्ही जर एकाच वेळी प्रत्येक बदल घडवून आणण्याची सुरुवात केली, तर ते सगळे लहान आणि समान प्राधान्यक्रमाचे बनतील. बदल हा लहान पावलांतून आणि मोठ्या प्राधान्यांतून घडून येतो. बदल करण्याची एक गोष्ट निवडा आणि त्याला तुमचं प्रथम क्रमांकाचं प्राधान्य बनवा आणि मग दुसऱ्या बदलाकडे वळण्याआधी फक्त त्याच्यावरच लक्ष केंद्रित करा.

संन्यासी प्रत्येक गोष्ट जीव ओतून करण्याचा प्रयत्न करतात. आमची दुपारची जेवणं मौनात पार पडत होती. आमचं ध्यान दीर्घ असत होतं. आम्ही कोणतीही गोष्ट फक्त पाच मिनिटांत उरकत नव्हतो (अंघोळीव्यतिरिक्त. आम्ही जीव ओतून अंघोळ करत नव्हतो). आमच्याकडे भरपूर वेळ होता आणि तासन्‌तास एकच काम करण्यासाठी आम्ही त्याचा वापर करत होतो. आधुनिक जगात अशा प्रकारे जीव ओतून काम करणं शक्य होणार नाही; पण जितकी तुमची गुंतवणूक जास्त असेल, तितका तुम्हाला परतावाही जास्त मिळेल. जर एखादी गोष्ट महत्त्वाची असेल तर ती तितकाच सखोल अनुभव घेण्याच्या पात्रतेची असेल आणि प्रत्येक गोष्टच महत्त्वाची असते.

आपण सर्वच जण चालढकल करतो आणि आपलं लक्षही विचलित होतं, अगदी संन्याशांच्या बाबतीतही हे घडतं; पण जर तुम्ही स्वतःला जास्त वेळ दिला, तर तुम्हाला लक्ष विचलित होऊ देणं आणि नंतर पुन्हा ते केंद्रित करणं या गोष्टी परवडू शकतात. तुमच्या सकाळच्या दिनक्रमासाठी तुमच्याकडे मर्यादित वेळ असतो, याचा अर्थ असा की, तुम्ही एखादा फोन कॉल घेतला किंवा कॉफी घेतली तर तुम्हाला कामावर जायला उशीर होणार असतो, एवढा तुमच्याकडे मर्यादित वेळ असतो. नवीन कौशल्यं शिकण्यापासून, संकल्पना समजून घेण्यापासून किंवा आयकिया फर्निचरची जुळणी करण्यापासून तुमची अंतःप्रेरणा तुम्हाला बाजूला होण्यास सांगेल; पण ते सगळं करत राहा आणि मग तुम्हाला जितकी शक्यता वाटते त्याहून अधिक मोठी कामगिरी तुमच्याकडून घडेल (अगदी हेम्नेस ड्रेसर या आयकियाच्या तथाकथित अत्यंत अवघड रचनेच्या बाबतीतही).

सखोल लक्ष केंद्रित करण्याचे कालावधी तुमच्या मेंदूसाठीही चांगले असल्याचं दिसून आलं आहे. ज्या वेळी आपण सक्तीने कामं सुरू करतो (स्टॅनफोर्डच्या अभ्यासात एका वेळी अनेक कामं करणाऱ्या लोकांनी निकृष्ट स्मृती आणि अवधान दर्शवलं होतं त्याप्रमाणे) त्या वेळी लक्ष एकवटण्याच्या आपल्या क्षमतेची झीज होते. आपण डोपामाईन (बक्षीस) मार्गाला अतिउत्तेजित करतो. हाच व्यसनांचाही मार्ग असतो, त्यामुळे चांगलं वाटण्याची तीच भावना पुनःपुन्हा उद्दीपित करण्यासाठी आपण या मार्गाला पुनःपुन्हा उत्तेजित करत राहतो आणि त्यामुळे आपलं लक्ष अधिकाधिक विचलित होत राहतं; पण यातला विरोधाभास असा आहे की, अंतिमतः डोपामाईनमुळे चांगलं वाटत राहणं हे निरुपयोगी ठरतं. भरपूर प्रमाणातील डोपामाईनमुळे आपली शरीरं सेरोटोनीन हे समाधानाची भावना मिळवून देणारं

रसायन तयार करू शकत नाहीत आणि त्याच्यावर प्रक्रियाही करू शकत नाहीत. तुम्ही जर कधी फोन घेणं आणि करणं, एका बैठकीनंतर लगेच दुसरी बैठक अशा प्रकारे बैठका करणं, ॲमेझॉनवरून पुस्तक मागवणं आणि स्नॅपचॅटवर ते तपासणं यांसारख्या गोष्टी करण्यात दिवस घालवला असेल तर या सगळ्याच्या अखेरीला तुमच्या मनात निर्माण होणारी दमल्याची भावना तुम्हाला माहिती असेल. हा डोपामाईनचा दुष्परिणाम असतो.

ध्यान, कामातील लक्ष केंद्रित केल्याचा कालावधी, क्रॉसवर्ड कोडं सोडवणं, बागेतील तण काढणं आणि एका वेळी एकच काम करण्याच्या इतर *अनेक चिंतनशील कामांचे प्रकार* यांसारख्या अनुभवांत ज्या वेळी आपण तल्लीन होऊन जातो, त्या वेळी आपण फक्त अधिक उत्पादकच नसतो, तर आपल्याला प्रत्यक्षात अधिक चांगलंही वाटत असतं.

मासिकांमध्ये तुम्हाला रोज पाच मिनिटं ध्यान करण्यास प्रोत्साहित करणारे अनेक लेख असतात आणि अशा प्रकारची अनेक फोन ॲप्सही असतात. मी त्यांच्या विरोधात नाही; पण त्यांनी तुमच्या बाबतीत काहीही केलं नाही तरी मला आश्चर्य वाटणार नाही. आपल्या संस्कृतीत एखाद्या दैनंदिन सरावासाठी पाच किंवा दहा मिनिटं देणं ही गोष्ट सर्वसामान्य आहे; पण यातली खरी गोष्ट अशी आहे की, पाच मिनिटांत तुम्हाला अत्यल्प प्रमाणातच ती गोष्ट प्राप्त होते. माझ्या काही मित्र-मैत्रिणींनी माझ्याकडे अशी तक्रार केली आहे की, 'जय, मी गेले सात महिने रोज पाच मिनिटं ध्यान करत आहे; पण मला त्याचा काहीच उपयोग होत नाही.'

तुम्हाला एखाद्याविषयी आकर्षण वाटत असेल आणि त्याच्यासमवेत महिनाभर तुम्ही रोज फक्त पाच मिनिटं घालवू शकता असं तुम्हाला कोणीतरी सांगितलं आहे, अशी कल्पना करा. महिनाअखेरीला तुम्ही त्या व्यक्तीला फारसं ओळखूही शकणार नाही. तुम्ही नक्कीच तिच्या प्रेमात पडणार नाही. आपण एखाद्याच्या प्रेमात पडतो त्या वेळी त्याच्याशी रात्र-रात्रभर बोलत राहण्याची आपल्याला इच्छा होते, त्यामागे *कारण* आहे. कदाचित, आपण हे दुसऱ्या प्रकारेही सांगू शकतो : आपण एखाद्याशी संपूर्ण रात्रभर बोलल्यामुळे आपण त्याच्या किंवा तिच्या प्रेमात पडलो. समुद्र हा खजिन्यांनी भरलेला आहे; पण तुम्ही जर पृष्ठभागावरच पोहत राहिलात तर तुम्हाला ते खजिने दिसू शकणार नाहीत. तुमचं मन तुम्ही तत्काळ स्वच्छ करू शकाल, अशी कल्पना करून ध्यानाला सुरुवात केली, तर लवकरच तुम्हाला समजेल की, ध्यानात बुडण्यासाठी किंवा जीव ओतून ध्यान करण्यासाठी वेळ आणि सराव लागतो.

मी ध्यान करण्यास सुरुवात केली, त्या वेळी मला शारीरिकदृष्ट्या स्थिरस्थावर होण्यासाठी चांगला पंधरा मिनिटांचा आणि मानसिक कोलाहल बंद करण्यासाठी आणखी पंधरा मिनिटांचा कालावधी लागला होता. गेली तेरा वर्षं मी रोज एक ते दोन तास ध्यान करत आहे आणि तरीही अद्याप माझं मन इतर विचारांपासून मुक्त

किंवा 'बंद' करण्यासाठी मला दहा मिनिटं लागतात. याचा अर्थ ध्यानाचे लाभ मिळवण्यासाठी तुम्हीसुद्धा तेरा वर्षं रोज दोन तास ध्यान केलं पाहिजे, असं मी तुम्हाला सांगत नाही. हा इथला मुद्दाच नाही. कोणतीही प्रक्रिया तुम्ही जीव ओतून पार पाडली तरच काम करते, असा माझा ठाम विश्वास आहे. तुम्ही हा अडथळा ओलांडला आणि स्वतःला पूर्णपणे त्या कामात झोकून दिलं की, मग तुम्हाला त्याच्या लाभांचा अनुभव येऊ लागतो. तुम्हाला वेळेचं भान उरत नाही. पूर्णपणे तल्लीन होण्याची ही भावना नेहमीच इतकी लाभदायक आणि समाधानकारक असते की, ज्या वेळी थांबण्याची वेळ येते, त्या वेळी तुम्हाला पुन्हा एकदा तोच अनुभव घ्यावा असं वाटतं.

नियमित आचरणाची अगर सरावाची सुरुवात करताना किंवा आचरण पुन्हा एकदा जोमाने सुरू करण्यासाठी त्या कामात जीव ओतण्याचा अनुभव घेण्याची मी शिफारस करतो. पाच मिनिटांच्या दैनंदिन आचरणामुळे निराश झालेल्या माझ्या एका मित्राला मी असं सांगितलं, की 'माझ्या ते लक्षात आलंय. वेळ काढणं कठीण आहे; पण तुला जर त्यासाठी पुरेसा वेळ मिळत नाही, असं वाटत असेल तर एक तासाच्या वर्गात जाण्याचा प्रयत्न कर. त्यानंतर पुन्हा तुझ्या दहा मिनिटांच्या सरावाकडे वळ. तुला आता कदाचित ते जास्त प्रभावी झाल्यासारखं वाटेल. तुझी इच्छा असेल तर तू एखाद्या शांत ठिकाणी दिवसभराच्या सरावाला जाण्याचा प्रयत्नही करू शकशील.' मी त्याच्याशी प्रेमात पडण्याविषयी बोललो, तुम्ही त्या व्यक्तीला समजून घेतलं की, मग तुम्हाला रात्र-रात्रभर जागत बसण्याची कशी गरज नसते ते मी त्याला सांगितलं. तुम्ही एकदा लग्न केलं की, मग तर पाच मिनिटंसुद्धा खूप होतात. मी त्याला सांगितलं की, कदाचित तू आणि तुझं ध्यान अशा प्रकारचा शृंगारिक मार्ग अवलंबू शकाल.'

दिनक्रम हे अंतःस्फूर्तीच्या विरुद्ध असतात - कंटाळवाणी आणि पुनरुक्तीची असूनही तीच कामं, त्याच वेळी आणि त्याच ठिकाणी केल्यामुळे सर्जनशीलतेला वाव मिळतो. स्थानाची किंवा ठिकाणाची सातत्यपूर्ण ऊर्जा आणि वेळेची स्मृती आपल्याला त्या क्षणात सतर्क राहण्यास मदत करते. लक्ष विचलित होण्याऐवजी किंवा नैराश्यग्रस्त होण्याऐवजी त्या कामात आपल्याला सखोल बुडवून टाकतात. संन्याशांप्रमाणेच लक्ष एकाग्रतेसाठी आणि कामात सखोल बुडी मारण्यासाठी दिनक्रमांची उभारणी करा आणि स्वतःला प्रशिक्षित करा.

एकदा आपलं लक्ष विचलित करणाऱ्या बाह्य विचलनांना आपण शमवलं, त्यांना दूर केलं की, आपल्या डोक्यांमधील आवाजांच्या इतर सर्व अत्यंत सूक्ष्म आणि प्रभावी विचलनांचंही आपण निर्मूलन करू शकतो.

प्रकरण ७

मन

सारथ्याची द्विधा मनःस्थिती

ज्या वेळी पंचेंद्रियं आणि मन निश्चल असतं, ज्या वेळी तर्काधिष्ठित बुद्धिमत्ता मौनात (शांत) असते, त्या वेळी सर्वोच्च मार्गाची सुरुवात होते.

– कथा उपनिषद

पाऊस पडत आहे. सप्टेंबर महिना असला आणि मोसमी पावसाचा मोसम संपला असला तरीही मुसळधार पाऊस कोसळत आहे. सकाळच्या ध्यानाच्या आधी मला खरोखरच अंघोळ करण्याची गरज आहे. माझे सुमारे शंभर सहकारी संन्यासी आणि मी मुंबईहून ट्रेनचा दोन दिवसांचा प्रवास करून गेल्या रात्री इथे दक्षिण भारतात आलो आहोत. आमच्याकडे उपलब्ध तिकिटांपैकी सर्वांत स्वस्त तिकिटं होती, त्यामुळे अनोळखी व्यक्तींच्या अगदी जवळ झोपून आम्ही आलो आहोत. स्वच्छतागृहं इतकी गलिच्छ होती की, त्यांचा वापर करावा लागू नये म्हणून संपूर्ण प्रवासादरम्यान मी उपवास करावा असं ठरवलं होतं. आम्ही तीर्थयात्रेवर निघालो आहोत. समुद्रकाठावरच्या वेअरहाउससारख्या असलेल्या इमारतीत आम्ही राहत आहोत. सकाळच्या ध्यानानंतर आम्ही थेट वर्गांमध्ये जाणार आहोत, त्यामुळे अंघोळ करण्याची मला आताच उत्तम संधी आहे.

मी अंघोळीसाठी कुठे जावं याची चौकशी केली आणि कोणीतरी ओलसर, चिखलाने भरलेल्या घाणेरड्या रस्त्याकडे निर्देश केला. 'तुम्हाला जवळजवळ वीस मिनिटं चालत जावं लागेल,' तो म्हणाला.

माझ्या पायातील एका वादीचा रबरी तळ असलेल्या चपलेकडे मी पाहिलं. अंघोळीसाठी जाताना माझे पाय तेव्हा होते त्याहूनही जास्त घाणेरडे झाले असते. मग तिकडे जाण्यात काय हशील होतं?

त्यानंतर माझ्या मनातून आणखी एक आवाज आला : आळस करू नकोस. तुला सकाळच्या ध्यानासाठी तयार व्हायचं आहे. लगेच जा आणि अंघोळ करून ये.

मी मान हलवली आणि त्या रस्त्यावरून पुढे जाण्यास सुरुवात केली. चिखलातून रपरप आवाज करत मी निघालो असताना घसरून न पडण्याचा प्रयत्न करत होतो. फक्त त्या परिस्थितींमुळेच नव्हे, तर माझ्या डोक्यात पहिल्यांदा निर्माण झालेला आवाज मला सतत नाउमेद करत राहिल्यामुळे प्रत्येक पाऊल टाकणं ही कटू गोष्ट वाटत होती. तो आवाज मला सतत सांगत होता, 'पाहिलंस? अंघोळीला जाण्याच्या मार्गावर तू चिखलाने माखला जातोयस आणि पुन्हा परत येतानाही तू असाच घाणेरडा बनशील.'

दुसरा आवाज कळकळीने मला पुढे जाण्यास सांगत होता. 'तू योग्य गोष्टच करतोयस. तुझ्या बांधिलकीचा सन्मान कर.'

अखेरीस मी अंघोळीच्या ठिकाणी पोहोचलो. ती पांढऱ्या रंगाचे दरवाजे असलेली छोट्या जागांची ओळ होती. मी एका जागेचा दरवाजा उघडला आणि वर बघितलं. अजूनही काळ्याकुट्ट असलेल्या आकाशातून पाऊस खाली कोसळत होता. त्या जागेवर छप्पर नव्हतं. अरे बापरे हे खरं आहे? मी त्या जागेत प्रवेश केला आणि नंतर तो नळ सुरू करण्याचीही तसदी घेतली नाही. आम्ही नाहीतरी थंड पाण्यानंच अंघोळ करत होतो आणि पाऊसही नेमकं तेच करत होता.

पावसात उभा राहून मी नेमका इथे काय करत होतो, असा विचार मी करत होतो. शॉवरऐवजीच्या या दुःखद समर्थनात, आदल्या दिवशीच्या घाणेरड्या रेल्वेत, या सगळ्या ट्रिपमध्ये, हे आयुष्य जगण्यात मी काय करत होतो? अगदी त्या वेळीही वार्षिक पन्नास हजार पाऊंड मिळवत, लंडनमधील एका छानशा, कोरड्या आणि उबदार अपार्टमेंटमध्ये मी असू शकत होतो. आयुष्य इतकं जास्त सोपं असू शकत होतं.

पण मी चालत परत गेलो, त्या वेळी मी नुकत्याच प्राप्त केलेल्या मूल्यांविषयीच्या काही रुचिपूर्ण कल्पनांसह दुसरा आवाज पुन्हा परतला. पावसात अंघोळीसाठी आणि शॉवर घेण्यासाठी जाणं ही लक्षणीय कामगिरी नव्हती. त्यासाठी शारीरिक ताकदीची किंवा शौर्याची गरज नव्हती; पण त्याने बाह्य कठीण गोष्टी सहन करण्याच्या माझ्या क्षमतेची परीक्षा घेतली होती. एखाद्या सकाळी मी किती नैराश्य हाताळू शकलो होतो, त्याची त्याने मला कल्पना दिली होती. त्या अंघोळीने कदाचित मला स्वच्छ किंवा ताजंतवानं केलं नव्हतं; पण त्याने त्याहूनही एक मूल्यवान गोष्ट केली होती : त्याने माझ्या निर्धाराला बळकटी दिली होती.

माकडाचं मन

नारायण लिखित हितोपदेश या प्राचीन भारतीय ग्रंथात मनाची तुलना दारू पिऊन झिंगलेल्या, विंचूदंश झालेल्या आणि भुताने झपाटलं गेलेल्या माकडाशी करण्यात आली आहे.

आपल्या माणसांच्या मनात रोज सुमारे सत्तर हजार विचार येतात. अर्न्स्ट पोपेल या जर्मन मानसशास्त्रज्ञाने आणि मज्जाशास्त्रज्ञाने त्याच्या संशोधनातून असं दाखवून दिलं आहे की, आपलं मन हे फक्त तीन सेकंदांपर्यंत वर्तमानकाळात राहू शकतं. याखेरीज आपला मेंदू मागचा आणि पुढचा विचार करतो, आपण भूतकाळात जे अनुभवलेलं असतं, त्यावर आधारित कल्पना ते वर्तमानकाळात भरत राहतं आणि पुढे काय येऊ शकतं, याचा अनुमान बांधत राहतं. *हाऊ इमोशन्स आर मेड* या पुस्तकाची लेखिका लिसा फेल्डमन बॅरेट हिने पॉडकास्टवर याचं वर्णन केलं आहे, त्यानुसार 'जे घडत असतं त्यावर तुमचा मेंदू प्रतिक्रिया व्यक्त करत नसतो, तो काय घडेल याचा अंदाज बांधत असतो.' समयुक्त निकायमध्ये करण्यात आलेल्या वर्णनाप्रमाणे प्रत्येक विचार ही एक फांदी असते आणि आपलं मन हे माकड असतं. ते एका फांदीवरून दुसऱ्या फांदीवर बहुतेक वेळा निरुद्देशपणे झोके घेत राहतं. ही गोष्ट जवळजवळ एखादी गंमत असावी तशी वाटते; पण आपल्याला सर्वांनाच माहिती आहे, त्याप्रमाणे ही त्याहून वेगळी गोष्ट असते. सहसा हे विचार म्हणजे भीती, चिंता, नकारात्मकता आणि तणाव असतात. या आठवड्यात कामाच्या ठिकाणी काय घडेल? मी रात्रीच्या जेवणात काय खावं? या वर्षीच्या सुट्टीसाठी मी पुरेशा प्रमाणात पैशाची बचत केली आहे का? माझ्या डेटवर मी पाच मिनिटं उशिरा का चाललोय/चाललेय? मी इथे का आहे? हे सगळे उत्तरांना पात्र असलेले प्रामाणिक प्रश्न असतात; पण ज्या वेळी आपण एका फांदीवरून दुसऱ्या फांदीवर झोके घेत, लटकत राहतो, त्या वेळी त्यांच्यापैकी एकही प्रश्न सोडवला जात नाही. अप्रशिक्षित मनाचं हे जंगल असतं.

धम्मपद हा बहुधा बुद्धाच्या शिष्यांनी संकलित केलेल्या श्लोकांचा, पदांचा संग्रह आहे. त्याच्यात बुद्ध म्हणतो, 'ज्याप्रमाणे जलसिंचन करणारे लोक त्यांना हव्या त्या ठिकाणी पाणी नेतात, धनुर्धारी आपली धनुष्यं सरळ ताठ ठेवतात, सुतार लाकूड कोरून त्याला आकार देतात, त्याप्रमाणे विद्वान लोक त्यांच्या मनांना आकार देतात.' खऱ्या वाढीसाठी मनाला समजून घेणं आवश्यक असतं. मन म्हणजे एक गाळणी, न्यायाधीश आणि आपल्या सगळ्या अनुभवांचा संचालक आहे; पण माझ्या अंघोळ करण्याच्या धाडसी कामात माझ्यासमोर आलेल्या संघर्षाच्या पुराव्यातून मला असं वाटलं की, आपल्याकडे नेहमीच एक मन नसतं. मनाशी

असलेल्या आपल्या नात्याचं आपण जितकं अधिक मूल्यमापन करतो, त्याला समजून घेतो, प्रशिक्षित करतो आणि बळकटी आणतो, तितक्या अधिक प्रमाणात आपल्या आयुष्यांना आपण यशस्वीपणे दिशा देऊ शकतो आणि आव्हानांवरही मात करू शकतो.

आपल्या मनातील हे द्वंद्वयुद्ध सर्वांत लहान दैनंदिन निवडींवर (मी आता लगेच उठलं पाहिजे का?) आणि सर्वांत मोठ्या दैनंदिन निवडींवरही (मी हा नातेसंबंध संपुष्टात आणावा का?) अवलंबून असतं. अगदी रोजच्या रोज आपण सर्व जणच या युद्धाला तोंड देत असतो.

आपण सर्वच जण ज्या द्विधा मनःस्थितीवर चिंतेने विचार करत राहतो, त्या संदर्भात एका ज्येष्ठ संन्याशाने मला एकदा चेरोकी लोकांमधील एक जुनी कथा सांगितली. 'एका वृद्धाने त्याच्या नातवाला सांगितलं की, आयुष्यातील प्रत्येक निवड हे आपल्या आत असलेल्या दोन लांडग्यांमधील युद्ध असतं. त्यांच्यापैकी एक जण क्रोध, मत्सर, लोभ, भीती, खोटारडेपणा, असुरक्षितता आणि अहंकार यांचं प्रतिनिधित्व करतो आणि दुसरा शांतता, प्रेम, करुणा, दयाळूपणा, विनम्रता आणि सकारात्मकता यांचं प्रतिनिधित्व करतो. त्यांच्यात श्रेष्ठत्वासाठी चढाओढ असते.'

'मग कुठला लांडगा जिंकतो?' नातवाने विचारलं. 'तुम्ही ज्याला खाऊ घालता, ज्याचं पोषण करता तो,' वृद्धाने उत्तर दिलं.

'पण आपण त्यांचं कसं काय पोषण करतो?' माझ्या गुरूंना मी विचारलं.

त्या संन्याशाने सांगितलं, 'आपण जे वाचतो आणि ऐकतो त्यातून. आपण कोणासमवेत वेळ घालवतो त्यामधून. आपल्या वेळेचं आपण काय करतो त्यातून. आपली ऊर्जा आणि अवधान आपण कुठे एकवटतो त्यातून.'

भगवत् गीता असं सांगते की, 'जो मनाला जिंकतो, त्याचा मन हा सर्वांत उत्तम मित्र असतो; पण तेच मन ज्याला असं करण्यात अपयश येतं, त्याचा सगळ्यात मोठा शत्रू असतं.' मतभेद दर्शवणाऱ्या तुमच्या डोक्यातील आवाजाचं वर्णन करण्यासाठी शत्रू हा शब्द खूपच कडक असल्यासारखा वाटू शकेल; पण हा शब्द योग्य ठरतो : ऑक्सफर्ड इंग्रजी शब्दकोशातील माहितीनुसार, 'शत्रू म्हणजे एखाद्याला किंवा एखाद्या गोष्टीला सक्रियपणे विरोध करणारी किंवा शत्रूत्वाने वागणारी व्यक्ती.' आणि 'एखाद्या गोष्टीला हानी पोहोचवणारी किंवा दुर्बल करणारी वस्तू.' काही वेळा आपलं स्वतःचं मन आपल्या विरोधात वागतं. एखादी गोष्ट करण्याविषयी ते आपली खात्री पटवतं, त्यानंतर ती गोष्ट सहसा नेहमीच आपल्या मूल्यांच्या किंवा नीतिमूल्यांच्या विरोधात असल्यामुळे आपल्याला अपराधीपणा किंवा वाईट वाटून घ्यायला लावतं.

प्रिन्स्टन युनिव्हर्सिटी आणि युनिव्हर्सिटी ऑफ वॉटर्लू येथील दोघा संशोधकांनी असं दाखवून दिलं आहे की, वाईट निर्णयाचं वजन किंवा दडपण ही फक्त रूपकात्मक गोष्ट नाही. त्यांच्या या अभ्यासात सहभागी झालेल्या व्यक्तींना त्यांनी एखादी अनैतिक गोष्ट केल्याची वेळ आठवायला सांगितली. त्यानंतर त्यांच्या शरीराच्या वजनाविषयीच्या त्यांच्या आकलनाचं मूल्य ठरवण्यास त्यांना सांगण्यात आलं. ज्या लोकांना अनैतिक कृतींची आठवण करण्यास सांगण्यात आलं होतं त्यांनी, ज्यांना उदासीन प्रकारच्या आठवणी काढण्यास सांगण्यात आलं होतं, त्यांच्या तुलनेत आपल्याला शारीरिकदृष्ट्या जडावल्यासारखं वाटत असल्याचं सांगितलं. इतर वेळी आपल्याला एखाद्या गोष्टीवर लक्ष केंद्रित करण्याची इच्छा असते – कामाच्या ठिकाणावरचा एखादा प्रकल्प, एखादा कलात्मक प्रयत्न, घराची दुरुस्ती, एखादा नवीन छंद – आणि आपलं मन आपल्याला त्याभोवती राहू देत नाही. ज्या वेळी आपण चालढकल करतो, त्या वेळी संशोधक ज्याला आपलं 'असं असावं असं वाटणारं स्वत्व' म्हणतात, त्याच्यात किंवा आपल्यासाठी चांगलं असल्यामुळे आपण जे केलं पाहिजे असं वाटतं, त्यात आणि आपल्या 'इच्छा-स्वत्वात' किंवा त्या क्षणी प्रत्यक्ष आपल्याला जे करावं असं वाटत असतं त्याच्यात संघर्ष निर्माण होतो. 'मी या व्यावसायिक प्रस्तावावर काम करण्यास सुरुवात केली *पाहिजे*, हे मला माहिती आहे; पण मला यूएस ओपन उपांत्यपूर्व फेरीचा सामना पाहण्याची इच्छा (माझा भर) आहे,' हे याचं उदाहरण आहे.

मी संन्यासी बनण्याच्या आधी मला आवडणाऱ्या गोष्टी करण्यापासून माझं मन मला थांबवत असे. कारण, त्या गोष्टी खूपच धोकादायक आहेत, असं ते मला सांगत असे. मला निरोगी राहण्याची इच्छा असली तरीही ते मला रोज चॉकलेट बार खाण्यास किंवा लिटरभर सोडा पिण्यास परवानगी देत असे. माझ्या स्वतःच्या वाढीवर लक्ष केंद्रित न करता, माझी तुलना इतर लोकांशी करण्याकडे ते मला वळवत असे. मी ज्या लोकांना दुखावलं होतं, त्यांच्यापर्यंत पोहोचण्यापासून मी स्वतःला रोखलं होतं. कारण, मला दुर्बल बनण्याची इच्छा नव्हती. मी प्रेम करत असलेल्या व्यक्तींवर रागावण्यास मी स्वतःला परवानगी देत होतो. कारण, दयाळू असण्यापेक्षाही मला योग्य असण्याची जास्त काळजी होती. धम्मपदाच्या भाषांतराच्या सुरुवातीला एकनाथ ईश्वरन असं लिहितात की, 'अंड्याचं कवच फोडून बाहेर येण्याआधी कोंबडीच्या पिल्लाला आयुष्य म्हणजे काय याची जितकी कल्पना असते, त्याहून आयुष्य हे खरोखरच कशासारखं आहे त्याची जास्त कल्पना आपल्यालाही आपल्या रोजच्या विचारांच्या वावटळीत नसते. रोमहर्षकता आणि नैराश्य, सुदैव आणि दुर्दैव, आनंद आणि दुःख ही कठीण कवचांनी बांधलेल्या छोट्याशा, खाजगी राज्यातील वादळं असतात. आपण त्यांनाच संपूर्ण अस्तित्व समजून बसतो.' ते पुढे लिहितात की, 'बुद्ध अखेरीस शब्दशः जिथे विचारही पोहोचू

शकत नाहीत, अशा क्षेत्राच्या पलीकडे पोहोचला.' या गोष्टीचं वर्णन करताना ते अखेरीस कवच फोडून कोंबडीचं पिल्लू बाहेर पडतं, त्या भावनेसारखं हे (बुद्धाचं विचारांच्या क्षेत्रापलीकडे पोहोचणं) असल्याचं म्हणतात, त्यामुळे त्यांच्या या सगळ्या वर्णनाला अर्थ प्राप्त होतो.

आश्रमात असताना या धोकादायक, आत्मविनाशक विचारांना रोखण्यासाठी महत्त्वाची असलेली एक गोष्ट आम्ही शिकलो होतो. आपले विचार हे बाजूने जाणाऱ्या ढगांसारखे असतात. स्वत्व हे सूर्यासारखं असतं आणि ते नेहमी तिथेच, एकाच जागी असतं. आपण म्हणजे आपलं मन नाही.

पालक आणि मूल

माझ्या गुरूंनी स्पष्ट केल्याप्रमाणे, स्वतंत्र अस्तित्व म्हणून मनाची कल्पना करण्याने आपल्या नातेसंबंधांवर काम करताना आपल्याला मदत होते – मित्र बनवणं किंवा शत्रूशी शांततेसाठी वाटाघाटी करणं यांसारख्या आंतरक्रियांचा तुम्ही यासाठी विचार करू शकता.

इतर कोणत्याही आंतरक्रियेप्रमाणे मनाशी साधल्या जाणाऱ्या संपर्काचा किंवा संवादाचा दर्जा हा मनाशी असलेल्या आपल्या नातेसंबंधाच्या इतिहासावर आधारित असतो. आपण तापट लढवय्ये आहोत की दुराग्रही आणि संबंध जोडण्याची इच्छा नसलेले आहोत? आपण पुनःपुन्हा तोच युक्तिवाद करतो की, आपण ऐकून घेऊन तडजोड करतो? आपल्यापैकी बहुतेकांना या अंतर्गत संबंधाचा इतिहास माहिती नसतो. कारण, त्यावर विचार करण्यासाठी आपण वेळच घेतलेला नसतो.

माकडाचं मन हे मूल असतं आणि संन्याशाचं मन हे प्रौढ असतं. मुलाला जे हवं असतं ते मिळालं नाही, तर ते त्याच्याकडे जे आधीच असतं त्याकडे दुर्लक्ष करून रडतं. मुलाला खरी किंमत समजून घेण्यास संघर्ष करावा लागतो – एखाद्या कँडीसाठीही ते आनंदाने स्टॉक सर्टिफिकेट देऊ शकतं. एखाद्या मार्गाने आपल्याला एखादी गोष्ट आव्हान देते, त्या वेळी मुलासारखं मन तत्काळ प्रतिक्रिया व्यक्त करतं. कदाचित, तुम्हाला अपमानित झाल्यासारखं वाटतं आणि तुम्ही आंबट चेहरा करता किंवा तुम्ही स्वतःचं समर्थन करू लागता. जर एखाद्याने चाकू बाहेर काढला तर अशी सशर्त, आपोआप येणारी प्रतिक्रिया ही आदर्श प्रतिक्रिया असते. तुम्ही घाबरता आणि धूम ठोकता; पण कोणीतरी आपल्याला ऐकण्याची इच्छा नसलेलं काहीतरी म्हटलं म्हणून आपण भावनिकदृष्ट्या बचावात्मक पवित्र्यात असू तर ती आदर्श प्रतिक्रिया नसते. प्रत्येक प्रकरणात, प्रत्येक वेळी उत्स्फूर्त किंवा आपोआप निर्माण होणाऱ्या प्रतिक्रियांच्या नियंत्रणाखाली राहण्याची आपल्याला इच्छा नसते किंवा आपल्याला मुलाच्या मनाचं मुळापासून निर्मूलन करण्याचीही इच्छा नसते.

मुलाचं मन आपल्याला उत्स्फूर्त, सर्जनशील आणि चैतन्यमय राहण्यास सक्षम करतं – हे सगळेच मूल्यवान गुणधर्म आहेत – पण ज्या वेळी ते आपल्यावर राज्य करू लागतं, त्या वेळी तो आपला अधःपात असू शकतो.

'ही गोष्ट तुझ्यासाठी चांगली नाही,' किंवा 'पुढे एखादी गोष्ट घडेपर्यंत थांब,' असं त्याला प्रौढ मन सांगतं, त्यामुळे उत्स्फूर्त, इच्छेनुसार काम करणारं मुलाचं मन, न्याय्य, सुज्ञ प्रौढ मनामुळे चिडतं. प्रौढ मन आपल्याला थांबण्याची आठवण करतं आणि आपोआप निर्माण झालेल्या प्रतिसादाला जोखण्यासाठी, ती प्रतिक्रिया योग्य आहे का हे ठरवण्यासाठी अधिक मोठ्या चित्राचं मूल्यमापन करतं आणि दीर्घकाळासाठी त्याच्यासाठी काय अधिक चांगलं आहे ते ठरवू शकतं.

अशा प्रकारे अंतर्गत संघर्षाला पालक आणि मूल यांच्या चौकटीत बसवण्याने असं सुचवलं जातं की, ज्या वेळी मुलासारखं असलेलं मन आपल्यावर पूर्ण नियंत्रण ठेवतं, त्या वेळी आपलं संन्याशासारखं असलेलं मन पूर्ण विकसित, बळकट बनलेलं नसतं किंवा त्याचं म्हणणं ऐकलं गेलेलं नसतं. मूल निराश होतं, त्याला रागाचे झटके येतात आणि आपण झटकन त्याच्या आहारी जातो. नंतर आपण स्वतःवरच चिडतो की, *मी हे का करत आहे? माझं काय चुकतंय?*

पालक हा अधिक हुशार आवाज आहे. जर त्याला योग्य प्रकारे प्रशिक्षित केलं गेलं तर त्याच्याकडे आत्मनियंत्रण, तर्काधिष्ठित युक्तिवादाची शक्ती असते आणि वादविवादात ते तज्ज्ञ असतं; पण आपण त्याला जी ताकद देतो तीच फक्त ते वापरू शकतं. थकलेलं, भुकेलं किंवा दुर्लक्षित असताना ते दुर्बल असतं.

ज्या वेळी पालक देखरेख करत नाही, त्या वेळी मूल कट्ट्यावर चढून कूकीजची बरणी घेण्यासाठी गरम स्टोव्हच्या जवळ जातं आणि मग त्यातून संकट ओढवतं. दुसरीकडे जर पालक खूपच नियंत्रण राखणारे असतील तर मूल कडवट, उद्विग्न आणि जोखीम न पत्करणारं बनतं. सर्व प्रकारच्या पालक-पाल्य संबंधामध्ये योग्य समतोल राखणं हे सातत्याने समोर येणारं आव्हान असतं.

मग फक्त आपल्या आतल्या वेगवेगळ्या आवाजांची जाणीव करून घेणं हीच आपलं मन समजून घेण्यातील पहिली पायरी आहे. तुम्ही ऐकत असलेल्या आवाजांमधला फरक ओळखण्याने तुम्हाला तत्काळ अधिक चांगले निर्णय घेण्यास मदत होईल.

मनाचा रथ हाका

तुमच्या डोक्यातील विविध आवाजांचं तुम्ही वर्गीकरण करू लागता, त्या वेळी संघर्षाची पातळी बघून तुम्ही कदाचित आश्चर्यचकित होता; पण त्याला काहीच

अर्थ नसतो. आपल्या मनाने आपल्या उत्तम हितासाठीच काम केलं *पाहिजे.* आपल्या स्वतःच्या मार्गात आपणच का आडवं यावं? यातली गुंतागुंत अशी असते की, आपण वेगवेगळ्या स्रोतांकडून आलेल्या माहितीला तोलून पाहत असतो: आपली पाच ज्ञानेंद्रियं त्या क्षणात त्यांना जे आकर्षक वाटतं, योग्य वाटतं ते आपल्याला सांगतात, आपल्या स्मृती आपण भूतकाळात जे अनुभवलेलं असतं त्याची आठवण काढतात आणि आपली बुद्धी दीर्घकाळासाठी उत्तम निवड तयार करून तिचं मूल्यमापन करते.

पालक-पाल्य नमुन्याखेरीज संन्याशांच्या शिक्षणात, आपल्या डोक्यांतील स्पर्धा करणाऱ्या आवाजासाठी आणखी एक साधर्म्य दर्शवणारा नमुना असतो. उपनिषदांमध्ये मनाच्या कार्याची तुलना पाच घोड्यांनी ओढल्या जाणाऱ्या रथाशी करण्यात आली आहे. या साधर्म्यदर्शक नमुन्यात रथ म्हणजे शरीर असतं, घोडे ही आपली पंचेंद्रियं असतात, लगाम म्हणजे मन असतं आणि बुद्धिमत्ता हा सारथी असतो. मनाचं हे वर्णन नक्कीच अधिक गुंतागुंतीचं आहे; पण तरीही माझ्याबरोबरच राहा.

अप्रशिक्षित अवस्थेत सारथी (बुद्धी) हा कामावर असतानाच गाढ निद्राधीन झालेला असतो, त्यामुळे घोड्यांकडे (पंचेंद्रियं) लगामाचं नियंत्रण असतं आणि त्यांच्या इच्छेनुसार ते शरीराला हवं तिकडे नेतात. घोड्यांना त्यांच्या सभोवताली असलेल्या गोष्टींवर प्रतिक्रिया व्यक्त करण्यासाठी त्यांच्या स्वतःच्या इच्छांवर सोडण्यात आलेलं असतं. त्यांना चवदार असल्यासारखं दिसणारं झुडूप दिसलं की, ते खाण्यासाठी ते तिथे वाकतात. कुठल्या तरी गोष्टीमुळे ते दचकतात आणि घाबरतात. अशाच प्रकारे आपली पंचेंद्रियं अन्न, पैसा, लैंगिकता, सत्ता, प्रभाव इ.मुळे त्या क्षणात सक्रिय होतात. जर घोड्यांकडे नियंत्रण असेल तर रथ रस्त्यावरून मार्ग बदलून त्या तात्पुरत्या आनंदाच्या आणि तत्काळ समाधान देणाऱ्या गोष्टीच्या दिशेने जातो.

प्रशिक्षित अवस्थेत सारथी (बुद्धी) जागृत, सावध आणि लक्षपूर्वक काम करतो, त्यामुळे तो घोड्यांना मार्ग ठरवू देत नाही. सारथी मनाच्या लगामांचा वापर करून अचूक मार्गावरून काळजीपूर्वक रथ हाकतो.

पंचेंद्रियांवर प्रभुत्व मिळवा

आळशी सारथ्याच्या रथाला जुंपलेल्या त्या पाच बेलगाम, बेफाम घोड्यांचा विचार करा. ते उतावळेपणाने फुरफरत आहेत आणि त्यांची डोकी हलवत आहेत. हे घोडे पाच इंद्रियांचं प्रतिनिधित्व करतात हे लक्षात ठेवा आणि ही पंचेंद्रियं हेच बाह्य जगताशी संपर्क साधणारे आपले पहिले अवयव असतात. पंचेंद्रियं ही आपल्या इच्छांना आणि आसक्तींना जबाबदार असतात आणि तीच आपल्याला भावनाविवशता, उत्कट इच्छा आणि आनंद यांच्या दिशेने ओढत नेतात आणि मनाला अस्थिर बनवतात. संन्यासी मनाला शांत करण्यासाठी पंचेंद्रियांना शांत करतात. पेमा कॉड्रनने असं म्हटलं आहे की, 'तुम्ही आकाश आहात. बाकीची प्रत्येक गोष्ट ही फक्त हवामान आहे.'

पंचेंद्रियांना जिंकण्यासाठी आपल्या मनांना आपण कशा प्रकारे प्रशिक्षित करू शकतो, याचं शाओलिन संन्यासी हे एक विलक्षण उदाहरण आहेत (मला शाओलिन संन्यासी म्हणून जगण्याची कदाचित इच्छा असली तरी मी कधीही तसा जगलो नाही किंवा त्यांचं प्रशिक्षणही घेतलेलं नाही).

चीनमधील शाओलिन मंदिर हे सुमारे दीड हजार वर्षांपूर्वीचं आहे आणि शाओलिन संन्यासी नियमितपणे अशक्य गोष्टींचं प्रदर्शन करतात. ते तलवारीच्या पात्यावर समतोल साधून उभे राहतात. त्यांच्या डोक्यांनी विटा फोडतात आणि खिळ्यांच्या आणि पात्यांच्या शय्येवर सहजपणे झोपतात. त्यासाठी त्यांना कोणतेही खास प्रयत्न करावे लागत असल्याचं दिसत नाही किंवा त्यांना जखमाही होत नाहीत. ही गोष्ट जादूसारखी वाटते; पण शाओलिन संन्यासी प्रत्यक्षात कठोर शारीरिक आणि मानसिक नियमांच्या माध्यमातून आपल्या मर्यादांना खूपच पुढे ढकलतात.

शाओलिन मठांमध्ये मुलं तीन वर्षांपासून शिक्षण घेण्यास सुरुवात करू शकतात. प्रशिक्षण आणि ध्यान यांमध्ये ती दिवसाचा भरपूर वेळ व्यतीत करतात. श्वसनतंत्र आणि जखमा व रोग बऱ्या करण्याच्या की गाँग या प्राचीन तंत्राद्वारे हे संन्यासी सर्वश्रेष्ठ मानवांच्या अचाट ताकदी संपादित करण्याच्या आणि हल्ल्यापासून ते जखमी होण्यापर्यंतच्या त्रासदायक परिस्थितीत तग धरून राहण्याच्या क्षमता विकसित करतात. आपल्या अंतर्यामी शांततेची जोपासना करून ते मानसिक, शारीरिक आणि भावनिक तणावाचं निवारण करू शकतात.

फक्त शाओलिन संन्याशीच पंचेंद्रियांवरच्या अविश्वसनीय नियंत्रणाचं प्रदर्शन करत नाहीत. संशोधकांनी संन्याशांचे वेगवेगळे गट आणि त्यांच्याबरोबरच ज्यांनी कधीही ध्यान केलेलं नव्हतं, अशा लोकांनाही घेतलं. या सर्वांच्या मनगटांवर त्यांनी थर्मल स्टिम्युलेटर हे साधन बांधलं. या साधनाद्वारे अत्युच्च उष्णतेद्वारे वेदना किंवा दुःख निर्माण केलं जातं. ही तबकडी हळूहळू गरम होत जाते आणि सर्वोच्च

तापमानापर्यंत उष्णता पोहोचली की, तबकडी थंड होण्यापूर्वी त्या सर्वोच्च तापमानात दहा सेकंद राहते. या प्रयोगादरम्यान, तबकडी तापण्यास सुरुवात झाल्याबरोबर लगेच बिगर संन्यासी लोकांच्या मेंदूने जणू काही ती तबकडी आधीच सर्वोच्च तापमानापर्यंत पोहोचल्याप्रमाणे वेड्यासारखी उष्णतेच्या वेदनेची तीव्रता दाखवण्यास सुरुवात केली. संशोधकांनी याला 'अटकळीमुळे निर्माण झालेली चिंता' असं म्हटलं. संन्याशांनी या चिंतेचं कोणतंही लक्षण दर्शवलं नाही. त्याऐवजी तबकडी तापल्यावरही त्यांच्या मेंदूची क्रिया जवळजवळ आधीसारखीच स्थिर राहिली. ज्या वेळी तबकडी सर्वोच्च उष्णतेच्या तापमानापर्यंत तापली, त्या वेळी संन्याशांच्या मेंदूतील क्रियाही तीव्र झाली; पण ज्या क्षेत्रांत वेदनेच्या शारीरिक जाणिवेची नोंद झाली होती, फक्त त्याच क्षेत्रात ती दिसून आली. तुमच्या लक्षात येईल की, आपल्यापैकी बहुतेकांसाठी वेदना किंवा दुःख ही दुहेरी जाणीव असते - आपल्याला त्यापैकी काही वेदना शारीरिकदृष्ट्या आणि काही वेदना भावनिकदृष्ट्या जाणवते. संन्याशांसाठीही उष्णता वेदनादायक होती; पण या अनुभवाशी त्यांनी नकारात्मक भावना जोडल्या नव्हत्या. त्यांना *भावनिक दुःखाची जाणीव* झाली नव्हती. त्यांचे मेंदू बिगर संन्याशी लोकांच्या तुलनेत शारीरिक दुःखातून किंवा वेदनेतून अधिक जलद गतीने बाहेर पडले.

पंचेंद्रियांवरच्या नियंत्रणाची ही लक्षणीय पातळी आहे. - आपल्यापैकी कित्येक लोकांची विकासाशी बांधिलकी असते; पण आपल्या पंचेंद्रियांचा विचार ते नक्कीच आपल्याला मनाकडे नेणारे मार्ग म्हणून करतात. आपलं बहुतांश आयुष्य हे आपण जे पाहतो, ऐकतो, गंध घेतो आणि स्पर्श करतो त्याच्या आधिपत्याखाली असतं. तुमच्या आवडत्या पक्वान्नाचा तुम्हाला वास आला तर तुम्हाला ते खाण्याची इच्छा होते. तुम्हाला समुद्रकिनाऱ्याचं छायाचित्र दिसलं तर तुम्ही सुट्टीविषयीचं दिवास्वप्न पाहू लागता. तुम्ही विशिष्ट वाक्प्रचार ऐकता आणि लगेच तुमच्या मनात सदासर्वकाळ तो वाक्प्रचार सांगणारी व्यक्ती चमकून जाते.

माकडाचं मन हे तातडीने प्रतिसाद देणारं किंवा प्रतिक्रिया व्यक्त करणारं असतं; पण संन्याशाचं मन हे अपेक्षित बदल किंवा अडचण हाताळण्यासाठी आधीच सक्रिय होणारं असतं. असं समजू या की ज्या वेळी तुम्ही यू ट्यूबवर एखादा व्हिडिओ बघायला जाता, त्या वेळी नेहमीच तुम्ही त्यात सखोल बुडून जाता, गुंतून पडता. एखाद्या छानशा प्राण्याचा व्हिडिओ बघितल्यावर तुम्ही पुढे ओघानंच शार्कच्या हल्ल्यांविषयीच्या संकलनाकडे पोहोचता आणि तुम्हाला काही समजण्याच्या आधीच तुम्ही सीन इव्हान्स सेलिब्रिटीसोबत हॉट सॉस खात असल्याचं पाहता. आपलं मन जिथे असावं असं आपल्याला वाटतं, तिथून पंचेंद्रियं त्यांना अथकपणे दूर पाठवून देतात. आपल्या स्वतःच्या पंचेंद्रियांना सतावू नका. स्वतःला अपयशापर्यंत नेण्याचा मार्ग निश्चित करू नका. संन्यासी 'स्ट्रीप क्लब'मध्ये

आपला वेळ घालवत नाहीत. आम्हाला मनाच्या प्रतिसादात्मक प्रवृत्तींना किमान पातळीवर आणण्याची इच्छा असते आणि यासाठी नियंत्रित करणं अवघड असलेल्या प्रतिक्रिया व्यक्त करण्यास मनाला भाग पाडणाऱ्या उत्तेजकांपासून बुद्धीने पंचेंद्रियांना आधीच सक्रियपणे बाजूला नेणं हा सर्वांत सोपा मार्ग असतो. ज्याप्रमाणे चवदार कुरणातून जात असताना सारथी घोड्यांचे लगाम खेचतो, त्याप्रमाणे तुम्ही केव्हा दुर्बल बनाल हे जाणून घेणं आणि वेळीच लगाम खेचणं या गोष्टी बुद्धीवर अवलंबून असतात.

पंचेंद्रियांनी दिलेली कोणतीही माहिती भावनांचा खटका ओढतात – भुरळ पाडणारी किंवा अस्वस्थ करणारी अगर दुःखद करणारी आठवण करून देणारी गोष्ट ही त्या रानटी घोड्यांना सारथ्याने निवडलेल्या मार्गापासून दूर जाण्यासाठी दाखवली गेलेली लालूच दाखवते. तुम्हाला इतर गोष्टींवर घालवायचा असलेला वेळ समाजमाध्यमं शोषून घेऊ शकतात, ज्या वेळी तुम्हाला दुःख करत बसायला वेळ नसेल, त्या वेळी तुम्ही गमावलेल्या एखाद्या मित्राचं किंवा मैत्रिणीचं छायाचित्र दिसल्यामुळे तुम्हाला कदाचित त्याची किंवा तिची आठवण येऊ शकते. तुमच्या पूर्वाश्रमीच्या प्रियकराचा किंवा प्रेयसीचा स्वेटशर्ट दिसल्यामुळे तुमचा पुन्हा एकदा हृदयभंग होऊ शकतो. या कारणामुळेच तुमच्या घरातून अशा प्रकारे पंचेंद्रियांना चालना देणारे अनैच्छिक खटके तुम्ही दूर करावेत (किंवा ती ॲप डिलीट करावीत) अशी मी तुम्हाला शिफारस करतो. तुम्ही हे करता त्या वेळी तुमच्या मनातून त्यांना दूर करत असल्याचं कल्पनाचित्र नजरेसमोर आणा. ज्या वेळी तुम्ही एखाद्या अनैच्छिक मानसिक खटक्यासमोर येता, त्या वेळीही तुम्ही हीच गोष्ट करू शकता – तुमच्या पालकांकडून तुम्ही नेहमी ऐकत होतात असा एखादा शब्द, तुमच्या भूतकाळातील एखादं गाणं या गोष्टींचा यात समावेश होऊ शकतो. एखादी भौतिक वस्तू तुम्ही ज्याप्रमाणे दूर करता त्याप्रमाणे त्या गोष्टीही तुम्ही दूर करत आहात असं कल्पनाचित्र डोळ्यांसमोर आणा. ज्या वेळी तुम्ही असे मानसिक आणि शारीरिक खटके दूर करता, त्या वेळी तुम्ही त्यात अडकून पडणं बंद करू शकता. आपण सगळ्याच जाणिवा आणि सगळेच खटके कधीही दूर करू शकत नाही, हे सांगण्याची गरजच नाही. त्याप्रमाणेच आपल्याला ते सगळे दूर करण्याची इच्छाही नसते. मनाला मूक करणं किंवा अगदी निःस्तब्ध बनवणं हे आपलं उद्दिष्ट नाही. आपल्याला विचाराचा अर्थ शोधून काढण्याची इच्छा असते. हीच गोष्ट आपल्याला एखादी गोष्ट जाऊ देणं किंवा सोडून देणं यासाठीही मदत करते; पण ज्या वेळी आपल्या मनाशी असलेला आपला नातेसंबंध आपण बळकट करत असतो, त्यादरम्यान तात्पुरत्या स्वरूपात तरी आपण जे पाहतो, ऐकतो, वाचतो किंवा समजून घेतो, त्या गोष्टींशी तडजोड करून असे खटके असलेली स्थळं आणि लोक यांना टाळण्याची पावलं आपण उचलू शकतो.

संन्याशाच्या दृष्टिकोनातून विचार करता, तुमच्या धर्मावर लक्ष एकवटण्यासाठी आत्मनियंत्रण ही मनाला आणि ऊर्जेला प्रशिक्षित करणारी महानतम शक्ती असते. खरं पाहता, आनंदाने अति रोमहर्षित न होता आणि दुःखाने अति निराश न होता, कठीण, आव्हानात्मक किंवा गमतीशीर अशा कोणत्याही प्रकारच्या गोष्टीला तुम्ही तितक्याच समतोलपणे आणि समानतेने दिशा देऊ शकता.

सर्वसामान्यपणे आपले मेंदू माहितीच्या पुनरावृत्तीसाठी कमी जागा देतात; पण ज्या वेळी आपल्या मनांना आपण प्रशिक्षित करतो, त्या वेळी लक्ष विचलित होऊ न देता आपल्याला हव्या असलेल्या गोष्टीवर लक्ष केंद्रित करण्याच्या आपल्या क्षमतेची आपण उभारणी करतो.

ध्यान हे ज्ञानेंद्रियांकडून येणाऱ्या माहितीचं नियमन करू देणारं महत्त्वाचं साधन आहे; पण मुलाच्या आणि प्रौढाच्या मनामध्ये नातेसंबंधाची उभारणी करूनही आपण मनाला प्रशिक्षित करू शकतो. ज्या वेळी पालक मुलाला सांगतो की, 'तुझी खोली आवरून ठेव,' त्या वेळी मूल ते करत नाही. ही गोष्ट तुमचं संन्याशाचं मन तुम्हाला सांगतं की, 'तुझा मार्ग बदल' आणि माकडाचं मन तुम्हाला सांगतं की, 'आभारी आहे; पण नाही. त्याऐवजी माझ्या हेडफोनवर मी जास्त मोठ्या आवाजातील संगीत ऐकणार आहे.' यासारखी असते. जर पालक मुलावर रागावला आणि म्हणाला की, 'मी तुझी खोली तुला आवरून ठेवायला सांगितली होती. तू आतापर्यंत ते काम का केलं नाहीस?' तर मूल आणखी मागे हटतं. अखेरीस मूल कदाचित तो आदेश पाळतंही; पण या देवाणघेवाणीतून बंधाची किंवा संभाषणाची उभारणी होत नाही.

निराश झालेला पालक आणि तिरसट, चिडखोर मूल एकमेकांशी जितके जास्त लढतील, तितक्या जास्त प्रमाणात त्यांना एकमेकांमध्ये दुरावा आल्यासारखं वाटेल. याकडे मदतनिसाच्या दृष्टीने पाहा, मग तुम्ही युद्धापासून स्नेहबंधापर्यंत, नाकारलेल्या शत्रूपासून विश्वासू मित्रापर्यंत पोहोचाल. बंधामध्ये त्याची स्वतःची आव्हाने असतात - त्यात अजूनही मतभेद असू शकतात; पण निदान त्यात असलेल्या सगळ्या पक्षांना एकच फलित हवं असतं.

अशा प्रकारच्या सहयोगापर्यंत पोहोचण्यासाठी मनाच्या स्वयंचलित, प्रतिसादात्मक संचरनांकडे म्हणजेच ज्याला इतर वेळी सुप्तमन असं म्हटलं जातं, त्या सुप्तमनाकडे आपल्या बुद्धीला अधिक बारकाईने लक्ष द्यावंच लागतं.

दुराग्रही सुप्तमन

मनाकडे आधीच आपण कधीच जाणीवपूर्वक न निवडलेल्या विशिष्ट अंतःप्रेरणात्मक संरचना असतात. अशी कल्पना करा की, तुमच्या फोनवर तुम्ही रोज सकाळी

त्याच वेळी वाजण्यासाठी गजर लावला आहे. जोपर्यंत मध्येच एखादी राष्ट्रीय सुट्टी येत नाही, तोपर्यंत ही अतिशय उत्तम पद्धत असते आणि काहीही झालं तरी गजर वाजतच राहतो. हा गजर आपल्या सुप्तमनासारखा असतो. दिवसामागून दिवस एकसारख्या विचारांसाठी आणि कृतींसाठी त्याची रचना करून ठेवलेली असते आणि त्यानुसार ते आपोआप काम करत राहतं. आपण सहसा अधिक चांगल्या गोष्टीसाठी किंवा अधिक वाईट गोष्टीसाठी नेहमीच जो मार्ग अवलंबतो त्यावरूनच जात आपलं बरंचसं आयुष्य आपण घालवतो आणि आपण सक्रियपणे आपली पुनर्रचना केल्याखेरीज हे विचार व वर्तने कधीही बदलत नाहीत.

जोशुआ बेल या जागतिक कीर्तीच्या व्हायोलीनवादकाने डीसी उपनगरी स्थानकाच्या बाहेरच्या बाजूला सकाळच्या गर्दीच्या वेळी वादन करून पैसा मिळवायचा असं ठरवलं. दुर्मीळ आणि मूल्यवान वाद्य वाजवून त्याने देणगी मिळावी म्हणून आपली बॅग उघडून ठेवली आणि नंतर त्याने व्हायोलीनसाठी आतापर्यंत लिहिल्या गेलेल्या अत्यंत अवघड रचना वाजवल्या. सुमारे पंचेचाळीस मिनिटांच्या काळात त्याच्याजवळ क्वचितच कोणीतरी थांबलं किंवा त्याला देणगी दिली. त्याला सुमारे ३० डॉलर्स मिळाले. उपनगरी स्थानकाजवळच्या या कार्यक्रमानंतर तीनच दिवसांनी त्याने बोस्टनच्या सिम्फनी हॉलमध्ये तेच व्हायोलीनवादन केलं आणि तिथे चांगली तिकिटं खपली व त्याला १०० डॉलर्सची कमाई झाली.

एका बुद्धिमान संगीतकाराचं संगीत ऐकण्यासाठी लोक थांबले नव्हते, त्यामागे अनेक कारणं होती; पण लोक त्या वेळी स्वयंचलित कृती करण्याच्या मनःस्थितीत होते आणि गर्दीच्या त्या काळात तिथून बाहेर पडणं त्यांच्यासाठी महत्त्वाचं होतं, हे त्यांच्यापैकी नक्कीच एक कारण होतं. ज्या वेळी आपण अशा स्वयंचलित पद्धतीत असतो, त्या वेळी आपण किती प्रमाणात काही गोष्टी गमावतो?

'भ्रम किंवा विवेकभ्रष्टता एकच गोष्ट पुनःपुन्हा करते आणि वेगळ्या परिणामांची अपेक्षा बाळगते' (हे वाक्य नेहमीच आइन्स्टाईनचं म्हणून सांगितलं जातं; पण त्याने कधी काळी असं काही म्हटलं होतं याचा कोणताही पुरावा नाही). आपल्यापैकी किती लोक आपल्या आयुष्यांत परिवर्तन घडून येईल, या आशेवर वर्षानुवर्षं त्याच त्या गोष्टी करत राहतात?

आपल्या मनात विचार पुनःपुन्हा येत राहतात आणि आपल्याविषयीचे आपले विश्वास अधिक बळकट करत राहतात. यात काटछाट करण्यासाठी आपली जाणीव जागृत झालेली नसते. तुमच्या मनात सुरू असलेलं कथन हे नातेसंबंधांविषयीच्या, पैशाविषयीच्या, तुम्हाला स्वतःविषयी काय वाटतं याविषयीच्या, तुम्ही कसं वागावं याविषयीच्या विश्वासांमध्ये अडकलेलं असतं. 'आज तू खूपच छान दिसतोस/दिसतेस,' असं कोणी ना कोणी कधीतरी आपल्याला म्हटल्याचा अनुभव आपल्या सर्वांनाच असतो; पण आपलं सुप्तमन त्याला उत्तर देतं की, 'मी खूपच छान नाही.

ते फक्त चांगलं वाटावं म्हणून तसं म्हणत आहेत.' ज्या वेळी एखादी व्यक्ती म्हणते की, 'तुला खरोखरच ते मिळायलाच हवं होतं, तू त्याला पात्रच आहेस,' त्या वेळी कदाचित तुम्ही स्वतःशीच म्हणता की, 'अं, नाही. मी ही गोष्ट पुन्हा करू शकेन का याविषयी मला खात्री वाटत नाही.' या सराईत प्रतिक्रिया आपल्या दिवसांना तजेलदार बनवतात; पण तुमच्या मनातील शब्दांमुळे बदलाची सुरुवात होते. आपले विचार ऐकण्यावर, त्यांचं व्यवस्थापन करण्यावर, त्यांची निवड करण्यावर आणि ते बदलण्यावर आता आपण काम करणार आहोत.

हे करून पाहा : सुप्तमनाला जागृत करा

तुमच्या मनातील तुम्हाला ऐकू येणारा सगळा कोलाहल रोजच्या रोज कागदावर लिहून काढा. जो आवाज तुम्हाला नको असेल तो आवाज म्हणजे कोलाहल. ही तुमच्या समस्यांची यादी असता कामा नये. त्याऐवजी तुमचं मन तुम्हाला पाठवत असलेले नकारात्मक, स्वतःला पराभूत करणारे संदेश लिहून काढा. ते पुढीलप्रमाणे असू शकतात :

- तुम्ही पुरेशा प्रमाणात चांगले नाही.
- तुम्ही हे करू शकत नाही.
- हे करण्यासाठीची बुद्धिमत्ता तुमच्याकडे नाही.

सारथी रथाच्या चाकाजवळ गाढ झोपी गेल्याच्या या वेळा असतात.

जागृत मनात गुंतवणूक करा

तुम्ही म्हणजे तुमचं मन नव्हे, त्याप्रमाणेच 'तुम्ही म्हणजे तुमचे विचारही नव्हेत. 'मी प्रेमाच्या पात्रतेचा नाही' किंवा 'माझं आयुष्य माझं शोषण करतंय,' असं स्वतःला सांगण्याने त्या गोष्टी वस्तुस्थिती बनत नाहीत; पण स्वतःला पराभूत करणारे हे विचार पुन्हा गुंडाळून ठेवणं कठीण असतं. आपल्याला सर्वांनाच कुठल्याही प्रकारच्या असो; पण दुःखाचा, हृदयभंगाचा आणि आव्हानांचा इतिहास असतो. आपण कशातून तरी गेलेलो असतो आणि ती गोष्ट आता सुरक्षितपणे भूतकाळात असते; पण फक्त यामुळे ती गोष्ट संपुष्टात आलेली नसते. उलटपक्षी ती कोणत्या ना कोणत्या स्वरूपात तशीच टिकून राहिलेली असते – सहसा जोपर्यंत ती आपल्याला काय बदल करण्याची गरज आहे हे शिकवत नाही, तोपर्यंत नेहमीच ती स्वतःला पराभूत करणाऱ्या विचारांच्या स्वरूपात टिकून राहिलेली असते. तुमच्या पालकांबरोबरचे

बिघडलेले संबंध तुम्ही सुधारले नाहीत, तर या न सुटलेल्या समस्यांचा आरसा तुम्हाला दाखवणाऱ्या जोडीदारांना तुम्ही निवडत राहता. तुमच्या मनोरचनेला तुम्ही जाणीवपूर्वक सुव्यवस्थित केलं नाही, तर तुमच्या मनात जे दुःख आधीच टिकून राहिलेलं असतं, त्याची पुनरावृत्ती करणं आणि त्याची पुनर्निर्मिती करणं या गोष्टी भोगणं हे तुमचं विधिलिखित असतं.

ही गोष्ट मूर्खपणाची आहे असं वाटू शकेल; पण तुमच्या डोक्यातील आवाजांशी बोलण्यास सुरुवात करणं हा त्यांना बंद करण्याचा उत्तम मार्ग आहे – अक्षरशः बोलणंच.

रोज स्वतःशी बोलण्यास सुरुवात करा. निर्धास्तपणे तुमच्या नावाने स्वतःला उद्देशून बोला आणि ज्या वेळी मोठ्याने बोलणं शक्य असेल त्या वेळी खुशाल तसं करा (अर्थातच तुमच्या पहिल्या डेटच्या वेळी किंवा नोकरीच्या मुलाखतीच्या वेळी असं करणं शक्य होणार नाही). ध्वनी हा शक्तिशाली असतो आणि आपलं स्वतःचं नाव ऐकणं ही गोष्ट तुमचं लक्ष वेधून घेणारी असते.

तुमचं मन जर असं म्हणत असेल की, 'तुम्ही हे करू शकत नाही,' तर 'तुम्ही हे करू शकता, तुमच्याकडे क्षमता आहे आणि तुमच्याकडे वेळ आहे,' असं स्वतःशीच बोलून त्याला प्रतिसाद द्या.

प्रकल्पादरम्यान किंवा कामादरम्यान स्वतःशीच बोलण्याने तुमचं कामावरचं लक्ष आणि एकाग्रचित्तता या दोहोंमध्ये वाढ होते. जे लोक हे करतात, ते अधिक सक्षमतेने काम करतात. अभ्यासांच्या मालिकांमधून संशोधकांनी स्वयंसेवकांना चित्रांचे काही समूह दाखवले आणि त्यानंतर त्यांनी त्यांना त्या चित्रांमधील विशिष्ट चित्रं शोधण्यास सांगितलं. सहभागी स्वयंसेवकांपैकी निम्म्या जणांना स्वतःशीच मोठ्याने बोलत ती चित्रं शोधायला सांगितलं आणि उर्वरित निम्म्या लोकांना शांतपणे शोधायला सांगितलं. जे लोक त्या चित्रांचा पुनरुच्चार करत राहिले होते, त्यांनी शांतपणे शोधणाऱ्यांच्या तुलनेत लक्षणीयरीत्या जलद गतीने त्या गोष्टी शोधून दाखवल्या. संशोधकांनी असा निष्कर्ष काढला की, स्वतःशीच बोलण्याने फक्त तुमच्या स्मृतीलाच उत्तेजन मिळत नाही, तर त्यामुळे तुम्हाला लक्ष केंद्रित करण्यासही मदत होते. मानसशास्त्रज्ञ लिंडा सॅपाडिन हिने यात अशी भर घातली आहे की, 'स्वतःशीच बोलण्यामुळे तुमच्या विचारांमध्ये स्पष्टता येण्यास मदत होते. तुम्ही विचार करत असलेल्या कोणत्याही निर्णयांमधील महत्त्वाच्या गोष्टी कोणत्या आहेत, ते दाखवून तुमचा निर्णय ठाम बनवण्यासाठीही त्याची मदत होते.'

उत्पादक पद्धतीने तुमचं मन बदलण्याचे नवीन दृष्टिकोन शोधण्याच्या काही मार्गांचा विचार करू या.

पुनर्रचना

तुम्हीही बहुतांश इतर माणसांसारखेच असाल तर कुठे चुकलं हे सांगण्यासाठी तुमची बुद्धी पुढे सरसावत असेल; पण कुठे बरोबर होतं हे सांगण्याची ती क्वचितच तसदी घेत असेल. हे कोणत्या प्रकारचं पालकत्व आहे?

काहीही जास्त चांगलं होणार नाही.
कोणीही मला समजून घेत नाही.
मी पाहिजे तितका चांगला नाही.
मी पाहिजे तितका आकर्षक नाही.
मी पाहिजे तितका हुशार नाही.

आपल्यातील सर्वांत वाईट गोष्टी आपण शोधतो आणि आपल्याला स्वतःला सांगतो की, या गोष्टी कधीही बदलणार नाहीत. आपण निवडत असलेला हा किमान प्रोत्साहनात्मक दृष्टिकोन आहे. आनंदाकडे जाणारे तीन मार्ग असतात आणि ते सगळे माहितीभोवती केंद्रित झालेले असतात : अध्ययन, प्रगती करून घेणं आणि प्राप्त करून घेणं. आपण वाढत असतो त्या वेळी आपल्याला आनंदाची जाणीव होते आणि ऐहिक ध्यासांपासून, तळमळींपासून मुक्तता जाणवते. तुम्ही असमाधानी असाल किंवा स्वतःवरच टीका करत असाल किंवा तुम्हाला निराशा जाणवत असेल तर या गोष्टींना स्वतःला रोखू देऊ नका. तुम्ही प्रगती करत असलेले मार्ग ओळखा, मग तुम्ही जे करत असाल त्याचं मूल्य पाहण्यास, जाणवून आणि समजून घेण्यास तुम्ही सुरुवात कराल.

तुमच्या स्वतःवरच्या टीकेची पुनर्रचना करा. ज्या वेळी तुम्ही स्वतःलाच असं म्हणताना ऐकता की, 'मी कंटाळलो आहे, मी मंद गतीचा आहे, मी हे करू शकत नाही,' त्या वेळी 'तुम्ही यावर काम करत आहात. तुम्ही सुधारत आहात,' असा स्वतःला प्रतिसाद द्या. ही तुम्ही प्रगती करत असल्याची तुम्ही स्वतःलाच करून दिलेली आठवण असते. या नैराश्यग्रस्त मुलाच्या आवाजाशी नातेसंबंध जोडा. तुम्ही वाचन, संशोधन कराल, सर्वतोपरी लक्ष द्याल आणि चाचणी घ्याल त्या वेळी तुमचा प्रौढ आवाज बळकट बनेल. तुमच्या मनाला कोणती योग्य गोष्ट मिळाली आहे, ते ओळखल्यावर मनाचा आवाज मोठा करा. तुमच्या अपयशांना मोठं करण्यापेक्षा तुमच्या प्रगतीला मोठं करा. सातपैकी दोन दिवस तुम्ही सकाळी लवकर उठू शकलात, तर नुकताच बदल करू लागलेल्या मुलाप्रमाणे स्वतःला प्रोत्साहन द्या. तुम्ही नियोजन केलेल्या गोष्टींपैकी निम्म्या जरी तुम्ही प्राप्त केल्या तरी त्याला अर्ध ग्लास भरलेला आहे असंच म्हणा.

तुमच्या वाढीला मोठं करण्याखेरीज तुमच्या नको असलेल्या विचारांची पुनर्रचना करण्यासाठी आपण 'सकारात्मक दिशे'चा वापर करू शकतो. आपलं माकडाचं मन नेहमीच 'मी हे करू शकत नाही,' अशा प्रकारच्या वायफळ गप्पा मारत असतं. त्याची आपण 'मी... करून हे करू शकतो,' अशी शाब्दिक पुनर्रचना करू शकतो.

'मी हे करू शकत नाही,' हे 'मी... करून हे करू शकतो,' बनतं.

'मी हे करण्यात वाईट आहे,' हे 'मला अधिक चांगलं करून दाखवण्यासाठी गरज असलेला वेळ मी देत आहे,' बनतं.

'मी प्रेम करण्याच्या योग्यतेचा नाही,' हे 'मी नवीन संबंध तयार करण्यासाठी नवीन लोकांपर्यंत पोहोचत आहे,' असं बनतं.

'मी कुरूप आहे,' हे 'मी अत्यंत निरोगी बनण्यासाठी पावलं उचलत आहे,' बनतं.

'मी प्रत्येक गोष्ट हाताळू शकत नाही,' हे 'माझ्या यादीतील गोष्टींचा मी प्राधान्यक्रम ठरवत आहे आणि त्या तपासून पाहत आहे,' बनतं.

तुमच्या विधानात 'कृतिभिमुख' उपाययोजना गुंफल्याने तुम्हाला मनोराज्यात गुंतून पडण्याऐवजी अधिक उत्पादक बनण्याची आणि जबाबदारी घेण्याची आठवण करून दिली जाते.

आपल्या मनाच्या अवस्थेची पुनर्रचना करण्यासाठी फक्त शब्दांचा वापर करण्याऐवजी आपण कृती करू शकतो. रोज एक नवीन गोष्ट शिकणं, हा यावर मात करण्याचा साधा मार्ग आहे. ती गोष्ट मोठी असण्याची गरज नाही. तुम्ही स्वतःला संगणकीय कोड तयार करण्यास किंवा क्वांटम मेकॅनिझमचा अभ्यास करण्यास शिकवण्याची गरज नसते. तुम्ही एखाद्या व्यक्तीविषयीचा, एखाद्या शहराविषयीचा किंवा एखाद्या संस्कृतीविषयीचा लेख वाचू शकता आणि तुमच्या मनात आत्माभिमानाची भावना उफाळून येऊ शकते. तुमच्या पुढच्या संभाषणात सहभागी होण्यासाठी तुमच्याकडे काहीतरी असतं. तुम्ही अगदी फक्त एखादाच शब्द जरी शिकलात तरी हरकत नाही... इथे मी इक्त्सुअरपोक हा एक इन्युट शब्द सांगतो. याचा अर्थ पाहुण्यांची वाट पाहत असता आणि तुम्ही खिडकीजवळ जाऊन ते आले का ते पाहता, त्या वेळी तुमच्या मनात जी अदमासाची भावना निर्माण होते ती भावना, असा आहे. संभाषणात फक्त एक नवीन शब्द आणला तरीही रात्रीच्या जेवणाच्या वेळी टेबलाभोवती बसून सुरू असलेल्या संभाषणात समृद्धी निर्माण होऊ शकते.

आपल्या मनात टिकून असलेल्या बऱ्याचशा नैराश्याकडे आशीर्वाद म्हणून पाहणं शक्य असतं. कारण, ही नैराश्यंच आपल्याला वाढण्याची आणि विकसित

होण्याची कळकळीची विनंती करत असतात. हेतूंच्या अखंड मालिकेत नकारात्मक विचार आणि परिस्थिती ठेवण्याचा प्रयत्न करा. ज्या प्रकारे डॉक्टर वेदनांचं मूल्यमापन करतात, अगदी त्याच प्रकारे मी लोकांना एक ते दहाच्या मोजपट्टीवर त्यांच्या वैयक्तिक चिंतांचं मापन करायला सांगतो. शून्य म्हणजे काळजी किंवा चिंता नाही. दहा म्हणजे जगातील सर्वांत वाईट गोष्ट, इतकी भयानक की – 'माझं संपूर्ण कुटुंब मृत्युमुखी पडेल अशी मला भीती वाटते,' अशा प्रकारची. प्रत्यक्षात ही काळजी कदाचित अकरा या आकड्याने मोजावी लागेल.

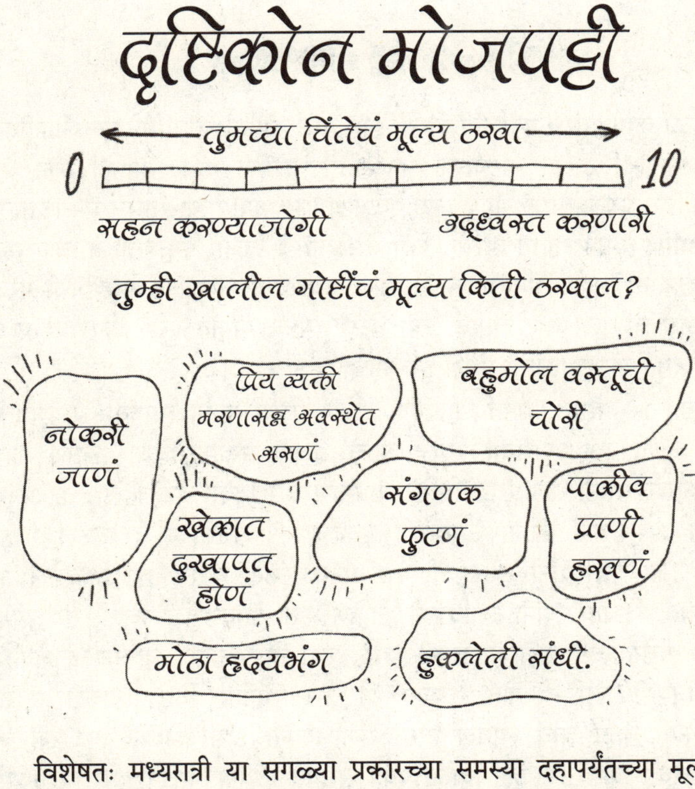

विशेषतः मध्यरात्री या सगळ्या प्रकारच्या समस्या दहापर्यंतच्या मूल्यासाठी पात्र असल्यासारखं वाटू शकतं. बढती न मिळणंही दहाच्या मूल्याचं वाटू शकतं. मौल्यवान घड्याळ हरवणं – ही आणखी एक दहाचं मूल्य असलेली गोष्ट; पण तुम्ही कधी तुमच्या प्रिय व्यक्तीला गमावण्याचं दुःख अनुभवलं असेल (आणि आपण सगळ्यांनीच ते अनुभवलेलं असतं किंवा अनुभवणार असतो) तर हे मापन बदलतं. तुमचा संपूर्ण दृष्टिकोन बदलून जातो. अचानकच तुम्हाला नोकरी जाणं ही गोष्ट तितकीशी मोठी वाटेनाशी होते, ती सुसह्य वाटते. घड्याळ गेलं; पण ती तर फक्त एक वस्तूच होती. तुमचं शरीर कदाचित अपरिपूर्ण असू शकेल; पण त्याने

तुम्हाला काही मोठे अनुभव दिलेले असतात. अधिक लहान विस्कळितपणाचं किंवा अव्यवस्थेचं योग्य प्रमाणात मापन करण्यासाठी खरोखरचं तीव्र दुःख म्हणजे काय याविषयीच्या जाणिवेचा वापर करा. ज्या वेळी तुम्हाला खरोखरचं उद्ध्वस्त करणारं दहाच्या मूल्याचं दुःख भोगावंच लागतं, त्या वेळी त्याची मालकी पत्करा, ते भरून काढण्यासाठी वेळ घ्या. सर्व नकारात्मक अनुभवांचा प्रभाव कमी करण्याविषयीची ही गोष्ट नाही, तर ही गोष्ट त्यांच्याविषयी अधिक स्पष्ट दृष्टिकोन प्राप्त करण्याविषयीची आहे. मग काही वेळा दहाचं मूल्य दहाच असतं.

त्याची गती कमी करा

काही वेळा कागदावरच पुनर्रचना करणं उत्तम ठरतं. अतिशय जोमाने एका फांदीवरून दुसऱ्या फांदीवर उड्या मारणाऱ्या माकडाची कल्पना करा. आपलं लक्ष वेधून घेण्यासाठी ते प्रयत्न करतं आणि लक्ष एकवटण्यास भाग पाडतं. तुमचं मन चिंताग्रस्त असतं आणि वेगाने धावत असतं, ज्या वेळी तुमचे विचार पुनःपुन्हा तुमच्या मनात घोळत राहतात आणि अनुत्पादक असतात, ज्या वेळी तुम्हाला थांबण्याची गरजच आहे, असं तुम्हाला वाटू लागतं, त्या वेळी तुमच्या मनात प्रवेश करणारा प्रत्येक विचार लिहून काढण्यासाठी पंधरा मिनिटांचा वेळ काढा.

एका अभ्यासात, महाविद्यालयीन विद्यार्थ्यांच्या गटाने त्यांच्या आयुष्यातील अत्यंत क्लेशदायक अनुभवाविषयीचे त्यांचे अत्यंत सखोल विचार आणि भावना लिहून काढण्यासाठी रोज पंधरा मिनिटं याप्रमाणे चार दिवस वेळ दिला. तो अनुभव मूल्यवान असल्याचं त्यांना आढळलं एवढंच त्या विद्यार्थ्यांनी म्हटलं नव्हतं, तर ९८ टक्के विद्यार्थ्यांनी त्यांना ती गोष्ट पुन्हा एकदा करायलाही आवडेल असं म्हटलं होतं. शिवाय त्यांना त्याविषयी लिहिणं फक्त आवडलंच नव्हतं, तर त्यामुळे त्यांच्या आरोग्यातही सुधारणा झाली होती. ज्या विद्यार्थ्यांनी त्यांच्या क्लेशकारक अनुभवांविषयी लिहिलं होतं, त्यांना या अभ्यासानंतर विद्यापीठाच्या आरोग्य केंद्रात कमी वेळा जावं लागलं होतं. संशोधकांनी असा निष्कर्ष काढला की, त्यांच्या सर्वाधिक वाईट अनुभवाला एका सुसंगत कथनापर्यंत नेण्यास विद्यार्थ्यांना मदत झाली होती आणि अनुभव लिहून काढण्याचा त्यांच्यावर झालेला तो एक लाभदायक परिणाम असावा. त्या क्षणापासून अशा प्रकारे स्वतःला लांब ठेवल्यामुळे त्यांना वस्तुनिष्ठपणे त्या अनुभवाकडे पाहता आलं आणि म्हणूनच यातून कोणीही सुखान्ताच्या चमत्काराची अपेक्षा ठेवू शकतो.

क्रिस्ता मॅक्ग्रे या लेखिकेला विमान प्रवासाची प्रचंड भीती वाटत होती. तिने त्याविषयीची उत्तेजना दूर करण्याचा प्रयत्न केला, तर्कनिष्ठपणे याचा विचार केला आणि अगदी काही प्रकारचं मद्य घेऊनही बघितलं; पण दर वेळी आता विमानप्रवास करावा

लागणार आहे हे समजलं की, त्याआधी काही आठवड्यांपासूनच विमानाचा भयंकर अपघात झाला तर तिच्या मुलांची आयुष्यं कशी होतील याची चिंता तिला सतावू लागे. मॅक्ग्रेने या संदर्भातला नेमका दृष्टिकोन लक्षात यावा, यासाठी आपल्या भीतीसंदर्भात ब्लॉग लिहिण्यास सुरुवात केली आणि त्या वेळी तिच्या लक्षात आलं की, ती तिच्या आजीसारखी बनण्याच्या मार्गावर होती. तिच्या आजीने विमान प्रवासाला नकार दिला होता आणि त्यामुळे खूप काही गमावलं होतं. मग मॅक्ग्रेने तिला आयुष्यात जे जे काही करायचं होतं आणि ज्यासाठी विमान प्रवास करणं आवश्यकच होतं, अशा सगळ्या गोष्टींची यादी तयार केली. तिच्या भीतीवर तिला पूर्णपणे मात करता आली नसली तरीही तिच्या पतीबरोबर इटलीला सुट्टीवर जाणं तिने जमवलं. फक्त लिहून काढून आपल्या सगळ्या समस्या सुटत नाहीत; पण त्यामुळे आपल्याला उपाययोजना शोधण्यासाठी वापरता येण्याजोगा एक महत्त्वाचा दृष्टिकोन प्राप्त करण्यास मदत होते.

तुम्हाला लिहायला आवडत नसेल तर तुम्ही फोनमध्ये बोलू शकता आणि नंतर त्याचं ध्वनिमुद्रण ऐकू शकता किंवा त्यांचं शब्दांतील रूपांतर वाचू शकता (अनेक फोन बोललेले शब्द लिखित शब्दांमध्ये परावर्तित करू शकतात). स्वतःच्या बोलण्याचं ध्वनिमुद्रण करण्याने तुम्ही निरीक्षकाच्या भूमिकेत जाता आणि त्यामुळे तुम्हाला अधिक वस्तुनिष्ठपणे स्वतःची हाताळणी करणं शक्य होतं.

प्राचीन सामुराई लोकांमध्ये 'माझ्या मनाला माझा मित्र बनवा' (आपल्या मनाला आपला मित्र बनवा) असं एक वचन आहे, फक्त याची पुनरुक्ती करत राहणं हाही आणखी एक पर्याय आहे आणि त्याचा संन्यासीही वापर करतात. ज्या वेळी आपण हे वाक्य पुनःपुन्हा म्हणतो, त्या वेळी मेंदूच्या जाळ्याचा एक स्वयंचलितपणे काम करणारा मार्ग म्हणजेच मनाच्या भटकण्याशी संबंधित असलेला आणि तुमच्याविषयी विचार करणारा मेंदूचा भाग ते शांत करतं. माकडाला जबरदस्तीने थांबण्यास आणि ऐकण्यास भाग पाडलं जातं.

स्वतःविषयी करुणा बाळगा

ज्या वेळी चिंतातुर असलेलं माकडाचं मन ऐकण्यासाठी थांबतं, त्या वेळी तुम्ही अंतर्गत एकेरी संवादात सुधारणा करून त्याचं स्वतःविषयीच्या करुणेत रूपांतर करू शकता. ज्या वेळी चिंतातुर विचार मनात येतात, त्या वेळी त्यांना स्वैर सोडण्याऐवजी किंवा त्यांचे लाड करण्याऐवजी आपण त्यांना करुणेने, दयाळूपणे प्रतिसाद देतो : 'मला माहिती आहे की, तू चिंतातुर आणि अस्वस्थ आहेस आणि हे सगळं तू हाताळू शकणार नाहीस, असं तुला वाटत आहे; पण तू खंबीर आहेस. तू हे करू शकतोस.' लक्षात ठेवा, ही गोष्ट भावनांचा निवाडा न करता त्यांचं निरीक्षण करण्याशी संबंधित आहे.

शेअरअॅबिलिटी या ब्रँडिंग कंपनीतील माझ्या मित्रांसह मी किशोरवयीन मुली आणि त्यांच्या बहिणी यांच्या छोट्याशा गटावर एक स्वाध्याय पार पाडला. मी या मुलींना त्यांच्या आत्मसन्मानावर परिणाम केलेले नकारात्मक विचार लिहून काढायला सांगितले. त्यांनी पुढीलप्रमाणे ते लिहिले : 'तू भित्री आहेस', 'तू कुचकामी आहेस.' त्यानंतर त्यांनी स्वतःविषयी जे लिहिलं होतं, ते जणू काही त्यांच्या बहिणींविषयी त्यांनी ते लिहिलं असावं, अशा पद्धतीने मी त्यांना ते त्यांच्या बहिणींना वाचून दाखवायला सांगितलं.

त्यांनी सगळ्यांनी त्याला नकार दिला. 'ही गोष्ट फारशी चांगली नाही,' असं त्यांचं म्हणणं होतं. ती गोष्ट आपल्या स्वतःच्या डोक्यात सर्वसामान्य वाटत असली तरी ती बोलून दाखवली गेली की ती पूर्णपणे भिन्न ठरेल, याकडेही एकीने निर्देश केला.

ज्या गोष्टी आपलं ज्यांच्यावर प्रेम असतं, त्यांच्याशी आपण कधीही बोलू शकत नाही, त्या गोष्टी आपण स्वतःशी बोलतो. आपल्याला सर्वांनाच एक सुवर्ण नियम माहिती आहे : इतरांनी तुमच्याशी जे करावं असं तुम्हाला वाटतं, तेच तुम्ही इतरांच्या बाबतीतही करा. मी यात आणखी एका गोष्टीची भर घालेन : **तुम्हाला इतरांविषयी जितकं प्रेम आणि आदर दाखवण्याची इच्छा असते, तितक्याच प्रेमाने आणि आदराने स्वतःला वागवा.**

हे करून पाहा : सारथ्यासाठीचा नवीन दस्तऐवज लिहून काढा

१. तुम्ही स्वतःशी बोलत असलेल्या नकारात्मक गोष्टींची यादी लिहून काढा. तुम्हाला ज्यांची काळजी वाटते, त्या एखाद्या व्यक्तीसमोर ती कल्पना तुम्ही कशी मांडाल ते त्या प्रत्येक गोष्टीसमोर लिहा. उदाहरणार्थ, त्या बहिणींनी लिहून काढलेले स्वतःविषयीचे ते नकारात्मक विचार होते. ते विचार लिहा आणि त्याबरोबरच त्यांच्या बहिणींसमोर ते विचार त्या कशा मांडतील तेही लिहा.

'तू भित्री आहेस'	'भीती वाटणं हे ठीक आहे. मी तुला त्यातून बाहेर पडण्यासाठी कशी मदत करू शकते?'
'तू निरुपयोगी आहेस'	'तुला स्वतःला तू निरुपयोगी असल्यासारखी वाटतेस. तुला तुझ्याविषयीच्या कोणत्या गोष्टी आवडतात त्याबद्दल बोलू या.'
'तू बिन महत्त्वाची आहेस'	'या गोष्टींमुळे तुला तू बिन महत्त्वाची असल्यासारखी वाटतेस. हे कसं बदलावं याविषयी आपण बोलण्याआधी तुला कशामुळे आपण बिन महत्त्वाच्या आहोत, असं वाटतं त्या गोष्टींची यादी करू या.'

२. तुम्हाला प्रिय असलेलं तुमचं मूल किंवा जिवलग मित्र किंवा चुलत भाऊ किंवा इतर कोणतीही व्यक्ती घटस्फोट घेत आहे, असं तुम्हाला कळलं, अशी कल्पना करा. तुमची पहिली प्रतिक्रिया काय असेल? तुम्ही त्या व्यक्तीला काय सांगाल? तुम्ही त्याला काय सल्ला द्याल? बहुधा तुम्ही असं म्हणाल की, 'मला वाईट वाटतं, हा खडतर काळ आहे ते मला माहिती आहे.' किंवा तुम्ही असंही म्हणाल की, 'अभिनंदन. मला माहिती आहे की तू खूप काही सोसलं आहेस; पण घटस्फोट घेतल्याचं लोकांना क्वचितच दुःख होतं.' आपल्या प्रिय व्यक्तीला आपण असं कधीही म्हणणार नाही, की, 'तू मूर्ख आहेस. तू त्या पराभूताबरोबर विवाह केलास म्हणून तूही नक्कीच पराभूतच होणार आणि झालंही पाहिजेस.' आपण प्रेम आणि पाठबळ देतो, कदाचित कल्पना आणि उपाययोजना सुचवतो. आपण स्वतःशीही अशाच प्रकारे बोललं पाहिजे.

आपण रोजच आपल्या स्वतःसाठी जे कथन लिहून काढतो, त्यानेच आपली व्याख्या ठरते. ही गोष्ट आनंदाची, जपणुकीची, प्रेमाची आणि करुणेची आहे की ती अपराधीपणाची, दोषारोपाची, कडवटपणाची आणि अपयशाची आहे? तुम्हाला ज्या भावनांसह आणि जाणिवांसह जगण्याची इच्छा आहे, त्यांच्याशी जुळणारे नवीन शब्द शोधा. स्वतःशी प्रेमाने बोला.

वर्तमानात जगा

तुमचं माकडाचं मन भूतकाळात रेंगाळत राहतं किंवा भविष्यकाळात घिरट्या घालत राहतं, त्या वेळी त्याला काय सांगावं हे माहिती असणं कठीण असतं. फादर रिचर्ड रोहर लिहितात, 'सर्व आध्यात्मिक शिकवणुकी या त्या क्षणात कसं राहावं, याविषयीच्या असतात, असं म्हटलं तर ते अतिसुलभीकरण ठरणार नाही; पण यातली समस्या अशी आहे की, आपण जवळजवळ प्रत्येक वेळीच कुठेतरी दुसरीकडे असतो : भूतकाळ पुन्हा जगत असतो किंवा भविष्याची चिंता करत असतो.'

आपल्या सर्वांकडे आनंदी स्मृती असतात आणि त्या आपल्याला पुन्हा काढायला आठवतात, तसंच दुःखद स्मृती असतात आणि आपण त्या सोडून देऊ शकत नाही; पण रम्य भूतकाळात रमणं आणि तीव्र खेद वाटून घेणं किंवा पश्चात्तापदग्ध होणं हे दोन्हीही सापळे असू शकतात. ते आपल्याला नवीन अनुभव घेण्यापासून रोखतात आणि उत्तर न मिळणाऱ्या भूतकाळात आणि/किंवा चांगल्या जुन्या दिवसांत आपल्याला कुलूपबंद करून टाकतात. भूतकाळ बदलता येत नाही

आणि भविष्यकाळ अज्ञात असतो. विशिष्ट प्रमाणात नियोजन करणं आणि पुढे निर्माण होणाऱ्या विविध प्रसंगांसाठी चांगली तयारी करणंही उपयुक्त असतं; पण हे विचार पुनःपुन्हा निर्माण होणाऱ्या चिंतेत आणि काळज्यांमध्ये किंवा अवास्तव महत्त्वाकांक्षांमध्ये रूपांतरित होतात, त्या वेळी ते उत्पादक राहत नाहीत.

तुमच्या भोवतालचं जग कोसळणार असल्यासारखं तुम्हाला वाटत असो किंवा कामावरचा तुमचा एक वाईट दिवस असल्यासारखं वाटत असो, त्यात वर्तमानकाळात जगण्याची आव्हाने विपुल असतात. अर्थातच हेही खरं आहे की, तुम्ही शंभर टक्के वर्तमानकाळात जगलात तर तुमच्या आयुष्यातील महत्त्वाच्या गोष्टींपर्यंत तुम्ही कधीही पोहोचणार नाही – त्यामुळे आपलं ते उद्दिष्टच नाही. काहीही झालं तरी आपण घालवलेल्या चांगल्या काळाचा किंवा भूतकाळात आपण शिकलेल्या मूल्यवान धड्यांचा आपल्याला परिस्थिती हाताळण्यासाठी आवश्यक असलेली ऊर्जा आणि मानसिक क्षमता यांच्यासंदर्भात विलक्षण उपयोग होतो. आपल्याला फक्त पश्चात्ताप किंवा काळजी यात आपला वेळ वाया दवडायचा नसतो. समयसूचकतेने वागण्याचा, वर्तमानकाळात जगण्याचा सराव करण्याचा आपल्याला आध्यात्मिक गुरू रामदासस्वामी यांनी सल्ला दिला आहे त्याप्रमाणे *आता इथेच राहा* हा त्यांचा उपदेश जगण्यासाठी उपयुक्त ठरतो.

तुमचं मन ज्या वेळी सातत्याने भूतकाळाच्या किंवा भविष्यकाळाच्या विचारांकडे जात राहतं, त्या वेळी वर्तमानकाळातील सुगाव्यांचा शोध घ्या. तुमचं मन तुमचा बचाव करण्याचा किंवा तुमचं लक्ष विचलित करण्याचा प्रयत्न करत आहे का? भूतकाळात काय महत्त्वाचं होतं किंवा भविष्यकाळात काय असू शकेल, याचा विचार करण्याऐवजी तुमच्या मनाला हळुवारपणे तत्कालीन क्षणात परत येण्यास मार्गदर्शन करा. अगदी लगेच स्वतःला हे प्रश्न विचारा :

या क्षणातील कुठली गोष्ट गमावली जात आहे?
आजच्या दिवसाविषयीची कोणती गोष्ट दुःखद किंवा अप्रिय आहे?
मला काय बदलण्याची इच्छा आहे?

खरं तर, ज्या वेळी आपण वर्तमानकाळाविषयी बोलतो, त्या वेळी आपण त्या वेळी जिथे असतो तिथपर्यंत, जे आयुष्य आपण स्वीकारतो आणि ज्यापासून आपण अद्यापही वाढू शकतो तिथपर्यंत आपल्याला घेऊन आलेला अपरिपूर्ण रस्ता म्हणून आपण भूतकाळातील नकारात्मक आणि सकारात्मक घटकांकडे मागे वळून पाहतो. शिवाय खरं तर आपण भविष्यकाळाचाही वर्तमानकाळाच्या संदर्भातच विचार करतो – आजच्या दिवसाचं वचन किंवा आश्वासन जाणून घेण्याची संधी म्हणून आपण भविष्यकाळाचा विचार करतो.

काहीही तुमच्या मालकीचं नसतं

ज्या वेळी आपण मुलाचं मन आणि प्रौढाचं मन यांच्यातील युक्तिवादाचं निरीक्षण करतो आणि एखाद्या प्रिय व्यक्तीशी बोलल्याप्रमाणे स्वतःशी बोलतो, त्या वेळी अधिक स्पष्टपणे पाहता यावं, यासाठी आपलं स्वत्व आणि आपलं स्वतःचं मन यांच्यात आपण अंतर निर्माण करतो. या दृष्टिकोनावर आपण आधीही चर्चा केली आहे. भावनिकदृष्ट्या प्रतिक्रिया व्यक्त करण्याऐवजी संन्यासी परिस्थितीतून बाहेर पडून वस्तुनिष्ठ निरीक्षक बनण्याचा दृष्टिकोन प्राप्त करतात. तिसऱ्या प्रकरणात आपण भीतीपासून बाजूला जाण्याविषयी बोललो होतो आणि या कृतीला आपण अलिप्तता किंवा अनासक्ती असं नावही दिलं होतं.

बाजूने जाणाऱ्या छोट्या माशांकडे दुर्लक्ष करून बगळा पाण्यात निःस्तब्ध उभा राहतो. त्याच्या या निःस्तब्धपणामुळे त्याला मोठा मासा पकडणं शक्य होतं.

अलिप्तता हे आत्मनियंत्रणाचं एक स्वरूप आहे. या पुस्तकात मी दिलेल्या आत्मजाणिवेच्या प्रत्येक स्वरूपासाठी आत्मनियंत्रणाचे अगणित लाभ आहेत; पण त्याचा उगम हा नेहमीच मनात होतो. यशाची किंवा अपयशाची काळजी न करता, ती गोष्ट करण्याची गरज असते म्हणून योग्य गोष्टीकरिता योग्य गोष्ट करणं म्हणजे अलिप्तता अशी गीता अलिप्ततेची व्याख्या करते. ही गोष्ट ऐकायला बऱ्यापैकी साधी वाटते; पण योग्य गोष्टीसाठी, योग्य गोष्ट करण्यासाठी काय करावं लागतं, याचा विचार करून बघा. याचा अर्थ तुमच्या स्वार्थी स्वारस्यापासून, तुम्हाला काय योग्य वाटतं त्यापासून, विशिष्ट पद्धतीने पाहण्यापासून, तुम्हाला अगदी आता काय हवं आहे त्यापासून अलिप्त राहणं असा आहे. अलिप्तता याचा अर्थ पंचेंद्रियांच्या तावडीतून, भौतिक जगातील सांसारिक इच्छांमधून सुटका करून घेणं होय. तुमच्याकडे अशा वेळी वस्तुनिष्ठ निरीक्षकाचा दृष्टिकोन असतो.

फक्त अलिप्ततेतूनच आपण मनावर खराखुरा ताबा मिळवू शकतो.

काही झेन कथांचं मी पुनर्मिश्रण केलं आहे आणि त्यात काही नवीन पात्रंही घातली आहेत, त्यामुळे आपल्याला या कथा अधिक जवळच्या वाटू शकतील. या कथांपैकी एक कथा ही राजवाड्याच्या प्रवेशद्वारात आलेल्या एका संन्यासिनीविषयी आहे. तिला पवित्र साध्वी असं म्हटलं जात होतं, त्यामुळे तिला राजाकडे नेण्यात आलं आणि तिथे तिने तिला काय हवं होतं ते सांगितलं. 'या हॉटेलात मला आजची एक रात्र झोपायचं आहे,' त्या संन्यासिनीने म्हटलं.

या अनपेक्षित अनादरामुळे राजा चक्रावून गेला. 'हे हॉटेल नाही, हा माझा राजवाडा आहे,' त्याने घमेंडखोरपणे सांगितलं.

त्या संन्यासिनीने विचारलं, 'तुझ्याआधी ही जागा कोणाच्या ताब्यात होती?'

राजाने हाताची घडी घातली आणि त्याने जाहीर केलं, 'माझ्या वडिलांच्या. मी या राज्याचा वारस आहे.'

'आता ते इथं आहेत का?'

'ते इथे नाहीत. ते मरण पावले आहेत; पण या सगळ्याचा अर्थ काय आहे?'

'आणि तुझ्या वडिलांच्या आधी या जागेचे मालक कोण होते?'

'*त्यांचे* वडील,' राजा किंचाळला.

संन्यासिनीने मान डोलावली. 'हं,' ती म्हणाली, 'म्हणजे या ठिकाणी येणारे लोक काही काळापुरते इथे वास्तव्य करतात आणि नंतर त्यांच्या पुढच्या प्रवासाला निघून जातात. या सगळ्यामुळे मला ही जागा एखाद्या हॉटेलसारखीच वाटते.'

आपण ज्या शाश्वततेच्या भ्रमात राहतो, त्या भ्रमात ही कथा एक खिडकी तयार करते. *टायडिंग अप विथ मारिया कोंडो* ही अगदी अलीकडची अशीच एक खिडकी आहे. या कार्यक्रमात कोंडो लोकांना त्यांच्या आयुष्यातील गोंधळ दूर करण्यास मदत करते आणि अखेरीस मोठ्या प्रमाणात दोषप्रक्षालन झाल्याने मिळालेल्या दिलासाने आणि आनंदाने लोक पुनःपुन्हा रडत असल्याचं दिसतं. त्यांना *आसक्ती* वाटत असलेल्या गोष्टींची संख्या त्यांनी नुकतीच नाट्यमयरीत्या कमी केलेली असते, त्यामुळे हे घडतं. आसक्ती दुःख आणते. एखादी गोष्ट आपली आहे, असा तुम्ही विचार केला किंवा तुम्ही एखादी गोष्ट आहात असा तुम्ही विचार केला तर ती गोष्ट तुमच्यापासून दूर नेण्यात आली तर तुम्ही दुखावले जाता.

अली या प्रेषित मोहंमद पैगंबराच्या जावयाच्या विधानातून अलिप्ततेची संन्याशांची कल्पना उत्तम प्रकारे स्पष्ट होते. 'अलिप्तता म्हणजे तुमच्या मालकीचं काहीही नसणं नव्हे, तर कोणत्याही गोष्टीची तुमच्यावर मालकी नसणं म्हणजे अलिप्तता होय.' सहसा अलिप्ततेचं ज्या प्रकारे वर्णन केलं जात नाही, त्या प्रकारे यातून अलिप्ततेचा सारांश सांगितला गेला आहे आणि हेच मला आवडतं. सहसा लोक अलिप्ततेकडे प्रत्येक गोष्टीपासून दूर केलं जाणं, अशा दृष्टीने बघतात, तिच्याकडे काळजी घेणं या दृष्टिकोनातून पाहिलं जात नाही. मारिया कोंडोने लोकांना काळजी घेणं थांबवायला सांगितलं नव्हतं – ती त्यांना आनंदाचा शोध घ्यायला सांगते. प्रत्येक गोष्टीच्या जवळ असणं; पण तिला तुम्हाला गिळंकृत करू न देणं आणि तुमच्यावर मालकी प्रस्थापित करू न देणं ही सर्वांत महानतम अलिप्तता असते. हीच खरी ताकद असते.

संन्याशांच्या अनेक प्रयासांप्रमाणेच, अलिप्तता हे एखाद्याने मुक्काम करण्याचं ठिकाण नसतं, तर ती कोणीही सातत्याने आणि जाणीवपूर्वक हाती घेण्याची प्रक्रिया असते. आश्रमातही कल्पना आणि ओळखी वगळता संन्याशांच्या मालकीचं जवळजवळ काहीही नसतं; पण तरीही तिथेसुद्धा अलिप्तता पाळणं ही गोष्ट कठीण

असते. आधुनिक जगात विशेषतः ज्या वेळी आपल्याला एखाद्या युक्तिवादाला किंवा एखाद्या निर्णयाला तोंड द्यावं लागतं आणि आपल्याला त्याच्यावर जलद गतीने मात करण्याची इच्छा असते, त्या वेळी आपल्याला अलिप्त राहण्याची तीव्र इच्छा असते.

हे घरी असताना करू नका

अलिप्तता प्राप्त करण्यासाठी संन्यासी टोकापर्यंत जातात. तुम्ही हे करावं अशी माझी अपेक्षा नाही; पण एकदा या गोष्टी कशा काम करतात हे आपण पाहिलं की, त्यानंतर अलिप्ततेसंदर्भात प्रयोग करण्याच्या अधिक व्यवहार्य आणि अगदी गंमत वाटू देणाऱ्या मार्गांविषयी आणि त्यापासून मिळणाऱ्या लाभांविषयी आपण बोलणार आहोत.

उपवास, मौन, उष्णतेत किंवा थंडीत ध्यान करणं आणि इतर मार्गांद्वारे तुमच्या शरीरापासून तुम्ही अलिप्त बनता. कारण, मनात किती मोठ्या प्रमाणात अस्वस्थता असतात, याची तुम्हाला त्यांच्यामुळे जाणीव होते. आणखी एका मार्गाने आम्ही संन्याशांनी आमच्या अलिप्ततेची परीक्षा घेतली होती. काहीही बरोबर न घेता आम्ही प्रवास करत होतो. ना अन्न, ना निवारा, ना पैसा. आम्हाला स्वतःच्या पोटापाण्याची सोय करावीच लागत होती आणि आम्हाला जगण्यासाठी अत्यल्प गोष्टींची गरज होती हे आमच्या लक्षात आलं होतं, त्यामुळे आमच्याकडे जे होतं त्या सगळ्या गोष्टींसाठी आम्ही जास्तच कृतज्ञ बनलो होतो. या सगळ्या स्वाध्यायातून आम्हाला आमच्या शारीरिक आणि मानसिक मर्यादांपर्यंत ढकलण्यास मदत झाली होती आणि निर्धाराची, लवचीकतेची, धैर्याची, आमचं मन नियंत्रित करण्याच्या आमच्या क्षमतेला बळकटी आणण्याची उभारणी करण्यास आम्हाला मदत झाली होती.

मी पहिल्यांदाच अन्न, पाणी न घेता दिवसभर उपवास केला, त्या वेळी सुरुवातीचे काही तास कमालीच्या भुकेच्या जाणिवेत मी घालवले. उपवास करत असताना आम्ही डुलक्या काढणं अपेक्षित नव्हतं. यातला मुद्दा असा होता की, आम्हाला उपवासादरम्यान येणारा अनुभव आम्ही झोपेद्वारे टाळून चालणार नव्हतं. स्वतःला दिलासा देण्यासाठी मला माझ्या बुद्धीचा वापर करून घ्यावा लागला. ते सगळे भुकेविषयीचे विचार जाऊ देण्यासाठी मला कोणत्या ना कोणत्या गोष्टीत स्वतःला बुडवून टाकावंच लागणार होतं.

दिवस पुढे सरकला, तसं माझ्या लक्षात आलं की, माझ्या शरीराला काय खावं, जेवणासाठी काय तयार करावं, काय पचवावं याचा विचार करण्याची गरज नव्हती. माझ्याकडे प्रत्यक्षात वेगवेगळ्या प्रकारची अधिक ऊर्जा होती.

आपण उपवास करतो, त्या वेळी आपल्या शरीरापासून आणि त्याच्या मागण्या पूर्ण करण्यासाठी आपण घालवत असलेल्या वेळापासून अलिप्त बनतो. आपण खाणं दूर करतो, त्या वेळी आपण भुकेला आणि तृप्ततेला, दुःखाला आणि आनंदाला, अपयशाला आणि यशाला सोडून देतो. आपल्या ऊर्जेला आणि अवधानाला आपण मनावर लक्ष केंद्रित करण्याची पुनर्दिशा देतो. त्यानंतरच्या उपवासांमध्ये अभ्यासासाठी, संशोधनासाठी, टीपा काढण्यासाठी किंवा भाषणाची तयारी करण्यासाठी मी त्या ऊर्जेचा वापर करण्याची सवय लावून घेतली. उपवास हा लक्ष विचलित करणाऱ्या गोष्टींपासून मुक्त असा सर्जनशील वेळ बनला.

उपवासाच्या अखेरीला मला शारीरिकदृष्ट्या थकल्यासारखं जाणवत होतं; पण मानसिकदृष्ट्या मी अधिक बळकट बनत होतो. माझं शरीर ज्या गोष्टीवर अवलंबून होतं, अशा एखाद्या गोष्टीशिवाय कार्य करण्यातून माझ्या मनात असलेली मर्यादेची भावना मी मोडली होती. मला लवचीकता, स्वीकारार्हता आणि कल्पकता प्राप्त झाली होती. उपवासाविषयीचा तो अनुभव माझ्या आयुष्यभर तसाच वाहत राहिला आहे.

उपवास हे बुद्धीतून चालना मिळालेलं शारीरिक आव्हान आहे. दीर्घकाळापर्यंत मौन पाळण्याने पूर्णपणे वेगळे मुद्दे समोर आणले – मी इतरांपासून अलिप्त राहिलो होतो, त्या वेळी मी कोण होतो?

तीस दिवसांच्या मौनव्रतातील आज माझा नववा दिवस आहे आणि आता माझ्या मनाचा तोल ढासळत असल्यासारखं मला वाटत आहे. याआधी कधीही संपूर्ण महिनाभर तर दूरच; पण संपूर्ण दिवसभरही माझं तोंड मी बंद ठेवलं नव्हतं. आता मी आश्रमात आलेल्या वेळीच माझ्या समवेत आश्रमात दाखल झालेल्या संन्याशांबरोबरही मी आठवडाभराहून अधिक काळ न बोलता राहिलो होतो आणि इतर कोणत्याही प्रकारे मी निरीक्षण करत नव्हतो, ऐकत नव्हतो किंवा संपर्कही साधत नव्हतो. मी बडबड्या आहे. मला माझे अनुभव सांगायला आणि इतरांचे अनुभव ऐकायला आवडतं. मौनात माझं मन सैरभैर होत आहे. माझ्या मनात झपाट्याने एकापाठोपाठ विचार येत राहिले होते :

- *अलीकडच्या काळात मी रॅप गाणी किंवा इतर कुठलीही गाणी ऐकली नव्हती.*
- *मला संन्याशांच्या शाळेसाठी असलेलीच प्रत्येक गोष्ट वाचावी आणि अभ्यासावी लागत होती.*
- *बाकीचे सगळे जण हे सगळं कसं सहन करत होते?*
- *माझ्या एका पूर्वाश्रमीच्या मैत्रिणीबरोबर मी एकदा अगदीच तुरळक बोललो होतो.*

- *आता आपल्याला पुन्हा कधी बोलता येईल, याचा विचार करत त्यासाठी दिवस मोजत राहणारा असा संन्यासी बनण्याऐवजी मी जर नोकरी पत्करली असती तर या क्षणी मी नेमका काय करत असतो.*

हे सगळं दहा मिनिटं झालीत, माझ्या मनात सुरू आहे.

माझ्या महिन्याभराच्या मौनव्रतातून बाहेर पडण्याचा मार्ग नाही. माझ्याकडे अंतर्यामी डोकावून पाहण्याखेरीज इतर कुठलाही पर्याय नाही. माझ्या माकडाच्या मनाचा सामना करून मला संभाषण सुरू करावंच लागणार होतं. मी स्वतःला प्रश्न विचारतो : मला बोलण्याची गरज का आहे? मी फक्त माझ्या विचारांत का राहू शकत नाही? मला इतरत्र जे मिळू शकणार नाही, अशी कोणती गोष्ट मला मौनात सापडणार आहे? माझं मन भटकत असताना मी पुन्हा माझ्या प्रश्न विचारण्याकडे परत वळतो.

सुरुवातीला मला असं आढळतं की, मौन आणि स्तब्धता यांच्यामुळे परिचित दिनक्रमातील नवीन तपशील शोधण्यास मला मदत होत आहे. त्या पाठोपाठ शब्द म्हणून नव्हेत, तर अनुभव म्हणून आणखी गोष्टी उघड होत आहेत. माझ्या शरीराच्या प्रत्येक अवयवाशी माझा मेळ साधला गेल्याचं, एकतानता निर्माण झाल्याचं माझ्या लक्षात येतं. मला त्वचेवरून जाणारी हवा जाणवते, माझ्या श्वासाचा शरीरातील प्रवास जाणवतो. माझं मन रिक्त होतं.

कालौघात, इतर प्रश्नही उद्भवतात : मला संभाषणाचा एक भाग होण्याची इच्छा आहे. का? मला इतर लोकांशी जोडलं जाण्याची इच्छा आहे. का? मला संपूर्णत्वाची जाणीव होण्यासाठी मैत्रीची गरज आहे. ती मैत्री ही दीर्घकालीन दिलाशाऐवजी तातडीची गरज असल्याचं मला का वाटतं? माझ्या निवडींमध्ये सुरक्षितपणा जाणवण्यासाठी माझा अहंकार मैत्रीचा वापर करतो आणि नंतर माझ्या अहंकारावर काम करण्याची गरज असल्याचं मला दिसतं.

नेहमीच रिक्ततेत मी स्वतःशीच पुढील वाक्याचा पुनरुच्चार करतो : 'तुझ्या मनाला तुझा मित्र बनव.' आणि मी अशी कल्पना करतो की, माझं मन आणि मी म्हणजे एका नेटवर्किंगमधील कार्यक्रम (इव्हेंट) आहोत. ही गोष्ट भडक आणि धावपळ करायला लावणारी आहे, तिथे बरंच काही सुरू आहे; पण फक्त संभाषण हाच मैत्रीची उभारणी करण्याचा एकमेव मार्ग आहे आणि मी तेच करतो.

आपल्याला जे शक्य आहे, असं वाटत असतं, त्या बाबतीत आणि स्वयंनियंत्रण व निर्धार यांच्या साहाय्याने आपण पंचेंद्रियांच्या मागण्यांवर मात करू शकतो, असं आपल्याला वाटतं त्या संदर्भात आपल्याला अधिक कठीण हालअपेष्टा सोसाव्या लागतात, याची संन्यासी करत असलेल्या उपवास आणि इतर उग्र तपश्चर्यांमधून आपल्याला आठवण करून दिली जाते. आपल्या धर्माचा

विचार न करता बहुतांश संन्यासी ब्रह्मचारी राहतात, अनेक बंधने असलेला आहार घेतात आणि मुख्य प्रवाहातील समाजापासून दूर राहतात. यात काही अतिशय उग्र, कट्टर टोकापर्यंत जाणारे संन्यासीही असतात. जैन संन्यासी श्री हंसरत्न विजयजी महाराज साहेब यांनी (काही थोड्या कालावधींची उसंत घेऊन) ४२३ दिवस उपवास केला होता. *सोकुशिनबुत्सु* संन्यासी स्वतःच्या मृत शरीराचं जतन करण्याची पद्धत अनुसरतात. यामध्ये ते पाईन वृक्षाची सुईसारखी पानं, झाडांची सालं आणि बेदाणे खातात. त्यानंतर अन्नाचा आणि पाण्याचा त्याग करतात आणि अखेरीस त्यांची शरीरं अश्मीभूत होईपर्यंत फक्त मंत्रोच्चारण करत राहतात.

आपल्या मर्यादांचा शोध घेण्यासाठी तुम्हाला शपथा घेण्याची किंवा पाईन वृक्षाची सुईसारखी पाने खाण्याची गरज नाही. अशक्य गोष्ट प्राप्त करण्यापासून आपल्याला नेहमीच जी गोष्ट मागे खेचत असते, ती असते – ती गोष्ट अशक्य असल्याची आपली कल्पना. १८५०पासून (१८५०मध्ये पहिल्यांदा अचूकपणे मापन केलेले धावण्याचे वर्तुळाकार मार्ग तयार करण्यात आले) १९५४पर्यंत चार मिनिटांत एक मैलभर धावण्याचा विक्रम मोडला गेला नव्हता. सन १९५४मध्ये ब्रिटिश ऑलिंपिक खेळाडू रॉजर बॅनिस्टर हे करण्यासाठी सज्ज झाला. त्याने हे अंतर ३ मिनिटं आणि ५९.४ सेकंदांत पार केलं आणि पहिल्यांदाच चार मिनिटांचा विक्रम मोडून काढला. त्यानंतर धावपटू एकापाठोपाठ अधिक जलद गतीने धावून या संदर्भातील विक्रम मोडत राहिले आहेत. या धावण्यासाठी वेळेची अशी कोणतीही मर्यादा नाही, हे एकदा लोकांच्या लक्षात आल्यावर ते सतत पुढे-पुढे जात राहिले.

सर्वसामान्य लोकांबरोबरच आपल्या खेळांत उग्र तपश्चर्या करणारे लोकही असतात. लोक सातत्याने असं दाखवून देत आहेत की, टोकाच्या कामगिरींच्या बाबतीत प्रयोग केल्यामुळे त्यांच्या दैनंदिन जीवनात लोकांना अधिक विचारी आणि सकारात्मक बनण्यास मदत होते. आता अलिप्ततेसाठी तुम्ही कडक तपश्चर्यांचा, कठोर पद्धतींचा कसा वापर करून घेऊ शकता त्याचा शोध घेऊ या.

अलिप्त कसं व्हावं?

आतापर्यंत आधीच आपण मनाला प्रशिक्षित करण्याच्या ज्या सगळ्या मार्गांविषयी बोललो आहोत, त्या सर्व मार्गांमध्ये अलिप्तता अंतर्भूत असतेच. ते मार्ग असे आहेत : तुमच्या डोक्यातील एकमेकांशी स्पर्धा करणाऱ्या आवाजांचा वस्तुनिष्ठ निरीक्षक बनणं, विचारांची पुनर्रचना करण्यासाठी सजग मनाशी संभाषण करणं, स्वतःविषयीच्या करुणा निर्माण करणं, वर्तमानातील क्षणात राहणं, प्रतिक्रियात्मक मार्गाने आपल्याला हवं असेल ते करण्याऐवजी परिस्थिती हाताळण्यासाठी आधीच सक्रिय होऊन परिस्थितीचं मूल्यमापन करणं आणि जे योग्य असेल तेच करणं.

अलिप्ततेचं पायाभूत प्रशिक्षण देणारं शिबिर म्हणून उग्र तपश्चर्यांचा किंवा कठोर मार्गांचा विचार करा. तुम्हाला मर्यादा घालणाऱ्या कल्पनांपासून स्वतःला तोडा, नवीन शक्यतांच्या बाबतीत तुमच्या मनाला खुलं करा आणि युद्धासाठी सैनिकांना दिल्या जाणाऱ्या प्रशिक्षणाप्रमाणे तुम्हाला तुमची बुद्धी अधिक तजेलदार, भक्कम बनल्याचं दिसेल. तुम्ही त्याआधी कधीही कल्पना केली असेल, त्याहूनही जास्त प्रमाणात तुम्ही सक्षम असल्याचं तुम्हाला आढळून येईल.

तुम्ही करून पाहू शकाल, अशा असंख्य कठोर साधना किंवा आव्हाने आहेत : टीव्ही पाहणं किंवा तुमच्या फोनवर राहणं सोडून देणं, गोड पदार्थ किंवा दारू सोडणं, शारीरिक आव्हान पेलणं, गॉसिपपासून, तक्रारी करण्यापासून आणि तुलना करण्यापासून दूर राहणं. उन्हात किंवा थंडीत ध्यान करणं ही साधना माझ्यासाठी सर्वाधिक प्रभावी ठरली. माझ्या मनाशी बोलून शारीरिक अस्वस्थतेकडून माझं लक्ष दुसरीकडे वळवण्यास मला शिकावंच लागलं. अंतरंगाकडे वळणं हा थंडीपासून सुटका करून घेण्याचा एकमेव मार्ग होता. व्यायामशाळेत अजूनही मी या तंत्राचा वापर करतो. जर मी क्रंचेसचा व्यायाम करत असेन तर शरीराचा जो भाग दुखत नाही, त्याच्याकडे मी माझी जाणीव नेतो. या गोष्टीची मी मानसिक दुःखासाठी शिफारस करत नाही. मी धीरोदात्त व्यक्ती नाही! पण तुम्हाला शारीरिक वेदनांपासून दूर नेण्याच्या कौशल्यामुळे तुम्हाला ती वेदना सकारात्मक वृत्तीने सहन करता येते. ज्या वेळी त्या वेदनेला मूल्य आहे हे तुम्हाला माहिती असतं, त्या वेळी – तुम्ही व्यायामशाळेत अधिक बळकट बनता, कडक उन्हाळ्याच्या दिवशी मुलांना जेवण देता – तुम्ही स्वतःला मानसिकदृष्ट्या आणि शारीरिकदृष्ट्याही उत्तेजन देऊ शकता, पुढे ढकलू शकता. तुमच्या अस्वस्थतेमुळे लक्ष विचलित करून घेण्याऐवजी काय महत्त्वाचं आहे, त्यावर तुम्ही लक्ष केंद्रित करू शकता.

आपण जाणिवेसह सुरुवात करतो. अलिप्तता शोधा. तुम्हाला तिचा कधी अनुभव येतो? तुम्ही तिच्यासमोर कधी सर्वाधिक दुबळे बनता? असं समजू या की, तुम्हाला तंत्रज्ञानापासून अलिप्त राहायचं आहे. कंटाळल्यामुळे, आळसामुळे, **संधी गमावण्याच्या भीतीपोटी किंवा एकाकीपणामुळे तुम्ही तंत्रज्ञानाचा वापर करत आहात का?** तुम्हाला दारू सोडायची असेल, तर तिच्या वारंवारतेकडे आणि दिवसातील कोणत्या वेळी तुम्ही ती पिता त्याचा विचार करा. तुम्ही दारूचा वापर खूप परिश्रमानंतरचं विश्रांतीचं साधन म्हणून, कोणाशी संलग्न होण्यासाठी म्हणून, स्वतःला बक्षीस म्हणून की एखाद्या गोष्टीतून बाहेर पडण्यासाठी म्हणून करता?

एकदा तुम्ही आसक्तीचं निदान केलं की थांबणं आणि पुनर्विचार करणं ही त्यापुढची पायरी असते. तुम्हाला कशाची भर टाकण्याची आणि कोणती गोष्ट काढून घेण्याची इच्छा असते? तंत्रज्ञानासाठी तुम्हाला किती आणि कोणत्या स्वरूपात वेळ देण्याची इच्छा आहे? तुम्हाला काही विशिष्ट ॲप पूर्णपणे काढून टाकण्याची इच्छा

आहे का की तुम्ही फोनवर घालवत असलेल्या वेळेवर मर्यादा घालण्याची तुमची इच्छा आहे? दारू पिण्याच्या बाबतीत तुम्हाला दारू पूर्ण सोडण्याची इच्छा आहे की स्वतःविषयी आपल्याला काय समजतं हे पाहण्यासाठी कोरड्या महिन्यात तुम्हाला प्रयोग करून पाहायचा आहे? की तुम्हाला स्वतःवर मर्यादा घालून घ्यायची आहे?

नवीन वर्तनाशी दारू पिण्याची अदलाबदल करणं ही तिसरी पायरी आहे. मी शिफारस करत असलेले दोन सर्वसामान्य दृष्टिकोन आहेत – त्यापैकी तुमच्या व्यक्तिमत्त्वाशी सुसंगत असलेल्या दृष्टिकोनाची निवड करा. सगळ्या गोष्टी करणं हा संन्याशाचा मार्ग आहे. जर जीव ओतून एखादी गोष्ट करणं आणि टोकाच्या गोष्टी करणं तुमच्यासाठी उत्तम असतील तर तुम्ही आठवडाभरासाठी किंवा महिनाभरासाठी समाजमाध्यमं पूर्णपणे दूर करण्याची बांधिलकी पत्करा किंवा दारूच्या बाबतीत मी वर उल्लेख केला आहे, त्याप्रमाणे तुम्ही महिनाभरासाठी दारू न पिण्याचं पथ्य पाळण्याचा प्रयत्न करू शकता. जर तुम्ही मंद गतीच्या, क्रमाक्रमाने होणाऱ्या आंतरक्रियांमध्ये अधिक चांगलं काम करू शकत असाल तर लहान, लहान बदल करा आणि त्यांची उभारणी करा. तंत्रज्ञानाच्या बाबतीत तुम्ही ऑनलाइन राहत असलेल्या वेळेवर मर्यादा घालू शकता किंवा कदाचित विशिष्ट ॲप पूर्णपणे काढून टाकण्याऐवजी त्यांच्यावर मर्यादा घालू शकाल.

तुम्हाला नव्याने मिळालेला वेळ तुम्ही कसा घालवू इच्छिता ते ठरवा. यू ट्यूबवर जाणाऱ्या तुमच्या वेळावर तुम्हाला मर्यादा आणायची असेल तर त्या प्रकारचा आरामशीरपणा देण्याच्या किंवा दडपण कमी करण्याच्या दुसऱ्या मार्गाचा शोध घ्या. ध्यान हा माझा पहिला मार्ग आहे. तुम्ही जर समाजमाध्यमांवरचा वेळ कमी करत असाल तर ऑनलाइन राहण्याऐवजी खऱ्या आयुष्यातील मित्रांबरोबर गप्पा मारण्यासाठी त्या वेळाचा उपयोग करू इच्छिता का? कदाचित, एक प्रकल्प म्हणून तुम्ही इन्स्टाग्रामवरची कोणती छायाचित्रं अल्बममध्ये किंवा तुमच्या भिंतीवर लावणं योग्य आहे त्यांची निवड करू शकाल. तुम्हाला मिळालेल्या वेळेचा वापर ही गरज पूर्ण करण्यासाठी करा किंवा तुमचे प्रकल्प पूर्ण करण्यासाठी करा अगर तुमची रेंगाळलेली कामं करण्यासाठी करा.

पहिल्यांदा आपण बदल करतो, त्या वेळी मन बंड करतं. हे स्थित्यंतर सुलभ बनवण्याचे मार्ग शोधा. मला कमी साखर खाण्याची इच्छा असेल, तर साखरेचा संबंध कर्करोगाशी जोडणारे अभ्यास वाचल्यामुळे माझी बुद्धी अधिक भक्कम बनेल आणि माझा संकल्प टिकवून ठेवण्यासाठी मला प्रवृत्त करेल. त्याच वेळी माझी पत्नी मी ज्याला 'सदा सर्वकाळासाठी अत्यंत वाईट खाद्यपदार्थाचा ड्रॉवर' म्हणतो, तो तयार करते. त्याच्यात काहीच वाईट नसतं, जंक फूड नसतं. फक्त माझ्या पंचेंद्रियांना हवेत ते खाद्यपदार्थ उपलब्ध नसतात. माझी इच्छा रोखणाऱ्या नैसर्गिक सवयीही मी शोधतो. मी व्यायामशाळेत गेलो की, मी घरी आल्यावर कमी साखर खातो असं

माझ्या लक्षात येतं. माझ्यासाठी व्यायामशाळेत गेल्यामुळे सारथी जागृत होतो. माझी ऊर्जा वाढवण्यासाठी आणि मनःस्थिती सुधारण्यासाठी मी साखरेकडे वळतो हे लक्षात आल्यावर मी असाच परिणाम असलेल्या इतर अधिक निकोप कृतीचा शोध घेतो.

एकदा इच्छेच्या सुरुवातीच्या तीव्र वेदना ओसरल्या की, तुम्हाला अलिप्ततेचे लाभ जाणवू लागतात. तुम्हाला नवीन स्पष्टता आणि दृष्टिकोन जाणवू लागतो. माकडाच्या मनावर जास्त नियंत्रण मिळवल्याची भावना तुम्हाला जाणवू लागतेच; पण तुम्ही ज्या गोष्टीचं नियंत्रण करू शकत नाही, तिच्यावर नियंत्रण करण्याचा प्रयत्नही तुम्ही थांबवू शकता, त्यामुळे मन शांत होईल आणि भीती, अहंकार, मत्सर किंवा लोभ यांच्याशिवाय तुम्ही निर्णय घेऊ शकाल. तुम्हाला विश्वास वाटेल आणि मायेतून किंवा आभासातून मुक्त झाल्यासारखं वाटेल. आयुष्य अपरिपूर्ण राहिलं, तरीही तुम्ही ते जसं असेल तसा त्याचा स्वीकार कराल आणि पुढचा स्पष्ट मार्ग पाहू लागाल.

मनाची देखभाल

अलिप्तता याचा अर्थ आपल्या शरीराकडे आणि मनाकडे आपण पूर्ण दुर्लक्ष करणं असा नाही. शरीर हे पात्र (भांड) आहे. त्याच्यात आपण असतो, त्यामुळे ते महत्त्वाचं असतं. आपल्याला त्याची काळजी घेणं, पोषण करणं आणि त्याला निरोगी राखणं या गोष्टी कराव्याच लागतात; पण पात्र हे फक्त वाहन असतं. ते ज्या गोष्टीला वाहून नेतं ती महत्त्वाची असते आणि ज्याच्याविषयी आपण आतापर्यंत बोललो ते मन हे बुद्धीच्या नियंत्रणाचं आणि संयमनाचं प्रतिसंतुलन साधण्यासाठी महत्त्वाचं असतं. मनाचा रथ, घोडे आणि लगाम नसेल, तर सारथ्याकडे मर्यादित पर्याय असतात. तो मंद गतीचा बनतो किंवा तो स्वतःला हवा तसा दूरवर प्रवास करू शकतो किंवा दमल्या-भागल्या पर्यटकाची शक्ती तो त्याला परत मिळवू देऊ शकत नाही आणि त्याच्या प्रवासात त्याला मदत करू शकत नाही. आपल्याला आपल्या डोक्यातील आवाज किंवा त्यांना वाहणारं शरीर यांचं उच्चाटन करण्याची इच्छा नसते - आपल्याला फक्त त्यांना योग्य दिशेला वळवायचं असतं - पण याचा अर्थ सारथ्याचं काम कधीही पूर्ण होत नाही असा असतो.

आपण सकाळी दुर्गंधीयुक्त श्वासासह, शरीराला दर्प येत असलेल्या, थकलेल्या अवस्थेत उठतो. रोज सकाळी दात घासण्याची आणि अंघोळ करण्याची गरज असते हे आपल्याला मान्य असतं. आपल्याला स्वच्छ होण्याची गरज पडते, यावरून आपण आपल्याला जोखत नाही किंवा आपला निवाडा करत नाही. आपल्याला भूक लागली की, आपण स्वतःशीच असं म्हणत नाही की, *अरे देवा, मी अतिशय वाईट आहे. मला पुन्हा भूक का लागली?* मग ज्या वेळी तुमच्याकडे कमी प्रेरणा असते, तुमचं लक्ष तितकंसं केंद्रित झालेलं नसतं, तुम्ही चिंतातुर किंवा गोंधळलेले

असता आणि सारथी दुर्बल असतो, त्या वेळीही हीच सहनशीलता, हीच सहिष्णुता आणि आकलन ठेवा. सारथ्याला जागं करणं ही गोष्ट रोज अंघोळ करणं आणि अन्न खाणं यांसारखीच रोजच्या रोज करण्याची गोष्ट असते.

मॅथ्यू रिकार्ड या जगातील 'सर्वाधिक आनंदी माणसाने' मला असं सांगितलं की, 'आपण कौशल्य म्हणून अंतर्गत शांततेची जोपासना केली पाहिजे.' त्याने असं स्पष्ट केलं की, 'तुम्ही दुःखाचे आणि नकारात्मकतेचे विचार डोक्यात घोळवत राहिलात, तर तुमच्या मनात त्याच दुःखाची आणि नकारात्मकतेची जाणीव अधिक बळकट होईल; पण जर तुम्ही करुणा, आनंद आणि अंतर्गत स्वातंत्र्य यांची जोपासना केली, तर तुम्ही एक प्रकारच्या लवचीकपणाची उभारणी कराल आणि आयुष्याला आत्मविश्वासाने सामोरे जाल.' 'या कौशल्यांची आपण कशी जोपासना करावी,' असं मी त्याला विचारल्यावर तो म्हणाला, 'आपण आपल्या मेंदूला प्रशिक्षित करतो; पण अखेरीस तुमचं मन आनंदाच्या किंवा दुःखाच्या स्वरूपात बाह्य जगाला व्यक्त करतं.'

यातली चांगली बातमी अशी आहे की, तुमच्या मनाचे सूर जुळवण्याचा तुम्ही जितका जास्त सराव कराल, तितके तुम्हाला कमीत कमी परिश्रम करावे लागतील. एखाद्या स्नायूचा व्यायाम तुम्ही नियमितपणे करत असाल तर ते कौशल्य अधिकाधिक उत्तम आणि विश्वासार्ह बनत जातं तसंच हेही आहे. जर आपल्याला उपयुक्त न वाटणाऱ्या विचारांना दुसऱ्या दिशेला वळवून आपले विचार स्वच्छ करण्यावर आपण रोज काम केलं, तर आपलं मन शुद्ध आणि शांत बनतं आणि वाढीसाठी सज्ज होतं. नवीन आव्हाने अनेक पटींनी वाढून, हाताळता न येणारी बनून समोर येण्याआधीच आपण त्यांना हाताळू शकतो आणि त्यांचं व्यवस्थापन करू शकतो.

भगवत् गीतेच्या उपदेशानुसार, खऱ्या ज्ञानाची पारख करण्यासाठी आणि विद्वत्तेचा वापर करण्यासाठी बुद्धीची किंवा तुमच्या चिकित्सक, चोखंदळ बुद्धिमत्तेची जोपासना करा. त्यामुळे तुम्हाला सत्य आणि असत्य, वास्तव आणि माया किंवा आभास, तुमचं खोटं स्वत्व आणि खरं स्वत्व, दैवी गुण आणि राक्षसी गुण, ज्ञान आणि अज्ञान, तसंच खरं ज्ञान तुमच्या विद्वत्तेला प्रकाशित करतं आणि तुम्हाला मुक्त बनवतं, तर अज्ञान तुमच्या विद्वत्तेला झाकून टाकतं आणि तुम्हाला बंधनांत अडकवून ठेवतं हे समजेल.

अहंकार हा नेहमीच आपल्याला खऱ्या ज्ञानापासून मागे खेचतो आणि मनाला उत्तेजक शक्तीकडे, आवेगाकडे आणि प्रभावाकडे वळवतो. यापुढे हा अहंकार आपल्या मनावर कसा परिणाम करतो आणि आपण त्याला पुन्हा त्याच्या पूर्वस्थितीला कसा आणू शकतो, याचं आपण परीक्षण करणार आहोत.

प्रकरण ८

अहंकार

शक्य असेल तर मला पकडून दाखवाच

जे लोक सगळ्या तीव्र स्वार्थी इच्छांचा त्याग करतात आणि 'मी',
'माझं', 'मला'च्या अहंभावाचा किंवा अहंकाराचा
पिंजरा तोडतात ते कायमचे मुक्त असतात.
– भगवत् गीता, २:७१

विनयम् या संस्कृत शब्दाचा अर्थ विनम्रता किंवा विनयशीलता असा आहे. ज्या वेळी आपण विनम्र असतो, त्या वेळी आपण अध्ययनासाठी खुले असतो. कारण, आपल्याला किती माहिती नाही ते आपल्याला समजलेलं असतं. याचाच अर्थ असा की, मला सगळं माहिती आहे, असं वाटणं हा अध्ययनातील सगळ्यात मोठा अडथळा असतो आणि हा खोटा किंवा बनावट आत्मविश्वास अहंकारात रुजलेला असतो.

अहंकार आणि खोटा किंवा बनावट अहंकार यांमध्ये भगवत् गीता भेद दर्शवणारी रेषा ओढते. खरा अहंभाव किंवा अहंकार हे आपलं खरं मूलतत्त्व असतं – आपल्याला सत्याविषयी सजग आणि जागृत ठेवणारी आपली जाणीव असते. खोटा किंवा बनावट अहंकार ही आपण अतिशय महत्त्वाचे, अतिशय अर्थपूर्ण आणि सर्वज्ञ असल्याची जाणीव जतन करण्यासाठी तयार करण्यात आलेली ओळख असते. तुमच्या संरक्षणासाठी ज्या वेळी तुम्ही खोट्या अहंकारावर विश्वास

ठेवता, त्या वेळी ती गोष्ट लोखंडी चिलखत समजून प्रत्यक्षात कागदाचं चिलखत घालण्यासारखी असते. ते चिलखत तुमचं संरक्षण करेल म्हणून तुम्ही युद्धभूमीवर मोठ्या विश्वासाने जाता; पण लोणी लावण्याच्या चाकूनेही तुम्ही सहजगत्या जखमी होता. सामवेद असं सांगतो की, 'संपत्तीविषयीचा अहंकार संपत्तीचा नाश करतो, ताकदीविषयीचा अहंकार ताकदीचा नाश करतो आणि अशाच प्रकारे ज्ञानाविषयीचा अहंकारही ज्ञानाचा नाश करतो.'

अहंकार हा मुखवटा असतो

अनियंत्रित अहंकार आपली हानी करतो. आपण अत्यंत महान आणि अत्यंत हुशार आहोत हे दाखवून देण्याच्या आपल्या अतिउत्साहात आपले खरे स्वभाव आपण लपवतो. आपण जगाला दाखवत असलेल्या आपल्या सामाजिक मुखवट्याचा उल्लेख मी आधीच केला आहे. आपण कोण असतो, आपल्याला कोण व्हायचं असतं, आपण कसं दिसावं अशी आपली इच्छा असते (पहिल्या प्रकरणात याची चर्चा करण्यात आली आहे) आणि एखाद्या विशिष्ट क्षणी आपल्याला काय वाटतं ही एक गुंतागुंतीची मानसिक त्रेधा तिरपीट आहे. आपण घरात एकटेच असताना एक विशिष्ट व्यक्ती असतो; पण जगासमोर आपलं एक दुसरंच रूप आपण सादर करतो. खरं तर या दोहोंमध्ये फक्त एवढाच फरक असतो की, आपला सार्वजनिक मुखवटा हा आपण आस्थेवाईक, कनवाळू, सावध, तत्पर आणि उदार असल्याचं दाखवण्याचे जास्त प्रयत्न करणारा असतो. काही वेळा आपले अहंकार यात घुसखोरी करतात. आपल्याला वाटणाऱ्या असुरक्षिततांमुळे आपण खास आहोत, असं आपल्या स्वतःला आणि इतर सगळ्यांना पटवून देण्याची आपल्याला गरज वाटते म्हणून आपण अधिक माहितगार, ज्ञानी, अधिक कर्तबगार, अधिक आत्मविश्वासू भासणारं आपलं अप्रामाणिक स्वरूप तयार करण्याची शक्कल लढवतो. आपण हे फुगवलेलं स्वत्व इतरांना दाखवतो आणि ज्या स्वत्वाचं इतरांना आकलन व्हावं असं आपल्याला वाटत असतं, त्याच्या संरक्षणासाठी शक्य ते सारे प्रयत्न करतो. चौथ्या शतकातील संन्यासी इव्हाग्रियस पॉन्टिकस (यालाच संन्यासी इव्हाग्रियस असंही म्हणतात. कारण, काही वेळा संन्याशांना अशा प्रकारची टोपणनावं मिळतात) याने असं लिहिलं आहे की, 'अहंकार हेच आत्म्याच्या सर्वाधिक हानिकारक अधःपतनाचं कारण आहे.'

स्वतःविषयीच्या पोकळ कल्पना आणि अहंकार हातात हात घालून मिरवतात. जगासमोर आपण सादर करत असलेल्या आपल्या स्वरूपाला अगदी चकचकीत ठेवण्यासाठी आपण पराकाष्ठेचे प्रयत्न करतो. आपल्याला आरामशीरपणा जाणवावा

आणि औचित्यपूर्णता लाभावी यासाठी आपण पोशाख करतो आणि टापटीप राहतो (ही गोष्ट दैनंदिन 'गणवेषां'मधून सहजगत्या मिळवता येते) शिवाय विशिष्ट कपड्यांचा रंग आणि शैली आपल्याला आवडते म्हणूनही आपण तसं करतो; पण अहंकाराला आणखी काहीतरी हवं असतं - आपण कसे दिसतो त्याकडे इतरांचं लक्ष वेधलं जावं, त्याबद्दल मोठी प्रतिक्रिया व्यक्त व्हावी, आपली प्रशंसा व्हावी, अशी त्याची इच्छा असते. इतरांवर प्रभाव टाकण्यातून त्याला आत्मविश्वास आणि आनंद मिळतो. वॉरन बफे आणि बिल गेट्स एकमेकांशेजारी उभे असल्याचं दाखवणारं एक मीम आहे. त्याखालची ओळ अशी आहे : 'एका छायाचित्रात १६२ अब्ज डॉलर्स; पण गुची बेल्ट कुठे दृष्टिपथातही नाही.' मी गुची बेल्टच्या विरोधात नाही; पण इथला मुद्दा असा आहे की, तुम्ही कोण आहात याविषयी तुम्ही समाधानी असाल तर तुम्हाला इतर कोणाहीसमोर तुमची किंमत सिद्ध करण्याची गरज नसते.

ज्या वेळी तुम्ही स्वतः आणि तुमचा मुखवटा यांच्यातील फरकावर सखोल विचार करण्यासाठी तुम्ही एकटेच असता आणि तुमचं मूल्यमापन करण्यासाठी तिथे कोणीही नसतं- तुम्ही ज्यांच्यावर प्रभाव टाकण्याचा प्रयत्न करता असं कोणीही तिथे नसतं, त्या वेळी तुम्ही करत असलेल्या निवडींचा विचार करा. तुम्ही ध्यानाची की नेटफ्लिक्स पाहण्याची, डुलकी काढण्याची की धावायला जाण्याची, स्वेटपँटची की डिझायनर पँटची निवड करता हे फक्त तुम्हाला माहिती असतं. तुम्ही सॅलड खाता की गर्ल स्काऊट कूकीज खाता हे तुम्हालाच माहिती असतं. ज्या वेळी आजूबाजूला कोणी नसतं, प्रभाव टाकण्यासाठीही कोणी नसतं, तुम्हाला काही देऊ करायलाही कोणी नसतं, त्या वेळी तुमच्यातून बाहेर पडणाऱ्या तुमचा विचार करा. तुम्ही खरोखरचे कोण आहात हे दाखवणारी ही एक झलक आहे. एक सुभाषितवजा वाक्प्रचार सांगतो त्याप्रमाणे, 'तुम्हाला कोणीही बघत नसताना तुम्ही जे असता, तेच तुम्ही असता.'

अहंकार आपल्याला खोटारडे बनवतो

काही वेळा इतरांना प्रभावित करण्यासाठी अहंकार इतक्या प्रचंड प्रमाणात काम करतो की, तो स्वतःची जाहिरातबाजी करण्याहूनही अधिक काही करतो. तो आपल्याला खोटं बोलायला प्रवृत्त करतो आणि अखेरीस त्या सगळ्या प्रयत्नांचा अपेक्षेपेक्षा विपरीत परिणाम होतो आणि फक्त आपण वाईट दिसण्यात त्याची अखेर होते. रस्त्यावरच्या कोणत्याही माणसांच्या मुलाखती दाखवणाऱ्या जिम्मी किमेलच्या 'लाय विटनेस न्यूज' या कार्यक्रमात त्याने कोचेला इथे त्या ठिकाणी

फिरणाऱ्या लोकांना काही पूर्णपणे काल्पनिक बँड्सविषयी विचारायला त्याच्या कॅमेरा हाताळणाऱ्या टिमला पाठवलं. एका तरुण स्त्रीला मुलाखत घेणारीने विचारलं, 'डॉ. श्लोमो आणि गी क्लिनिक हे या वर्षीचे माझे आवडते बँड आहेत.'

'होय. ते खूपच विलक्षण आहेत,' त्या स्त्रीने म्हटलं.

'होय, मला त्यांचा प्रत्यक्ष कार्यक्रम बघताना खूपच रोमहर्षित झाल्यासारखं वाटतं,' दुसरीने भर घातली. 'मला वाटतं की, हा बँड खरोखरच खूपच मोठ्या प्रमाणात टिकून राहणाऱ्या बँडपैकी एक बनेल.'

'तुम्ही त्यांना लोल्लापालूझामध्ये कार्यक्रम करताना पाहिलं आहे का?'

'नाही. मी पाहिलं नाही. मी किती मूर्ख आहे.'

त्यानंतर मुलाखत घेणारीने तिघा मुलांच्या गटाला प्रश्न विचारला, 'ओबेसिटी एपिडेमिकविषयी तुम्ही मुलंही माझ्याइतकीच रोमहर्षित झाला आहात का?'

त्यांच्यापैकी एका मुलाने उत्साहाने सांगितलं, 'त्यांच्या सगळ्या विशिष्ट शैली तर मला आवडल्याच; पण खरं तर मला त्यांच्या कार्यक्रमाची एकूण सगळी पद्धतच आवडली. ते नावीन्यपूर्ण कल्पना लढवणाऱ्यांपैकी आहेत आणि नवीनही आहेत.'

अहंकाराला ओळखीची, अधिकृततेची, मान्यतेची, प्रशंसेची, योग्य असण्याची, श्रेष्ठ दिसण्याची, इतरांना कमी लेखण्याची, स्वतःला वरचढ ठरवण्याची अतिशय हाव असते. अहंकाराला अधिक चांगलं बनण्याची इच्छा नसते. त्याला अधिक चांगलं दिसण्याची इच्छा असते. ज्या वेळी आपण जे नसतो ते आहोत, असं ढोंग करून आपण आयुष्याच्या बनावट मार्गावरून जाऊ लागतो, त्या वेळी आपण खरोखरचे जितके वाईट असतो, त्याहून अधिक वाईट दिसू लागतो.

कॅच मी ईफ यू कॅन हे फ्रँक अबॅग्नेल ज्युनिअरचं जीवनचरित्र आणि त्याच नावाने आलेला त्यावरचा चित्रपट हे बनावट अहंकार काम करत असल्याचं अगदी अचूक उदाहरण आहे. अबॅग्नेल हा एक बुद्धिमान; पण लबाड माणूस होता. विमानाचा पायलट, शल्यचिकित्सक अशी त्याने परिश्रमपूर्वक आपली ओळख तयार केली; पण त्याला ती कामं मिळवता आली नाहीत किंवा करताही आली नाही. आपल्या अहंकारात मश्गूल झालेल्या अबॅग्नेलने त्याच्या नैसर्गिक क्षमतांचा वापर, खराब, स्वार्थी हेतूंसाठी केला आणि तो स्वतःला हरवून बसला; पण तुरुंगातून सुटल्यानंतर त्याने त्याच्या त्याच कौशल्यांचा आणि बुद्धिमत्तांचा वापर सुरक्षा सल्लागार म्हणून प्रामाणिकपणे जगण्यासाठी करून घेतला. तुम्ही सर्वोच्च हेतूंसाठी आपल्या धर्माचं पालन केल्यानंतर खरा अहंकार - म्हणजेच निकोप आत्मप्रतिमा तयार होते. बहुधा तुरुंगात त्याच्यावर आलेल्या निर्बंधांमुळे अबॅग्नेलला विचार करण्यास आणि विनयशील बनण्यास वेळ मिळाला असावा आणि नंतर उच्चतर हेतूंकडे नेणारा मार्ग त्याला सापडला असावा.

अहंकार बनावट उतरंडी तयार करतो

बनावट अहंकार तो महान असल्याविषयी स्वतःची आणि इतर प्रत्येकाची खात्री पटवून देण्यासाठी आत्मविश्वासाच्या आणि ज्ञानाच्या बहाण्याची उभारणी करतो. इतर लोकांना कमी लेखण्यासाठीही तो खूपच मोठे प्रयत्न करतो – कारण जर इतर लोक आपल्यापेक्षा 'कमी असतील' तर आपण नक्कीच खास असलो पाहिजे. शारीरिक विशेष गुणधर्म, शिक्षण, एकूण संपत्ती, संस्कृती, धर्म, वंश, राष्ट्रीयत्व, आपण चालवत असलेल्या कार, आपण घालत असलेले कपडे यांच्या आधारावर आपल्या स्वतःचा आणि इतरांचा दर्जा ठरवून आपले अहंकार हे विशेषत्व प्राप्त करतात. अशा प्रकारे इतर लोक वेगळे असल्यामुळे त्यांचा दर्जा ठरवण्याचे, त्यांचा निवाडा करण्याचे असंख्य मार्ग आपण शोधून काढतो.

अशी कल्पना करा की, लोक कोणती टूथपेस्ट वापरतात, त्यावरून आपण त्यांचं वर्गीकरण करत आहोत. असं विभाजन हास्यास्पद आहे हे स्पष्ट आहे. आपल्या शारीरिक घटकांच्या किंवा आपण कुठे जन्मलो आहोत, त्याच्या आधारावर भेदभाव करणंही असंच चुकीचं आहे. रक्ताच्या प्रकारापेक्षा त्वचेचा रंग अधिक महत्त्वाचा का ठरावा? आपण सगळेच जण त्याच प्रकारच्या पेशींपासून तयार होतो. दलाई लामा असं म्हणतात की, 'आपल्यापैकी अनेक जण वेगवेगळ्या भाषांच्या आधारावर, कपड्यांच्या वेगवेगळ्या शैलींच्या आधारावर आणि वेगवेगळ्या धर्मांच्या आधारावर एकत्रित येतात. मात्र तरीही आपण सगळेच जण माणूस असल्यामुळे सारखेच असतो आणि आपल्या सर्वांकडेच 'मी'चा समान विचार असतो आणि आपण सगळेच जण आनंदप्राप्तीची व दुःख टाळण्याची इच्छा करण्याच्या बाबतीतही सारखेच असतो.'

पाचव्या प्रकरणात आपण भारतातील जातिव्यवस्थेतील *वर्णाच्या* गैरवापराविषयी बोललो आहोत. जन्माने ब्राह्मण ठरलेल्या लोकांना इतरांहून श्रेष्ठ मानणं आणि म्हणून त्यांना सरकारात, प्रशासनात वरिष्ठ जागा असल्या पाहिजेत असं मानणं हा *वर्णाचा* अन्वयार्थ निव्वळ अहंकारातून काढण्यात आला आहे. विनयशील ज्ञानी पुरुष प्रत्येक सजीवाचं मूल्य समान मानतो म्हणूनच संन्यासी प्राण्यांचं मांस खात नाहीत. गीतेनुसार, 'स्वतःच्या स्वत्वाशी तुलना करून आनंदाच्या आणि दुःखाच्या बाबतीत सर्व सजीवांमध्ये खरी समानता असल्याचं पाहतो तो खरा परिपूर्ण योगी होय.'

ज्या वेळी यश आपल्या डोक्यात जातं, त्या वेळी प्रत्येक जण समान आहे हे आपण विसरतो. तुम्ही कोण आहात किंवा तुम्ही किती यश प्राप्त केलं आहे, यामुळे काहीही फरक पडत नाही. तुम्ही खऱ्या मानून चाललेल्या तुमच्या दर्जामुळे तुम्ही खास वागणुकीची अपेक्षा बाळगता का किंवा ती मागता का याकडे बारकाईने लक्ष द्या. तिकिटविक्रीच्या आधी तिकिटं घेण्यासाठी कदाचित तुम्ही काही तास

रांगेत उभे राहिला असाल, अधिक जवळच्या जागेसाठी कदाचित अधिक पैसे मोजले असतील किंवा तुम्ही त्या नाट्यगृहाला दिलेल्या पाठबळामुळे कृतज्ञता म्हणून तुम्हाला कार्यक्रम अधिक चांगल्या प्रकारे दिसावा, अशी जागाही देण्यात आली असेल किंवा आपल्यापैकी बहुतेकांना वाटतं, त्याप्रमाणे तुम्हाला फक्त जास्त चांगल्या जागेची इच्छा असू शकेल; पण तुम्ही अधिक चांगली जागा मिळण्यासाठी *पात्र* आहात, असं तुम्हाला वाटत असेल, तर या भावनेच्या खोलात शिरा. इतर प्रेक्षकांहून तुम्ही कोणत्या गोष्टीमुळे अधिक चांगले ठरता? **उद्धट अहंकाराला आदर मिळवण्याची तीव्र इच्छा असते. मात्र विनयशीलतेने काम करणारा आदर देण्यासाठी *स्फूर्ती* देतो.**

आपण सर्वच जण जागतिक नागरिक आहोत, अशा प्रकारे एकमेकांकडे बघायला आपलं काय जातं, याचं मला नेहमीच आश्चर्य वाटतं. 'लव्ह हॅज नो लेबल्स' या नावाच्या सार्वजनिक सेवा मोहिमेचा एक भाग म्हणून ॲड कौन्सिलसाठी मी काही व्हिडिओंचं चित्रीकरण केलं. ऑर्लँडोमध्ये पल्स नाइटक्लबमधील गोळीबाराच्या परिणामाविषयी मी लोकांशी बोललो आणि या शोकांतिकेचा परिणाम म्हणून नंतर वेगवेगळ्या समाजांचे सदस्य कसे एकत्र आले होते, त्याविषयीच्या गोष्टी मी लोकांकडून ऐकल्या. अनेक 'एलजीबीटीक्यू+' सामुदायिकपणे जमलेल्या लोकांच्या घोळक्यासह मी पल्सजवळच्या चर्चचे रेव्हरंड टेरी स्टीड पिअर्सना व चर्चचे मुख्य धर्मोपदेशक जोएल हंटर यांना भेटलो. त्यांच्याकडे प्रार्थनेला जमलेले बहुतांश लोक गोरे होते; पण त्या शोकांतिकेनंतर या सर्वांनी एकत्रितपणे काम केलं होतं आणि ते मित्र बनले होते. 'आमच्यात संभाषण झालं, केवळ हीच गोष्ट एखाद्याला आशादायक वाटू शकेल,' असं रेव्हरंड पिअर्स म्हणाले आणि डॉ. हंटर यांनी त्यात अशी भर टाकली की, 'आणि भविष्य बदलून टाकण्याचा हाच पाया असेल.' रेव्हरंड पिअर्सनी याची मांडणी अशी केली की, 'हे दोन समुदाय म्हणजे जगात बदल घडवून आणण्याची इच्छा असलेले दोन अत्यंत समान विचार असलेल्या लोकांचे समुदाय आहेत.'

ही सुंदर मैत्री असा प्रश्न निर्माण करते की, **एकत्र येण्यासाठी आपल्याला शोकांतिकेची गरज का असते?** आपण ज्या मार्गावर आपल्याला अधिक मूल्य देतो आणि इतर लोकही 'आपल्यासारखे असल्याचं' मानत नाही, त्या मार्गावर आपले अहंकार आपल्याला स्थिर ठेवतात. एखादा बुलडोझर त्या मार्गावर नांगर फिरवून जाईपर्यंत आपण त्याच मार्गावरून का चालत राहतो? समतेवर विश्वास ठेवण्याने आपले अहंकार नियंत्रणात राहतात. ज्या वेळी एखाद्याचा दर्जा किंवा मूल्य हे तुमच्याहून कमी आहे, असा तुम्ही विचार करता, त्या वेळी तुमची नजर तुमच्याकडे परत वळवा आणि तुमच्या अहंकाराला धोका उत्पन्न झाल्यासारखं का वाटत आहे त्याचा शोध घ्या. प्रत्येकाला समान सन्मानाने आणि आदराने वागवणं हा संन्याशांच्या जीवनपद्धतीचा गाभा आहे.

निवाडा करणं

अगदी अलगीकरण न करता, आपल्याला उघडपणे मोठा दर्जा देणं किंवा इतरांना वगळणं अशा गोष्टी करून आपण इतरांचा निवाडा करून आपला दर्जा उंचावत असतो. या इतरांमध्ये आपले सहकारी, मित्र आणि कुटुंबीय यांचा समावेश असतो. चार संन्याशांची एक झेन कथा सांगितली जाते. त्यांनी सात दिवस आणि सात रात्री संपूर्ण मौनात ध्यान करायचं, असं एकत्रितपणे ठरवलं होतं. पहिला दिवस व्यवस्थित पार पडला; पण जसजशी संध्याकाळ जवळ येऊ लागली, तसतसा पहिला संन्यासी अधीर बनू लागला. कारण, दिवे लावण्याची पाळी असलेला संन्यासी तसाच निश्चल बसून राहिला होता. पहिल्या संन्याशाचा संताप जोरात उफाळून बाहेर पडला. तो खेकसला, 'मित्रा, दिवे लाव, ते आधीच लावायला हवे होते!'

दुसरा संन्यासी त्याच्याकडे वळला. 'तू मौनाचा भंग केलास!' तो उद्‌गारला. आता तिसऱ्या संन्याशानेही त्यात उडी घेतली. तो म्हणाला, 'मूर्खांनो! आता तुम्ही दोघांनीही मौनाचा भंग केला.'

चौथ्याने त्याच्या सहकाऱ्यांकडे बघितलं. त्याच्या चेहऱ्यावर अभिमानाचं स्मित हळूहळू पसरत गेलं. 'छान, छान, ठीक आहे,' तो आत्मप्रौढीने म्हणाला, 'असं दिसतंय की फक्त मीच काय तो एकदा मौन राहिलो आहे.'

या कथेतील प्रत्येक संन्याशाने दुसऱ्या संन्याशाला बोलल्याबद्दल कडक शब्दांत फटकारलं आणि तसं करताना तो स्वतः तेच पाप केल्याबद्दल अपराधी ठरला. निवाडा करण्याचा स्वभाव असा असतो : तो जवळजवळ नेहमीच कोणत्या ना कोणत्या मार्गाने आपल्यावरच प्रतिहल्ला करतो. उच्च मानांकनांचं पालन न केल्याबद्दल इतरांवर टीका करण्याच्या कृतीत आपण स्वतः सर्वोच्च मानांकनांचं पालन करण्यात अपयशी ठरलेले असतो.

अनेक घटनांमध्ये आपल्याला आपल्यात दिसणाऱ्या कमतरतांवरून इतरांचं किंवा आपलं स्वतःचं लक्ष इतरत्र वेधण्यासाठी आपण कोणाचा तरी निवाडा करत असतो. आपल्यात असलेले दोष ओळखल्यानंतर त्यासाठी इतरांवर दोषारोप करण्याच्या (कदाचित ही गोष्ट फक्त सुप्तमनामुळे घडत असेल) या प्रवृत्तीला 'प्रक्षेपण' (प्रोजेक्शन) अशी मानसशास्त्रीय संज्ञा आहे आणि प्रक्षेपण खूपच मोठ्या प्रमाणात घडतं! म्हणून इतरांचा निवाडा करण्याआधी, त्यांना जोखण्याचा प्रयत्न करण्याआधी क्षणभर थांबा आणि स्वतःला विचारा, *माझ्या असुरक्षिततेपासून माझं किंवा इतरांचं लक्ष दुसरीकडे वेधण्यासाठी मी चूक शोधत आहे का? माझ्या स्वतःच्या दुर्बलतेचं मी त्यांच्यावर प्रक्षेपण करत आहे का? आणि जरी मी यांपैकी काहीही करत नसलो तरीही मी ज्याच्यावर टीका करत आहे, त्या व्यक्तीहून मी*

अधिक चांगला आहे का? पहिल्या दोन प्रश्नांची उत्तरं काय असतील हे मी सांगू शकत नाही; पण तिसऱ्या प्रश्नाचं उत्तर नेहमीच 'नाही!' असंच असतं.

अहंकार हा विकासातील अडथळा असतो

अशा सगळ्या युक्त्या तुम्हाला अज्ञानात ठेवतात. स्वतःला पायलट किंवा डॉक्टर बनवण्यासाठी प्रत्यक्ष कष्ट न घेता बनावटगिरी करणाऱ्या फ्रँक अबॅग्नेलप्रमाणे प्रभावी बहाण्याची उभारणी करण्याचे आपले प्रयत्न अध्ययनापासून आणि वाढीपासून आपलं लक्ष विचलित करतात. अगदी आपल्यापैकी जे लोक बनावटगिरी करण्यात निष्णात असलेले कलाकार नसतात, तेही ही संधी गमावतात. तुम्ही काही लोकांच्या गटात बसलेला असता आणि आपली आकर्षक कथा सांगता यावी किंवा हजरजबाबीपणाने एखादं विधान करता यावं म्हणून कोणाचं तरी बोलणं थांबण्याची वाट पाहत असता, त्या वेळीही तिथे जे बोललं जात असतं, त्याचा अर्थ तुम्ही समजून घेत नसता. तुम्ही किती हुशार किंवा स्वारस्यपूर्ण आहात हे दाखवण्यास सज्ज झालेला तुमचा अहंकार त्या वेळी तुम्हाला जे बोलायचं असतं तेच चघळत बसलेला असतो.

आपल्याला सारं काही माहिती आहे, असं आपल्याला स्वतःला आणि इतरांना दाखवण्याच्या आपल्या तीव्र इच्छेतून आपण एकदम निष्कर्ष काढण्यावर उडी मारतो, आपल्या मित्र-मैत्रिणींचं ऐकून घेण्यात अपयशी ठरतो आणि त्यामुळे संभाव्य मूल्यवान नवीन दृष्टिकोन आपण गमावून बसतो. आपण एकदा का असा दृष्टिकोन बाळगला की, मग तो आपण सहसा बदलत नाही. 'व्हाय यू थिंक यू आर राईट इव्हन व्हेन यू आर रॉंग' या आपल्या लोकप्रिय टेड व्याख्यानात जुलिया गालेफ या *रॅशनली स्पिकिंग* पॉडकास्टच्या सूत्रसंचालिकेने या ताठरपणाला 'सैनिकाची मनोरचना' असं म्हटलं होतं. आपल्या बाजूचं संरक्षण आणि बचाव करणं हे सैनिकाचं काम असतं. त्याउलट 'टेहळणी करणाऱ्याची मनोरचना' असते. तिने म्हटलं होतं की, 'टेहळणी करणाऱ्याच्या मनोरचनेत एखादी गोष्ट आनंददायी नसली तरीही प्रत्येक गोष्ट तुम्हाला शक्य असेल तितक्या अचूकपणे पाहण्याचा समावेश असतो. सैनिकांनी आधीच ध्येयाशी, हेतूशी बांधिलकी पत्करलेली असते, त्यामुळे त्यात सातत्य राखणं त्यांना महत्त्वाचं वाटतं. टेहळणी करणारे त्यांच्या पर्यायांचा शोध घेत असतात, त्यामुळे ते सत्याला महत्त्व देतात. सैनिकाची मनोरचना ही संरक्षणात्मकतेत आणि एकाच ध्येयात किंवा मतप्रणालीत रुजलेली असते, तर टेहळणी करणाऱ्याची मनोरचना ही वस्तुनिष्ठतेत रुजलेली असते.' गालेफ असं म्हणते की, आपण सैनिक आहोत की टेहळणी करणारे या गोष्टीचं आपल्या बुद्धिमत्तेच्या किंवा शैक्षणिक पातळीशी फारसं देणं-घेणं नसतं, त्याचा आपल्या आयुष्याकडे पाहण्याच्या प्रवृत्तीशी जास्त संबंध असतो.

आपली एखादी गोष्ट चुकल्याचं आढळल्यावर आपल्याला लाज वाटते की कृतज्ञता जाणवते? आपला एखाद्या गोष्टीविषयीच्या ज्या माहितीवर विश्वास असतो ती माहिती प्रत्यक्ष माहितीच्या विरोधात असल्याचं आढळल्यावर आपण बचावाच्या पवित्र्यात जातो की आपल्या मनातील जिज्ञासा जागृत होते? आपण खुल्या मनाचे नसलो तर आपण स्वतःला अध्ययनाच्या, विकासाच्या आणि बदलाच्या संधी नाकारतो.

संस्थात्मक अहंकार

फक्त व्यक्तींचे अहंकारच त्यांच्या दृष्टिकोनांना मर्यादित करत नाहीत. बंद मनोरचनेच्या नेतृत्वाखालील सरकार, शाळा आणि संघटनाही त्यांना माहिती असलेल्या गोष्टींच्या पलीकडे पाहण्यात अपयशी ठरतात आणि अहंकारातून निर्माण झालेल्या संस्कृतीची बांधणी करतात. आपण सगळेच गेल्यानंतर जे येणार आहेत, त्यांचा विचार न करता निवडून आलेले अधिकारी फक्त त्यांच्या मतदारसंघांसाठी आणि/किंवा त्यांच्या देणगीदारांसाठी संघर्ष करतात. पाठ्यपुस्तकं त्यांच्या दृष्टिकोनातून इतिहास सांगतात. आपल्या भोवतालच्या बदलांना प्रतिसाद न देता संघटना नेहमीप्रमाणेच व्यवसाय सुरू ठेवण्याच्या मनोरचनेच्या सापळ्यात अडकतात. नेटफ्लिक्सचा सहसंस्थापक रीड हेस्टिंग्जने सन २०००मध्ये ब्लॉकबस्टरला कंपनीचा ४९ टक्के भाग विकण्याचा प्रस्ताव मांडला, त्या वेळी त्याची ती मागणी धुडकावण्यात आली. त्यानंतर दहा वर्षांनी ब्लॉकबस्टरचं दिवाळं निघालं आणि आज नेटफ्लिक्सची एकूण किंमत किमान १०० अब्ज डॉलर्स आहे. 'आम्ही नेहमी याच पद्धतीने करत आलो आहे' किंवा 'मला हे आधीच माहिती आहे' या शब्दांमध्ये धोका असतो.

तंत्रज्ञानाच्या जगात ब्लॉकबस्टर/नेटफ्लिक्सची कथा सर्वज्ञात आहे, त्यामुळे एका परिषदेत सत्तर विपणन संचालकांना मी ती सांगितल्यावर त्यांना विचारलं, 'मी जे काही सांगणार आहे ते आपल्याला आधीच माहिती आहे, असं तुमच्यापैकी किती जणांना वाटलं होतं?' सुमारे अर्ध्या लोकांनी हात वर केले आणि मी त्यांना असं सांगितलं की, त्यांनी आता जे जाणून घेतलं पाहिजे ते आधीच आपल्याला माहिती आहे, असं वाटणं ही त्यांची धारणा हीच त्यांच्या कंपन्यांची नेमकी समस्या आहे. ज्या वेळी तुम्ही माहितीला गृहीत धरून चालता, त्या वेळी कोणत्याही गोष्टीने ओलांडता न येणारा अडथळा तुम्ही निर्माण करता आणि अध्ययन करण्याची संभाव्य संधी गमावून बसता. जर या कथेत आणखी थोडी माहिती असेल तर? (हा मुद्दाच मुळात या कथेतील अतिरिक्त माहिती आहे.) तुम्ही परिचित गोष्ट काढून टाकू शकता किंवा अधिक सखोलपणे विचार करण्याचा मुद्दा म्हणून तिचा वापर करू शकता. तुम्हाला ती कथा आधीच माहिती आहे, असं तुम्हाला वाटलं, तरीही एक नवीन अनुभव म्हणून तिचा विचार करण्याचा प्रयत्न करा.

झेन गुरू नान-इनकडे झेनची चौकशी करण्यासाठी एक विद्यापीठातील प्राध्यापक आला. नान-इनला चहा देण्यात आल्यावर त्याने त्याचा कप पूर्ण भरला आणि नंतरही तो त्यात चहा ओततच राहिला. प्राध्यापकाने तो वाहून जाणारा चहा काही काळ पाहिला आणि अखेरीस तो स्वतःला रोखू शकला नाही. त्याने त्याला विचारलं, 'तो पूर्ण भरून वाहतोय. आता त्यात आणखी चहा आत जाणार नाही.'

नान-इन म्हणाला, 'या कपाप्रमाणेच तूही तुझ्या मतांनी आणि तर्कांनी पूर्ण भरून गेला आहेस. तुझा कप तू पहिल्यांदा रिकामा केल्याखेरीज मी तुला झेन कशी काय दाखवू?' तुम्ही स्वतःला रिक्त केलं, तरच तुम्ही ज्ञानाने आणि लाभदायक अनुभवांनी भरून जाऊ शकता.

अहंकार आपल्याला इतरांपासून दूर ठेवतो

असं सांगितलं जातं की, रोमन सेनाधिकारी विजयी होऊन युद्धांवरून परत आल्यानंतर त्याच्या मागे 'तू एक पुरुष आहेस हे लक्षात ठेव,' असं त्याच्या कानांत पुटपुटत राहण्यासाठी एका गुलामाला उभं करण्याची पद्धत होती. त्याने कितीही चांगली कामगिरी केली असली आणि त्याच्या नेतृत्वासाठी त्याची कितीही प्रशंसा करण्यात आली असली तरीही इतर सर्व पुरुषांसारखाच तोही फक्त एक पुरुष असत होता. तुमच्या खेळात तुम्ही शिखरावर असलात तरी सावध राहा. अहंकार तुम्हाला इतरांपासून अलग ठेवतो. तुम्ही इतके खास आहात की, तुमच्या वेळासाठी फक्त एकच व्यक्ती पात्र आहे आणि दुसरी कोणीही त्यासाठी पात्र नाही, असा विचार करण्यास तुम्ही सुरुवात कराल, अशा जगात राहू नका.

एका मुलाखतीत, रॉबर्ट डाऊनी ज्युनिअरने याच विद्वत्तेचं आधुनिक रूपांतर मांडलं होतं. 'मी घरी असताना आयर्न मॅन (लोहपुरुष) नसतो,' असं सांगून त्याने म्हटलं होतं, 'ज्या वेळी मी घरी जातो, त्या वेळी लोक एकदम हरखून जात नाहीत. सुसान विचारते की, तू मॉंटीला बाहेर नेलंस का? तू मांजराला बाहेर सोडलंस का? मी म्हणतो की, मला माहिती नाही, त्यावर ती म्हणते, 'तो घरात आहे असं मला वाटत नाही, जरा त्याला शोधून घेऊन ये.' एखादा चित्रपटातला 'स्टार'ही त्याच्या स्वतःच्या घरात फक्त एक व्यक्ती असतो, ही अशा प्रकारे त्याला (आणि आपल्यालाही) करून दिलेली आठवण असते. तुम्ही आयर्न मॅन आहात यावर तुमचा विश्वास असेल तर आयर्न मॅन जे करतो ते प्रत्यक्षात करणं तुम्हाला शक्य झालं पाहिजे. तुम्हाला खास प्रकारे वागवण्याची लोकांना स्फूर्ती मिळत असेल तर लोक तुमचं कौतुक करतात, हे त्याचं कारण असतं; पण तुम्ही ज्या वेळी त्याची मागणी करता किंवा त्यासाठी आपण पात्रच आहोत, असं समजता त्या वेळी जो आदर तुम्ही प्राप्त केलेला नाही, त्याचा तुम्ही शोध घेत असता.

दुधारी अहंकार

खोटं किंवा बनावट स्वत्व आपली जितकी सहजगत्या उभारणी करतं, तितक्याच सहजपणे ते आपल्याला कोसळवतंही. ज्या वेळी आपल्या दुर्बलता उघड होतात, त्या वेळी आपण तल्लख बुद्धीचे आणि यशस्वी असल्याचं आपल्याला एके काळी सांगणाऱ्या अहंकाराकडे आपल्या संरक्षणाची कोणतीही उपाययोजना नसते. त्या वेळी आपले मुखवटे, आपल्या खोट्या गोष्टी, आपले पूर्वग्रह यांच्याखेरीज आपण म्हणजे कोणीही नसतो. फ्रँक अबॅग्नेलला अटक झाली, त्या वेळी नक्कीच असं वाटलं असेल. अहंकार नेहमी मुखवटा घालतो आणि नंतर कमी आत्मप्रतिष्ठेत रूपांतरित होतो. दोन्ही परिस्थितींमध्ये आपण आपल्यात आणि इतर लोकांना आपण कसे वाटतो यात नको इतके गुरफटून गेलेले असतो.

फक्त मुखवटा असलेल्या काळापर्यंतच तुमच्या स्वतःच्या महत्त्वाची दंतकथा तुम्ही तशीच राखू शकता. **तुमचा अहंकार तुम्ही मोडून काढला नाही, तर आयुष्य तुम्हाला मोडून टाकेल.**

आता मी आश्रमात तीन वर्षं राहिलो आहे आणि माझ्या आरोग्याशी माझा संघर्ष सुरू आहे. कदाचित, मी म्हणजे हे शरीर नसेनही; पण तरीही मला त्या शरीरात राहण्याची गरज आहे. अखेरीस थकलेल्या, अशक्त आणि अपयशी अवस्थेत मी रुग्णालयात दाखल झालो आहे.

इथे गेले दोन महिने माझ्यावर आयुर्वेदिक उपचार सुरू आहेत. संन्यासी मला भेटायला येतात आणि काही पुस्तकंही वाचून दाखवतात; पण मी एकटाच आहे आणि माझ्या या एकांतात दोन गोष्टी माझ्यासमोर येतात.

पहिली गोष्ट म्हणजे मी जे आयुष्य जगण्याचा प्रयत्न करत आहे, त्याच्यासाठी शारीरिकदृष्ट्या मी घडवला गेलेलो नाही. दुसरी आणि जास्त त्रस्तता निर्माण करणारी गोष्ट म्हणजे आश्रमात राहणं ही माझ्याशी सुसंगत गोष्ट नाही. विद्वत्तेचा प्रसार करण्याची माझी ओढ संन्याशाच्या चौकटीत चपखल बसत नाही. मला अधिक आधुनिक पद्धतींनी कल्पना आणि तत्त्वज्ञान सांगणं भाग आहे. संन्यासी होणं हा कदाचित माझा धर्म असेलही; पण ते माझं उद्दिष्ट नाही. ही पवित्र पद्धती हे माझं उद्दिष्ट नाही.

'हा मार्ग माझ्यासाठी आहे का ते मला माहिती नाही.'

हा विचार माझ्या मनावर आदळतो आणि मला सखोल अस्वस्थ बनवतो. हे सोडून मी निघून जात असल्याचं मी पाहू शकत नाही आणि माझ्या शारीरिक अवस्थेमुळे माझ्या मनात या शंका येत आहेत का असा विचारही मी करतो. निर्णय घेण्यासाठी मी योग्य मानसिक चौकटीत आहे का?

मी रुग्णालयातून बाहेर पडतो, त्या वेळी मी आणखी वैद्यकीय देखभालीसाठी लंडनला जातो. राधानाथ स्वामी आणि मी फिरायला बाहेर पडतो. मी त्यांना माझे

विचार सांगतो. ते थोडा वेळ ऐकतात, काही प्रश्न विचारतात, विचार करतात. त्यानंतर ते सांगतात, 'विद्यापीठात जाणारे काही लोक प्राध्यापक बनतात आणि काही लोक विद्यापीठात जाऊनही उद्योजक बनतात. यातली कुठली गोष्ट अधिक चांगली असते?'

'कोणतीही नाही.' 'तू तुझं प्रशिक्षण पूर्ण केलं आहेस. आता तू आयुष्यात पुढे जावं असं मला वाटतं.'

मी स्तंभित होतो. ते कोणत्याही एका बाजूवर इतक्या झटपट आणि ठामपणे येतील, असं मला वाटलेलं नसतं. ते माझ्याकडे अपयशी म्हणून पाहत नव्हते हे मी सांगू शकतो; पण त्या गोष्टीचं माझ्यावर प्रक्षेपण केल्याखेरीज मी राहू शकत नाही. मी अपयशी झालो आहे आणि ते माझ्याशी संबंध तोडून टाकत आहेत. जणू काही ते म्हणत आहेत की, 'तू नव्हे, मी अपयशी झालो आहे. संन्यासी बनणं ही गोष्ट तुझ्या बाबतीत काम करत नाही.' माझ्या नेत्यांचा, माझ्या योजनांचा, माझ्या स्वप्नांचा त्याग करावा लागणार असल्यामुळेच मी हादरून गेलो नव्हतो, तर माझ्या अहंकाराला बसलेला तो एक मोठा फटका होता. त्या जागेत, त्या जगात मी स्वतःची खूप गुंतवणूक करून घेतली होती आणि माझ्या सगळ्या आगामी योजना त्या निर्णयावर अवलंबून होत्या; पण मला माहिती होतं की, तो योग्य मार्ग नाही आणि माझ्या गुरूंनाही हे माहिती होतं की, तो माझ्यासाठीचा योग्य मार्ग नाही. मी जे करण्यासाठी निघालो होतो ते मी प्राप्त करून घेऊ शकलो नसतो. त्यापेक्षाही आणखी महत्त्वाची गोष्ट म्हणजे माझ्या कुटुंबाला, माझ्या मित्रांना आणि मला माहिती असलेल्या प्रत्येकाला मी हा मार्ग पत्करत असल्याचं सांगण्यासाठी मी खूपच मोठं पाऊल उचललं होतं. मी जर त्यात अपयशी झालो असतो तर त्यांनी माझ्याविषयी काय विचार केला असता या विचारात माझा अहंकार गुरफटला गेला होता. आश्रमात जाणं हा मी तोपर्यंत घेतलेला सर्वोच्च कठीण निर्णय होता; पण आश्रम सोडणं हा त्याहूनही जास्त कठीण निर्णय होता.

काहीही नसलेल्या अवस्थेत, निरुद्देशपणे, मोडून पडलेल्या, अपयशाने गिळंकृत केलेल्या अवस्थेत आणि महाविद्यालयातील २५,००० डॉलर्सच्या कर्जासह माझ्या पालकांकडे मी परत जातो. चटकन एखादं चॉकलेट विकत घेऊन परतण्यासारखं ते आहे; पण तो माझ्या अस्तित्वासमोरच्या संकटावरचा परिस्थितीजन्य उपाय आहे. मी जग बदलायला निघालो आहे, असा विचार करून मी दूर गेलो होतो. मी पुन्हा लंडनमध्ये येत होतो त्या वेळी मी जे केलं ते कोणालाही माहिती नव्हतं किंवा त्यांना त्याचं मोलही समजणार नव्हतं.

माझ्या पालकांना माझ्याशी कसं जुळवून घ्यावं किंवा त्यांच्या मित्रांना काय सांगावं याविषयी खात्री वाटत नाही. माझ्या मोठ्या कुटुंबातील लोक माझ्या पालकांना विचारत आहेत की, आता तरी मला सुबुद्धी झालेय का? मला अक्कल

आलेय का? माझ्या महाविद्यालयीन मित्रांना आता मला 'खरोखरची' नोकरी मिळेल का याविषयी कुतूहल वाटत आहे. ते काहीसं असं म्हणत आहेत, 'संन्यासी होण्यात तुला अपयश आलं का? शून्यतेचा, अभावाचा विचार करण्यात तुला अपयश आलं का?'

माझ्या सर्वांत मोठ्या स्वप्नाचा चक्काचूर झाला होता आणि माझ्या अहंकाराला सखोल फटका बसल्याची जाणीव मला होत होती. माझ्या आयुष्यातील तो एक अत्यंत कठीण, अतिशय अवमानकारक, नामुष्कीचा, निर्णायक अनुभव होता आणि त्याबरोबरच तो अतिशय महत्त्वाच्या अनुभवांपैकीही एक होता.

संन्यासी मला आणि माझ्या निर्णयाला याहून अधिक पाठबळ देऊ शकत नव्हते; पण तरीही आश्रम सोडल्यामुळे मला आत्मविश्वास मिळवून देणारी आणि मी कोण होतो व काय करत होतो, याविषयीची प्रत्येक गोष्ट जवळजवळ संपुष्टात आली होती. माझं जग हादरून गेलं होतं, त्या वेळी माझी आत्मप्रतिष्ठाही जोरात गडगडत खाली गेली होती. कमी आत्मप्रतिष्ठा असणं ही फुगलेल्या अहंकाराची उलटी बाजू आहे. एक तर आपण म्हणजेच सारं काही असतो, नाही तर आपण कोणीच नसतो असा हा प्रकार असतो. जर मी उच्च संकल्प आणि सखोल आध्यात्मिकता असलेला पुरुष नव्हतो, तर मग मी अपयशी होतो. मी जर महान नव्हतो, तर मी अतिशय वाईट होतो. अशी दोन्ही टोकं ही नेहमीच समस्याप्रधान असतात. काही वेळा गर्वाने फुगलेल्या अहंकाराला तो स्वतःविषयी काय विचार करत होता ते यातून दिसून येतं; पण मी विनयशील होतो.

विनयशीलता : अहंकारावरचं रामबाण औषध

अहंकार दुतोंड्या असतो. *एका क्षणी तो तुम्हाला आपण प्रत्येक गोष्टीत महान आहोत असं सांगतो, तर दुसऱ्याच क्षणाला आपण सगळ्यात वाईट आहोत*, असं आपल्याला सांगतो. यापैकी कोणत्याही प्रकारे आपण खरे कोण आहोत, याविषयी आपण अंध असतो. या दोन्ही टोकांच्या दरम्यान काय आहे ते पाहणं म्हणजे खरी विनयशीलता होय. काही गोष्टींच्या बाबतीत मी अत्यंत चांगला आहे आणि इतर गोष्टींच्या बाबतीत तितकासा चांगला नाही. माझ्याकडे चांगला संकल्प आहे; पण मी अपरिपूर्ण आहे. खाईन तर तुपाशी नाहीतर उपाशी या अहंकाराच्या वृत्तीऐवजी विनयशीलता आपल्याला आपल्या दुर्बलता समजून घेण्याची आणि त्यांच्यात सुधारणा करण्याची संधी देते.

श्रीमद् भगवत्‌गीतेच्या दहाव्या अध्यायात सृष्टीचा निर्माता असलेला भगवान ब्रह्मा हा कृष्ण या सर्वोच्च देवाकडे प्रार्थना करतो. तो कृष्णाकडे क्षमायाचना करतो. कारण, सृष्टीची रचना करत असताना ब्रह्मा स्वतःमुळे चांगलाच प्रभावित झाला

होता. त्यानंतर तो कृष्णाच्या समोर येतो आणि आपण एखाद्या काजव्यासारखा असल्याची कबुली देतो.

रात्री चमकणारा काजवा असा विचार करतो की, *मी किती चमकदार आहे, किती विलक्षण आहे! मी संपूर्ण आकाशाला प्रकाशमान करत आहे!* पण दिवसाच्या उजेडात तो कितीही प्रखरतेने चमकत असला तरी त्याचा प्रकाश अदृश्य नसला तरी क्षीण असतो. काजव्याला आपला प्रकाश किती किरकोळ आहे ते लक्षात येतं. ब्रह्माच्या लक्षात येतं की, आपणच जगाला प्रकाश देत आहोत असं त्याला वाटत असलं तरी कृष्ण सूर्याला बाहेर आणतो. आपण काजव्याहून फारसे वेगळे नाही हे ब्रह्माच्या लक्षात येतं.

अहंकाराच्या अंधारात आपण स्वतःला खास, शक्तिशाली आणि महत्त्वपूर्ण मानतो; पण महान विश्वाच्या संदर्भात आपण स्वतःकडे पाहतो, त्या वेळी आपण केवळ एक छोटी भूमिका पार पाडत असल्याचं आपल्या लक्षात येतं. खऱ्या विनयशीलतेचा शोध घेण्यासाठी आपणही काजव्याप्रमाणेच सूर्य उगवलेला असताना आणि आपण स्पष्टपणे पाहू शकत असताना स्वतःकडे बघितलं पाहिजे.

विनयशीलतेचा सराव करा

आश्रमात असताना साध्या कामांतून, ज्या कामांमध्ये ते काम करणारा कोणीही इतरांचं लक्ष वेधून घेत नसे, अशा किरकोळ कामांतून विनयशीलतेकडे नेणारा सर्वाधिक सरळसोपा मार्ग जात असे. आम्ही तोटी असलेली मोठमोठी भांडी घासत होतो, भाज्यांच्या बागांमधील तण उपटून काढत होतो आणि सगळ्यात वाईट गोष्ट म्हणजे संडास साफ करत होतो! यात गरज असलेली कामं पूर्ण करणं एवढाच मुद्दा नव्हता. आमच्या डोक्यात अहंकार जाऊ नये, यासाठी ही कामं आम्हाला करावी लागत होती. यापैकी एखाद्या कामाविषयी मी किती असहिष्णु होतो याविषयी मी बोललो आहे. कचरा वेचण्यात माझी तज्ज्ञता मी का वाया घालवत होतो? संन्यासी त्याबद्दल सांगत असले तरीही यामागचा मुद्दा माझ्या लक्षात येत नव्हता. काही कामांमधून क्षमतेची आणि काहींमधून चारित्र्याची उभारणी होते. बुद्धी न वापरता कराव्या लागणाऱ्या कामांमुळे मला राग येत असे; पण अखेरीस मी हे शिकलो होतो की, मानसिकदृष्ट्या आव्हानात्मक नसलेलं काम करण्यातून विचारासाठी आणि आत्मपरीक्षणासाठी अवकाश मिळत होता. काहीही झालं तरी ते कामही महत्त्वाचं होतंच.

आश्रमात करावी लागत असलेली किरकोळ कामं आधुनिक जगात जशीच्या तशी करावी लागत नाहीत; पण आपल्या अहंकाराची अधिक जाणीव होण्यासाठी आम्ही करत असलेले साधे मानसिक स्वाध्याय कोणीही करून पाहू शकतो.

आम्हाला असं सांगितलं जात होतं की, आम्ही दोन गोष्टी लक्षात ठेवण्याचा आणि दोन गोष्टी विसरण्याचा प्रयत्न केला पाहिजे.

आपण इतरांच्या बाबतीत केलेल्या वाईट गोष्टी आणि इतरांनी आपल्या बाबतीत केलेल्या चांगल्या गोष्टी या आपण **लक्षात** ठेवण्याच्या दोन गोष्टी आहेत. आपण इतरांच्या बाबतीत केलेल्या वाईट गोष्टींवर लक्ष केंद्रित केल्यावर आपल्या अहंकारांना आपल्या अपरिपूर्णतांवर आणि पश्चात्तापांवर लक्ष केंद्रित करणं भाग पडतं, त्यामुळे आपले पाय जमिनीवरच राहतात. इतरांनी आपल्या बाबतीत केलेल्या चांगल्या गोष्टी आपण लक्षात ठेवतो, त्या वेळी इतरांची आपल्याला किती गरज आहे हे लक्षात येऊन आणि आपल्याला मिळालेल्या गोष्टींविषयी वाटणाऱ्या कृतज्ञतेमुळेही आपण विनयशील, विनम्र बनतो.

आपण इतरांच्या बाबतीत काय चांगलं केलं आणि इतरांनी आपल्या बाबतीत काय वाईट केलं, या दोन गोष्टी आपण **विसरून** जाव्यात असं आपल्याला सांगितलं गेलं आहे. जर आपल्या स्वतःच्या चांगल्या कृत्यांवरच आपली नजर खिळून राहिली आणि आपण त्यांच्यामुळे प्रभावित झालो तर आपले अहंकार वाढतात, मोठे होतात, त्यामुळे ही कृत्यं आपण बाजूला ठेवतो. जर इतरांनी आपल्याला वाईट प्रकारे वागवलं तर आपण त्या गोष्टी सोडून दिल्या पाहिजेत. याचा अर्थ आपल्याला दुखावणाऱ्या, क्लेश देणाऱ्या व्यक्तीबरोबर आपण जिवलग मित्र म्हणून वावरलं पाहिजे, असा नाही; पण क्रोध आणि द्वेष किंवा असूया यांना मनात थारा दिल्यामुळे व्यापक दृष्टिकोन बाळगण्याऐवजी आपल्या स्वतःवरच आपलं लक्ष केंद्रित होतं.

लंडनमधील मंदिरात राधानाथ स्वामी व्याख्यान देत असताना त्यांच्याकडून याविषयीची दुसरी विचारपद्धतही मी ऐकली. त्यांनी आम्हाला मीठासारखं जगायला सांगितलं आणि आपल्या अन्नात खूपच मीठ असलं किंवा अगदीच कमी मीठ असलं तरच आपलं त्याच्याकडे लक्ष जातं याकडे आमचं लक्ष वेधलं. आतापर्यंत कोणीही कधीच असं म्हणत नाही की, 'किती छान, या अन्नात अगदी योग्य प्रमाणात मीठ आहे.' ज्या वेळी मिठाचा शक्य तितक्या उत्तम प्रकारे वापर केला जातो, त्या वेळी ते लक्षातही येत नाही. मीठ इतकं विनयशील असतं की, ज्या वेळी एखादा पदार्थ बिघडतो, त्या वेळी त्याचा दोषारोप ते स्वतःवर घेतं आणि ज्या वेळी सारं काही आलबेल असतं, त्या वेळी त्याचं श्रेय ते घेत नाही.

सन १९९३मध्ये मेरी जॉन्सनचा मुलगा लारामियम बायर्ड हा फक्त वीस वर्षांचा होता. पक्षात वाद झाल्यानंतर ओशिया इस्राईल या सोळा वर्षांच्या मुलाने त्याच्या डोक्यात गोळी घातली. या मुलाला या हत्येमुळे जवळजवळ पंधरा वर्षं तुरुंगात टाकण्यात आलं. एखाद्याचा तिरस्कार करण्यासाठी जॉन्सनकडे अत्यंत योग्य कारण असावं, असं कोणालाही वाटेल आणि तीही इस्राईलचा तिरस्कार करतच होती. अखेरीस तिच्या लक्षात आलं की, ती एकटीच दुखावली गेली

नव्हती, इस्राईलच्या कुटुंबानेही त्यांचा मुलगा गमावला होता. ज्यांची मुलं मारली गेली आहेत, अशा मातांसाठी जॉन्सनने फ्रॉम डेथ टू लाइफ या नावाचा गट स्थापन केला. या गटात तिला ज्या मुलांनी जीव घेतले होते, त्यांच्या मातांनाही सहभागी करण्याची इच्छा होती. तिने इस्राईलला खरोखरच माफ केलं नसतं, तर इतर खुनी मुलांच्या मातांशी ती व्यवस्थित वागू शकली नसती, असं जॉन्सनला वाटलं, त्यामुळे तिने इस्राईलशी बोलण्याची इच्छा व्यक्त केली. ज्या वेळी ते भेटले त्या वेळी तिने त्याला ती मिठी मारू शकते, का असं विचारलं. ती म्हणते, 'मी उठून उभी राहिले त्या वेळी माझ्या पावलांच्या टाचांमधून काहीतरी वर येऊन माझ्यातून बाहेर निघून गेल्याचं मला जाणवलं.' सुरुवातीच्या या बैठकीनंतर ही जोडी नियमितपणे भेटू लागली आणि इस्राईलला तुरुंगातून सोडल्यानंतर जॉन्सनने तिच्या घरमालकाशी बोलून इस्राईल तिच्या इमारतीत राहायला येऊ शकतो का असं विचारलं. 'क्षमा न करणं ही गोष्ट कर्करोगासारखी आहे. ती तुम्हाला आतून पोखरून टाकते,' असं जॉन्सन म्हणते. ती दोन बाजू असलेल्या पदकाचा नेकलेस घालते. त्या पदकाच्या एका बाजूला तिच्या मुलाबरोबरचं तिचं छायाचित्र आहे आणि दुसऱ्या बाजूला इस्राईलचं छायाचित्र आहे. इस्राईल असं म्हणतो की, तो अजूनही स्वतःला माफ करण्याचा प्रयत्न करत आहे. आता एकमेकांशेजारी राहणारी ही जोडी त्यांची कथा आणि क्षमेची ताकद सांगण्यासाठी तुरुंगांना आणि चर्चना भेटी देते.

तुमच्या चुका लक्षात ठेवणं आणि तुम्ही काय मिळवलं आहे ते विसरणं, यामुळे अहंकाराला ताब्यात ठेवलं जातं आणि कृतज्ञतेत वाढ होते – विनयशीलतेसाठीची ही एक साधी, प्रभावी पद्धत आहे.

तुमच्या अहंकारावर नजर ठेवा

आपल्या जाणिवेत वाढ झाली की, आपला अहंकार भडकलेल्या विशिष्ट क्षणांकडे किंवा परिस्थितीकडे आपण पाहू लागतो.

एकदा आश्रमातील एक गट स्कँडिनेव्हियातून शहरातील केंद्रांमध्ये ध्यानाचे आयोजन करत फिरत निघाला होता. आम्ही ज्यांना भेटलो ते बहुतेक लोक अतिशय आपलेपणाने वागणारे, आरोग्यविषयक विषयांमध्ये रुची असलेले आणि ध्यानाविषयी खुलं मन असलेले होते; पण डेन्मार्कमधील एका ठिकाणी आम्ही थांबलो होतो, तिथे मी एका गृहस्थाकडे गेलो आणि त्याला विचारलं की, 'तुम्ही ध्यानाविषयी ऐकलं आहे का? तुम्हाला ध्यान शिकवायला आम्हाला आवडेल.'

तो म्हणाला, 'तुझ्याकडे आयुष्यात याहून चांगलं करण्यासारखं काही नाही का?'

माझा अहंकार एकदम भडकला. मला असं म्हणायचं होतं की, 'मी मूर्ख नाही. मीही हुशार आहे! मी खरोखरच एका चांगल्या संस्थेतून पदवीधर झालो आहे. मी सहा आकडी पगार मिळवू शकलो असतो. मला हे करण्याची गरज नव्हती – पण मी याची निवड केली आहे.' त्या माणसाला मला खरोखरच सरळ करायची इच्छा होती.

पण त्याऐवजी मी त्याला म्हणालो, 'तुमचा दिवस चांगला जावो ही सदिच्छा. ध्यान कसं करावं हे तुम्हाला शिकायचं असेल, तर कृपा करून परत या.'

माझा अहंकार प्रतिसाद देत असल्याची जाणीव मला झाली होती. माझ्या ते लक्षात आलं होतं; पण मी त्याला कुरवाळणं नाकारलं. अहंकाराला नियंत्रणात ठेवण्याविषयीची ही सत्य स्थिती आहे. अहंकार कधीही नाहीसा होत नाही; पण आपण त्याचं निरीक्षण करू शकतो आणि आपल्यावरच्या त्याच्या प्रभावाला कमी करू शकतो.

खरोखरची विनयशीलता ही मी केलं त्याप्रमाणे फक्त अहंकार दडपण्यापासून फक्त एक पाऊल पलीकडे असते. लंडनमधील मंदिरातील वर्गातील माझे काही सहकारी संन्यासी उद्धट होते आणि आम्ही करत असलेल्या स्वाध्यायाला ते हसत होते. शिवाय आम्ही शांत असताना ते बोलत होते. मी आमचे गुरू सुतापा यांच्याकडे पाहिलं. लंडनमधील ते प्रमुख संन्यासी आहेत. सुतापा आता त्यांना कडक शब्दांत समज देतील, अशी माझी अपेक्षा होती; पण ते शांत राहिले. वर्ग संपल्यानंतर त्या संन्याशांचं वर्तन त्यांनी का सहन केलं, असं मी त्यांना विचारलं.

'तू ते आज कसे वागले त्याकडे पाहत आहेस,' ते म्हणाले. 'मी ते कुठपर्यंत पोहोचले आहेत ते पाहत आहे.'

ते संन्याशांनी काय चांगलं केलं होतं ते लक्षात ठेवत होते आणि त्यांनी केलेल्या वाईट गोष्टी विसरून जात होते. त्या विद्यार्थ्यांचं वर्तन ही सुतापा यांना त्यांच्या स्वतःविषयीची किंवा त्यांच्याविषयीच्या आदराविषयीची त्या विद्यार्थ्यांची प्रतिक्रिया आहे, असं त्यांना वाटलं नव्हतं. त्यांनी दूरवरचा एक दृष्टिकोन पत्करला होता आणि त्या दृष्टिकोनाचा त्यांच्या स्वतःशी काहीही संबंध नव्हता.

एखादी व्यक्ती तुम्हाला वाईट वागवत असेल तर तुम्ही अशा संन्याशांप्रमाणे ते सहन करा असा सल्ला मी तुम्हाला देत नाही; पण त्या क्षणाच्या पलीकडे, त्या व्यक्तीच्या अधिक मोठ्या अनुभवाकडे पाहणं ही उपयुक्त गोष्ट असते – ते दमलेले आहेत का? निराश आहेत का? ते आधी ज्या ठिकाणी होते, त्यात सुधारणा करत आहेत का? – आणि तुमच्या अहंकाराला यात उडी घेऊ देण्याआधी त्यांना या वर्तनाकडे नेणारा कोणता घटक आहे तेही लक्षात घेतलं पाहिजे. प्रत्येकाकडे एक कथा असते आणि काही वेळा आपले अहंकार त्या कथांकडे दुर्लक्ष करण्याची निवड करतात. प्रत्येक गोष्ट वैयक्तिकरीत्या घेऊ नका – सहसा नेहमीच ती तुमच्याविषयीची नसते.

तुमच्या अहंकारापासून अलिप्त राहा

सुतापा हे संन्यासी आणि मी अशा दोघांनीही आमचे अहंकार शांत करण्यासाठी एकाच दृष्टिकोनाचा वापर केला होता. आम्ही प्रतिक्रियेपासून अलिप्त राहिलो होतो आणि वस्तुनिष्ठ निरीक्षक बनलो होतो. आपल्याला असं वाटतं की, आपण जे मिळवलं आहे ती प्रत्येक गोष्ट म्हणजे आपण आहोत. आपल्या नोकऱ्या म्हणजे आपण आहोत असं आपल्याला वाटतं. आपल्याला असं वाटतं की आपली घरं म्हणजे आपण आहोत. आपल्याला असं वाटतं की आपली तारुण्यं आणि सौंदर्यं म्हणजे आपण आहोत. कौशल्य, मिळालेला धडा, तुमच्या ताब्यातील वस्तू किंवा एखादं तत्त्व – असं तुमच्याकडे जे काही आहे, ते तुम्हाला देण्यात आलं आहे आणि ज्याने कोणी तुम्हाला ते दिलं आहे, त्याने ते इतर कोणाकडून तरी मिळवलं आहे. हे तत्त्वज्ञान भगवत् गीतेतून थेट घेतलेलं नाही; पण अलिप्ततेकडे कसं पाहिलं जातं त्याचा हा सारांश आहे. लोक नेहमीच असं म्हणतात की, **आज जे तुमच्या मालकीचं आहे, ते काल कोणा दुसऱ्याच्या मालकीचं होतं आणि उद्या आणखी दुसऱ्याच कोणाच्या तरी मालकीचं असेल**. ज्या वेळी तुम्ही हे ओळखता त्या वेळी आध्यात्मिकतेतील कशावर तुमचा विश्वास आहे याने काहीच फरक पडत नाही, तुमच्या हे लक्षात येतं की तुम्ही एक भांडं किंवा पात्र आहात, एक साधन आहात, एक काळजीवाहक आहात, जगातील सर्वाधिक महान सत्तांचा एक मार्ग आहात. तुमच्या गुरूंचे तुम्ही आभार मानू शकता आणि तुम्हाला लाभलेल्या देणगीचा वापर अधिक उच्चतर हेतूसाठी करू शकता.

अलिप्तता मुक्तीदायिनी असते. ज्या वेळी आपण जे मिळवलेलं असतं त्यावरून आपल्याला ओळखलं जात नाही, त्या वेळी आपल्यावरचा दबाव दूर होतो. आपण उत्तमच असलं पाहिजे असं नसतं. मला डेन्मार्कला भेट देणारा सर्वाधिक प्रभावी संन्यासी बनण्याची गरज नसते. आपल्या विद्यार्थ्यांनी दर वेळी स्तंभित आणि आश्चर्यचकित होऊन बसलं पाहिजे, अशी माझ्या गुरूंची इच्छा नव्हती.

अलिप्ततेतून कृतज्ञतेची स्फूर्ती मिळते. ज्या वेळी आपण आपली मालकी सोडून देतो, त्या वेळी आपल्या असं लक्षात येतं की, आपण जे काही केलेलं असतं ते पालक, शिक्षक, प्रशिक्षक, वरिष्ठ, पुस्तकं यांच्यापैकी कोणाच्या तरी मदतीने केलेलं असतं. अगदी स्वतःला 'स्वयंभू' समजणाऱ्या एखाद्याचं ज्ञान आणि कौशल्य यांची मुळंही इतरांच्या कामात असतात. आपण जे काही मिळवलेलं असतं, त्याविषयी ज्या वेळी आपल्या मनात कृतज्ञता निर्माण होते, त्या वेळी आपण मिळवलेल्या गोष्टींना आपल्या डोक्यात जाऊ न देण्याची आपल्याला आठवण होते. आपल्याला कोणत्या ना कोणत्या स्वरूपात जे काही देण्यात आलेलं असतं ते आपल्या स्वतःच्या पद्धतीने इतरांपर्यंत पोहोचवण्यासाठी खरं तर कृतज्ञताच आपल्याला गुरू किंवा शिक्षक आणि विश्वासू सल्लागार बनण्याची स्फूर्ती देते.

हे करून पाहा : अहंकारात परिवर्तन

तुमच्या अहंकारापासून अलिप्त होण्यासाठी आणि विचारपूर्वक, उत्पादक प्रतिसाद देण्यासाठी पुढील संधींचा शोध घ्या.

१. *अपमान केला जाणं.* तुमच्या अहंकाराचं निरीक्षण करा, व्यक्तीच्या नकारात्मकतेविषयी व्यापक दृष्टिकोन बाळगा आणि त्या अपमानाला नव्हे, तर त्या परिस्थितीला प्रतिसाद द्या.

२. *प्रशंसा किंवा सन्मान मिळणं.* तो गुणधर्म पुढे नेण्यासाठी तुम्हाला मदत करणाऱ्या शिक्षकाविषयी कृतज्ञता बाळगण्यासाठी या संधीचा लाभ घ्या.

३. *जोडीदाराबरोबरचा वाद :* आपलंच बरोबर असणं, जिंकणं यांविषयीची इच्छा ही दुर्बलता मान्य करण्याविषयीच्या तुमच्या अहंकाराच्या अनिच्छेतून निर्माण होते. हे लक्षात ठेवा की, तुमचं बरोबर असू शकतं किंवा तुम्ही पुढेही जाऊ शकता. दुसऱ्या व्यक्तीची बाजू पाहा. त्या युद्धात हरा. एक दिवसभर थांबा आणि कसं वाटतं ते पाहा.

४. *लोकांवर वरचढपणा करणं.* आपण इतरांचं ऐकून घेतो, त्या वेळी नेहमीच आपण त्यांच्याहून अधिक चांगले किंवा अधिक वाईट कसे आहोत, याविषयीची कथा सांगून आपण त्यांच्यावर वरचढपणा करण्याचा प्रयत्न करतो. त्याऐवजी समजून घेण्यासाठी आणि मान्य करण्यासाठी ऐकून घ्या. चौकस राहा. तुमच्या स्वतःविषयी काहीही बोलू नका.

अपयशाबाहेर पाऊल टाकणं

आपल्या करिअरमध्ये, नातेसंबंधांमध्ये किंवा आपल्यासाठी आपण निश्चित केलेल्या इतर मैलाच्या दगडांच्या संदर्भात – आपल्याला जिथे असण्याची इच्छा असते तिथे आपण नसतो, त्या वेळी आपल्याला असुरक्षितता जाणवते. अशा वेळी एक तर अहंकार आपल्या संरक्षणासाठी धाव घेतो किंवा आपली आत्मप्रतिष्ठा जलद गतीने ढासळते. यापैकी काहीही असलं तरी ते आपल्याविषयीचं असतं. *केअर ऑफ द सोलमध्ये* मानसोपचारतज्ज्ञ आणि पूर्वाश्रमीचा संन्यासी मूर असं लिहितो की, 'अपयशामुळे अक्षरशः ढासळून जाणं ही गोष्ट नकारात्मक आत्ममग्नतेसारखीच असते... कल्पनेतून अपयशाचं मूल्यमापन करताना आपण त्याला पुन्हा यशाशी जोडू शकतो. असा संबंध नसेल तर आपलं काम यशाच्या महान आत्ममग्नतापूर्ण कल्पनांच्या आणि अपयशाच्या दुःखी भावनांच्या गर्तेत कोसळतं.' तुम्ही कोण आहात याचं प्रतिबिंब म्हणून स्वतःकडे न पाहता तुम्ही कुठे आहात ते स्वीकारण्यातून

विनयशीलता येते. मग तुमच्या कल्पनाशक्तीचा वापर तुम्ही यशाचा शोध घेण्यासाठी करू शकता.

सारा ब्लेकलीला कायद्याचं शिक्षण घ्यायचं होतं; पण त्यासाठी दोनदा परीक्षा देऊनही तिला हवे तितके एलएसएटी गुण मिळवता आले नाहीत. वकील बनण्याऐवजी तिने घरोघर जाऊन फॅक्स मशीन विकण्यात सात वर्षं घालवली; पण तिच्या वडिलांनी तिला जे शिकवलं होतं ते ती कधीच विसरली नव्हती. रोज रात्री जेवणाच्या टेबलावर तिचे वडील तिला आणि तिच्या भावाला 'आज तुम्ही शाळेत काय केलं?' असं विचारत नव्हते, तर 'आज तुम्हाला काय आलं नाही?' असं विचारत होते. न येणं किंवा अपयश येणं याचा अर्थ ते प्रयत्न करत होते असा होता आणि तत्काळ परिणाम मिळवण्यापेक्षाही तीच गोष्ट जास्त महत्त्वाची होती. ज्या वेळी साराच्या मनात स्वतःची कंपनी सुरू करण्याची कल्पना आली त्या वेळी आपण प्रयत्न न करणं हेच एकमेव अपयश असू शकतं हे तिला माहिती होतं म्हणून तिने स्वतःच्या पैशांतून ५,००० डॉलर्स घेतले आणि व्यवसाय सुरू केला. त्यानंतर फक्त पंधरा वर्षांनी त्या व्यवसायाने म्हणजेच स्पँक्सने तिला अब्जाधीश बनवलं. आपण सहसा नेहमीच संधी स्वीकारत नाही. कारण, आपल्याला अपयशाची भीती वाटते आणि आपले अहंकार दुखावले जाण्यातून ही गोष्ट निर्माण झालेली असते. आपल्याला हव्या त्या पद्धतीने सगळ्या गोष्टी तत्काळ घडून आल्या नाहीत तर आपण मोडून पडू या कल्पनेच्या पलीकडे आपण जाऊ शकलो तर आपल्या क्षमता कित्येक पटींनी विस्तारित होतात.

मी आश्रम सोडून एक-दोन आठवडे झाले होते, त्या वेळी ब्लेकलीला झालेल्या साक्षात्कारासारखाच साक्षात्कार मी लंडनमध्ये असताना मलाही झाला.

माझा असा विश्वास होता की, संन्यासी म्हणून सेवा करणं, विद्वत्तेचा आणि मदतीचा प्रसार करणं हा माझा धर्म होता. आता मी बालपणी घरात असताना मला कधीही लहान हेतूसाठी काम करायला आवडत नव्हतं. मी काय करू शकत होतो? आमचं कुटुंब श्रीमंत नव्हतं. मी फक्त आरामात बसून राहून मला आपोआप उत्तरं सापडेपर्यंत थांबू शकणार नव्हतो. मी घाबरलो होतो आणि हतबल आणि चिंताग्रस्तही झालो होतो. मी ज्या सगळ्या गोष्टींमध्ये प्रशिक्षित झालो होतो त्या माझ्या मनात झपाट्याने येतही नव्हत्या.

एके रात्री जेवणानंतर भांडी घासत असताना सिंकवरच्या खिडकीतून मी बाहेर बघितलं. तिथे बाहेर बगिचा होता; पण त्या अंधारात मला फक्त माझंच प्रतिबिंब दिसलं. माझ्या मनात विचार आला की, आता त्या क्षणी मी आश्रमात असतो तर काय करत असतो? *त्या वेळी सात वाजले होते. त्या वेळी बहुधा मी वाचन, अभ्यास करत असतो किंवा व्याख्यान देण्यासाठी निघालेला असतो. आश्रमातील रस्त्यावरून मी संध्याकाळच्या वर्गासाठी ग्रंथालयाच्या दिशेने चालत*

निघालो असल्याची कल्पना करण्यात मी क्षणभराचा वेळ घालवला. नंतर माझ्या मनात असा विचार आला की, तिथे दिवसाची जशी वेळ होती तशीच इथेही होती. माझ्याकडे अगदी आताच निवड होती. मी या वेळेचा वापर सुज्ञपणे केला असता तर आश्रमात असताना मी जशी संध्याकाळ अर्थपूर्ण आणि हेतूपूर्ण बनवत होतो, त्याप्रमाणेच ही संध्याकाळही मी अर्थपूर्ण आणि हेतूपूर्ण बनवू शकत होतो किंवा मी ती स्वतःची कणव करण्यात आणि पश्चात्तापात वाया घालवू शकत होतो.

त्यानंतर माझा दडपला गेलेला अहंकार मी सोडून दिला. एक संन्यासी म्हणून चिंता, दुःख आणि दबाव यांना कसं हाताळावं हे मला शिकवण्यात आलं होतं. ती उद्दिष्टं साध्य करणं ही गोष्ट स्वाभाविक आणि सोपी असलेल्या जागी मी यापुढे आता असणार नव्हतो; पण तिथे मी जे काही शिकलो होतो त्याची या अधिक गजबजाटाच्या, अधिक गुंतागुंतीच्या जगात मी चाचणी घेऊ शकत होतो. आश्रम शाळेसारखा होता आणि ही परीक्षा होती. मला पैसा मिळवावाच लागणार होता आणि माझ्या साधनेसाठी कदाचित तितक्या प्रमाणात मला पुन्हा वेळ मिळाला नसता; पण सरावाचा दर्जा टिकवणं माझ्यावर अवलंबून होतं. मी दोन-दोन तास ग्रंथांचा अभ्यास करू शकत नव्हतो; पण मी रोज एकेक अध्याय वाचू शकत होतो आणि त्याचा सराव करू शकत होतो, तो आचरणात आणू शकत होतो. माझं हृदय स्वच्छ करण्यासाठी मी मंदिराची सफाई करू शकत नव्हतो; पण माझ्या घराची सफाई करून मी विनयशीलतेचा शोध घेऊ शकत होतो. जर माझं आयुष्य मला निरर्थक वाटलं असतं, तर ते तसंच झालं असतं. जर माझा धर्म जगण्याचे मार्ग मी शोधले असते तर मला समाधान लाभलं असतं.

मी नोकरीवर असल्याप्रमाणे रोज पोशाख घालण्यास सुरुवात केली. माझा बराचसा वेळ मी सर्वसामान्यपणे व्यक्तीविकास, व्यवसाय आणि तंत्रज्ञान याविषयीचं वाचन करण्यासाठी ग्रंथालयात घालवू लागलो. विनयशील बनून आयुष्याचा विद्यार्थी म्हणून मी पुन्हा एकदा आयुष्याकडे परतलो. जगात पुनर्प्रवेश करण्याचा तो एक प्रभावी मार्ग होता.

दुर्बलतेचा बळी ठरलं की, अहंकार उलटासुलटा होतो. तुम्हाला असं वाटू लागतं की जगातील सर्वांत वाईट गोष्टी तुमच्या बाबतीत घडत आहेत. सगळ्यात वाईट गोष्टी तुम्ही हाताळू लागता.

तुम्ही अपयशी होता त्या वेळी अशा प्रकारे बळी ठरल्याच्या जाणिवेला शरण जाण्याऐवजी स्वतःचे पाय घट्ट जमिनीवर रोवून ठेवून त्या क्षणाचा विचार विनयशीलता स्थिरावणारा क्षण म्हणून करा. नंतर स्वतःला विचारा की, 'माझा आत्मविश्वास पुन्हा कसा परत मिळवता येईल?' तुमच्या नियंत्रणाबाहेर असलेल्या बाह्य घटकापासून तो वाढणं शक्य नाही. कोणीतरी मला नोकरी द्यावी यावर माझं नियंत्रण नव्हतं; पण मी मार्ग शोधण्यासाठी स्वतः जो होतो, त्यावर आणि मला

जे आवडत होतं ते करण्यावरच लक्ष केंद्रित केलं. त्याभोवती मी आत्मविश्वासाची उभारणी करू शकलो असतो हे मला माहिती होतं.

अहंकाराची नव्हे, आत्मविश्वासाची उभारणी करा

इथे एक विरोधाभास आहे : तुम्ही जर कधी तुम्हाला एखादी गोष्ट माहिती आहे, असं ढोंग केलं असेल तर तुम्हाला बहुधा असं आढळलं असेल की, खऱ्या आत्मविश्वासाने काम करण्यासाठी, तो आचरणात आणण्यासाठी आणि तो प्राप्त करण्यासाठी तुम्हाला जितक्या ऊर्जेची गरज असते, तितक्याच प्रमाणात तुम्हाला खोटा आत्मविश्वास आणि बढाई यांच्या पोषणासाठीही ऊर्जेची गरज असते.

विनयशीलतेमुळे तुम्हाला स्वतःची ताकद आणि दुर्बलता स्पष्टपणे पाहता येतात आणि त्यामुळे काम करणं, शिकणं आणि वाढणं शक्य होतं. तुम्ही जसे असता तसा तुम्ही आपला स्वतःचा स्वीकार करावा, यासाठी आत्मविश्वास आणि उच्च आत्मप्रतिष्ठा तुम्हाला मदत करते.

आपण प्रत्येकाला आवडावं अशी अहंकाराची इच्छा असते; पण तुमच्याकडे आत्मप्रतिष्ठा नसण्यापेक्षा उच्च आत्मप्रतिष्ठा असणं ही गोष्ट अगदी चांगली असते. अहंकार असा विचार करतो की, त्याला सगळं माहिती आहे. आत्मप्रतिष्ठेला असं वाटतं की, ती प्रत्येकाकडून शिकू शकते. अहंकाराला स्वतःला सिद्ध करण्याची इच्छा असते. आत्मप्रतिष्ठेला स्वतःला अभिव्यक्त करण्याची इच्छा असते.

अहंकार	आत्मप्रतिष्ठा
लोक काय म्हणतील याला घाबरतो.	लोक जे बोलतात ते गाळून घेतो.
इतरांशी तुलना करतो.	स्वतःशीच तुलना करतो.
लोकांसमोर स्वतःला सिद्ध करू इच्छितो.	जो स्वतः असतो तेच बनण्याची इच्छा असते.
सगळं माहिती असतं.	कोणाकडूनही शिकण्याची इच्छा असते.
आपण बळकट असल्याचं ढोंग करतो.	दुर्बल असला तरी त्याला ते ठीक वाटतं.
लोकांनी आपल्याला आदराने वागवावं असं वाटतं.	स्वतःचा आणि इतरांचा आदर राखतो.

वर दिलेला तक्ता हा फुगलेला अहंकार आणि निकोप आत्मप्रतिष्ठा यांच्यातील फक्त फरक दर्शवतो. तुमचा आत्मविश्वास वाढवण्यासाठी मार्गदर्शक म्हणून त्याचा वापर करणं शक्य आहे. तुम्ही बारकाईने पाहिलं तर तुमच्या असं लक्षात येईल

की, आपण विकसित करत असलेली सगळी आत्मजाणीव विनयशीलतेच्या आणि आत्मप्रतिष्ठेच्या गुणधर्मांमध्ये गुंफली गेलेली आहे. लोक काय म्हणतील याची काळजी करण्याऐवजी आपण लोक काय म्हणतील ती गोष्ट गाळून घेतो. इतरांशी आपली तुलना करण्याऐवजी आपण जे कोणी असतो, तेच बनण्याची आपली इच्छा असते. याचा अर्थच असा की, बाह्य इच्छांनी आपण विचलित होत नाही. आपण संकल्पपूर्वक आपल्या धर्मात जगतो.

लहान गोष्ट मिळवता येते

मिळवण्याजोग्या छोट्या गोष्टी एकत्र केल्याने आत्मविश्वासाची उभारणी होते. ऑलिम्पिक स्पर्धेतील सुवर्णपदकविजेती जेसिका हार्डी म्हणते, 'मी ज्यांचा विचार माझी स्वप्ने म्हणून करते ती माझी दीर्घकालीन उद्दिष्टं असतात आणि माझी अल्पकालीन उद्दिष्टं ही दैनंदिन किंवा मासिक कालावधीत प्राप्त करण्याजोगी असतात. मला ज्यांच्यामुळे अधिक चांगलं वाटावं आणि ज्या उद्दिष्टांमुळे माझ्या दीर्घकालीन उद्दिष्टांची अधिक चांगली तयारी करण्यासाठी मी तयार व्हावं, अशा प्रकारे माझी अल्पकालीन उद्दिष्टं तयार करायला मला आवडतं.'

हे करून पाहा : तुम्हाला कोणत्या क्षेत्रांमध्ये आत्मविश्वासाने वावरण्याची इच्छा आहे ते लिहून काढा

आरोग्य, करिअर, नातेसंबंध – या तिन्हींपैकी एकाची निवड करा.

या क्षेत्रात कोणत्या गोष्टीमुळे तुम्हाला आत्मविश्वास आल्यासारखं वाटू शकेल ते लिहून काढा. ही गोष्ट व्यवहार्य आणि मिळवता येण्याजोगी असली पाहिजे.

तुमच्या क्षेत्राची मिळवण्याजोग्या लहान गोष्टींमध्ये विभागणी करा. या गोष्टी तुम्ही आजही मिळवू शकाल अशा असाव्यात.

अगदी कळकळीने प्रतिसाद मिळवा

आत्मविश्वास म्हणजे इतर लोक काय विचार करतात, याचा सखोल विचार न करता तुम्हाला कोण बनायचं आहे हे ठरवणं होय; पण तुमचं उत्तम स्वत्व बनवण्यासाठी इतरांकडून स्फूर्ती आणि दिशा मिळवणं, असाही याचा अर्थ असतो. कोणत्याही प्रकारच्या वेदना, दुखावलेपण भरून आलेल्या, विद्वान, सुज्ञ, सेवाव्रती लोकांच्या सहवासात वेळ घालवा, मग तुम्हाला विनयशील झाल्यासारखं आणि वेदना किंवा दुःखं भरून काढण्याची, विद्वत्तेची आणि सेवेची प्रेरणा मिळाल्यासारखं वाटेल.

तुम्ही ज्या वेळी प्रतिसाद मागता, त्या वेळी सुज्ञपणे सल्लागारांची निवड करा. ज्या वेळी आपण प्रतिसाद मागतो, त्या वेळी आपण पुढील दोनपैकी एक चूक करतो : एक तर आपल्या समस्येवर आपण प्रत्येकाकडे सल्ला मागतो किंवा एकाच व्यक्तीकडे आपल्या सगळ्या समस्यांवरचे सल्ले मागतो. तुम्ही खूपच व्यापकपणे सल्ला मागाल, तर तुम्हाला छप्पन्न वेगवेगळे पर्याय मिळतील आणि तुम्ही जेरीस याल, गोंधळाल आणि हरवून जाल. दुसरीकडे जर तुम्ही एकाच व्यक्तीसमोर सगळे पेचप्रसंग ओतले, तर त्यांच्या ओझ्याने अशी व्यक्ती जेरीस येईल, ती प्रत्येक समस्या सोडवण्यास पुरेशा प्रमाणात सुसज्ज नसेल आणि अखेरीस कुठेतरी तुमचं ओझं वाहताना ती थकून जाईल.

त्याऐवजी विशिष्ट क्षेत्रांसाठी सल्लागारांच्या लहान गटांची जोपासना करा. योग्य आव्हानांसाठी तुम्ही योग्य लोकांची निवड करत आहात याची खात्री करून घ्या. दहाव्या प्रकरणात आपण क्षमता, चारित्र्य, काळजी आणि सातत्य पुरवू शकतील, अशा लोकांचा आणखी खोलात शिरून शोध घेण्याविषयी विचार करणार आहोत; पण सध्यासाठी उत्पादक प्रतिसाद ओळखण्यासाठी स्रोताचा विचार करा : ही व्यक्ती त्या क्षेत्रातील अधिकारी व्यक्ती आहे का? त्यांच्याकडे तुम्हाला उपयुक्त सल्ला देण्याएवढा अनुभव आणि विद्वत्ता आहे का? तुमच्या सल्लागारांची तुम्ही सुज्ञपणे निवड केली तर त्यांच्याकडून होणारं तुमचं स्वागत कमी होऊ न देता, गरजेच्या वेळी तुम्हाला योग्य मदत मिळू शकते.

तुमच्या गुरूकडे (मार्गदर्शकाकडे), *साधूकडे* (इतर गुरूंकडे आणि संतसदृश लोकांकडे) आणि *शास्त्राकडे* मार्गदर्शनासाठी पाहणं हा संन्याशांचा दृष्टिकोन असतो. या तिन्ही स्रोतांमधील मेळाचा आपण शोध घेतो. आधुनिक जगात आपल्यापैकी अनेकांना गुरू किंवा मार्गदर्शक नसतात आणि जर ते असलेच तर आपण त्यांना शिक्षक या वर्गवारीखेरीज वेगळ्या वर्गवारीत ठेवत नाही. आपण सगळेच जण धार्मिक लेखनाचं अनुकरण करणारे नसतो. अशा वेळी संन्यासी हे ज्यांना तुमचं उत्तमच व्हावं असं वाटतं आणि जे तुम्हाला विविध दृष्टिकोनही बहाल करतात असे विश्वासू स्रोत शोधतात. तुमच्या भावनात्मक आरोग्याची सर्वाधिक काळजी घेणाऱ्या स्रोतांची (नेहमीच मित्र आणि कुटुंबीय, गुरू म्हणून काम करणारे लोक), तुमच्या बौद्धिक वाढीला आणि अनुभवाला प्रोत्साहन देणाऱ्या स्रोतांची (हे लोक विश्वासू सल्लागार किंवा शिक्षक असू शकतात आणि ते *साधू* म्हणून कामही करत असतात) आणि तुमच्या मूल्यांशी आणि संकल्पनाशी मेळ साधणाऱ्या स्रोतांची (*शास्त्र* म्हणून काम करणारे धार्मिक मार्गदर्शक आणि किंवा वैज्ञानिक वस्तुस्थिती) निवड करा.

लोकांकडून येणाऱ्या नेहमीच्या शंका नसलेल्या प्रतिसादाविषयी सावध राहा. काही अत्यंत उपयुक्त प्रतिसाद हे न मागता स्वेच्छेने दिलेले आणि अगदी

निर्हेतुक असतात. लोक कशा प्रकारे शब्दरहित, अमौखिक प्रतिसाद देतात, त्याकडे बारकाईने लक्ष देऊन तुमच्या अहंकाराला योग्य प्रमाणात लवचीक बनवा. त्यांच्या अभिव्यक्तींमधून जिज्ञासा दिसून येते की कंटाळा? ते रागावलेले असतात, त्रासलेले असतात की दमलेले असतात? इथे पुन्हा मेळ साधण्याचा, सुसंगततेचा शोध घेणं महत्त्वाचं असतं. तुम्ही एखाद्या विषयाविषयी बोलता, त्या वेळी अनेक वेगवेगळे लोक हळूहळू तुमच्या विषयापासून दूर चालल्याचं तुम्हाला दिसतं का? अशा वेळी त्या विषयावरून दुसरीकडे वळण्याची वेळ बहुधा आलेली असते.

ज्या वेळी लोक आपापले विचार व्यक्त करतात, त्या वेळी आपण त्यानंतर काय करणार आहोत, त्याची निवड आपण काळजीपूर्वक आणि सुज्ञपणे केली पाहिजे. अहंकाराला आपल्याला सारं काही उत्तम प्रकारे माहिती आहे, यावर विश्वास ठेवण्याची इच्छा असते म्हणून टीका करणारा प्रतिसाद झटकन उडवून लावण्याची त्याची प्रतिक्रिया असू शकते. त्याची उलट बाजू अशी आहे की, काही वेळा दडपला गेलेला अहंकार जिथे बिलकूल टीका नसते, तिथे टीका असल्याचं पाहतो. जर तुम्ही नोकरीसाठी केलेल्या अर्जाला 'माफ करा, आमच्याकडे अनेक अर्ज आले आहेत,' असं उत्तर आलं तर हा उपयुक्त प्रतिसाद नसतो. त्यात तुमच्याविषयी काहीही सांगितलं गेलेलं नसतं.

अशा प्रकारच्या अडथळ्यांच्या संदर्भात प्रतिसाद गाळून घेणं हा मार्ग असतो. निवाडा करण्याऐवजी सखोल विचार करा. जिज्ञासू बना. तुम्हाला समजलंय असा आव आणू नका. शंका दूर करण्यासाठी प्रश्न विचारा. सुधारणेच्या दिशेला जाण्यासाठी टाकावयाची व्यवहार्य पावलं स्पष्ट करण्यास मदत करणारे प्रश्न विचारा.

एखादी व्यक्ती चांगल्या दृष्टिकोनातून आपल्यावर टीका करत असल्याची खात्री करून घेण्याचा एक सोपा उपाय म्हणजे तुमच्या विकासात त्या व्यक्तीची गुंतवणूक करण्याची इच्छा आहे का ते पाहणं हा आहे. ते लोक फक्त समस्या किंवा दुर्बलता मांडत आहेत की, स्वतः कृती करून नसली तरीही किमान तुम्हाला पुढे जाण्याचे मार्ग सुचवून त्यांना तुम्हाला बदलण्यास मदत करण्याची इच्छा आहे?

कळकळीने प्रतिसाद मिळवून तुम्हाला *कशा* प्रकारे वाढण्याची इच्छा आहे, ते तुम्हाला समजत असल्याची खात्री करून घ्या. प्रतिसाद सहसा नेहमीच तुम्हाला कोणत्या दिशेने गेलं पाहिजे हे सांगत नाही, तो फक्त तुमच्या मार्गावरून तुम्हाला पुढे नेतो. तुम्ही स्वतः त्याविषयीचे निर्णय घेतले पाहिजेत आणि नंतर कृती केली पाहिजे. कळकळीने प्रतिसाद मिळवणं, त्याचं मूल्यमापन करणं आणि त्याला प्रतिसाद देणं या तीन पायऱ्यांमुळे तुमचा आत्मविश्वास आणि आत्मजाणीव वाढेल.

हे करून पाहा : उत्पादकतेने प्रतिसाद मिळवा

तुम्हाला वाढ करून घेण्याची इच्छा असलेलं एक क्षेत्र निवडा. ते आर्थिक, मानसिक, भावनिक किंवा शारीरिकही असू शकेल.

त्या क्षेत्रातील एखाद्या तज्ज्ञाचा शोध घ्या आणि त्याला नार्गदर्शन करण्यास सांगा.

स्पष्टतेसाठी, नेमकेपणासाठी आणि त्याचा सल्ला तुमच्या वैयक्तिक परिस्थितीत व्यवहार्यदृष्ट्या कसा लागू करावा, यासाठी प्रश्न विचारा.

नमुना प्रश्न :

हा मार्ग माझ्यासाठीचा व्यवहार्य मार्ग आहे, असं तुम्हाला वाटतं का?

हे केव्हा करावं याविषयी तुम्ही काही शिफारशी करू शकता का?

माझ्याविषयीच्या या गोष्टी इतरांच्या लक्षात आल्या आहेत, असं तुम्हाला वाटतं का?

गतकाळातील सुधारणेसाठी हे (क्षमा मागणं किंवा उजळणी करणं) करण्याची गरज आहे का की कशा प्रकारे पुढे जावं यासाठीची ही शिफारस आहे?

तुम्ही ज्याची शिफारस करत आहात, त्यात कोणते धोके आहेत?

स्वतःच्या बडेजावात गुंतू नका

तुम्ही यशस्वी होण्याएवढे नशीबवान असाल, तर विजयी रोमन सेनाधिकाऱ्यांना जे शब्द ऐकावे लागत होते, तेच शब्द ऐका : तुम्ही काहीही झालं तरी एक पुरुष आहात, तुम्ही मरणार आहात हे लक्षात ठेवा (इथे खुशाल लिंगबदल करू शकता म्हणजेच तुम्ही एक स्त्री आहात). तुमच्या यशाला तुमच्या डोक्यात जाऊ देण्याऐवजी त्याच्यापासून अलिप्त राहा. तुमच्या शिक्षकांविषयी आणि त्यांनी तुम्हाला जे शिकवलं असेल त्याच्याविषयी कृतज्ञ राहा. तुम्ही कोण आहात आणि तुम्हाला यश मिळवून देणारं काम तुम्ही का करत आहात, त्याची स्वतःला आठवण करून द्या.

तुमच्या स्वतःच्या महानतेला नियंत्रणात ठेवण्यासाठी वाईट गोष्टी लक्षात ठेवा आणि चांगल्या गोष्टी विसरून जा. हायस्कूलमध्ये असताना मला वेगवेगळ्या प्रकारच्या मूर्खपणांसाठी तीन वेळा निलंबित करण्यात आलं होतं. माझ्या भूतकाळाची मला लाज वाटते; पण तो मला जमिनीवर ठेवतो. मी मागे वळून पाहतो आणि असा विचार करतो, *आज माझ्याविषयी एखादी व्यक्ती काय म्हणते किंवा माझी वाढ झाली आहे, असं मला कसं वाटतं याने काहीही फरक पडत नाही. माझ्याकडे मला विनम्र, विनयशील बनवणारी आश्रयस्थाने आहेत. ती मला, मी कोण होतो आणि*

जर मला बदलासाठी स्फूर्ती देणारे लोक भेटले नसते, तर मी कोण बनलो असतो, याची आठवण करून देतात. इतर सर्वांप्रमाणेच निवडी, संधी आणि काम यांच्या मिश्रणातूनच आता मी जिथपर्यंत आहे तिथपर्यंत मी पोहोचलो आहे.

तुम्ही म्हणजे तुमचं यश किंवा अपयश नसतं.

तुम्ही एखादी गोष्ट मिळवली तरीही ही विनयशीलता अशीच टिकवून ठेवा. तुमची प्रशंसा केली जाते, तुमची वाखाणणी होते किंवा तुम्हाला बक्षीस दिलं जातं, त्या वेळी तिला अधीरतेने स्वीकारू नका किंवा नाकारूही नका. त्या क्षणाविषयी कृतज्ञता बाळगा आणि त्यानंतर तुम्ही किती कठोर परिश्रम केले आहेत, याची स्वतःला आठवण करून द्या, तुम्ही केलेले त्याग ओळखा. त्यानंतर ते कौशल्य विकसित करण्यासाठी तुम्हाला कोणी मदत केली ते स्वतःला विचारा. तुमच्या पालकांचा, गुरूंचा, शिक्षकांचा, विश्वासू सल्लागारांचा विचार करा. तुम्ही आज जे कोणी आहात तसे बनण्यासाठी कोणाला तरी त्यांच्या वेळेची, पैशाची आणि ऊर्जेची गुंतवणूक करावी लागली असेल. तुम्हाला ज्या कौशल्यामुळे ओळख प्राप्त झाली आहे ते तुम्हाला मिळवून दिलेल्या लोकांची आठवण काढा आणि त्यांचे आभार माना. त्यांच्याशी तुमचं यश वाटून घेतल्यामुळे तुम्ही विनयशीलच राहता.

खरी महानता

इतरांची तुलना करून तुम्ही स्वतःला कमी किंवा लहान समजता कामा नये; पण तुमच्या उद्दिष्टांचा विचार करता तुम्ही किती लहान आहात, असं तुम्हाला वाटलं पाहिजे. गोलाचा खांब (गोलपोस्ट) सतत फिरवत राहणं हा यश समोर असताना विनयशील राहण्याविषयीचा माझा स्वतःचा दृष्टिकोन आहे. आकडे हे यशाचं मापन नाही, खोली हे यशाचं मापन आहे. तुम्ही किती दीर्घकाळ ध्यान करता, यामुळे संन्यासी प्रभावित होत नाहीत. तुम्ही किती खोलवर शिरलात असं आम्ही विचारतो. ब्रुस लीने असं म्हटलं होतं की, 'एका वेळी १०,००० किक मारण्याचा सराव केलेल्या व्यक्तीला मी घाबरत नाही, एका किकचा १०,००० वेळा सराव केलेल्या व्यक्तीला मी घाबरतो.'

आपण कोणतं यश प्राप्त केलं याने काहीही फरक पडत नाही, आपण आणखी मोठ्या प्रमाणातील आणि अधिक सखोल यश मिळवण्याची महत्त्वाकांक्षा बाळगू शकतो. पोकळ छंदयुक्त रचनांमध्ये मी लक्ष घालत नाही. मी नेहमीच असं म्हणतो की, मला विद्वत्तेचा सर्वत्र प्रसार करायचा आहे; पण मला ती अर्थपूर्ण असावी, असं वाटतं. जिव्हाळ्याचा संबंध न गमावता पुष्कळ लोकांपर्यंत मी कसा पोहोचू शकेन? जोपर्यंत सगळ्या जगातील दुःखं शमलेली नसतील आणि संपूर्ण जग आनंदी

झालेलं नसेल तोपर्यंत माझं काम संपलेलं नसेल. आपल्या पलीकडे, आपल्या समाजाच्या, आपल्या देशाच्या, आपल्या ग्रहाच्या पलीकडे अधिकाधिक उच्चतर उद्देश ठेवल्याने आणि अंतिम उद्दिष्ट प्राप्त करणं शक्य नाही याची जाणीव ठेवल्याने आपण विनयशील राहतो.

खरोखरच आपलं विनयशीलतेचं उद्दिष्ट हे अंतिमतः प्राप्त न करण्याजोगं असतं.

तुम्ही तिथे पोहोचलात असं तुम्हाला वाटतं, त्याच क्षणी तुमचा प्रवास पुन्हा सुरू होतो. अनेक गोष्टींसाठी हे विरोधाभासयुक्त विधान खरं असतं : तुम्हाला जेव्हा तुम्ही सुरक्षित आहात असं वाटतं, त्याच वेळी तुम्ही सगळ्यात असुरक्षित असता, जेव्हा तुम्ही कधीही चुकत नाही, असं तुम्हाला वाटतं, त्याच वेळी तुमच्या सगळ्यात मोठ्या चुका झालेल्या असतात. ज्या वेळी तुम्ही सगळ्यात खंबीर आहात, असं तुम्हाला वाटतं त्याच वेळी तुम्ही सगळ्यात दुबळे बनलेले असता. आंड्रे जिडने असं म्हटलं आहे की, 'जे सत्याचा शोध घेतात, त्यांच्यावर विश्वास ठेवा, ज्यांना सत्य सापडलेलं असतं त्यांच्याविषयी साशंकता बाळगा.' अगदी नेहमीच ज्या वेळी तुम्ही चांगलं करता, त्या वेळी तुम्हाला चांगलं वाटतं, तुम्ही चांगलं जगू लागता आणि तुम्ही सांगू लागता की, 'मला अमुक गोष्ट मिळाली.' आणि त्याच वेळी तुम्ही घसरता. जर मी इथे बसलो आणि म्हटलं की माझ्याकडे अहंकार नाही, तर ते संपूर्ण असत्य असेल. अहंकारावर मात करणं हे सतत सुरू असलेलं आचरण असतं. ती संपादन करण्याची गोष्ट नसते.

ज्या वेळी तुमच्या स्वतःच्या यशाचा उपयोग तुम्ही ते इतरांना शिकवण्यासाठी करता आणि इतर लोक ते आणखी इतर लोकांना कसं शिकवावं ते शिकवतात, त्यात खरी महानता असते. कारण, त्या वेळी तुम्ही मिळवलेलं यश कैक पटींनी वाढतं. यशाकडे किंवा सफलतेकडे दर्जा म्हणून पाहण्याऐवजी इतर लोकांच्या आयुष्यात तुम्ही पार पाडत असलेल्या भूमिकेचा विचार अत्यंत मूल्यवान चलन म्हणून करा. ज्या वेळी तुमची दृष्टी तुम्ही व्यापक बनवता, त्या वेळी तुमच्या असं लक्षात येतं की, ज्या लोकांच्याकडे सारं काही असतं तेही सेवेतून महानतम समाधान मिळवतात.

तुम्ही इतरांना किती मदत केली तरी त्याचा अभिमान बाळगू नका. कारण, त्या बाबतीत अजूनही करण्यासारखं भरपूर असतं. कैलाश सत्यार्थी हे मुलांच्या हक्कासाठी लढणारे कार्यकर्ते आहेत. त्यांनी छळातून मुलांना वाचवण्यासाठी आपलं आयुष्य वाहून घेतलं. त्यांच्या स्वयंसेवी संघटनेने हजारो मुलांची सुटका केली आहे; पण सन २०१४मध्ये शांततेचं नोबेल पारितोषिक मिळाल्यानंतर त्यांची प्रतिक्रिया विचारण्यात आली, त्या वेळी त्यांनी असं उत्तर दिलं की, 'पहिली प्रतिक्रिया? हे पारितोषिक मिळण्याएवढं पुरेसं काम मी केलं आहे का, असा विचार माझ्या मनात येतो.' त्या क्षेत्रात करण्यासाख्या किती भरपूर गोष्टी आहेत, हे

माहिती असल्यामुळे सत्यार्थी विनयशील बनले आहेत. ज्या लोकांनी महान गोष्टी प्राप्त केलेल्या असतात; पण तरीही ते स्वतःच्या विनयशीलतेला आणि त्यांच्या स्वतःच्या किरकोळपणालाच कवटाळून बसलेले असतात, त्या वेळी त्यांची ही विनयशीलता हाच कोणत्याही व्यक्तीमधील सर्वाधिक शक्तिशाली, प्रशंसेस पात्र असलेला, चित्तवेधक गुणधर्म होय.

तुम्ही कोण आहात, तुम्ही कशा प्रकारे अर्थपूर्ण आयुष्य घालवू शकता आणि तुम्हाला कोणता बदल घडवून आणण्याची इच्छा आहे, या संदर्भात आपण खोलात शिरत चाललो आहोत. ही प्रगतीही भरपूर आहे आणि ती एका रात्रीत घडून येत नाही. तुमच्या प्रयत्नांना मदत करण्यासाठी तुमच्या ध्यानाच्या आचरणात कल्पनाचित्र नजरेसमोर आणण्याचा तुम्ही समावेश करावा, असं मी तुम्हाला सुचवेन. कल्पनाचित्र नजरेसमोर आणणं हा भूतकाळातील दुःखं, जखमा बऱ्या करण्याचा आणि भविष्यासाठी तयारी करण्याचा अगदी परिपूर्ण मार्ग आहे.

ध्यान

कल्पनाचित्र नजरेसमोर आणणं

ध्यानाच्या दरम्यान स्मृतींसाठी संन्यासी नजरेसमोर कल्पनाचित्र आणण्याचा वापर करतात. आपण डोळे मिटले की, आपलं मन दुसऱ्याच स्थळात आणि काळात पोहोचतं. आपल्याला भूतकाळातील दुःखं बरी करण्याची आणि भविष्याची तयारी करण्याची संधी मिळते. पुढच्या तीन प्रकरणांमध्ये आपल्याकडे आणि जगातील आपल्या अद्वितीय हेतूकडे पाहण्याच्या आपल्या मार्गाचा कायापालट करण्याच्या प्रवासाला आपण सुरुवात करणार आहोत.

कल्पनाचित्र नजरेसमोर आणण्याचा वापर करून आपण भूतकाळाला पुनर्भेट देऊ शकतो, आपल्या इतिहासाविषयी आपण स्वतःला जे कथन सांगत असतो, ते संपादित करू शकतो. तुमच्या मरण पावलेल्या पालकांशी तुम्ही अखेरचं जे बोलला होतात, त्याबद्दल तुम्हाला तिरस्कार वाटतो. तुमच्या मनश्चक्षूंसमोर तुमच्या पालकांना तुमचं त्यांच्यावर किती प्रेम आहे, हे तुम्ही सांगत असल्याचं पाहिल्यामुळे भूतकाळ बदलत नाही; पण भूतकालीन रम्य आठवणीत रमणं आणि पश्चात्तापात गुरफटणं या गोष्टींऐवजी त्या वेदना, ते दुःख भरून येऊ लागतं. तुम्ही जर तुमच्या भविष्याविषयीच्या आशा, स्वप्ने आणि भीती यांना मनश्चक्षूंसमोर आणलं तर तुम्ही ते घडण्याआधीच त्या भावनांवर प्रक्रिया करू शकता. नवीन आव्हाने पत्करण्यास स्वतःला भक्कम बनवू शकता. व्याख्यान देण्याआधी नेहमीच व्यासपीठावर मी व्याख्यान देत असल्याचं कल्पनाचित्र नजरेसमोर आणतो. या पद्धतीने विचार करा : पुस्तक, टेबल, घड्याळ किंवा इतर कुठलीही गोष्ट असो, त्या अस्तित्वात

येण्याआधी कोणाच्या ना कोणाच्या मनात पहिल्यांदा अस्तित्वात आल्या होत्या. एखादी गोष्ट तयार करण्यासाठी आपल्याला तिची कल्पना करावीच लागते म्हणूनच कल्पनाचित्र नजरेसमोर आणणं ही गोष्ट महत्त्वाची असते. आपण ज्या गोष्टीची अंतर्गतरीत्या उभारणी करतो तिची बाह्य उभारणी करणं शक्य असतं.

प्रत्येक जणच दैनंदिन जीवनात कल्पनाचित्रं रेखाटत असतो. आपला हा कल, ही प्रवृत्ती सहेतुक आणि उत्पादक बनवण्याची ध्यान ही एक संधी आहे. भूतकालीन परिस्थिती असो वा भविष्यकालीन, लहान असो वा मोठी; पण घटनेतून आवश्यक ती ऊर्जा मिळवण्यासाठी आणि ती तुमच्या वास्तवात आणण्यासाठी तुम्ही कल्पनाचित्र मनश्चक्षूसमोर रेखाटण्याचा उपयोग करून घेऊ शकता. उदाहरणार्थ, ज्या ठिकाणी तुम्हाला आनंदी आणि विसावा मिळाल्यासारखं, सैलावल्यासारखं वाटतं, तिथे तुम्ही ध्यान केलं, तर तुमच्या श्वासात आणि नाडीमध्ये बदल घडून येतो. तुमच्या ऊर्जेत बदल होतो आणि तुम्ही ती भावना वास्तवात आणू शकता.

कल्पनाचित्र नजरेसमोर आणण्याने मेंदूचं जे जाळं प्रत्यक्षात काम करत असतं, त्याच जाळ्याला सक्रिय केलं जातं. क्लीव्हलँड क्लिनिकमधील शास्त्रज्ञांनी असं दाखवून दिलं की, प्रत्यक्ष बोटाचे व्यायाम करणाऱ्या लोकांनी संबंधित कालावधीत करंगळीत जितकी ताकद निर्माण केली होती, तितकीच ताकद करंगळीतील स्नायू आकुंचित होत असल्याचं कल्पनाचित्र रेखाटणाऱ्या लोकांनीही त्यांच्या बोटात निर्माण केली होती. आपले प्रयत्न समानच असतात - कल्पनाचित्र डोळ्यांसमोर आणण्याने तुमच्या शरीरात खरेखुरे बदल घडून येतात.

मी आधीच उल्लेख केला आहे की, आपण कुठेही ध्यान करू शकतो. कल्पनाचित्रामुळे तुमच्या सभोवताली कितीही कोलाहल असला तरी तुम्हाला शरीर सैलावण्यास मदत होऊ शकते. एकदा मुंबईहून दक्षिण भारतात जाण्यासाठी मी गर्दीने भरलेल्या गलिच्छ ट्रेनमधून दोन-तीन दिवस प्रवास केला होता. मला ध्यान करणं कठीण वाटत होतं आणि माझ्या गुरूंना मी सांगितलं की, 'मी आता या वेळी ध्यान करत नाही. आपण थांबू किंवा वातावरण थोडं अधिक शांत असेल त्या वेळी मी ध्यान करेन.'

माझ्या गुरूंनी विचारलं, 'का?'

मी म्हणालो, 'कारण, आश्रमात आपण असंच ध्यान करत होतो.' तलावाने वेढलेल्या आणि बाकडी व झाडं असलेल्या आश्रमाच्या शांत वातावरणात ध्यान करण्याची मला सवय झाली होती.

ते म्हणाले, 'मृत्यूचा समय शांत असेल असं तुला वाटतं का? तू जर आता ध्यान करू शकला नाहीस तर त्या वेळी तरी कसं काय ध्यान करू शकशील?'

माझ्या लक्षात आलं की, आम्हाला कोलाहलात ध्यान करणंही शक्य व्हावं म्हणूनच शांततेत ध्यान करण्यासाठी प्रशिक्षित करण्यात आलं होतं, तेव्हापासून मी विमानात, न्यू यॉर्क सिटीच्या मध्यभागी, हॉलिवूडमध्येही ध्यान केलं आहे. अर्थातच लक्ष विचलित करणाऱ्या गोष्टी असतात; पण ध्यान या लक्ष विचलित करणाऱ्या गोष्टींचं निर्मूलन करत नाही, तर त्यांचं व्यवस्थापन करतं.

मी ज्या वेळी ध्यानासंदर्भात मार्गदर्शन करतो, त्या वेळी नेहमीच असं सांगून सुरुवात करतो की, 'तुमचं मन भरकटलं तर तुमच्या नियमित श्वसन संरचनेकडे परत या. निराश किंवा संतप्त होऊ नका. फक्त हळुवारपणे आणि मृदूपणे तुमचं लक्ष पुन्हा तुमच्या श्वासाकडे, कल्पनाचित्राकडे किंवा मंत्राकडे वळवा.' तुमचं लक्ष विचलित झालं म्हणून ध्यानाचा भंग होत नाही. ज्या वेळी तुम्ही लक्ष विचलित करणारा विचार करता किंवा तुमचं एकवटलेलं लक्ष दुसरीकडे वळवता आणि तुम्ही विचार करता की, *अरे, मी हे करण्यात खूपच वाईट आहे,* त्याच वेळी ध्यानाचा भंग होतो. त्या विचाराचं निरीक्षण करणं, त्याला तसाच ठेवणं आणि पुन्हा तुम्ही ज्याच्यावर लक्ष एकवटलं आहे, त्यावर लक्ष एकवटणं हा ध्यानाच्या सरावाचा, आचरणाचा एक भाग आहे. जर ते कठीण वाटत नसेल तर तुम्ही ते व्यवस्थित करत नाही असा याचा अर्थ आहे.

आणखी एक महत्त्वाची टीप : आपल्याला सकारात्मक कल्पनाचित्र निवडण्याची गरज असते. नकारात्मक कल्पनाचित्र आपल्याला दुःखद विचारांमध्ये आणि प्रतिमांमध्ये जखडून ठेवतं. होय, ध्यानाच्या दरम्यान आपल्यातील 'वाईट' उफाळून वर येतं; पण आपण अंधकारमय खिन्न गोंधळाच्या सापळ्यात अडकल्याची कल्पना करण्याचा एक लाभ असतो. यातून अंधाराच्या बाहेरच्या मार्गावर आपण जात असल्याचं कल्पनाचित्र रेखाटणं हा महत्त्वाचा मुद्दा असतो.

कल्पनाचित्रं रेखाटण्याचे दोन प्रकार असतात – निश्चित ध्यान हा एक प्रकार असतो आणि संशोधनात्मक ध्यान हा दुसरा प्रकार असतो. निश्चित कल्पनाचित्रात तुम्हाला कोणीतरी त्या ठिकाणातून शब्दांनी (बोलून) मार्गदर्शन करत असतं. *तुम्ही समुद्रकिनारी आहात. तुमच्या पावलांखाली तुम्हाला वाळू असल्याची जाणीव होत आहे. तुम्ही आकाशाकडे पाहत आहात आणि तुम्हाला सीगल या समुद्रपक्ष्याचा आवाज ऐकू येत आहे.* काठांवर येऊन आदळणाऱ्या, फुटणाऱ्या लाटांचा आवाज तुम्हाला ऐकू येत आहे, असं सांगितलं जातं. संशोधनात्मक कल्पनाचित्र रेखाटनात तुम्हाला स्वतःला तपशील तयार करावे लागतात. माझ्याकडे ध्यानासाठी आलेल्या लोकांना मी त्यांना जिथे आरामदायकपणाची जाणीव होईल, अशा जागेची कल्पना करायला सांगितलं तर एखादा तो समुद्रकिनाऱ्यावरच्या मार्गावरून दुचाकीवरून फिरत असल्याचं पाहिलं, तर दुसऱ्याच्या नजरेसमोर त्याच्या बालपणी त्याने झाडावर बांधलेलं त्याचं घर येईल.

हे करून पाहा : कल्पनाचित्र रेखाटन

तुम्ही रेखाटण्याचा प्रयत्न करू शकत असलेली काही कल्पनाचित्रं इथे देत आहे. ऑनलाइन जाऊन ॲप डाऊनलोड करण्यास किंवा ध्यान केंद्राला भेट देण्यासही मी तुम्हाला प्रोत्साहित करत आहे. तुम्हाला सरावासाठी मदत करणारे अनेक पर्याय तिथे उपलब्ध आहेत.

मी खाली वर्णन करत असलेलं कल्पनाचित्र रेखाटनाच्या स्वाध्यायांची सुरुवात पुढील पायऱ्यांमधून करा.

१. आरामदायक स्थितीत राहा – खुर्चीत बसा, उशीला टेकून ताठ बसा किंवा खाली झोपा.
२. डोळे मिटा.
३. नजर खाली वळवा.
४. या स्थितीत स्वतःला आरामदायक बनवा.
५. स्थिरपणा, समतोलपणा, सुलभता, निःस्तब्धता आणि शांतता यांची जाणीव करून घ्या.
६. जेव्हा जेव्हा तुमचं मन भरकटेल, त्या त्या वेळी त्याला हळुवारपणे आणि मृदूपणे स्थिरता, समतोलपणा, सुलभता, निःस्तब्धता आणि शांतता यांच्याकडे परत आणा.

शरीराचं निरीक्षण

१. तुमच्या नैसर्गिक श्वसन संरचनेकडे तुमचं लक्ष वळवा. श्वास घ्या आणि उच्छ्वास सोडा.
२. तुमच्या शरीराची जाणीव करून घ्या. शरीराचा जमिनीला किंवा उशीला वगैरे कुठे स्पर्श होतो आणि कोणत्या अवयवांचा जमिनीला स्पर्श होत नाही, त्याची जाणीव करून घ्या, तुमच्या असं लक्षात येईल की, तुमच्या टाचांचा जमिनीला स्पर्श होत आहे; पण तुमच्या तळपायाचा होत नाही किंवा तुमच्या पाठीच्या खालच्या भागाचा पलंगाला किंवा चटईला स्पर्श होत आहे; पण तुमच्या पाठीचा मधला भाग किंचित वरच्या बाजूला आहे. या सगळ्या सूक्ष्म संलग्नतांची जाणीव करून घ्या.
३. आता तुमच्या शरीराचं निरीक्षण करण्यास सुरुवात करा.
४. तुमच्या पावलांकडे तुमची जाणीव वळवा. तुमच्या पायांच्या बोटांचं, तळपायांच्या वक्राकारांचं, घोट्यांचं, टाचांचं निरीक्षण करा. तुम्हाला जाणवणाऱ्या वेगवेगळ्या संवेदनांची जाणीव करून घ्या. तुम्हाला कदाचित सैलावल्यासारखं वाटेल किंवा तुम्हाला वेदना, दबाव, मुंग्या आल्याची किंवा अगेदी पूर्णपणे वेगळीच जाणीव होईल. ती जाणीव करून घ्या आणि नंतर तुम्ही सकारात्मक, तसंच वेदना किंवा दुःख भरून काढणाऱ्या ऊर्जेत श्वास आत घेत असल्याचं आणि उच्छ्वासावाटे एखादी नकारात्मक, विषारी ऊर्जा बाहेर टाकत असल्याचं कल्पनाचित्र डोळ्यांसमोर आणा.

५. आता तुमच्या पायांकडे, पोटऱ्यांकडे, नडगीकडे, गुडघ्यांकडे वरच्या दिशेला या. पुन्हा एकदा फक्त जाणीव करून घ्या आणि तिथल्या संवेदनांचं निरीक्षण करा.

६. ज्या वेळी तुमचं मन भरकटेल, त्या वेळी हळुवारपणे आणि मृदूपणे त्याला पुन्हा तुमच्या शरीराकडे आणा. जबरदस्ती किंवा दबाव नको. निवाडाही करू नका.

७. तुम्हाला आधी जाणीव न झालेली वेदना मध्येच कुठेतरी तुम्हाला जाणवेल. त्या वेदनेबरोबर राहा. तिचं निरीक्षण करा आणि मग तीन वेळा श्वास आत घ्या आणि उच्छ्वास बाहेर सोडा.

८. शरीराच्या विविध अवयवांचं निरीक्षण करत असताना तुम्ही त्यांच्याविषयी कृतज्ञताही व्यक्त करू शकता.

९. हे वरच्या टोकाला डोक्याच्या वरच्या भागापर्यंत करा. तुम्हाला जितक्या संथपणे किंवा जितक्या जलद गतीने वर यायचं असेल तितक्या गतीने वर या; पण घाई करू नका.

पवित्र जागेची निर्मिती करा

१. तुम्हाला शांततेची आणि सैलावल्याची जाणीव होईल, अशा जागी तुम्ही असल्याचं कल्पनाचित्र डोळ्यांसमोर आणा. तो समुद्रकिनारा असेल किंवा निसर्गात फिरायला जाण्याचा एखादा मार्ग असेल, एखादी बाग किंवा पर्वतशिखरही असू शकेल.

२. तुम्ही तिथे चालत असताना तुमच्या पायाखाली असलेल्या तिथल्या जमिनीची, वाळूची किंवा पाण्याची जाणीव करून घ्या.

३. डोळे न उघडता डावीकडे पाहा. तुम्हाला काय दिसतंय? त्याचं निरीक्षण करा आणि तसेच चालत राहा.

४. उजवीकडे पाहा. तुम्हाला काय दिसतंय? त्याचं निरीक्षण करा आणि तसेच चालत राहा.

५. रंग, पोत आणि तुमच्याभोवतीची अंतरं यांच्याविषयी जाणीव करून घ्या.

६. तुम्ही काय ऐकू शकता? पक्ष्यांचे आवाज, पाण्याचा आवाज की हवेचा आवाज?

७. वारा आणि हवा यांचा तुमच्या चेहऱ्याला होणारा स्पर्श ओळखा.

८. खाली बसण्यासाठी तिथली शांत, आरामशीर जागा शोधा.

९. त्या स्थिरता, समतोलपणा, सुलभता, निःस्तब्धता आणि शांतता असलेल्या वातावरणात श्वास घ्या.

१०. उच्छ्वासावाटे तणाव, दबाव आणि नकारात्मकता बाहेर सोडा.

११. तुम्हाला ज्या ज्या वेळी सैलावण्याची गरज भासेल, त्या त्या वेळी त्या जागी जा.

सान्निध्य आणि मानसिक चित्र

सहसा नेहमीच आपण तयार करत असलेली मानसिक चित्रं ही आपण केलेल्या निवडीपेक्षाही कृतीच्या पुनरावृत्तीतून तयार होतात. एखाद्या क्षणाला सहेतुकपणे स्मृतीत परावर्तित करण्यासाठी कल्पनाचित्र नजरेसमोर आणण्याचा उपयोग करणं शक्य असतं. या कल्पनाचित्राचा वापर स्मृती तयार करण्यासाठी किंवा हर्षोल्हास, आनंद आणि हेतू यांच्यावर पकड मिळवण्यासाठी केला जातो. याचा वापर जुन्या स्मृतींशी सखोलपणे जोडलं जाण्याशी, जिथे तुम्हाला हर्षोल्हास, आनंद आणि हेतू यांची जाणीव होते, त्या ठिकाणी आणि त्या काळात परत जाण्यासाठीही होतो. तुम्ही स्मृतीची निर्मिती करत असाल तर डोळे उघडा. जर तुम्ही त्यांच्याशी पुन्हा संलग्न होत असाल तर डोळे बंद करा.

मी ५-४-३-२-१ असं म्हटल्या जाणाऱ्या चिंताविरोधी तंत्राचा वापर करतो. तुम्ही पाहू शकत असलेल्या पाच, स्पर्श करू शकत असलेल्या चार, ऐकू शकत असलेल्या तीन, गंध घेऊ शकत असलेल्या दोन आणि चव घेऊ शकत असलेल्या एका गोष्टीचा आपण शोध घेणार आहोत.

१. पहिल्यांदा तुम्ही पाहू शकत असलेल्या पाच गोष्टींचा शोध घ्या. एकदा त्या पाचही गोष्टी तुम्हाला सापडल्या की, एका वेळी एकाच गोष्टीकडे लक्ष द्या आणि नंतर ते पुढच्या गोष्टीकडे वळवा.
२. आता तुम्ही स्पर्श करू शकत असलेल्या चार गोष्टींचा शोध घ्या. तुम्ही त्यांना स्पर्श करत असल्याची, तुम्हाला त्यांची जाणीव होत असल्याची कल्पना करा. त्यांचे विविध पोत न्याहाळा आणि लक्षात घ्या. एका वस्तूकडून दुसरीकडे अशा प्रकारे एका पाठोपाठ त्यांच्याकडे तुमचं लक्ष वळवा.
३. तुम्हाला ऐकू येत असलेल्या तीन गोष्टी शोधा. एका वस्तूकडून दुसरीकडे अशा प्रकारे एका पाठोपाठ त्यांच्याकडे तुमचं लक्ष वळवा.
४. तुम्ही गंध किंवा वास घेऊ शकत असलेल्या दोन गोष्टी शोधा. ते फूल आहे का? ते पाणी आहे का? एका वस्तूकडून दुसरीकडे अशा प्रकारे एका पाठोपाठ त्यांच्याकडे तुमचं लक्ष वळवा.
५. तुम्ही चव घेऊ शकत असलेली एक गोष्ट ओळखा.
६. आता तुम्ही प्रत्येक पंचेंद्रियाकडे लक्ष पुरवल्यामुळे हर्षोल्हासाने आणि आनंदाने श्वास घ्या. त्यामुळे तुम्हाला कसं वाटतं त्याचा विचार करून त्याला प्रतिसाद म्हणून नैसर्गिकपणे स्वतःशीच स्मित करा.
७. आता तो क्षण तुम्ही कायमस्वरूपी पकडून ठेवला आहे आणि कल्पनाचित्र मनश्चक्षूंसमोर आणण्याच्या माध्यमातून तुम्ही त्या क्षणात केव्हाही परतू शकाल.

भाग तीन

द्या

प्रकरण ९

कृतज्ञता

जगातील सर्वांत शक्तिशाली औषध

प्रत्येक गोष्टीची प्रशंसा करा. अगदी सर्वसामान्य गोष्टीचीही.
विशेषतः सर्वसामान्य गोष्टीचीच.
– पेमा कॉड्रन

एकदा आपण मनाला अंतर्यामी पाहण्यास शिकवलं की, जगातील इतरांशी आपण कशा आंतरक्रिया करतो याकडे – म्हणजेच बाह्य बाजूला पाहण्यास आपण सज्ज होतो. आज आपल्या जीवनांमधील कृतज्ञतेची तीव्रता, व्याप्ती वाढवण्याविषयी बोलणं ही सर्वसामान्य बाब बनली आहे (आपण सगळेच जण # चा आशीर्वाद प्राप्त झालेले आहोत); पण एखाद्या क्षणाला हॅशटॅग जोडणं ही गोष्ट आपल्याला देण्यात आलेल्या सगळ्या गोष्टींच्या मुळापर्यंत पोहोचण्याचा प्रयत्न करणं आणि त्यामधून रोज आपल्या आयुष्यांमध्ये हेतुपुरस्सर कृतज्ञता आणणं यांहून भिन्न आहे.

बेनेडिक्टीन संन्यासी ब्रदर डेव्हिड स्टेन्डल-रास्ट यांनी 'ज्या वेळी आर्थिक जगाशी कसलंही देणं-घेणं नसलेली अशी कुठली तरी मौल्यवान गोष्ट तुमच्याकडे आहे हे तुम्ही ओळखता, त्या वेळी प्रशंसेची जी भावना तुमच्या मनात निर्माण होते, ती भावना म्हणजे कृतज्ञता,' अशी कृतज्ञतेची व्याख्या केली आहे.

एखाद्या मित्राचे शब्द, दयाळू हावभाव, एखादी संधी, एखादा धडा, नवीन उशी, आपल्या प्रिय व्यक्तीला पुन्हा आरोग्याची प्राप्ती होणं, एखाद्या समाधानकारक क्षणाची आठवण, वेगन चॉकलेटचा बॉक्स यांसारख्या कोणत्याही गोष्टीविषयी

कृतज्ञता व्यक्त करून तुम्ही दिवसाची सुरुवात करता, त्या वेळी तुम्ही अडथळ्यांसाठी नव्हे, तर संधीसाठी खुले असता. तुम्ही तक्रारींकडे नव्हे, तर सर्जनशीलतेकडे ओढले जाता. फक्त तुमचे पर्याय आक्रसून टाकणाऱ्या नकारात्मक विचारांना बळी पडण्याऐवजी तुम्हाला वाढीचे नवीन मार्ग सापडतात.

या प्रकरणात आपण कृतज्ञतेविषयीची आणि कृतज्ञता तुमच्यासाठी का चांगली असते, याविषयीची आपली जाणीव विस्तारणार आहोत. त्यानंतर आपण रोज कृतज्ञ राहण्याच्या कारणांचा शोध घेण्याचा सराव करणार आहोत, लहान देणग्यांसाठी आणि ज्या देणग्या आपल्या दृष्टीने खूपच महत्त्वाच्या असतात, त्यांच्याविषयीही केव्हा आणि कशी कृतज्ञता व्यक्त करावी, हेही आपण शिकणार आहोत.

कृतज्ञता बाळगणं तुमच्यासाठी चांगलं असतं

कृतज्ञ असणं किंवा आभारी असणं याचे प्रत्यक्षात मोठे लाभ असतात, यावर विश्वास ठेवणं कठीण आहे; पण त्यामागे विज्ञान आहे. कृतज्ञता ही अधिक चांगल्या मानसिक आरोग्याशी, आत्मजाणिवेशी, अधिक चांगल्या नातेसंबंधाशी आणि समाधानाच्या जाणिवेशी जोडली गेली आहे.

एका प्रयोगाद्वारे कृतज्ञता बाळगण्याच्या लाभांचं शास्त्रज्ञांनी मापन केलं. त्यांनी लोकांच्या दोन गटांना दिवसभरासाठी एक नोंदवही ठेवायला सांगितलं. पहिल्या गटाला कोणत्या गोष्टींमुळे त्यांना कृतज्ञता वाटते, त्याची नोंद ठेवायला सांगण्यात आलं, तर दुसऱ्या गटाला त्यांना सतवणूक झाल्यासारखं किंवा संताप आल्यासारखं वाटलेल्या वेळांची नोंद ठेवण्यास सांगण्यात आलं. दिवसाअखेरीला कृतज्ञता गटावर दुसऱ्या गटाच्या तुलनेत कमी पातळीचा तणाव असल्याचं आढळलं. दुसऱ्या अभ्यासात आपलं मन भराभर उसळणाऱ्या विचारांनी आणि काळजींनी भरली गेल्याची तक्रार करणाऱ्या महाविद्यालयीन विद्यार्थ्यांना त्यांना कृतज्ञता वाटत असलेल्या गोष्टींची झोपण्याआधी यादी करण्यास सांगण्यात आलं. कृतज्ञतांची नोंद करण्याने घुसखोरी करणाऱ्या विचारांची संख्या कमी झाली आणि सहभागी विद्यार्थ्यांना अधिक चांगली झोप येण्यास मदत झाली.

हे करून पाहा : कृतज्ञता नोंदवही ठेवा

रोज रात्री तुम्ही कृतज्ञ असलेल्या गोष्टींची यादी करण्यासाठी पंधरा मिनिटांचा वेळ काढा.

जर तुम्हाला स्वतःलाच प्रयोग करून पाहायचा असेल तर सुरुवातीच्या एका आठवड्यात कृतज्ञता नोंदवहीत लिहू नका. त्याआधी तुम्हाला किती झोप मिळते हे लिहून काढण्यासाठी हा सुरुवातीचा एक आठवडा घालवा. पुढच्या आठवड्यापासून कृतज्ञता नोंदवही ठेवा आणि तुम्हाला किती झोप मिळाली ते सकाळी लिहून काढा. काही सुधारणा झाली आहे का?

कृतज्ञता आणि मन

ज्या वेळी नकारात्मकता वाढवणारं माकडाचं मन आपण निरुपयोगी आणि कवडीमोलाचे असल्याविषयी आपली खात्री पटवून देण्याचा प्रयत्न करतं, त्या वेळी इतरांनी आपल्याला त्यांचा वेळ, ऊर्जा आणि प्रेम दिलेलं असतं, याकडे लक्ष वेधून अधिक सुज्ञ संन्याशाचं मन त्याचा प्रतिवाद करतं. इतरांनी आपल्या वतीने परिश्रम केलेले असतात. त्यांच्या दयाळूपणाविषयीची कृतज्ञता ही आत्मप्रतिष्ठेत गुंतलेली असते. कारण, जर आपण निरुपयोगी असलो तर त्यांनी आपल्या बाबतीत दाखवलेलं औदार्यही निरुपयोगी ठरतं.

आपण सगळे जण आपल्याबरोबर वाहून नेत असलेल्या कडवटपणावर आणि दुःखावर मात करण्यास कृतज्ञता आपल्याला मदत करते. मत्सराची किंवा असूयेच्या आणि कृतज्ञतेच्या भावनेची जाणीव एका पाठोपाठ करून घेण्याचा प्रयत्न करा. अशी कल्पना करणंही कठीण आहे, बरोबर? **तुम्ही कृतज्ञतेच्या भावनेत असता त्या वेळी तुम्ही इतरत्र कुठेही असू शकत नाही.** युक्लाचे मज्जाशास्त्रज्ञ ॲलेक्स कॉर्ब यांच्या मते, आपण खरोखरच एकाच वेळी सकारात्मक आणि नकारात्मक विचारांवर लक्ष एकाग्र करू शकत नाही. ज्या वेळी आपल्याला कृतज्ञता जाणवते, त्या वेळी आपले मेंदू डोपामाईन (मोबदल्यादाखल किंवा बक्षिसादाखल स्रवणारं रसायन) स्रवतात, त्यामुळे आपल्या मनात पुन्हा एकदा तशाच प्रकारे त्या भावनेची जाणीव करून घेण्याची इच्छा निर्माण होते आणि आपण कृतज्ञता व्यक्त करण्याची सवय लावून घ्यायला सुरुवात करतो. कॉर्ब म्हणतात की, 'एकदा तुम्ही कृतज्ञता बाळगण्याजोग्या गोष्टी पाहू लागलात की, तुमचा मेंदू कृतज्ञता बाळगण्याजोग्या आणखी गोष्टींचा शोध घेऊ लागतो. हे एक नीतिमूल्यात्मक, सद्गुणी चक्र असतं.'

अनेक वर्षं संशोधकांनी असं दाखवून दिलं आहे की, खरोखरच्या जबरदस्त मानसिक आघातातून बाहेर पडण्यात कृतज्ञता महत्त्वाची भूमिका बजावते. सन २००६मध्ये प्रसिद्ध झालेल्या एका अभ्यासातून असं दिसून आलं आहे की, उच्च पातळीची कृतज्ञता असलेल्या व्हिएतनाम युद्धातील दिग्गजांना जबरदस्त मानसिक आघातानंतर निर्माण होणाऱ्या तणावाच्या विकृतीचा (पोस्ट ट्रॉमॅटिक स्ट्रेस डिसऑर्डर म्हणजेच पीटीएसडी) कमी प्रमाणात अनुभव आला. तुम्ही जर प्रियकराशी किंवा प्रेयसीशी असलेले संबंध तोडण्याच्या परिस्थितीतून जात असाल, एखाद्या प्रिय व्यक्तीला तुम्ही गमावलं असेल - तुम्हाला कोणत्याही गोष्टीचा भावनिकदृष्ट्या जबरदस्त तडाखा बसला असेल, तर कृतज्ञता हेच त्यावरचं उत्तर असतं.

कृतज्ञतेचे लाभ केवळ मनापुरतेच मर्यादित नाहीत, तर ते भौतिक शरीरालाही मिळतात. कृतज्ञता ज्या विषारी भावना रोखते, त्या विषारी भावनांचा व्यापक

प्रमाणात दाह निर्माण करण्यात सहभाग असतो. त्यातूनच हृदयविकारासह काही गंभीर आजार उद्‌भवतात.

अभ्यासांमधून असं दिसून आलं आहे की, कृतज्ञतेमुळे लोकांना फक्त अधिक निरोगी असल्यासारखंच वाटत नाही, तर ते निकोप कृतींमध्ये भाग घेण्याची आणि आजारी असताना देखभाल मिळवण्याचा प्रयत्न करण्याचीही शक्यता असते.

कृतज्ञतेचे आरोग्यविषयक लाभ हे इतके व्यापक आहेत की, ड्युक युनिव्हर्सिटीच्या जैव मानसशास्त्र विषयाचे विभागप्रमुख डॉ. पी. मुरली दोराईस्वामी यांनी एबीसी न्यूजला असं सांगितलं होतं की, 'कृतज्ञता हे जर औषध असतं, तर प्रत्येक प्रमुख अवयव संस्थेच्या आरोग्य देखभालीसाठीचं ते जगातील उत्तम खपाचं उत्पादन ठरलं असतं.'

दैनंदिन कृतज्ञता

जर कृतज्ञता तुमच्यासाठी चांगली असेल, तर अधिक कृतज्ञता बाळगणं ही गोष्ट तुमच्यासाठी अधिक चांगली असलीच पाहिजे म्हणून आता दैनंदिन जीवनामध्ये आपण कृतज्ञतेत कशी वाढ करू शकू त्याविषयी बोलू या. संन्यासी प्रत्येक गोष्टीविषयीच सदा सर्वकाळ कृतज्ञ राहण्याचा प्रयत्न करतात. सुत्त पितक या बौद्ध ग्रंथात असा सल्ला देण्यात आला आहे की, 'संन्याशांनो, तुम्ही अशा प्रकारे स्वतःला प्रशिक्षित करा : आम्ही कृतज्ञ आणि आभारी राहू आणि आमच्यावर केलेल्या अगदी किमान उपकाराकडेही आम्ही दुर्लक्ष करणार नाही.'

मी आश्रमात गेल्यानंतर काही दिवसांनी मला एक अत्यंत संस्मरणीय धडा मिळाला होता.

आम्हाला जो एखादा अनुभव यायला नको होता, तो येण्यास आम्ही पात्र नव्हतो, असं आम्हाला वाटत होतं तो अनुभव लिहिण्यास एका ज्येष्ठ संन्याशाने आम्हा नव्याने तिथे गेलेल्यांना सांगितलं. आमच्या वह्यांमध्ये आम्ही तो अनुभव खरडत असताना तिथे शांतता पसरली होती. मी किशोरवयीन असताना माझ्या जिवलग मित्रांनी माझा विश्वासघात केला होता, तो अनुभव मी निवडला होता.

सुमारे पंधरा मिनिटांनी आम्ही काय लिहिलं होतं ते सांगितलं. एका नवोदिताने त्याच्या बहिणीच्या दुःखद अकाली मृत्यूविषयी लिहिलं होतं. इतरांनी अपघातांविषयी आणि जखमांविषयी लिहिलं होतं. काही जणांनी गमावलेल्या प्रेमाविषयी लिहिलं होतं. ज्या वेळी आम्ही ते सांगितलं त्या वेळी आमच्या गुरूंनी आम्हाला आम्ही निवडलेले सगळे अनुभव स्वीकारार्ह होते असं सांगितलं; पण आम्ही नकारात्मक दृश्यांची निवड केली होती, याकडेही त्यांनी आमचं लक्ष वेधलं. आमच्यापैकी

कोणीही आम्ही जितके प्रयत्न केले होते, त्या तुलनेत सुदैवाने किंवा दयाळूपणामुळे एखादी विलक्षण गोष्ट आम्हाला मिळाल्याविषयी लिहिलं नव्हतं. ज्या विलक्षण, आगळ्यावेगळ्या गोष्टीसाठी आम्ही पात्र नव्हतो, अशी गोष्ट मिळाल्याविषयी कोणीही लिहिलं नव्हतं.

आम्ही दुर्दैवाला पात्र नाही; पण आमच्या मार्गात आम्हाला ज्या आशीर्वादपर गोष्टींचा लाभ होतो, त्यासाठी मात्र आम्ही पात्रच असतो, असा विचार करण्याची सवय आम्हाला जडली होती. मग त्या वर्गात आमच्या सुदैवावर चर्चा करण्यात काही वेळ गेला : आमची काळजी घेण्यासाठी आवश्यक संसाधने असलेल्या कुटुंबात जन्म घेण्याचं सुदैव, आम्ही स्वतःमध्ये जितकी गुंतवणूक केली नव्हती, तितकी गुंतवणूक आमच्यात करणारे लोक, आमच्या आयुष्यांमध्ये बदल घडवून आणणाऱ्या संधी यांवर आम्ही चर्चा केली. आम्हाला काय देण्यात आलं होतं त्याची जाणीव करून घेण्याची आणि त्याविषयी कृतज्ञता व्यक्त करण्याची, ते ओळखण्याची संधी आम्ही सहजगत्या गमावली होती.

या स्वाध्यायामुळे तोपर्यंत मी गृहीत धरलेल्या माझ्या आयुष्याविषयी कृतज्ञता वाटण्याकडे माझा एकदम प्रवास झाला होता.

मी सुमारे नऊ वर्षांचा असताना माझ्या पालकांबरोबर पहिल्यांदा भारतात आलो होतो. टॅक्सीतून हॉटेलकडे निघालो असताना लाल सिग्नल लागल्यामुळे आमची टॅक्सी थांबली होती. खिडकीच्या बाहेर मला एका मुलीचे पाय दिसले, ती बहुधा माझ्याच वयाची असावी. तिचं उर्वरित सगळं शरीर एका कचऱ्याच्या डब्यावर झुकलं होतं. ती काहीतरी शोधण्याचा प्रयत्न करत असावी, असं वाटत होतं, बहुतेक ती अन्नच शोधत असावी. ती उभी राहिली त्या वेळी मला धक्का बसला, तिला हात नसल्याचं माझ्या लक्षात आलं. कशी कोण जाणे; पण मला तिला मदत करण्याची खरोखरच इच्छा होती; पण आमची कार पुढे निघाली, त्या वेळी मी तिच्याकडे असाहाय्यपणे पाहत राहिलो. मी तिच्याकडे पाहत असल्याचं तिच्या लक्षात आलं आणि तिने स्मित केलं म्हणून मीही स्मित केलं – त्या वेळी मी तितकंच करू शकलो.

हॉटेलमध्ये गेल्यानंतर मी पाहिलेल्या त्या मुलीविषयी मला खूपच वाईट वाटत होतं. मी काहीतरी करायला हवं होतं असं मला वाटत होतं. लंडनमधील माझ्या समाजाचा विचार माझ्या मनात आला. आमच्यापैकी बऱ्याच जणांकडे ख्रिसमससाठीची यादी होती. आम्ही वाढदिवसांच्या पार्ट्या साजऱ्या करत होतो आणि आम्हाला छंदही होते; पण काही लहान मुलं फक्त जगण्यासाठी प्रयत्न करत होती. तो एक जागृती निर्माण करणारा प्रकार होता.

माझं कुटुंब हॉटेलच्या रेस्टॉरंटमध्ये दुपारच्या जेवणासाठी गेलं, त्या वेळी एक मूल त्याला आवडणारी कोणतीही गोष्ट मेन्यूकार्डात नसल्याची तक्रार करत असल्याचं

माझ्या कानावर पडलं. मी गांगरून गेलो. इथे आमच्या आवडीचं जेवण आम्ही जेवत होतो आणि मी पाहिलेल्या त्या मुलीकडे फक्त कचराच तिचं मेन्यूकार्ड होता.

त्या वेळी बहुधा मी ते विचार स्पष्टपणे व्यक्त करू शकलो नव्हतो; पण त्या दिवशी मला किती भरपूर गोष्टी मिळाल्या आहेत, याचा मी विचार केला होता. आम्ही कुठे आणि कोणाकडे जन्म घेतला होता, हाच माझ्यातील आणि त्या मुलीतील सगळ्यात मोठा फरक होता. माझ्या वडिलांनी खरं तर मुंबईपासून फारशा लांब नसलेल्या पुण्यातील झोपडपट्टीतून त्यांचा मार्ग शोधला होता. प्रचंड कठोर परिश्रम आणि त्याग यांचं मी फळ होतो.

मी नऊ वर्षांचा असताना मला जी जाणीव होण्यास सुरुवात झाली होती, तिच्याकडे परत जाऊन आणि माझं आयुष्य व माझं आरोग्य, माझ्यातील सहजता आणि सुरक्षितता, मी ज्याचं सातत्याने पोषण करणार होतो, ज्याला निवारा देणार होतो आणि प्रेम करणार होतो, तो माझा आत्मविश्वास – या सगळ्या आधीपासूनच माझ्याकडे असलेल्या गोष्टींविषयी कृतज्ञता बाळगून, आश्रमात असताना माझ्या कृतज्ञतेचा सराव करण्यास मी सुरुवात केली. या सगळ्या गोष्टी म्हणजे देणगीच होत्या.

विश्वाच्या या देणग्यांची प्रशंसा करण्यासाठी आणि या प्रशंसेचं सवयीत रूपांतर करण्यासाठी संन्यासी रोजच आभार मानून दिवसाची सुरुवात करतात. अक्षरशः ते असंच करतात. आम्ही जागे झालो की, आम्हाला पृथ्वीने जे काही दिलं आहे, त्याबद्दल पृथ्वीविषयी आदर व्यक्त करण्यासाठी उताणे झोपत असू. पृथ्वीने आम्हाला पाहण्यासाठी प्रकाश दिल्याबद्दल, चालण्यासाठी भूमी दिल्याबद्दल आणि श्वास घेण्यासाठी हवा दिल्याबद्दल आम्ही तिचे आभार मानत असू.

हे करून पाहा : रोजची कृतज्ञतेची आचरणं

सकाळची कृतज्ञता : मला थोडासा अंदाज बांधू देत. तुम्ही सकाळी जागे झाल्यानंतर तुमचा फोन तपासण्याचं काम पहिल्यांदा करत असाल. ही गोष्ट म्हणजे एक सोपा आणि तुमच्या मेंदूला चालना देणारा, मेंदूवर कमी परिणाम करणारा मार्ग असल्यासारखं वाटत असलं तरी आपण त्याबद्दल आधी चर्चा केली आहे. या सवयीमुळे तुमच्या दिवसाची सुरुवात योग्य प्रकारच्या मेळातून होत नाही. हे करून पाहा : यासाठी फक्त एक मिनिटाचा वेळ लागतो (तुम्ही खूपच थकला असाल तर तुम्ही पुन्हा गाढ झोपी जाण्याचा धोका असतो, मग अशा वेळी तुम्ही गजर स्नूझवर टाकल्याची खात्री करून घ्या). अंथरुणावर असतानाच एक क्षण थांबा. तुमच्या पोटावर झोपा आणि प्रार्थनेसाठी हात जोडा आणि डोकं झुकवा. तुमच्या आयुष्यात जे जे चांगलं असेल त्याचा क्षणभर विचार करा : तुमची उन्नती साधणारी हवा, प्रकाश, तुमच्यावर प्रेम करणारे लोक, तुमची वाट पाहत असलेली कॉफी.

अन्नाविषयीची कृतज्ञता. पृथ्वीवरच्या दर नऊ व्यक्तींमागच्या एका व्यक्तीला रोज खायला पुरेसं अन्न मिळत नाही. अशा लोकांची संख्या ही सुमारे ८० कोटी आहे. दिवसातील कोणत्याही एका जेवणाच्या वेळेची निवड करा आणि अन्न खाण्यास सुरुवात करण्याआधी त्याचे आभार मानण्यासाठी क्षणभराचा वेळ काढा. स्थानिक अमेरिकन प्रार्थनांपासून स्फूर्ती घ्या किंवा तुमची स्वतःची प्रार्थना तयार करा. तुमचं कुटुंब असेल तर आळीपाळीने आभार माना.

जगभर सर्वत्र कृतज्ञता व्यक्त करण्याच्या प्राचीन, कालातीत पद्धती आहेत. स्थानिक अमेरिकन लोकांमध्ये आभार मानण्याच्या विपुल प्रथा आहेत. एका रूढ संस्कारपालन पद्धतीत ओनोन्डागा मुलं शाळेत दिवसाची सुरुवात करताना सकाळी दैनंदिन सभेसाठी गोळा होतात आणि त्या वेळी कृतज्ञता व्यक्त करतात. शिक्षक सुरुवात करतात, 'आपली मनं एक असल्याप्रमाणे त्यांचं एकत्रीकरण करू या आणि आपल्या सर्वांत मोठ्या बंधूचे, सूर्याचे आभार मानू या. आपल्याला एकमेकांचे चेहरे पाहण्यास प्रकाश देण्यासाठी, बीजांना वाढण्यास उबदारपणा मिळण्यासाठी तो रोज सकाळी उगवतो.' त्याचप्रमाणे मोहॉक लोकही इतर लोकांविषयी, पृथ्वीमातेविषयी, जलाविषयी, माशांविषयी, वनस्पतींविषयी, अन्नधान्य देणाऱ्या पिकांविषयी, औषधी वनस्पतींविषयी, प्राण्यांविषयी, वृक्षांविषयी, पक्ष्यांविषयी, वाऱ्यांविषयी, आजोबा मेघगर्जनेविषयी, सर्वांत मोठा बंधू असलेल्या सूर्याविषयी, आजी चंद्राविषयी, ताऱ्यांविषयी, ज्ञानी गुरूंविषयी आणि जगाच्या निर्मात्याविषयी कृतज्ञता व्यक्त करणारी प्रार्थना करतात. आपल्या सभोवताली सर्वत्र आयुष्यासाठी आवश्यक असलेल्या अत्यंत मूलभूत आणि आवश्यक देणग्यांसाठी आभार मानून आपल्या दिवसाची आपण सर्वांनी सुरुवात केली असती तर जग कसं झालं असतं याची कल्पना करा.

हे करून पाहा : कृतज्ञता ध्यान

कोणत्याही वेळी स्वेच्छेने कृतज्ञता व्यक्त करता यावी, यासाठी मी पुढील ध्यानांची शिफारस करतो.

ओम नमो भगवते वासुदेवाय

ज्यांनी आध्यात्मिक ग्रंथ अस्तित्वात येण्यासाठी मदत केली त्यांच्याविषयी कृतज्ञता व्यक्त करण्याची आठवण म्हणून आश्रमात आम्ही या मंत्राचा जप करत असू. आपल्याला ज्यांनी अंतर्दृष्टी दिली आणि मार्गदर्शन केलं, अशा गुरूंविषयी आणि ऋषी-मुनींविषयी कृतज्ञता व्यक्त करण्याच्या पद्धतीप्रमाणेच आम्ही या मंत्राचाही उपयोग करत असू.

मी .....साठी कृतज्ञ आहे.

बसून, सैलावून आणि श्वसनकार्य केल्यानंतर 'मी ....साठी कृतज्ञ आहे', हे वाक्य गाळलेल्या जागी जितक्या गोष्टी शक्य असतील तितक्या भरून पूर्ण होईपर्यंत सतत उच्चारत राहा. हा स्वाध्याय तत्काळ तुमचं मन पुन्हा एकाग्र करतो. शक्य असेल तर मनात उसळून येणाऱ्या नकारात्मकतांमधील ज्या घटकांविषयी तुम्हाला कृतज्ञता वाटते, त्यांना शोधून या नकारात्मकतांची पुनर्रचना करण्याचा प्रयत्न करा. हे नकारात्मक विचार पुन्हा परतले, तर आठवण म्हणून एखाद्या नोंदवहीत लिहून किंवा व्हॉइस नोट तयार करूनही हे तुम्ही करू शकता.

आनंदाचं कल्पनाचित्र मनश्चक्षूंसमोर आणणं

ध्यानाच्या दरम्यान तुम्हाला ज्या ठिकाणी आणि ज्या वेळात हर्षाचा अनुभव येतो, तिथे स्वतःला घेऊन जा. हर्षाच्या त्या भावनेला तुमच्या मनात पुनर्प्रवेश करू द्या. तुम्ही ध्यान संपवता त्या वेळी ती भावना तुमच्यासोबत घेऊन निघाल.

कृतज्ञतेचं आचरण

कृतज्ञतेला तुमच्या दिनक्रमाचा एक भाग बनवणं ही सोपी गोष्ट आहे; पण इथेच मी तुम्हाला एक गोष्ट करायला सांगणार आहे आणि ती लहान नाही : तुम्ही सदा सर्वकाळ आणि *सगळ्या* परिस्थितींमध्ये कृतज्ञ असावं, अशी माझी इच्छा आहे. तुमचं आयुष्य परिपूर्ण नसलं तरीही एखाद्या स्नायूप्रमाणे तुमच्या कृतज्ञतेची उभारणी करा. तुम्ही त्याला आता प्रशिक्षित केलं तर ते फक्त कालांतरानेच बळकट बनेल.

झेन गुरू रोशी जोन हॅलिफॅक्स हिने ज्याला 'गरिबीचं मन' असं म्हटलं आहे, त्या गरिबीच्या मनाचा आपण ज्या गोष्टीने कायापालट करतो, ती कृतज्ञता होय. ती असं स्पष्टीकरण देते की, 'या मनोरचनेचा भौतिक गरिबीशी काहीही संबंध नाही. ज्या वेळी आपण गरिबीच्या मनोरचनेत पकडले जातो, त्या वेळी आपल्याकडे कशाचा अभाव आहे, त्यावरच आपण लक्ष केंद्रित करतो. आपल्याला असं वाटतं की, आपण प्रेम मिळवण्यास पात्र नाही आणि आपल्याला ज्या गोष्टी मिळालेल्या असतात, त्यांच्याकडे आपण दुर्लक्ष करतो. कृतज्ञतेचा जाणीवपूर्वक सराव करणं हा आपल्या कृतज्ञतेची आणि तिच्याबरोबरच आपल्या एकात्मतेची, अखंडत्वाचीही झीज करणाऱ्या गरिबीच्या मानसिकतेतून बाहेर पडण्याचा मार्ग आहे.'

ब्रायन ॲक्टन कृतज्ञतेचं हे जाणीवपूर्वक केलेलं आचरण सोदाहरण सिद्ध करतो. त्याने ट्विटरकडे नोकरीसाठी अर्ज केला होता, त्या वेळी त्याने याहूवर अकरा

वर्षं काम केलं होतं; पण त्याने जे केलं होतं, त्यात तो अतिशय तरबेज असला तरीही त्याचा अर्ज नाकारण्यात आला. त्याला ही बातमी मिळाल्यावर त्याने असं ट्वीट केलं की, 'ट्विटर मुख्यालयाकडून नाकारला गेलो; पण ते ठीक आहे. तो एक दीर्घ प्रवासाचा मार्ग असावा.' त्यानंतर त्याने फेसबुककडे अर्ज केला. त्यानंतर लवकरच त्याने ट्वीट केलं, 'फेसबुकनेही माझा अर्ज नाकारला. काही विलक्षण लोकांशी जोडलं जाण्याची ती एक नामी संधी होती. आता आयुष्यातील नवीन धाडसाच्या शोधात आहे.' समाज माध्यमांवर आपली अपयशं पोस्ट करायला तो कचरला नाही आणि संधींविषयी त्याने कधीही कृतज्ञतेशिवाय इतर कोणतीही भावना व्यक्त केली नाही. या माघारींनंतर त्याच्या वैयक्तिक वेळात त्याने एका ॲपवर काम केलं. त्यानंतर पाच वर्षांनी ब्रायन ॲक्टन सहसंस्थापक असलेलं व्हॉट्सॲप हे ॲप फेसबुकने तब्बल १९ अब्ज डॉलर्सना विकत घेतलं.

ॲक्टनला कंपन्यांनी ज्या नोकऱ्यांसाठी नाकारलं होतं, त्यांनी व्हॉट्सॲपमधून त्याने जितके पैसे कमावले होते, त्याहून खूपच कमी पैसे त्याला दिले असते. नाकारलं गेल्यावर लक्ष केंद्रित करण्याऐवजी आणि गरिबीची मानसिकता स्वीकारण्याऐवजी त्याच्यासाठी भविष्यात काय असेल, याची त्याने नक्कीच कृतज्ञतापूर्वक वाट पाहिली असावी.

कोणत्याही क्षणाचा निवाडा करू नका. तुम्ही एखाद्या गोष्टीला वाईट असं लेबल लावलं रे लावलं की, तुमचं मन त्यावर विश्वास ठेवायला सुरुवात करतं. त्याऐवजी माघारींविषयी कृतज्ञता बाळगा. जीवनप्रवासाला त्याच्या स्वतःच्या गतीने आणि त्याच्या स्वतःच्या आडवळणी मार्गाने पुढे जाऊ द्या. विश्वाने कदाचित तुमच्या नशिबात इतर योजना लिहून ठेवलेल्या असू शकतात.

दोन बादल्यांमधून पाणी वाहून आणणाऱ्या एका संन्याशाची अशीच एक कथा सांगितली जाते. त्यांपैकी एका बादलीला भोकं पडली होती. ती बादली दुरुस्त न करता तो रोज हे काम करत होता. एके दिवशी तिथून जाणाऱ्या एकाने त्याला तो गळक्या बादलीतून पाणी का नेत राहतो असं विचारलं. त्या संन्याशाने ज्या बाजूने तो पूर्ण बादली भरून नेत असे त्या बाजूचा मार्ग ओसाड असल्याकडे आणि ज्या बाजूने तो गळकी बादली नेत असे त्या दुसऱ्या बाजूला सुंदर रानटी फुलं बहरल्याकडे त्याचं लक्ष वेधलं. 'माझ्या अपरिपूर्णतांमुळे माझ्या सभोवतालच्या लोकांना सौंदर्य अनुभवता आलं,' तो म्हणाला.

एका अज्ञात आजारामुळे किशोरवयीन असताना बहिरी आणि अंध बनलेल्या हेलन केलरने लिहिलं आहे की, 'ज्या वेळी आनंदाचा एक दरवाजा बंद होतो, त्या वेळी दुसरा उघडतो; पण नेहमीच आपण बंद झालेल्या दरवाजाकडे इतका दीर्घकाळ बघत राहतो की, आपल्यासाठी उघडल्या गेलेल्या दुसऱ्या दरवाजाकडे आपलं लक्षच जात नाही.'

ज्या वेळी एखादी गोष्ट तुमच्या मनासारखी घडत नाही, त्या वेळी स्वतःशी असं म्हणा की, *माझ्यासाठी याहून दुसरीकडे आणखी काहीतरी असलंच पाहिजे.* बस्स. एवढंच म्हणा. तुम्ही असा विचार करण्याची गरज नसते की, माझी नोकरी गेली, त्याबद्दल मी कितीतरी कृतज्ञ आहे! ज्या वेळी तुम्ही म्हणता की, 'ही गोष्ट काम करत नाही; पण या पलीकडे आणखी काहीतरी असू शकेल,' त्या वेळी शक्यतांनी पूर्ण भरलेल्या भवितव्याकडे ऊर्जा स्थानांतरित होते.

संभाव्य फलितांविषयी तुम्ही जितके जास्त खुले असाल, तितक्या अधिक प्रमाणात तुम्ही जमा झालेल्या प्रतिसादाविषयी कृतज्ञता व्यक्त करू शकता. ब्रदर डेव्हिड स्टेन्डल-रास्ट असं म्हणतात की, 'आभारी आहे, असं म्हणणं म्हणजे कृतज्ञता व्यक्त करणं असा लोक नेहमीच विचार करतात, जणू काही असं म्हणणं हाच कृतज्ञतेचा सर्वांत महत्त्वाचा पैलू असावा. आयुष्यावरचा विश्वास हा कृतज्ञतापूर्वक जगण्याचा सर्वांत महत्त्वाचा पैलू आहे... अशा प्रकारे जगण्याला मी कृतज्ञतापूर्वक जगणं असं म्हणतो. कारण, त्या वेळी तुम्ही एखाद्या भेटवस्तूप्रमाणे प्रत्येक क्षणाचं स्वागत करता... त्याच वेळी तुम्ही 'या क्षणात कोणती संधी आहे?' असं सतत स्वतःला विचारणं थांबवता... तुम्ही त्या क्षणाचा शोध घेता आणि नंतर त्या संधीचा फायदा घेता. ही गोष्ट एवढी साधी आहे.'

तुमच्या वरिष्ठाने तुम्हाला एखाद्या चौकशीला प्रतिसाद म्हणून मिळालेली माहिती दिली आणि ती तुम्हाला मान्य नसेल तर प्रतिक्रिया व्यक्त करण्याआधी क्षणभर थांबा. विचार करण्यासाठी क्षणाचा वेळ घ्या. *या क्षणापासून मी काय शिकू शकतो?* त्यानंतर कृतज्ञतेचा शोध घ्या. कदाचित, तुमचा वरिष्ठ अधिकारी तुम्हाला सुधारणा करण्यासाठी मदत करण्याचा प्रयत्न करत असेल किंवा तुमच्या वरिष्ठ अधिकाऱ्याने ती नोकरी सोडण्यासाठी तुम्हाला आणखी एक कारण दिलं असेल. तुम्ही बस पकडण्यासाठी धावत गेलात आणि तुम्हाला यश आलं तर सर्वसामान्यपणे तुम्हाला क्षणभरासाठी दिलासा मिळेल; पण नंतर पुन्हा तुम्ही तुमच्या दिवसाकडे वळाल. त्याऐवजी थांबा. ज्या वेळी आपल्याला बस मिळणार नाही, असं तुम्हाला वाटलं होतं त्या वेळी तुम्हाला कसं वाटलं होतं, त्याचा विचार करा. तुमच्या सुदैवाची प्रशंसा करण्यासाठी या स्मृतीचा विचार करा; पण जर तुमची बस चुकली, तर तुमच्याकडे विचार करण्यासाठी क्षण असेल. त्यामुळे त्याचा वापर परिस्थितीविषयीचा दृष्टिकोन तयार करण्यासाठी करा. दुसरी बस येत असते. शिवाय तुम्हाला कारची धडक बसलेली नसते. तसं झालं असतं तर ती परिस्थिती खूपच वाईट होऊ शकली असती. विजय साजरे केल्यानंतर आणि पराभवांचं दुःख व्यक्त केल्यानंतर आपण दोन्ही परिस्थितींकडे हेतुपुरस्सर दृष्टिकोनातून पाहतो, तिला कृतज्ञतापूर्वक आणि विनम्रतापूर्वक स्वीकारतो आणि पुढे जातो.

हे करून पाहा : कृतज्ञता दृष्टिक्षेपात ठेवा

पहिल्यांदा घडल्यावर ज्या गोष्टीविषयी तुम्हाला कृतज्ञता वाटली नसेल अशा एका गोष्टीचा विचार करा. तुमचं शिक्षण? तुम्हाला शिकवलेल्या एखाद्या व्यक्तीविषयी? मैत्री? तुमच्यावर खूपच तणाव निर्माण करणारा एखादा प्रकल्प? तुमच्या कुटुंबातील ज्या व्यक्तीविषयी तुम्हाला उद्विग्नता वाटत होती, त्या व्यक्तीविषयी पार पाडावी लागलेली जबाबदारी? किंवा आता दुःखद वाटत नसलेल्या एखाद्या नकारात्मक फलिताची निवड करा : प्रेमसंबंध फिस्कटणं, कामावरून तात्पुरत्या स्वरूपात कमी केलं जाणं, अनैच्छिक बातम्या.

आता तो अनुभव तुमच्या कृतज्ञतेसाठी कसा पात्र आहे, याचा विचार करण्यासाठी एका क्षणाचा वेळ काढा, त्यामुळे अनपेक्षित प्रकारे तुम्हाला लाभ झाला होता का? त्या प्रकल्पामुळे तुम्हाला नवीन कौशल्यांचा विकास करण्यास, सहकाऱ्यांकडून आदर प्राप्त होण्यास मदत झाली होती का? तुमच्या औदार्यामुळे त्या कुटुंबीयाशी असलेले तुमचे संबंध कायमचे सुधारले का?

अगदी आता एखादी अप्रिय, दुःखद गोष्ट घडत असेल किंवा तशी एखादी गोष्ट घडेल, अशी अटकळ बांधून तुम्ही आधीच कृती करत असाल तर तिचा विचार करा. प्रत्यक्षात नसलेल्या एखाद्या काल्पनिक व्यक्तीविषयी कृतज्ञता वाटत असल्याचं अनुमान बांधून प्रयोग करा.

कृतज्ञता व्यक्त करणं

आता आपल्याला अंतर्यामी जाणवणाऱ्या कृतज्ञतेला आपण व्यापक बनवलं आहे, त्यामुळे आता ही कृतज्ञता आपण बाहेरच्या बाजूला वळवू या आणि इतरांविषयीची कृतज्ञता व्यक्त करू या.

अनेकदा आपल्याला मनापासून अगदी तीव्रतेने कृतज्ञता जाणवते; पण ती कशी व्यक्त करावी हे आपल्याला समजत नाही. आभार मानण्याचे आणि कृतज्ञता व्यक्त करण्याचे अनेक मार्ग आणि सखोलता आहेत.

आभारी आहे असं म्हणणं हा कृतज्ञता दर्शवण्याचा अगदी प्रारंभिक मार्ग आहे; पण प्रारंभिक मार्ग कोणाला हवा असतो? तुमचे आभार शक्य तितके नेमके बनवा. एखाद्या स्नेहसंमेलनाचं आयोजन केल्यानंतर तुम्हाला प्राप्त झालेल्या आभार प्रदर्शन करणाऱ्या शब्दांचा विचार करा. किमान एखादा तरी असं म्हणण्याची शक्यता असते, 'कालच्या रात्रीसाठी आभारी आहे. जेवण खूपच विलक्षण होतं!' दुसरा एखादा कदाचित असं म्हणतो की, 'कालच्या रात्रीबद्दल आभार. जेवण

खूपच छान होतं आणि तुमच्या मित्राला तुम्ही आणायला सांगितलेले ते छानसे, गोड टोस्टही मला आवडले.' तुमची कृतज्ञता नेमक्या शब्दांत मांडणं अधिक चांगलं असतं. ज्या क्षणी आपल्याविषयी वाढीव प्रमाणात अधिक तपशीलवार कृतज्ञता व्यक्त केली जाते, त्या वेळी आपल्याला अधिक चांगलं वाटतं.

ही गुरूकिल्ली आहे : तुमच्या मित्रांना तुम्ही आयोजित केलेल्या स्नेहसंमेलनातून आनंद, हर्षोल्हास जाणवलेला असतो आणि तुमचे आभार मानण्यासाठी ते तयार करत असलेली आभारप्रदर्शनाची वाक्यं तुम्हाला पुन्हा तो हर्षोल्हास, आनंद परत देतात. कोणीतरी तुमच्यामध्ये गुंतवणूक केली आहे, याची जाणीव झाल्यामुळे तुम्हा प्रत्येकाच्या मनात कृतज्ञतेची भावना निर्माण होते. हा प्रतिसाद देणारा, प्रेमाचा वळसेदार मार्ग आहे.

दयाळूपणा आणि कृतज्ञता परस्पर लाभदायक असतात

दयाळूपणा आणि कृतज्ञता या दोन्ही गोष्टी एकात्मपणे काम करत, एकत्रितपणे विकसित झाल्या पाहिजेत, या बुद्धाच्या शिकवणुकीशी प्रेमाच्या प्रतिसादाचा हा वळसेदार मार्ग जुळतो.

दयाळूपणा हा पुढील गोष्टींएवढा सोपा आणि कठीणही असतो - दुसऱ्या एखाद्याच्या बाबतीत एखादी चांगली गोष्ट घडावी, असं प्रामाणिकपणे वाटणं, त्यांना कशामुळे लाभ होईल, याचा विचार करणं आणि त्यांना तो लाभ मिळवून देण्यासाठी प्रयत्न करणं.

दुसऱ्या एखाद्याला लाभ मिळावा म्हणून तुम्ही कधी त्याग केला असेल तर दुसरी एखादी व्यक्ती तुम्हाला किती परिश्रम आणि ऊर्जा देते ते तुम्ही सहजगत्या ओळखू शकाल म्हणूनच असं म्हटलं जातं की तुमच्या स्वतःच्या दयाळूपणाच्या कृती तुम्हाला दयाळू होण्यासाठी काय करावं लागतं ते शिकवतात म्हणून तुमचा स्वतःचा दयाळूपणा तुम्हाला खरोखरच्या कृतज्ञतेची जाणीव होण्यास समर्थ बनवू शकतो. दयाळूपणा कृतज्ञतेची शिकवण देतो. विचारपूर्वक केलेल्या आभार प्रदर्शनाच्या छोट्या कृतीमधून नेमकं हेच घडतं. रात्रीच्या जेवणाची पार्टी देण्याच्या तुमच्या दयाळूपणातून तुमच्या मित्राच्या कृतज्ञतेला स्फूर्ती मिळते. ही कृतज्ञता त्यांच्यातील दयाळूपणाला स्फूर्ती देते.

दयाळूपणा आणि त्या पाठोपाठ निर्माण होणारी कृतज्ञता यांच्यामध्ये तरंग उमटवण्याचा परिणाम असतो. पेमा कॉड्रन असा सल्ला देते की, 'स्वतःशी दयाळूपणाने वागा आणि नंतर तुमच्या दयाळूपणाचा जगात पूर येऊ द्या.' आपल्या दैनंदिन गाठीभेटींमध्ये आपल्याला इतर लोकांनी दयाळूपणाने, करुणेने वागावं असं

वाटतं; पण हे गुणधर्म आपल्या स्वतःमध्येच विकसित करणं हा त्यांना आपल्या आयुष्यात आणण्याचा उत्तम मार्ग आहे. खूप वर्षांपासूनच्या अभ्यासांतून असं दिसून आलं आहे की, आपल्या सामाजिक जाळ्यांमध्ये दृष्टिकोन, वर्तने आणि अगदी आरोग्य या गोष्टीही संसर्गजन्य आहेत; पण फक्त आपल्यासारख्या लोकांशी मैत्री करण्याकडे आपला कल असल्यामुळे ही गोष्ट खरी आहे का ही गोष्ट मात्र स्पष्ट झालेली नाही म्हणून जे लोक एकमेकांना ओळखत नाहीत, त्यांच्यातही दयाळूपणा ही सांसर्गिक बाब असू शकते का, हे शोधण्यासाठी हार्वर्ड आणि यूसी सॅन डिॲगो येथील दोन संशोधकांनी प्रयोग केले. त्यांनी एक खेळ तयार केला. त्यात त्यांनी अनोळखी व्यक्तींना चारच्या गटात ठेवलं आणि प्रत्येक व्यक्तीला वीस क्रेडिट दिली. प्रत्येक खेळाडूला अशी सूचना देण्यात आली की, त्यांनी खासगीपणे स्वतःकडे किती क्रेडिट ठेवावीत आणि प्रत्येक फेरीच्या अखेरीस सर्वांमध्ये समानपणे वाटण्यासाठी मध्यभागी ठेवण्यात आलेल्या भांड्यात किती क्रेडिट टाकावीत हे ठरवावं. प्रत्येक फेरीच्या अखेरीस खेळाडूंची पुनर्रचना केली जात होती, त्यामुळे प्रत्येक फेरीत कोणी औदार्य दाखवलं हे त्यांना समजत नव्हतं; पण त्या गटाच्या बाबतीत इतर लोक कशा प्रकारे औदार्यपूर्णतेने वागले हे त्यांना समजत होतं. खेळ जसजसा पुढे सरकत गेला, तसतसे संघातील खेळाडूंचं औदार्य प्राप्त झालेल्या खेळाडूंचा कल पुढच्या फेऱ्यांसाठी स्वतःकडे ठेवण्यात आलेल्या क्रेडिटहून अधिक क्रेडिट भांड्यात टाकण्याकडे होता. दयाळूपणा हा दयाळूपणा उत्पन्न करतो.

ज्या वेळी तुम्ही दयाळूपणा-कृतज्ञता या देवाणघेवाणीचा भाग असता, त्या वेळी तुम्हाला अटळपणे तुम्ही स्वतः कृतज्ञता प्राप्त करण्याच्या टोकाला असल्याचं आढळतं. आपले कोणीतरी आभार मानतं, त्या वेळी आपल्या अहंकारांकडे आपण लक्ष ठेवलंच पाहिजे. आपल्या स्वतःच्या महानतेच्या काल्पनिकतेत हरवून जाणं सोपं असतं. ज्या वेळी संन्याशांची स्तुती केली जाते, त्या वेळी आम्ही जे काही देऊ शकलो, ती गोष्ट मुळातच आमची नव्हती, हे लक्षात ठेवून आम्ही त्यापासून अलिप्त राहतो. विनयशीलतेने कृतज्ञतेचा स्वीकार करण्यासाठी त्या व्यक्तीने ती गोष्ट लक्षात घेतल्याबद्दल तिचे आभार मानून सुरुवात करा. त्यांच्या अवधानाचं आणि संकल्पाचं, हेतूचं कौतुक करा. दुसऱ्या व्यक्तीमधील चांगल्या गुणधर्माचा शोध घ्या आणि त्याचीही प्रशंसा करा.

त्यानंतर तुमच्या गुरूविषयी, शिक्षकाविषयी कृतज्ञता दर्शवण्याची तुम्हाला मिळालेली संधी अशा अर्थाने तुमच्याविषयी व्यक्त करण्यात आलेल्या कृतज्ञतेचा स्वीकार करा.

अनोळखी व्यक्तींचा दयाळूपणा

संन्यासी दिवसातील सर्व लहान आंतरक्रियांच्या माध्यमातून आपल्या कृतज्ञतेच्या सरावाला कृतीत उतरवता. एकदा मी उबेरमधून घाईघाईने आणि लक्ष विचलित असलेल्या अवस्थेत निघालो होतो. कार अतिशय संथपणे निघाली होती आणि तिला नेहमीपेक्षा बराच जास्त वेळ लागत होता. अखेरीस माझ्या ते लक्षात आल्यावर मी चालकाला 'सारं काही ठीक आहे ना?' असं विचारलं. त्यावर तो म्हणाला, 'होय. मी हाय म्हटलं होतं त्याला पुन्हा हाय म्हणून तुम्ही उत्तर देण्याची मी फक्त वाट पाहत होतो.' हा मला जागं करणारा भाग होता. आता लोकांची दखल घेण्याबाबत मी नक्कीच जास्त काळजीपूर्वक वागतो.

थोडक्यात आणि थेट काम करणं ही गोष्ट अधिक सक्षम आणि व्यावसायिक असू शकेल; पण आपले दिवस स्वयंचलित मार्गावरून घालवत राहणं ही गोष्ट आपल्याला एकत्र बांधणाऱ्या आणि टिकवून ठेवणाऱ्या भावना व्यक्त करण्यापासून रोखते. शिकागो भुयारी मार्गावरून रोज कार्यालयीन कामासाठी जा-ये करणाऱ्या लोकांना अनोळखी लोकांशी कोणत्याही विषयावर कितीही वेळ संभाषण सुरू करण्यास प्रोत्साहन देण्यात आल्यानंतर असं आढळून आलं की, ज्यांना गप्पा मारण्यासाठी प्रोत्साहन मिळालं होतं, त्यांनी आपला प्रवासाचा अनुभव अधिक सकारात्मक बनल्याचं सांगितलं होतं. या बहुतांश प्रवाशांनी विरुद्ध प्रकारच्या फलिताची अपेक्षा केली होती. संशोधकांना असं आढळून आलं की, त्या लोकांना आधी अनोळखी लोक फक्त अप्रियच वाटत नव्हते, तर त्यांना त्यांच्याशी संभाषण सुरू करण्यात अवघडलेपणा जाणवत होता आणि कदाचित त्यांना अनोळखी व्यक्तींकडून संभाषणाबाबत स्पष्ट नकार दिला जाईल, याची भीतीही वाटत होती; पण तसं घडलं नव्हतं आणि बहुतांश अनोळखी व्यक्तींना संभाषण करण्यात आनंद वाटला होता. ज्या वेळी आपल्या सभोवतालच्या लोकांशी आपण संलग्न होण्याचे प्रयत्न करतो, त्या वेळी अनामिकतेत खितपत पडण्याऐवजी आपण कृतज्ञतेसाठीच्या संधी निर्माण करतो.

इतर लोक समाविष्ट असलेल्या सगळ्या दैनंदिन कामांचा विचार करा : रोजचा कार्यालयात जाण्या-येण्याचा प्रवास, कामाच्या ठिकाणचा प्रकल्प, किराणा मालाची खरेदी, मुलांना शाळेत सोडणं, आपल्या जोडीदाराशी थोडंसं बोलणं. या छोट्या छोट्या घटनाच आपली आयुष्यं भरून टाकतात आणि त्यांच्यातून आपल्याला किती प्रमाणात आनंद मिळतो ते मोठ्या प्रमाणात आपल्यावरच अवलंबून असतं. नेमकेपणानी सांगायचं झालं, तर या आंतरक्रियांमध्ये आपण किती दयाळूपणा आणतो आणि त्यांच्याकडून आपण किती प्रमाणात कृतज्ञता मिळवतो त्यावर हे अवलंबून असतं.

हे करून पाहा : कृतज्ञतेचं कल्पनाचित्र मनश्चक्षूंसमोर आणणं

इतरांनी तुम्हाला दिलेल्या तीन गोष्टींविषयी विचार करण्यासाठी अगदी आता लगेच क्षणभराचा वेळ काढा.

१. तुमच्या बाबतीत कोणीतरी दाखवलेला अगदी अल्पसा दयाळूपणा.

२. तुम्हाला महत्त्वाची वाटलेली भेटवस्तू.

३. रोजचा दिवस किंचित अधिक चांगला बनवणारी एखादी गोष्ट.

डोळे मिटा. यांपैकी एखादी गोष्ट घडली होती, त्या जागी आणि त्या वेळात स्वतःला मागे न्या. त्या वेळी कसं वाटलं होतं, त्याचा पुन्हा एकदा अनुभव घ्या – ती दृश्यं, गंध, सुवास आणि ध्वनी पुन्हा एकदा अनुभवा. त्याचा आदरपूर्वक पुन्हा अनुभव घ्या आणि त्या भावनांचा अधिक सखोल पद्धतीनी अनुभव घ्या.

हे कल्पनाचित्र मनश्चक्षूंसमोर आणल्यानंतर तुमच्यासाठी लहान गोष्टी घडत असल्याचं ओळखा. त्यांच्याकडे दुर्लक्ष करू नका किंवा त्यांना गृहीतही धरू नका. त्यानंतर आपली काळजी घेतली जात असल्याच्या, आपला विचार केला जात असल्याच्या आणि आपल्यावर प्रेम केलं जात असल्याच्या भावनेची जाणीव करून घेण्यासाठी क्षणभराचा वेळ काढा. यामुळे तुमच्या आत्मप्रतिष्ठेला आणि आत्मविश्वासाला प्रोत्साहन मिळेल. अखेरीस, फक्त छान वाटून घेणं हे अंतिम उद्दिष्ट नाही हे जाणून घ्या. तुम्हाला ज्यांनी प्रेम दिलं आहे, त्यांना प्रेम देऊन किंवा ज्यांना प्रेम मिळालेलं नाही, त्यांच्यापर्यंत ते प्रेम आणि काळजी पोहोचवून तुम्हाला प्रेमानेच प्रतिसाद देण्याची इच्छा आहे, असं या मननामुळे तुम्हाला वाटू द्या.

सेवेच्या माध्यमातून कृतज्ञता

दिवसाच्या प्रासंगिक दयाळूपणाच्या पलीकडे जाण्याची आपली इच्छा असेल तर आपली कृतज्ञता आपण आणखी जास्त प्रमाणात स्फूर्ती मिळवून सक्रियपणे वाढवू शकतो. कमी सुदैवी असलेल्यांना काही गोष्टी देण्याचे मार्ग म्हणून आपण स्वयंसेवीपणे काम करणं आणि सेवा करणं यांचा विचार करतो; पण हे मार्ग घेणाऱ्यासाठीही जितकं करतात तितकंच अविश्वसनीय वाटावं इतकं देणाऱ्यासाठीही करतात. क्रोध, तणाव, मत्सर आणि नैराश्य या गोष्टींचं कृतज्ञतेत रूपांतर करण्यासाठी सेवा आपल्याला मदत करते. सेवा आपल्याला दृष्टिकोन देऊन हे करते.

'तू माझ्याकडे कशासाठी आला आहेस?' एका विद्वान, वृद्ध महिलेने आपल्यासमोर उभ्या असलेल्या एका तरुणाला विचारलं.

'मला माझ्या सभोवताली हर्ष आणि सौंदर्य दिसतं; पण मी ते दुरून पाहतो,' तो तरुण पुरुष म्हणाला. 'माझं स्वतःचं आयुष्य दुःखांनी भरलेलं आहे.'

ती विद्वान स्त्री शांत होती. त्या दुःखी तरुणासाठी तिने पेल्यात हळूहळू पाणी ओतलं आणि मूठभर मीठ टाकून पेला त्याच्याकडे दिला. त्यानंतर ती मिठाची वाटी घेऊन त्याच्या समोर उभी राहिली.

त्या वृद्ध स्त्रीने मान हलवून त्याला ते पाणी पिण्याचा इशारा केला. त्याने पाण्याचा एक घोट घेतला. चेहरा वेडावाकडा केला आणि तिथल्या घाणेरड्या फरशीवर तोंडात घेतलेलं पाणी त्याने थुंकून टाकलं.

'ते कसं होतं?' त्या वृद्ध महिलेने विचारलं.

'आभारी आहे; पण मी आभार मानणार नाही,' तो तरुण थोडासा दुर्मुखल्यासारखा म्हणाला.

ती वृद्ध महिला त्याचं म्हणणं ऐकून अर्थपूर्ण हसली. त्यानंतर हातातील मिठाची वाटी त्या तरुणाच्या हातात देऊन तिने त्याला जवळच्या एका तलावाकडे नेलं. पाणी स्वच्छ आणि थंड होतं.

'आता मूठभर मीठ त्या तलावात टाक,' ती म्हणाली.

त्या तरुणाने त्याला देण्यात आलेल्या सूचनेनुसार तसंच केलं. मीठ त्या पाण्यात विरघळलं. 'आता ते पाणी पी,' त्या वृद्ध महिलेने सूचना दिली. तो तरुण तलावाच्या काठावर बसला आणि तो ओंजळ बुडवून तलावातील पाणी प्यायला.

त्याने वर बघितल्यावर त्या वृद्ध महिलेने त्याला पुन्हा एकदा विचारलं, 'ते कसं होतं?'

'खूपच ताजंतवानं बनवणारं,' तरुण म्हणाला.

'तुला मिठाची चव लागली का?' त्या विद्वान वृद्धेने विचारलं.

त्या तरुणाने संकोचून स्मित केलं. 'बिलकूल नाही,' तो म्हणाला.

ती वृद्ध स्त्री त्याच्या शेजारीच गुडघे टेकून बसली आणि तिनेही ते पाणी थोडंसं चाखून बघितलं आणि ती म्हणाली, 'मीठ म्हणजे आयुष्यातील दुःख आहे. ते सतत असतं; पण तू जर त्याला छोट्याशा पेल्यात टाकलंस तर ते खारट लागतं. तू जर त्याला तलावात टाकलंस तर तुला त्याची चवही समजत नाही. तुझ्या पंचेंद्रियांना व्यापक बनव. तुझं जग व्यापक बनव. पेला बनू नकोस, तलाव बन.'

व्यापक दृष्टिकोन स्वीकारल्यामुळे आपलं दुःख किमान पातळीवर आणण्यास आणि आपल्याकडे असलेल्या गोष्टींची प्रशंसा करण्यास आपल्याला मदत होते आणि इतरांना काही ना काही दिल्यामुळे आपण हा व्यापक दृष्टिकोन थेट प्राप्त करू शकतो. स्वयंसेवीपणे काम केल्यामुळे नैराश्याच्या भावना कमी होतात आणि एकूणच हितकारक, कल्याणकारी भावना वाढतात, असं *बीएमसी पब्लिक हेल्थमध्ये*

प्रसिद्ध झालेल्या संशोधनातून स्पष्ट करण्यात आलं आहे. मी न्यू यॉर्कमध्ये असताना केप्स ऑफ कीड्स ही धर्मादाय संस्था क्वीन्समधील शाळेत गेली आणि तिथल्या विद्यार्थ्यांना तिने खडतर पार्श्वभूमीतील मुलांसाठी सुपरहिरोंसारखे बिनबाह्यांचे कोट तयार करायला शिकवलं. ज्या मुलांनी ते बिनबाह्यांचे कोट तयार केले. त्यांना त्यांच्या कामाचा आणि भेटवस्तूंचा परिणामही पाहता आला, त्यामुळे त्यांच्याकडे किती मोठ्या प्रमाणातील गोष्टी आहेत, त्याची त्यांना जाणीव झाली. ज्या वेळी दिवसाच्या स्वच्छ प्रकाशात आपण इतरांचे संघर्ष पाहतो, ज्या वेळी त्यांच्या जगात आपण अगदी थोडीशी का होईना; पण सुधारणा करण्यासाठी आपल्या बुद्धीचा वापर करतो, त्या वेळी आपल्या मनात तत्काळ कृतज्ञतेची भावना दाटून येते.

हे करून पाहा : स्वयंसेवी कामातून कृतज्ञतेचा अनुभव घ्या

सेवेमुळे तुमचा दृष्टिकोन व्यापक होतो आणि नकारात्मक भावना कमी होतात. स्वयंसेवी काम करण्याचा प्रयत्न करा – महिन्यातून एकदा किंवा आठवड्यातून एकदा असं हे काम करू शकता – पण इतर कुठलीही गोष्ट इतक्या लगेच कृतज्ञता विकसित करण्यास तुम्हाला मदत करणार नाही आणि ही कृतज्ञता दाखवण्यास तुम्हाला स्फूर्तीही देणार नाही.

सखोल कृतज्ञता

काही वेळा ज्या लोकांविषयी आपल्याला सर्वाधिक कृतज्ञता वाटत असते, त्या आपले कुटुंबीय, मित्र-मैत्रिणी, शिक्षक आणि विश्वासू सल्लागार यांच्या समोर कृतज्ञता व्यक्त करणं ही गोष्ट सर्वाधिक कठीण असते.

हे करून पाहा : कृतज्ञता व्यक्त करणारं पत्र लिहा

तुम्हाला सखोल, तीव्र कृतज्ञता वाटत असलेल्या एका व्यक्तीची निवड करा – ज्या व्यक्तीशी कृतज्ञ असण्याची भावना सहजपणे निर्माण होते, अशा व्यक्तीला निवडा.

त्या व्यक्तीमधील तुम्हाला कौतुक वाटत असलेले अधिक व्यापक गुणधर्म आणि मूल्यं यांची यादी लिहून काढा. ती व्यक्ती तुम्हाला पाठबळ देणारी होती का? ती प्रेमळ होती का? त्यानंतर तुम्ही एकत्रितपणे घालवलेल्या विशिष्ट क्षणांचा आणि बोललेल्या शब्दांचा विचार करा. पुढचा विचार करा आणि तुम्ही त्या व्यक्तीला पुन्हा भेटाल, त्या वेळी काय कराल आणि बोलाल ते लिहून काढा (जर त्या व्यक्ती मरण पावल्या असतील तर तुम्ही असं म्हणू शकता : जर मी तुम्हाला भेटू शकलो असतो, तर मी असं म्हणालो असतो).

आता तुम्ही काढलेल्या मुद्द्यांच्या साहाय्याने त्यांना कृतज्ञता व्यक्त करणारं पत्र लिहा.

शक्य असेल तर व्यक्तिगतपणे भेटून प्रेम आणि प्रशंसा दाखवण्याचा प्रयत्न करा. अन्यथा, एखाद्या व्यक्तीच्या कोणत्या गुणांचं तुम्हाला कौतुक वाटतं ते लिहून काढून, टेक्स्ट पाठवून, फोन करून तुम्ही नेमकेपणाने व्यक्त करू शकता, त्यामुळे त्या व्यक्तीच्या आणि तुमच्या स्वतःच्याही आनंदाला प्रोत्साहन मिळतं.

काही वेळा तुमचं ज्यांच्यावर प्रेम असतं, ते जवळिकीला विरोध दर्शवतात आणि तुम्हाला झटकून टाकतात. अशा वेळी आपल्या जागी ठाम राहा. कृतज्ञता स्वीकारण्यासाठी हळवेपणा, संवेदनशीलता आणि खुलेपणा यांची गरज असते. आपण या भावनांना रोखतो, कारण आपल्याला दुखावले जाण्याची भीती वाटत असते. तुम्हाला विरोधाचा सामना करावा लागला, तर कदाचित तुम्ही आपला दृष्टिकोन बदलण्याचा प्रयत्न करू शकता. क्षणभर विचार करा आणि कोणत्या प्रकारच्या कृतज्ञतेची ती व्यक्ती सर्वाधिक प्रशंसा करू शकेल, त्याचा विचार करा. काही प्रकरणांमध्ये तुमची कृतज्ञता लिहून व्यक्त करणं हा तुम्हा दोघांसाठीही अत्यंत सोपा मार्ग असतो. त्यामुळे तुम्हा दोघांनाही या भावनांवर प्रक्रिया करण्याचा वेळ आणि जागा मिळू शकते.

तुमच्या दृष्टीने खूप महत्त्वाच्या असलेल्या एखाद्या व्यक्तीला तुम्ही कृतज्ञतेचं पत्र लिहिता, त्या वेळी त्यांनी तुम्हाला मदत केलेल्या वेळी तुम्हाला त्यांनी तुमची जितकी काळजी घेतली आहे आणि जितकं प्रेम दिलं आहे असं वाटलं होतं, तितकी काळजी आणि तितकं प्रेम त्यांनाही तुमच्याकडून दिलं गेल्याचं जाणवेल असा प्रयत्न करा. तोंडी आभारप्रदर्शनापेक्षाही एखादं पत्र त्यांच्या औदार्याच्या मूल्याला अधिक शाश्वतता आणि मान्यता मिळवून देतं. तुमचे बंध त्यामुळे अधिक दृढ बनतात. या मान्यतेमुळे तुम्हा दोघांनाही विचारी, विवेकी बनण्याची आणि एकमेकांना काही ना काही देण्याची स्फूर्ती मिळते. आपण शिकलो आहोत, त्याप्रमाणे याच गोष्टीचे तुमच्या गटात, समाजात तरंग उमटतात.

क्षमेनंतरची कृतज्ञता

कदाचित, तुम्ही असा विचार करत असाल की, *माझ्या पालकांनी माझ्यावर अन्याय केला. मी त्यांच्याविषयी कृतज्ञता का बाळगावी?* आपल्या आयुष्यात सदोष लोक असतात – त्यांच्याविषयीच्या आपल्या भावना गुंतागुंतीच्या किंवा संमिश्र स्वरूपाच्या असतात आणि म्हणून त्यांच्याविषयी कृतज्ञता दर्शवणं आपल्याला त्रासदायक वाटतं. तरीही कृतज्ञता ही कृष्णधवल स्वरूपाची नसते. आपण काही लोकांच्या आपल्याविषयीच्या वर्तनामुळे त्यांच्याशी कृतज्ञ असतो; पण सर्वांविषयी कृतज्ञ नसतो. जर तुमचा नातेसंबंध गुंतागुंतीचा असेल, तर ती गुंतागुंत स्वीकारा. त्यांच्या अपयशांसाठी क्षमा करण्याचा आणि त्यांच्या कष्टांसाठी कृतज्ञता व्यक्त करण्याचा प्रयत्न करा.

मात्र तरीही तुमच्या बाबतीत चुकीच्या गोष्टी केलेल्या एखाद्या व्यक्तीविषयीही तुमच्या मनात कृतज्ञता असली पाहिजे, असं मी तुम्हाला मुळीच सुचवत नाही. तुमच्या आयुष्यात आलेल्या प्रत्येक व्यक्तीविषयी तुम्ही कृतज्ञता बाळगण्याची गरज नाही. एखाद्या आघातावर संन्यासी कोणतीही औपचारिक भूमिका घेत नाहीत. पण तरीही बाह्य जखमांची हाताळणी करण्याआधी अंतर्गत जखमा भरून काढण्यावर नेहमीच त्यांचं लक्ष एकवटलेलं असतं - अर्थातच तुमच्या स्वतःच्या गतीने आणि तुम्हाला आवश्यक असलेला वेळ घेऊन.

• • •

आपल्याला जे देण्यात आलं आहे, लाभलं आहे, त्याविषयीची प्रशंसा असा कृतज्ञतेचा विचार करण्याकडे आपला कल असतो. संन्याशांना असंच वाटतं. जर तुम्ही एखाद्या संन्याशाला विचारलं की, त्याला काय दिलं गेलं आहे, तर त्याचं उत्तर असेल - सारं काही. आयुष्याची प्रचंड गुंतागुंत ही देणग्यांनी आणि धड्यांनी भरलेली असते. काही धडे आपल्याला कशासाठी मिळाले आहेत, हे आपल्याला स्पष्टपणे समजलं नाही, तरीही असे धडे आयुष्यात असतात, त्यामुळे जे काही आहे आणि जे शक्य आहे त्यासाठी कृतज्ञता का बाळगू नये? अंतर्गतरीत्या तुम्ही आयुष्याकडे आणि तुमच्या सभोवतालच्या जगाकडे कसं पाहता त्याद्वारे आणि कृतीद्वारे अशा दोन्ही प्रकारच्या दैनंदिन आचरणातून कृतज्ञतेचा स्वीकार करा. कृतज्ञता दयाळूपणाची निर्मिती करते आणि आपल्या सभोवतालच्या लोकांकडे सर्वोच्च संकल्प आणला जातो. आपल्या समाजांमधून या चैतन्याचा प्रतिध्वनी उमटतो.

कृतज्ञता ही सर्व गुणधर्मांची जननी आहे. माता ज्याप्रमाणे जन्म देते, त्याप्रमाणेच कनवाळूपणा, लवचीकता, आत्मविश्वास, उत्कट भावना यांसारख्या अर्थ शोधण्यासाठी आणि इतरांशी संलग्न होण्यासाठी आपल्याला मदत करणाऱ्या इतर सर्व सकारात्मक गुणधर्मांना कृतज्ञता समोर आणते. पुढच्या प्रकरणात आपण नातेसंबंधांविषयी बोलणं ही गोष्ट ओघानंच येते. आपण कोणाशी नातेसंबंध जोडण्याचा प्रयत्न करतो. आपल्या आयुष्यात आपण कोणाचं स्वागत करतो आणि आपण कशा प्रकारे अर्थपूर्ण नातेसंबंध टिकवून ठेवू शकतो हे आपण पाहणार आहोत.

प्रकरण १०

नातेसंबंध

लोक निरीक्षण करतात

प्रत्येक व्यक्ती हे शोध घेण्याजोगं एक जग असतं.

– थिच न्हाट हान

संन्याशांचा विचार नेहमीच एकांतवासी किंवा यती असा केला जातो. ते एकांतात राहणारे, मानवी स्वभावापासून अलिप्त असलेले असतात, तरीही संन्यासी म्हणून मला आलेल्या अनुभवाने इतर लोकांशी कसं वागलं पाहिजे, याविषयीचे माझे विचार कायमचे बदलून टाकले. आश्रम सोडायचा असं ठरवून मी लंडनला परतलो होतो, त्या वेळी मला असं आढळलं होतं की, माझ्या शपथा घेण्याच्या आधी सर्व प्रकारच्या नातेसंबंधांच्या बाबतीत मी जसा वागत होतो, त्याहून आता मी खूपच अधिक चांगला बनलो होतो. ही सुधारणा अगदी शृंगाराच्या बाबतीतही खरी होती आणि ती काहीशी आश्चर्यकारक होती. कारण, संन्यासी ब्रह्मचारी असतात आणि आश्रमातील माझ्या वास्तव्यात महिलांशी माझे शृंगारिक किंवा लैंगिक संबंध नव्हते.

अपेक्षा निश्चित करणं

आश्रम असलेलं खेडं परस्परांविषयीचा सुहृदभाव, जिव्हाळा आणि विश्वास बाळगून आहे. ते लोक एकमेकांसाठी आहेत आणि एकमेकांची सेवाही करत आहेत. ब्ल्यू

झोन ही संघटना जगातील दीर्घायुषी आणि आरोग्यसंपन्न जीवन जगत असलेल्या लोकांच्या प्रदेशांचा अभ्यास करते. डॅन ब्युटनर या ब्ल्यू झोनच्या सहसंस्थापकाला अशा प्रकारच्या समाजाची जगभर सर्वत्र गरज असल्याचं आढळून आलं. आहार आणि जीवनशैलीच्या पद्धतींखेरीज ब्युटनरला असं आढळलं की, दीर्घायुष्य हा समाजाच्या अनेक अंशांवर अवलंबून असतो : यात कुटुंबाशी निकटचे संबंध (तुम्हाला मदतीची गरज असताना ते तुमची काळजी घेतील) आणि समान श्रद्धा व विश्वास आणि निकोप सामाजिक वर्तने असलेली जमात या गोष्टींचा समावेश होता. यासाठी अर्थात खेडंच असलं पाहिजे.

या नील प्रदेशांप्रमाणेच (ब्ल्यू झोन्सप्रमाणेच) आश्रम हासुद्धा परस्पर अवलंबित्व असलेला समाज होता. यातून सहकार्याची आणि एकमेकांच्या सेवेची भावना जोपासली जात होती. प्रत्येकालाच फक्त स्वतःच्या गरजांकडेच नव्हे, तर इतर लोकांच्या गरजांकडेही लक्ष पुरवण्यासाठी उत्तेजन दिलं जात होतं. वादळ-वाऱ्यांच्या झोतात टिकून राहण्यासाठी खोलवर गेलेल्या मुळांचा अभाव असलेली जैवगोलक २मधील झाडं आठवतात का? रेडवूडचे वृक्ष ही आणखी एक वेगळीच कहाणी आहे. ती उंच असतात ही गोष्ट प्रसिद्धच आहे. याचा अर्थ त्यांना खोलवर गेलेल्या मुळांची गरज असते, असं तुम्हाला वाटू शकतं; पण त्यांची मुळं तर खूपच उथळ भागांपर्यंतच पोहोचलेली असतात; पण या झाडांची मुळं व्यापक प्रमाणात पसरलेली असतात आणि त्यांच्यामुळेच त्यांना लवचीकता प्राप्त होते. रेडवूड वृक्षवाटिकांमध्ये किंवा उपवनांमध्ये चांगल्या प्रकारे वाढतात. त्यांची मुळं एकमेकांमध्ये गुंतलेली असतात, त्यामुळे बळकट आणि दुर्बल असे दोन्ही प्रकारचे वृक्ष निसर्गाच्या शक्तींमध्ये तग धरून राहतात.

प्रेमाचं वर्तुळ

ज्या समाजात प्रत्येक जण एकमेकांची काळजी घेत होता, तिथे इतर संन्याशांविषयीची माझी काळजी आणि पाठिंबा यांची त्यांच्याकडून थेट पुनर्जुळवणूक केली जाईल, असं मला सुरुवातीला वाटलं होतं; पण यातली सत्य परिस्थिती अधिक गुंतागुंतीची होती असं मला दिसून आलं.

मी पहिल्या वर्षी आश्रमात गेलो होतो, त्या वेळी अस्वस्थ होतो आणि सल्ल्यासाठी माझ्या एका गुरूकडे गेलो. 'मी अस्वस्थ आहे,' मी म्हणालो. 'मला असं वाटतं की, मी खूपच प्रेम देत आहे; पण कोणत्याही प्रकारे ते मला परत मिळत असल्याचं मला जाणवत नाही. मी इतरांवर प्रेम करत आहे, त्यांची काळजी घेत आहे आणि आणि त्यांच्याशी काळजीपूर्वक वागत आहे; पण तीच गोष्ट ते मात्र माझ्या बाबतीत करत नाहीत. मला ते मिळत नाही.'

त्या संन्याशाने विचारलं, 'तू प्रेम बाहेर का देत आहेस?'

'कारण, मी तसाच आहे.'

त्या संन्याशाने सांगितलं, 'मग असं असेल तर ते तुला परत मिळावं असं तुला का वाटतं? पण तरीही काळजीपूर्वक ऐक. ज्या वेळी तुम्ही प्रेम, तिरस्कार, क्रोध, दयाळूपणा यांपैकी तुमची कोणतीही ऊर्जा देता, त्या वेळी कोणत्या ना कोणत्या प्रकारे नेहमीच ती तुम्हाला परत मिळेल. प्रेम हे एखाद्या वर्तुळासारखं असतं. तुम्ही जितकं प्रेम बाहेर देता, तितकं ते तुमच्याकडे परत येतं. यातली समस्या ही तुमच्या अपेक्षांमध्ये असते. तुमची अशी अपेक्षा असते की, तुम्ही ज्या व्यक्तीला प्रेम दिलेलं असेल, तिच्याकडूनच ते तुम्हाला परत मिळेल; पण नेहमीच त्याच व्यक्तीकडून ते मिळत नाही. त्याप्रमाणेच तुमच्यावर प्रेम करणारे लोकही असतात आणि तुम्हीही त्यांना तसंच प्रेम परत देत नसता.'

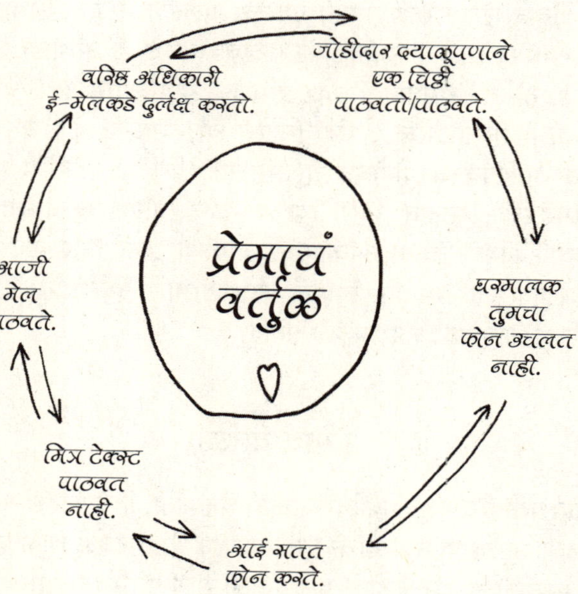

त्याचं म्हणणं बरोबरच होतं. **बहुतेक वेळा जे लोक आपल्यावर प्रेम करत नाहीत, त्यांच्यावर आपण प्रेम करतो; पण आपल्यावर जे प्रेम करतात, त्यांच्या प्रेमाची परतफेड करण्यात आपण अपयशी होतो.**

माझ्या मनात माझ्या आईचा विचार आला. ती कुठलंही काम करत असली तरी ते तसंच्या तसं टाकून नेहमीच ती माझा फोन घेण्यासाठी धावतपळत येते. जर तिने फोन करण्यासाठी फोन उचललाच तर ती मला किंवा माझ्या बहिणीलाच

पहिल्यांदा फोन करते. तिला माझ्याबरोबर नेहमीच छान बोलण्याचीच इच्छा असे. एखाद्या वेळी कोणीतरी माझ्या संदेशाला उत्तर न दिल्यामुळे मी निराश झालेला असे आणि त्याच वेळी माझी आई तिथे बसून विचार करत असे की, *माझ्या मुलाने मला फोन केला असता तर बरं झालं असतं!*

प्रेमाच्या वर्तुळाचं माझ्या गुरूंनी जे वर्णन केलं होतं, त्यामुळे माझं आयुष्य बदलून गेलं. आपल्याकडे कृतज्ञतेचा अभाव असल्यामुळे आपल्याला आपल्यावर कोणी प्रेम करत नाही असं वाटतं. ज्या वेळी आपली कोणीच पर्वा करत नाही, असं आपल्याला वाटतं त्या वेळी आपण स्वतःची तपासणी केली पाहिजे आणि आपण बाहेर देत असलेलं प्रेम आपल्याकडे अनेक प्रकारच्या स्रोतांकडून परत येत असल्याची जाणीव करून घेतली पाहिजे आणि याचं थोडं जास्त सर्वसामान्यीकरण केलं तर आपण जे बाहेर देतो, ते आपल्याकडे परत येतं. हे कर्माचं उदाहरण आहे. तुमच्या चांगल्या किंवा वाईट कृती तुमच्याकडे त्याच गोष्टी परत आणतात. आपल्याला ज्या वेळी आपल्यावर कोणीही प्रेम करत नाही असं वाटतं, त्या वेळी आपण स्वतःला पुढील प्रश्न विचारण्याची गरज असते : *मी जितक्या वेळा मदत मागतो तितक्या वरचेवर मी मदत देऊ करतो का? बदल्यात काहीही न मागता, न मिळवता मला कोण देतं?*

करुणेचं जाळं

प्रेमाच्या आणि काळजीच्या वाटपाकडे संन्यासी एक गोष्ट देणं आणि एक मिळवणं अशा अदलाबदलीच्या स्वरूपात न पाहता करुणेचं किंवा कनवाळूपणाचं जाळं म्हणून पाहतात ही अर्थपूर्ण बाब असते. संन्याशांचा असा विश्वास असतो की वेगवेगळे लोक वेगवेगळ्या हेतूंचं पालन करतात आणि ही प्रत्येक भूमिका तिच्या स्वतःच्या पद्धतीने आपल्या वाढीस हातभार लावते. मैत्री करण्यासाठी आपल्याकडे समवयस्क, समविचारी लोकांचा गट असतो, आपण शिकवावं यासाठी – शिकवण्यासाठी विद्यार्थी असतात आणि आपण शिकावं यासाठी – आपल्या शिकण्यासाठी विश्वासू सल्लागार असतात. या भूमिका पूर्णपणे वयाशी आणि अनुभवाशी बद्ध नसतात. प्रत्येक संन्यासी हा नेहमीच या चक्राच्या प्रत्येक टप्प्यात असतो. संन्याशांचा असा विश्वास असतो की, या भूमिका कायमस्वरूपी नसतात. एके दिवशी तुमचा शिक्षक असलेली व्यक्ती दुसऱ्या दिवशी तुमची विद्यार्थी असू शकते. काही वेळा ज्येष्ठ संन्यासीही आमच्यासारख्या तरुण संन्याशांच्या वर्गात येत असत. खाली जमिनीवर बसून नवीन संन्याशाचं बोलणं ते ऐकत असत. आमच्यावर नियंत्रण किंवा देखरेख ठेवण्यासाठी ते तिथे येत नसत – ते स्वतः शिकण्यासाठी तिथे येत असत.

हे करून पाहा : नेतृत्व करा आणि अनुसरण करा

तुमच्या विद्यार्थ्यांची आणि शिक्षकांची यादी तयार करा. आता विद्यार्थी तुम्हाला काय शिकवू शकतील आणि शिक्षक तुमच्याकडून काय शिकू शकतील ते लिहून काढा.

विश्वासाचे चार प्रकार

आश्रमात मी अस्वस्थ होतो. कारण, माझ्या काळजीची देवाग-घेवाण होत नाही, असं मला वाटत होतं. इतर लोक आपल्या आयुष्यात असण्यामागच्या त्यांच्या हेतूंची स्पष्ट जाणीव नसताना आपण इतरांकडून नेहमीच भरपूर अपेक्षा ठेवतो. आपल्या आयुष्यात आपण ज्या लोकांना येऊ देतो, त्यांच्यात आपण कोणते चार गुणधर्म शोधतो त्याचा विचार करू या. तुम्ही अशा लोकांना ओळखू शकाल - यांपैकी प्रत्येक वर्गवारीत बसणारी किमान एक तरी व्यक्ती आपल्यापैकी बहुतेकांना माहिती असते.

क्षमता. जर आपल्याला एखाद्याच्या मतांवर आणि शिफारशींवर विश्वास ठेवायचा असेल, तर ती व्यक्ती सक्षम असलीच पाहिजे. या व्यक्तीकडे तुमची समस्या सोडवण्याची योग्य कौशल्यं असतात. त्या क्षेत्रातील ते तज्ज्ञ किंवा अधिकारी असतात. त्यांच्याकडे अनुभव, संदर्भ आणि/किंवा एखाद्या गोष्टीविषयी पुनर्विचार करून सुधारणा करण्यासाठी उच्च मूल्यमापन करण्याची क्षमता असते.

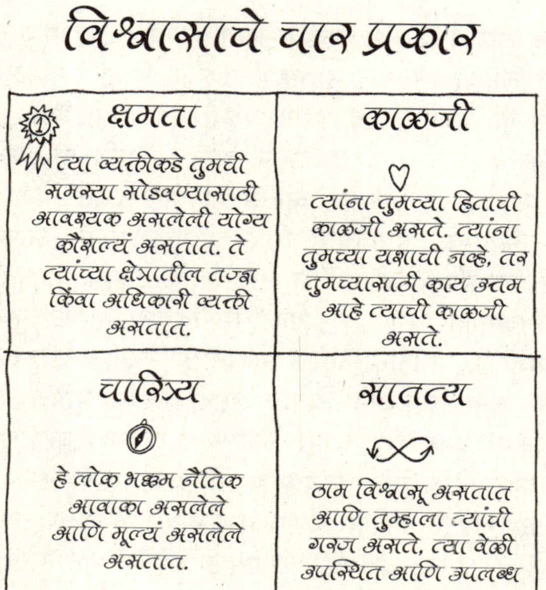

काळजी. आपल्या भावना आपण एखाद्या व्यक्तीच्या हाती सुपुर्द करत असू तर त्या व्यक्तीला आपली काळजी आहे हे आपल्याला माहिती असण्याची गरज असते. खरी काळजी असणं याचा अर्थ त्यांच्यासाठी नव्हे, तर तुमच्यासाठी काय उत्तम आहे, याचा ते विचार करतात. तुमच्या यशाचा नव्हे, तर हिताचा ते विचार करतात. त्यांच्या हृदयात तुमचं उत्तम हित असतं. त्यांचा तुमच्यावर विश्वास असतो. तुम्हाला पाठिंबा देण्यासाठी ते कर्तव्याच्या आवाहनाच्या पलीकडे जाऊ शकतात : तुम्हाला पुढे जाण्यासाठी मदत करतात, महत्त्वाच्या डॉक्टरची भेट मिळवण्यासाठी तुमच्या सोबत येतात किंवा तुमच्या वाढदिवसाच्या किंवा विवाहाच्या पार्टीच्या आयोजनासाठी तुम्हाला मदत करतात.

चारित्र्य. काही लोकांकडे भक्कम नैतिक आवाका असतो आणि ठाम मूल्यं असतात. आपल्याला काय हवं असतं किंवा आपला कशावर विश्वास असतो, याची आपल्याला खात्री नसताना ते आपल्याला स्पष्टपणे समजावं म्हणून आपल्याला मदत केली जावी, यासाठी आपण अशा लोकांकडे पाहतो. ज्या वेळी आपण परस्परावलंबी भागीदारीत (नातेसंबंध, व्यावसायिक भागीदारी, सांघिक भागीदारी) असतो, त्या वेळी चारित्र्य ही गोष्ट विशेषतः महत्त्वाची असते. हे लोक ज्याचा उपदेश करतात, तेच आचरणात आणतात. त्यांचा नावलौकिक चांगला असतो, मतं ठाम असतात आणि त्यांचे सल्ले व्यवहार्य, पाय जमिनीवर ठेवून दिलेले असतात. ते विश्वासू असतात.

सातत्य. सातत्य असलेले लोक कदाचित सर्वोच्च तज्ज्ञ नसतात, त्यांच्याकडे कदाचित सर्वोत्तम चारित्र्य नसतं किंवा तुमच्याविषयीची अत्यंत सखोल काळजीही नसते; पण ते विश्वासू असतात आणि तुम्हाला त्यांची गरज असताना उपस्थित आणि उपलब्ध असतात. सगळ्या चढ-उतारांमध्ये ते तुमच्या बरोबर असतात.

आपल्याला देण्यासारखं त्यांच्याकडे काय आहे हे जाहीर करणारं प्रतीक किंवा चिन्ह बरोबर घेऊन कोणीही येत नाही. लोकांचे संकल्प, उद्देश आणि कृती यांचं निरीक्षण करा. त्यांचा एकमेकांशी मेळ आहे का? ते ज्या गोष्टीला किंमत देतात असं सांगतात ती मूल्यं त्यांच्या कृतीतून ते दाखवून देतात का? त्यांची मूल्यं तुमच्या मूल्यांशी संबंधित आहेत का? वचनांपेक्षा किंवा आश्वासनांपेक्षाही आपण वर्तनांमधून जास्त शिकतो. एखाद्या व्यक्तीकडे तुम्ही का आकर्षित झाला आहात आणि तिच्याशी मित्र, सहकारी किंवा जोडीदार म्हणून तुम्ही संलग्न होण्याची शक्यता आहे का, ते समजून घेण्यासाठी विश्वासाच्या चार प्रकारांचा वापर करा आणि *या नातेसंबंधात गुंतण्यामागचा माझा प्रामाणिक हेतू काय आहे?* असा प्रश्न स्वतःला विचारा.

विश्वासाचे चार प्रकार हे आपण अंतःप्रेरणेनेच ज्यांच्या शोधात असतो आणि आपल्याला ज्यांची गरज असते ते गुणधर्म असल्यासारखं वाटू शकतं; पण एक गोष्ट लक्षात घ्या की, एखाद्याला तुमची काळजी आहे, असा विचार करणं कठीण असतं, एखादी व्यक्ती प्रत्येक क्षेत्रात सक्षम आहे, तिच्याकडे सर्वोत्तम चारित्र्य आहे आणि तुमचं काम असेल त्या वेळी ती कधीही अतिशय कामात व्यस्त नसेल असं समजणंही कठीण आहे. स्वामी (माझे संन्यासी गुरू) आणि माझी आई या माझ्या आयुष्यातील दोन अत्यंत महत्त्वाच्या व्यक्ती आहेत. स्वामी हे मी ज्यांच्याकडे अडचणीच्या वेळी जातो, अशी आध्यात्मिक व्यक्ती आहेत. त्यांच्या चारित्र्यावर माझा अत्यंत विश्वास आहे; पण ज्या वेळी मी त्यांना सांगितलं की, मला ॲक्सेंचर कंपनी सोडून प्रसारमाध्यमांमध्ये जायचं आहे, त्या वेळी ते म्हणाले, 'तू काय करावंस त्याची मला काहीही कल्पना नाही.' ते माझ्या अत्यंत मूल्यवान सल्लागारांपैकी एक आहेत; पण माझ्या करिअरविषयी त्यांनी मत द्यावं, अशी त्यांच्याकडून अपेक्षा बाळगणं ही मूर्खपणाची गोष्ट होती आणि त्यांच्याकडे त्याविषयीचं मत आहे असं ढोंग न करण्याएवढे ते सुज्ञही होते. माझी आईसुद्धा करिअरमधील चालींसंदर्भात विचारण्यासाठी योग्य व्यक्ती नव्हती. अनेक आयांप्रमाणे तिलाही माझ्या हिताची सर्वाधिक काळजी होती : मला काय वाटतं, मी नीट खातो की नाही, मला पुरेशी झोप मिळते की नाही याची तिला काळजी वाटत होती. तिला माझी काळजी होती आणि ती माझ्यासाठी सातत्याने तिथे उपलब्ध होती; पण माझ्या कंपनीच्या व्यवस्थापनाविषयी ती सल्ला देणार नव्हती. माझ्या आयुष्याच्या प्रत्येक पैलूची काळजी न केल्याबद्दल माझ्या आईवर मी रागावण्याची गरज नव्हती. रागावण्यात जाणाऱ्या माझ्या वेळाची, ऊर्जेची, अवधानाची आणि दुःखाची बचत करून, ती मला जे देत होती, त्याची मी फक्त प्रशंसा करावयास हवी होती.

प्रत्येक व्यक्ती म्हणजे आपल्याला गरज असेल, त्या वेळी प्रत्येक गोष्ट देणारं संपूर्ण पॅकेज आहे, अशी अपेक्षा बाळगण्याकडे आपला कल असतो. यामुळे अशक्य वाटाव्यात एवढ्या उंचीवर निश्चित अपेक्षा बाळगल्या जातात. अशी व्यक्ती बनणं ही गोष्ट जितकी अवघड असते तितकीच अशा व्यक्तीचा शोध घेणं ही गोष्टही अवघड असते. आपण त्यांच्याकडून कशाची अपेक्षा बाळगू शकतो आणि कशाची अपेक्षा बाळगू शकत नाही, ते लक्षात ठेवण्यास विश्वासाचे चार प्रकार आपल्याला मदत करतात. अगदी तुमचा जोडीदारही तुम्हाला सदा सर्वकाळ सगळ्या मार्गांवर काळजी, चारित्र्य, क्षमता आणि सातत्य पुरवू शकत नाही. काळजी आणि चारित्र्य, होय, या गोष्टी तुमचा जोडीदार तुम्हाला देऊ शकतो; पण कोणतीही व्यक्ती सगळ्या गोष्टींमध्ये सक्षम नसते आणि तुमचा जोडीदार विश्वासू असला पाहिजे हे बरोबर असलं तरीही तुम्हाला गरज असलेल्या प्रकारे सातत्याने कोणीही उपलब्ध नसतं. आपला आयुष्याचा जोडीदार हा आपल्याला 'संपूर्ण बनवण्यासाठी'

(या विचारासाठी जेरी मॅग्वायरचे मी आभार मानतो) आवश्यक असलेली प्रत्येक गोष्ट आपलं सर्वस्व असलं पाहिजे, अशी आपण अपेक्षा ठेवतो; पण अशा सखोल आणि आयुष्यभराच्या नात्यातही तुम्हीच तुमचं सारं काही किंवा सर्वस्व असता.

आश्रमात कुटुंबीय किंवा इतर कोणत्याही मार्गाने आमच्याशी संलग्न नसलेल्या लोकांबरोबर असताना, त्या लोकांनी आम्हाला वास्तवतावादी दृष्टिकोन दिला. तिथेच हे स्पष्ट झालं होतं की, कोणीही प्रत्येक भूमिका पार पाडू शकत नाही किंवा पाडूही नये. यातली रोचक बाब अशी होती की, *सायकॉलॉजी टुडेमधील* एका लेखात मानसशास्त्रज्ञ कर्नल जे. पॅट्रिक स्विनी यांनी इराकमधील लष्करी नेतृत्वाच्या केलेल्या क्षेत्रीय अभ्यासाचं (फील्ड स्टडीचं) वर्णन करण्यात आलं होतं. स्विनींनाही क्षमता, काळजी आणि चारित्र्य हे विश्वासाचे तीन घटक आढळले होते. यातला फरक असा होता की, सैनिकांनी त्यांच्या नेत्यावर विश्वास ठेवण्यासाठी आवश्यक असलेले हे तीन गुणधर्म आहेत, असं निरीक्षण त्यांनी नोंदवलं होतं. लष्कर आणि संन्याशाचं जीवन या दोन्ही गोष्टी दिनक्रमांना आणि तत्त्वांना घट्ट चिकटून असतात; पण संन्यासी त्यांच्या नेत्यांचं अनुसरण करत नाही आणि त्या धर्तीवर त्यांची आयुष्यं घेऊन जात नाहीत. नातेसंबंधांविषयी एखाद्या संन्याशासारखा विचार करण्यासाठी विश्वासाच्या या चारही प्रकारांचा शोध घेण्यापेक्षा एखाद्या व्यक्तीने तुम्हाला काय द्यावं, याविषयीची तुमची इच्छा बाजूला ठेवा आणि एखादी व्यक्ती प्रत्यक्षात तुम्हाला जे देते, त्या आधारावर वास्तववादी अपेक्षा बाळगा. अशा व्यक्तींकडे हे चारही गुणधर्म नसले तरीही अशा व्यक्ती तुमच्या आयुष्यात असल्यामुळे तुम्हाला लाभ मिळू शकतात हे लक्षात घ्या.

शिवाय तुम्ही त्यांना काय देऊ शकता, त्याकडेही तुम्ही किमान लक्ष पुरवलं पाहिजे. मित्रांच्या किंवा सहकाऱ्यांच्या बाबतीत स्वतःलाच पुढील प्रश्न विचारण्याची सवय लावून घ्या : *मी पहिल्यांदा त्यांना काय देऊ करू शकतो? मी कशी सेवा करू शकतो? मी शिक्षक आहे, समविचारी व्यक्ती आहे की विद्यार्थी आहे? या व्यक्तीला मी विश्वासाच्या चार प्रकारांपैकी काय देऊ शकतो?* आपल्या ताकदींचा आपण योग्य वापर करून घेतो आणि आपल्याकडे नसलेली तज्ज्ञता स्वामींप्रमाणेच आपणही कोणालाही देऊ करत नाही, त्या वेळी आपण अधिक अर्थपूर्ण नातेसंबंध तयार करू शकतो.

हे करून पाहा : विश्वासाविषयी विचार करा

तुमच्या आयुष्यातील तीन वेगवेगळ्या प्रकारच्या लोकांची निवड करा. ते कदाचित सहकारी, कुटुंबीय आणि मित्र असू शकतील. तुमच्या आयुष्यात ते कशा प्रकारे विश्वासाचे चार प्रकार आणू शकतात ते ठरवा. त्यासाठी त्यांचे आभार माना.

वर दिलेल्या स्वाध्यायांसारख्या स्वाध्यायांचा अर्थ लोकांवर ठरावीक शिक्के मारणं असा नाही, मी अशा ठरावीक शिक्के मारण्याच्या विरोधात आहे. कारण, माझा अनुभव असा आहे की, अशा अनुभवांमुळे आयुष्याच्या अनेक सूक्ष्म छटांचं अवमूल्यन करून त्यांना कृष्ण किंवा धवल रंगांतच रंगवलं जातं. अर्थाचा शोध घेणं आणि निवाडा करण्यात कुलूपबंद होऊन जाण्याऐवजी पुढे जाण्यासाठी आवश्यक असलेली गोष्ट आत्मसात करणं हा संन्याशांचा दृष्टिकोन असतो, तरीही ज्या वेळी आपण विश्वासाच्या चार प्रकारांसारख्या गाळण्या लागू करतो, त्या वेळी आयुष्याच्या गुंतागुंतींमधून आणि कोलाहलांमधून आपल्याला मार्गदर्शन करण्याएवढं आपलं करुणेचं जाळं पुरेसं व्यापक आहे का, ते आपण पाहू शकतो.

आपल्याकडे जरी विश्वासाचे चारही प्रकार देणाऱ्या व्यक्ती असल्या तरीही या प्रत्येक वर्गवारीतील अनेक दृष्टिकोनांचा आपल्याला लाभ होतो. आई घेत असलेली काळजी ही विश्वासू सल्लागाराच्या काळजीसारखी नसते. चारित्र्यपूर्ण असलेली एखादी व्यक्ती कदाचित आपल्याला शृंगारिकतेविषयीचा महान सल्ला देऊ शकते, तर दुसरी व्यक्ती आपल्याला कौटुंबिक वादविवादात मदत करू शकते. सातत्यपूर्णता असलेला एखादा मित्र तुमचा प्रेमभंग होतो त्या दरम्यान तुम्हाला आधार, पाठबळ देण्यासाठी उपलब्ध असू शकतो, तर दुसरा नेहमीच डोंगर-कपारीतून फिरण्याच्या धडाडीच्या मोहिमांमध्ये तुमच्या सोबत जाण्यास उपलब्ध असू शकतो.

स्वतःचं कुटुंब तयार करा

वैविध्याचा शोध घेण्यासाठी आपल्याला नवीन नातेसंबंधांविषयी खुलं राहावंच लागतं. आपल्याला गरज असलेलं सारं काही आपलं मूळचं कुटुंब आपल्याला कदाचित कधीच देऊ शकणार नाही, ही गोष्ट मान्य करणं हा कोणत्याही वयात वाढ होण्याचा भाग असतो. तुम्हाला वाढवलेल्या लोकांकडून तुम्हाला नक्कीच काय मिळतं आणि काय मिळत नाही, ही गोष्ट स्वीकारणं योग्य असतं आणि खरं तर ही गोष्ट तुमच्याशी चांगलं न वागणाऱ्या तुमच्या कुटुंबातील व्यक्तींपासून तुमचं संरक्षण करण्यासाठीही आवश्यक असते. इतर प्रत्येकासाठी आपण जी मानांकने लावतो तीच मानांकने आपल्या कुटुंबालाही आपण लावली पाहिजेत. जर नातेसंबंध चिंतापूर्ण किंवा तणावग्रस्त असतील तर त्यांच्याशी अंतर ठेवून, लांबूनच आपण त्यांच्यावर प्रेम करू शकतो आणि त्यांच्याविषयी आदर बाळगू शकतो, तसंच अधिक व्यापक असलेल्या जगातून आपलं कुटुंब आपण गोळा करू शकतो. याचा अर्थ आपल्या कुटुंबाकडे आपण दुर्लक्ष केलं पाहिजे असा नसतो; पण ज्या वेळी आपल्याला मित्र आणि कुटुंबीय आहेत, तसंच आपले कुटुंबीय बनलेले मित्र आहेत हे आपण स्वीकारतो, त्या वेळी क्षमाशीलता आणि कृतज्ञता अधिक सहजपणे

प्राप्त होते. ज्यांच्या स्वतःच्या कुटुंबांनी त्यांची आयुष्यं अवघड बनवली आहेत, अशा लोकांसाठी सर्व मानवतेशी एखाद्या पातळीवर संलग्न असल्याची जाणीव सकारात्मकतेने रोगनिवारक पद्धती ठरू शकते.

मानवी कुटुंब

मी आश्रमात प्रवेश केला, त्याप्रमाणे ज्या वेळी तुम्ही नवीन समाजात प्रवेश करता, त्या वेळी तुमची पाटी कोरी असते. तुमच्या कुटुंबाविषयी आणि मित्र–मैत्रिणींविषयी तुमच्या मनात असलेल्या कोणत्याही अपेक्षा तिथे तुमच्या मनात नसतात. बहुतांश वेळा तुमच्या भूतकाळाशी संबंधित असलेलं कोणीही तिथे नसतं. अशा प्रकारच्या परिस्थितीत आपल्यापैकी बहुतांश जण 'आपले लोक' शोधण्यासाठी धडपडतात; पण आश्रमाने मला दुसरा मार्ग दाखवला. दिलाशाचं, आरामदायक आणि विश्वासपूर्ण असं एक लहान वर्तुळ निर्माण करून मला कुटुंबाची पुनरावृत्ती करण्याची गरज नव्हती. आश्रमातील प्रत्येक जणच माझा कुटुंबीय होता. भारतात व युरोपमध्ये सर्वत्र आम्ही प्रवास केला आणि लोकांशी जोडले गेलो, त्या वेळी माझ्या असं लक्षात येऊ लागलं की, जगातील प्रत्येक जणच माझा कुटुंबीय होता. गांधीजींनी म्हटलं आहे की, 'जगाशी मैत्री करणं आणि संपूर्ण मानवी कुटुंब हे एक आहे असं मानणं हा सुवर्णमार्ग आहे,' तसंच हे होतं.

अध्ययन, विकास आणि कुटुंबीयांविषयीचे, शाळांमधील आणि चर्चमधील अनुभवकथन यासाठी आम्ही तयार केलेल्या गटांमुळे आम्हाला लोकांची वर्गवारी करण्यास साहाय्य झालं. मी अमुक लोकांबरोबर राहत आहे. मी *अमुक* लोकांबरोबर अध्ययन करत आहे. मी *अमुक* लोकांबरोबर प्रार्थना करत आहे. मी *अमुक* लोकांकडून मदत मिळण्याची आशा बाळगत आहे; पण यांपैकी एखाद्या वर्तुळात व्यवस्थितपणे चपखल न बसल्यामुळे एखाद्याच्या मतांना किंवा मूल्याला महत्त्व न देण्याची मला इच्छा नव्हती. व्यवहार्यतेच्या मर्यादा बाजूला ठेवल्या तर – ज्यांच्याकडे माझं लक्ष वेधलं गेलं पाहिजे किंवा फक्त ज्यांची मी काळजी घेतली पाहिजे किंवा इतरांहून त्यांना अधिक मदत केली पाहिजे, असे विशिष्ट लोक नव्हते.

या क्षणाला प्रत्येक मनुष्य तुमचा कुटुंबीय आहे, अशी कल्पना तुम्ही करत नसाल तरीही संपर्कात येणाऱ्या प्रत्येकाकडे तुमच्या कुटुंबातील सदस्य म्हणून पाहणं अधिक सोपं आहे. जीन डॉमिनिक मार्टिनची प्रसिद्ध कविता असं सांगते की, 'तुमच्या जीवनात येणारे लोक एखाद्या कारणाने, एखाद्या ऋतूपुरते किंवा आयुष्यभरासाठी तुमच्या जीवनात येतात.' एखादं नातं किती काळापर्यंत टिकतं त्यावर या तिन्ही वर्गवारी आधारित आहेत. एखादी व्यक्ती तुमच्या आयुष्यात केवळ एक स्वागतार्ह बदल म्हणून प्रवेश करू शकते. एखाद्या नव्या ऋतूप्रमाणे असे लोक

ऊर्जेत रोमहर्षक आणि मुग्ध करणारे बदल घडवणारे असतात; पण सगळ्याच ऋतूंप्रमाणे या ऋतूचाही एखाद्या ठिकाणी अंत होतो. दुसरी एखादी व्यक्ती कारणामुळे येऊ शकते. अशा व्यक्ती तुम्हाला शिकण्यास आणि वाढण्यास मदत करतात किंवा अवघड काळात तुम्हाला आधार देतात. त्या विशिष्ट अनुभवात तुम्हाला मदत करण्यासाठी किंवा मार्गदर्शन करण्यासाठीच त्यांना जवळजवळ हेतुपुरस्सर पाठवण्यात आलं असावं, असं वाटतं. त्या अनुभवानंतर तुमच्या आयुष्यातील त्यांची मध्यवर्ती भूमिका कमी कमी होत जाते. याशिवाय आयुष्यभरासाठी तुमच्यासोबत असलेले लोक असतात. ते तुम्ही त्यांना काहीही देत नसलात तरी तुमच्यावर प्रेम करतात, उत्तम आणि अत्यंत बिकट, वाईट काळात तुमच्या बाजूने उभे राहतात. या वर्गवारींचा तुम्ही विचार करता, त्या वेळी प्रेमाचं वर्तुळ लक्षात ठेवा. प्रेम ही मुक्तपणे देण्यात आलेली उत्तम देणगी आहे आणि सर्वच नातेसंबंध समान ताकदीने अमर्यादपणे टिकून राहण्यासाठी नसतात, ही जाणही तिच्यात समाविष्ट असते. एक गोष्ट लक्षात ठेवा की, तुम्हीसुद्धा वेगवेगळ्या वेळी वेगवेगळ्या लोकांचे एखाद्या ऋतूपुरते, कारणापुरते किंवा आयुष्यभराचे मित्र असता आणि इतर कोणाच्या तरी आयुष्यात तुम्ही पार पाडत असलेली भूमिका ही ते तुमच्या आयुष्यात पार पाडत असलेल्या भूमिकेशी सुसंगत असलीच पाहिजे, असंही नसतं.

अलीकडच्या काळात मी लोकांच्या एका लहान, सातत्यपूर्ण गटाच्या सर्वाधिक निकट आहे; पण त्यामुळे मला सर्व मानवतेशी जाणवणाऱ्या संलग्नतेत बदल होत नाही म्हणूनच तुम्ही ओळखत असलेल्या, तुम्हाला ज्यांच्या सान्निध्यात आरामदायी वाटतं, अशा लोकांच्या पलीकडे अनोळखी लोकांकडे आणि ज्या लोकांना तुम्ही समजून घेऊ शकत नाही, अशा लोकांकडे पाहा. तुम्हाला त्या सर्वांशी मैत्री करण्याची गरज नाही; पण त्या सर्वांकडे समान प्रकारचे आत्मे आणि तुमच्या ज्ञानात व अनुभवात वैविध्याची भर टाकणारे समान प्रकारचे लोक म्हणून पाहा.

हे करून पाहा : तुमच्या मैत्रींविषयी वास्तववादी राहा

गेल्या एका किंवा दोन आठवड्यांत तुम्ही सामाजिक पातळीवर ज्या लोकांना भेटलात त्यांची यादी करा. दुसऱ्या स्तंभात प्रत्येक व्यक्ती ही ऋतूप्रमाणे, कारणापुरती की कायमस्वरूपी मित्र आहे ते नोंदवा. अर्थातच ही गोष्टही शिक्का मारण्यासारखीच आहे; पण अशा प्रकारे सर्वसामान्यपणे तुमच्या सध्याच्या सामाजिक जीवनाच्या रूपरेषेचं चित्रण केल्याने तुमच्या आवतीभोवती असलेल्या लोकांचा गट समतोल आहे का, याची तुम्हाला कल्पना येऊ शकते. हा गट तुम्हाला रोमहर्षकता, आधार किंवा पाठबळ आणि दीर्घकालीन प्रेम देतो का हे समजतं. आता तिसऱ्या स्तंभात या प्रत्येक व्यक्तीच्या संदर्भात तुम्ही कोणती भूमिका बजावता, याचा विचार करा. तुम्हाला जे मिळालं आहे ते तुम्ही त्यांना देऊ करत आहात का? तुम्ही त्यांना कुठे आणि कसं अधिक देऊ शकाल?

विश्वास कमवावा लागतो

एखाद्या नात्याकडून एकदा तुम्ही माफक अपेक्षा ठेवल्या की, विश्वासाची उभारणी करणं आणि तो टिकवून ठेवणं अधिक सोपं असतं. प्रत्येक नातेसंबंधांच्या केंद्रस्थानी विश्वास असतो. विश्वास याचा अर्थ ती व्यक्ती आपल्याशी प्रामाणिक आहे, त्यांच्याही हृदयात आपलं हित आहे, ते त्यांच्या वचनांचं आणि आत्मविश्वासांचं पालन करतील आणि भविष्यातील त्यांच्या संकल्पांशी ते ठाम राहतील, असं आपल्याला वाटत असतं. त्यांचं नेहमीच योग्य असेल किंवा ते प्रत्येक आव्हान परिपूर्णतेने हाताळतील असं मी म्हटलेलं नाही हे लक्षात घ्या. विश्वास हा संकल्पांविषयी असतो, क्षमतांविषयी नाही.

ज्या वेळी एखादी महत्त्वाची व्यक्ती आपला विश्वासघात करते, त्या वेळी आपल्या विश्वासाला बसलेला तो फटका आपल्या सगळ्या नातेसंबंधांतून प्रतिध्वनीत होतो. अगदी उत्तम संकल्प असलेले लोकही बदलतात किंवा आपण पत्करलेला मार्ग ते पत्करत नाहीत. त्यांचे संकल्प आणि हेतू आपल्या संकल्पांशी आणि हेतूंशी जुळत नसल्याचे इशारे इतर लोक आपल्याला देतात; पण आपण त्यांच्याकडे दुर्लक्ष करतो. काही वेळा आपण अधिक सावध असलो तर मुळातच आपण ज्यांच्यावर विश्वास ठेवताच कामा नये, असे लोकही असू शकतात, हे आपल्याला समजतं. इतर लोकांचं वर्तन हे नेहमीच आपल्या नियंत्रणाच्या बाहेर असतं. मग आपण कोणावरही कसा काय विश्वास ठेवू शकतो?

विश्वासाचे टप्पे

टॅक्सीचालकापासून ते व्यावसायिक भागीदारापर्यंत, प्रियकरापर्यंत किंवा प्रेयसीपर्यंत अशा कोणाहीपर्यंत आपण विश्वासाची व्याप्ती वाढवू शकतो; पण प्रत्येकासाठीच आपल्या मनात समान पातळीवरचा विश्वास नसतो. आपण एखाद्यावर किती गाढ विश्वास ठेवावा आणि आपण ठेवत असलेल्या विश्वासाच्या पातळीपर्यंतचा विश्वास प्रत्यक्षात त्यांनी कमावलेला आहे का या गोष्टींकडे लक्ष देणं महत्त्वाचं असतं.

जॉन गॉटमन हा देशातील सर्वोच्च विवाहतज्ज्ञांपैकी एक आहे. जोडप्यांना संघर्ष किंवा तंटा सोडवून पुढे जाण्याऐवजी त्याच्यातच गुंतून पडायला का आवडतं हे त्याला शोधून काढायचं होतं. त्याने देशभरातील विविध सामाजिक-आर्थिक आणि वांशिक पार्श्वभूमीच्या अनेक जोडप्यांचं परीक्षण केलं. ते नवविवाहितांपासून ते पालक होणार असलेल्या लोकांपर्यंत आणि एक जोडीदार लष्करात असलेल्या कुटुंबांपर्यंतच्या विविध प्रकारच्या जीवन-परिस्थितीत होते. या सर्व जोडप्यांच्या दृष्टीने विश्वास आणि विश्वासघात हा अत्यंत महत्त्वाचा मुद्दा होता. त्यांच्या समस्यांचं

वर्णन करण्यासाठी त्यांनी वापरलेली भाषा थोड्या-फार प्रमाणात भिन्न होती; पण मध्यवर्ती प्रश्न नेहमी तोच होता : तू विश्वासू आहेस यावर मी विश्वास ठेवू शकतो/शकते का? घरकामात मदत करण्याविषयी मी तुझ्यावर विश्वास ठेवू शकतो/शकते का? माझं म्हणणं ऐकून घेण्यासाठी तू असशील यावर मी विश्वास ठेवू शकतो/शकते का?

विश्वासाला प्राधान्य देण्यासाठी त्या दाम्पत्यांकडे चांगलं कारण होतं. डॉ. बेला डीपॉलोने केलेल्या अभ्यासानुसार, आपल्या सुमारे एक पंचमांश आंतरक्रियांमध्ये लोक अप्रामाणिकपणे वागतात. समाजातील सत्त्याहत्तर महाविद्यालयीन विद्यार्थ्यांना आणि सत्तर लोकांना सात दिवसांतील त्यांच्या सामाजिक आंतरक्रियांची नोंद ठेवण्यास सांगण्यात आलं. त्यांच्या सगळ्या संभाषणांची नोंद करून त्या काळात ते किती खोट्या गोष्टी बोलले ते त्यांना नोंदवण्यास सांगण्यात आलं. तुम्ही काय विचार करत आहात ते मला माहिती आहे - त्यांनी खोटं बोलण्याविषयी खोटं सांगितलं तर काय? प्रामाणिकपणाला उत्तेजन देण्यासाठी संशोधकांनी सहभागी व्यक्तींना असं सांगितलं होतं की, या प्रयोगात निवाडा करण्याचा भाग समाविष्ट नाही आणि खोटं

विश्वासाचे टप्पे

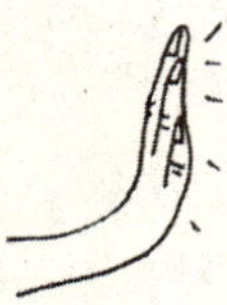

तटस्थ विश्वास :
विश्वासूपणाची हमी न देणारे सकारात्मक गुणधर्म अस्तित्वात असतात.

कंत्राटी विश्वास :
तू माझी पाठ खाजवलीस, तर मीही तुझी पाठ खाजवेन.

परस्पर-लाभदायक विश्वास :
दोन्ही बाजूंनी मदत केली जाते - भविष्यातही तुम्ही एकमेकांसाठी असाल हे तुम्हाला माहिती असतं.

शुद्ध विश्वास :
काहीही झालं तरी तुम्हाला एकमेकांचा आधार असतो.

बोलण्याच्या वर्तनाविषयीच्या मूलभूत प्रश्नांची उत्तरं शोधण्यासाठी त्यांच्या उत्तरांचा उपयोग होणार आहे. सहभागी व्यक्तींना स्वतःलाही अधिक चांगल्या प्रकारे समजून घेण्यासाठी या प्रयोगाचा चांगला उपयोग होईल, असंही त्यांना सांगण्यात आलं. अखेरीस विद्यार्थ्यांनी त्यांच्या आंतरक्रियांपैकी सुमारे एक तृतीयांश आंतरक्रियांमध्ये आणि समाजातील सदस्यांनी दर पाचपैकी एका आंतरक्रियेत खोटं बोलल्याचं सांगितलं. आपल्यापैकी अनेकांना विश्वासविषयक समस्या असतात, यात आश्चर्य वाटण्याजोगं काहीच नाही.

अहंकाराविषयीच्या आपल्या चर्चेतून आपल्याला हे समजलेलं आहे की, प्रभाव पाडण्यासाठी, आपण खरोखरचे जसे असतो त्याहून आपण अधिक चांगले असल्याचे दाखवण्यासाठी आपण खोटं बोलतो; पण ज्या वेळी या खोट्या गोष्टी पकडल्या जातात, त्या वेळी प्रामाणिकपणाने जितकं नुकसान केलं असतं, त्याहून कितीतरी जास्त प्रमाणात दोन्ही व्यक्तींचं नुकसान होतं. जर सुरुवातीलाच विश्वासाचं बीज प्रभावीपणे रोवलं गेलं नाही, तर आपण अविश्वासाचं आणि विश्वासघाताचं तण वाढवतो.

आपला विश्वास आपण कधी आणि कसा द्यावा, याविषयी आपण काळजीपूर्वक वागत नाही. आपण एक तर इतर लोकांवर अगदी सहजपणे विश्वास ठेवतो किंवा आपण कोणावरही विश्वास ठेवत नाही. या दोन्ही टोकाच्या गोष्टींचा चांगला उपयोग होत नाही. प्रत्येकावर विश्वास ठेवण्याने तुम्ही फसवणुकीला आणि निराशेला बळी पडता. कोणावरही विश्वास न ठेवण्याने तुम्ही संशयी आणि एकाकी बनता. व्यक्तीविषयीच्या आपल्या अनुभवाशी आपण तिच्यावर ठेवत असलेल्या विश्वासाची पातळी थेट संबंधित असली पाहिजे आणि विश्वासाच्या चार टप्प्यांतून ती वाढत गेली पाहिजे.

तटस्थ विश्वास : तुम्ही पहिल्यांदाच कोणाला तरी भेटता, त्या वेळी त्याच्यावर विश्वास न ठेवणं ही स्वाभाविक गोष्ट आहे. तुम्हाला पहिल्यांदाच भेटलेल्या व्यक्ती कदाचित हसतखेळत वागणाऱ्या, आकर्षक आणि उत्साहाने भरलेल्या आढळतील; पण या सकारात्मक गुणधर्मांतून विश्वासूपणाची हमी मिळत नाही. त्याचा अर्थ तुमच्या ओळखीची ती नवीन व्यक्ती छान आहे, असा तुम्ही विचार करता. विश्वासूपणाला प्रसन्नतेत किंवा आवडीत मिसळण्याकडे आपला कल असतो. तज्ज्ञ साक्षीदारांविषयीच्या न्यायाधीशांच्या आकलनाचं परीक्षण करणाऱ्या एका अभ्यासात असं आढळून आलं की, जे साक्षीदार न्यायाधीशांना प्रसन्न, आवडण्याजोगे वाटले त्यांचं मूल्यमापन करताना त्यांनी त्यांना जास्त विश्वासू म्हटलं. आपल्याला आकर्षक वाटणाऱ्या लोकांवर विश्वास ठेवण्याकडेही आपला कल असतो. *जजिंग अ बुक बाय इट्स कव्हर : ब्युटी अँड एक्सपेक्टेशन्स इन द ट्रस्ट गेम* या पुस्तकाचा सहलेखक रिक विल्सन असं म्हणतो की,

'आकर्षक विषयवस्तूंना 'सौंदर्याचं अधिमूल्य' मिळतं आणि त्यामुळे त्यांच्यावर उच्चतर विश्वास ठेवला जातो; पण ज्या वेळी आकर्षक लोक अपेक्षेवर खरे उतरत नाहीत, त्या वेळी आपल्याला त्यांना 'सौंदर्याची शिक्षाही' मिळाल्याचं आढळतं. ज्या वेळी आपण आवडण्याजोगी व्यक्ती, आकर्षकता आणि विश्वासार्हता यांना समान लेखतो, त्या वेळी आपण स्वतःला प्रचंड नैराश्यात ढकलण्याची तयारी करून ठेवतो. चुकीच्या कारणांसाठी किंवा आंधळेपणाने एखाद्यावर विश्वास ठेवण्यापेक्षाही तटस्थ विश्वास असणं ही अधिक चांगली गोष्ट असते.

कंत्राटी विश्वास : राजस या भावनावश, स्वयंस्फूर्त जीवनपद्धतीतून मी विश्वासाची ही पातळी घेतली आहे. इथे तुम्ही अल्पावधीत मिळणाऱ्या परिणामावर लक्ष केंद्रित केलेलं असतं. हा विश्वास म्हणजे एखाद्या गोष्टीच्या बदल्यात एखादी गोष्ट देण्यासंदर्भातील नातेसंबंध असतो. तो फक्त असं म्हणतो की : जर मी आज रात्रीच्या जेवणाचे पैसे भरले आणि तुम्ही ते मला परत करेन, असं सांगितलं तर माझा त्यावर विश्वास आहे. तुम्ही एखादी योजना किंवा कार्यक्रम आखला तर ती व्यक्ती येईल म्हणून तुम्ही तिच्यावर अवलंबून असता; पण याहून अधिक कोणतीही अपेक्षा नसते. कंत्राटी विश्वास उपयुक्त असतो. आपल्या मार्गात येणाऱ्या अनेक लोकांच्या बाबतीत आपल्यापैकी अनेक जण कंत्राटी विश्वासाचा वापर करतात; पण तरीही त्या लोकांनी आपल्यावर बिनदिक्कतपणे विश्वास ठेवावा अशी आपली अपेक्षा असते. हृदयाला अधिक सखोल, गाढ संबंध हवा असला तरीही आपण विवेकाने पारख केली पाहिजे. तुमच्यावर फक्त कंत्राटी स्वरूपाचा विश्वास दाखवत असलेल्या एखाद्या व्यक्तीकडून जास्त अपेक्षा बाळगण्यासंदर्भातील उत्तम बाजू दाखवणारा शब्द अपरिपक्वता हा आहे आणि याची सगळ्यात वाईट बाजू दाखवणारा शब्द धोकादायकपणा हा आहे.

परस्पर-लाभदायक विश्वास : भविष्यात कधीतरी कोणत्या ना कोणत्या मार्गाने आपल्याशीही एखादी व्यक्ती अशीच चांगली वागेल, असा विश्वास बाळगून त्या व्यक्तीला ज्या वेळी तुम्ही मदत करता, त्या वेळी कंत्राटी विश्वास हा त्याच्या उच्चतर पातळीवर पोहोचतो. दोन्ही पक्षांनी आधीच मान्य केलेल्या एखाद्या विशिष्ट देवाण-घेवाणीवर कंत्राटी विश्वास अवलंबून असतो, त्या वेळी परस्पर लाभदायक विश्वास अपयशी ठरण्याच्या शक्यता खूपच कमी असतात. *सत्त्व* या चांगुलपणाच्या मार्गातून हा विश्वास घेण्यात आला आहे. इथे आपण चांगुलपणा, सकारात्मकता आणि शांतता या स्थानावरून कृती करतो. आपल्याला सर्वांनाच या पातळीपर्यंत पोहोचण्याची इच्छा असते आणि चांगल्या मैत्री नेहमीच या पातळीपर्यंत पोहोचतातही.

शुद्ध विश्वास : शुद्ध चांगुलपणा ही विश्वासाची सर्वोच्च पातळी आहे. या विश्वासात तुम्हाला हे माहिती असतं की, काय वाटेल ते झालं तरी ती दुसरी

व्यक्ती तुमच्या मागे ठामपणे उभी असेल आणि तुम्हीही तिच्या मागे उभे असाल. महाविद्यालयीन बास्केटबॉलचे प्रशिक्षक डॉन मेयर त्यांच्या संघातील प्रत्येक खेळाडूला एक कोरा कागद देत आणि त्याच्यावर सामन्याच्या वेळी प्रतिस्पर्धी खेळाडूंचा मारा चुकवण्यासाठी आवश्यक आश्रयस्थान काढण्यास त्यांना सांगत असत. त्या वर्तुळाच्या वरच्या भागात खेळाडू आपलं नाव लिहीत असत आणि नंतर त्यांच्या डावीकडे, उजवीकडे, मागच्या बाजूला अशा रेषा काढत. त्या प्रत्येक रेषेवर त्यांना त्यांच्यासोबत आश्रयस्थानी संघातील कोणता खेळाडू असावा, असं वाटतं त्यांच्या नावाची यादी ते लिहीत. त्यांच्या संघातील खेळाडूंनी ज्यांना जास्त प्रमाणात वरचेवर निवडलेलं असे ते त्या संघाचे नेते असत. आता सुज्ञपणाने तुमच्या शत्रूंपासूनच्या आश्रयस्थानी तुमच्या सोबत तुम्हाला हवा असलेला तुमचा संघ निवडा.

प्रत्येक पातळीवर तुम्ही विश्वास ठेवत असलेल्या लोकांच्या संख्येचा आलेख तुम्हाला काढायचा असेल तर हा आलेख एखाद्या शंकूसारखा (पिरॅमिडसारखा) दिसेल. तटस्थ विश्वासाच्या पातळीवर अनेक लोक असतील. कंत्राटी विश्वासाच्या पातळीवर त्याहून बरेच कमी लोक असतील. परस्पर लाभदायक विश्वासाच्या पातळीवर तुमच्या निकटच्या वर्तुळातील लोक असतील आणि शुद्ध विश्वासाच्या सर्वोच्च पातळीवर जेमतेम मूठभर लोक असतील.

तुमच्या पिरॅमिडविषयी तुम्ही कितीही असमाधानी असलात तरीही कारण नसताना उगीचच लोकांना बढती देऊ नका. ते फक्त तुमचा विश्वासघातच करतील. इतर प्रत्येक जण आपल्याप्रमाणेच काम करतो, असं समजणं ही आपण करत असलेली सर्वांत मोठी चूक असते. आपण ज्याला किंमत देतो, ज्या गोष्टी आपल्याला मूल्यवान वाटतात, त्याच गोष्टी इतरांनाही मूल्यवान वाटतात, असं आपण समजतो. आपल्याला नातेसंबंधात जे हवं असतं तेच इतरांनाही त्या नातेसंबंधात हवं असतं, असं आपल्याला वाटतं. ज्या वेळी कोणीतरी आपल्याला 'मी तुझ्यावर प्रेम करतो' असं म्हणतो, त्या वेळी आपण जेव्हा 'मी तुझ्यावर प्रेम करतो' म्हणतो त्या वेळी आपल्या मनात असलेल्या अर्थानेच त्या व्यक्तीनेही तसं म्हटलं आहे असं आपण समजतो; पण प्रत्येक जण हे आपलंच प्रतिबिंब आहे, असा आपण विचार केला तर कोणत्याही गोष्टी जशा असतात तशा त्या आपण पाहू शकत नाही. त्यात आपल्याला अपयश येतं. आपण जसे असतो तसंच आपण इतर गोष्टींकडे पाहतो.

परस्पर लाभदायक विश्वासासाठी सहनशीलता आणि बांधिलकी यांची गरज असते. इतर व्यक्ती आपल्याहून भिन्न असतात आणि खरं तर त्या भिन्न असतात म्हणूनच जगाकडे वेगळ्या पद्धतीने पाहतात. साहजिकच दुसऱ्या व्यक्तीचं खरंखुरं

आकलन करून घेण्यावरच परस्पर लाभदायक विश्वासाची उभारणी अवलंबून असते. दुसऱ्या व्यक्तींच्या शब्दांचं आणि वर्तनांचं बारकाईने निरीक्षण करणं म्हणजे धारणा तयार करण्यापासून किंवा काही गोष्टी गृहीत धरण्यापासून एक पाऊल मागे जाणं होय. ज्या वेळी लोक तुम्हाला त्यांची विश्वासाची पातळी दाखवतात, त्या वेळी त्यांच्यावर विश्वास ठेवा.

तुम्ही ज्यांच्यावर विश्वास ठेवू शकता, त्या लोकांविषयी तुम्हाला कृतज्ञता वाटावी आणि जे लोक तुमच्यावर विश्वास ठेवतात, त्यांच्यामुळे तुम्हाला सन्मानित झाल्यासारखं वाटावं, असं मला वाटतं. तुमच्या मनात एखाद्याविषयी तटस्थ विश्वास असेल तर तीही गोष्ट छान आहे. लोक जसे असतात तसं त्यांना स्वीकारा, मग तुम्ही त्यांना वाढण्यास आणि ते अधिक काही आहेत, हे सिद्ध करण्यास संधी देता. ज्या वेळी आपण विश्वासाचा नैसर्गिकरीत्या विकास होऊ देतो, त्या वेळी आपण दीर्घकालीन विश्वासासाठी आपल्याला उन्नत पातळीवर ठेवलेलं असतं.

विश्वास हे दैनंदिन आचरण आहे

'मी या व्यक्तीला पूर्णपणे ओळखतो आणि ही व्यक्तीही मला पूर्णपणे ओळखते,' असं दोन्ही सहभागी व्यक्ती म्हणू शकतील, अशा स्थानापर्यंत नातेसंबंध क्वचितच पोहोचतात. एखाद्या रेषेपर्यंत सतत जाणाऱ्या; पण कधीही त्या रेषेपर्यंत न पोहोचणाऱ्या वक्राकाराप्रमाणे तुम्हीही 'मी त्यांच्यावर पूर्ण विश्वास ठेवतो आणि तेही माझ्यावर पूर्ण, कायमस्वरूपी आणि नेहमीच विश्वास ठेवतात,' असं म्हणण्याच्या स्थानापर्यंत कधीही पोहोचू शकत नाही. विश्वासाला लहान आणि मोठ्या मार्गांनीही धोका निर्माण होऊ शकतो आणि त्याचं रोजच्या रोज मजबुतीकरण आणि पुनर्उभारणी करण्याची गरज असते.

पुढील प्रकारे विश्वासाचं रोजच्या रोज मजबुतीकरण आणि पुनर्उभारणी करा :

- वचनं देणं आणि त्यांची पूर्तता करणं (कंत्राटी विश्वास).
- तुम्हाला ज्यांची काळजी वाटते, त्यांची प्रामाणिकपणे प्रशंसा करणं आणि विधायक टीका करणं, आधार देण्यासाठी नेहमीपेक्षा वेगळ्या पद्धतीनेही वागणं (परस्पर लाभदायक विश्वास).
- एखादी व्यक्ती अगदी वाईट परिस्थितीत असली, तिने चूक केली असली किंवा लक्षणीय वेळ लागत असलेल्या मदतीची तिला गरज असली तरीही तिच्या बाजूने उभं राहणं.

हेतुपुरस्सर प्रेमाचं जीवन

आपल्या आयुष्यात लोक पार पाडत असलेल्या भूमिकांचं मूल्यमापन करण्यासाठी आता आपल्याकडे काही साधने आहेत, त्यामुळे सध्याचे नातेसंबंध आपण अधिक गाढ, सखोल कसे बनवू शकू आणि नवीन भक्कम नातेसंबंधांची कशी उभारणी करू शकू ते आता पाहू या. पारंपरिक कौटुंबिक भूमिका सोडून दिल्यामुळे आम्हा संन्याशांना मानवतेशी असलेले आपले संबंध व्यापक बनवता येतात. तुम्ही हे पुस्तक खोलीत भिरकावून देण्याआधी बिगर-संन्याशांसाठी मी ब्रह्मचर्याची शिफारस करत नाही, हे मी तुम्हाला सांगतो. ब्रह्मचर्य ही टोकाची बांधिलकी आहे आणि प्रत्येकासाठीची ती क्वचितच अत्यावश्यक बाब असू शकते; पण त्यामुळे माझ्यासमोर काही गोष्टी उघड झाल्या, मला काही साक्षात्कार झाले ते मी तुम्हाला सांगणार आहे. मी ते केलं आहे, त्यामुळे तुम्ही ते करण्याची गरज नाही, असं आपण म्हणू या.

मद्य पिणं थांबवणं? माझ्यासाठी ते सोपं होतं. जुगार खेळणं थांबवणं? मुळातच मी कधीच ते फारसं केलं नव्हतं आणि सोळाव्या वर्षीच मी मांसाहार करणं थांबवलं होतं. माझ्या दृष्टीने शृंगारिक नातेसंबंध सोडून देणं हा सर्वाधिक कठीण त्याग होता. ही गोष्ट हास्यास्पद आणि अगदी अशक्य वाटत होती; पण मला तिच्यामागचा हेतू माहिती होता : शृंगारिक नातेसंबंधांमध्ये राहण्यासाठी आवश्यक असलेले प्रयत्न आणि ऊर्जा वाचवणं हा तो हेतू होता. साखर खाणं सोडून देणं ही गोष्ट अशीच कंटाळवाणी वाटते - कोणत्या शहाण्या माणसाला आइस्क्रीम खाणं सोडून द्यायला आवडेल? पण त्यासाठी एक चांगलं कारण असतं हे आपल्याला सगळ्यांना माहिती असतं. निरोगी आणि दीर्घायुष्यी राहण्यासाठी ते आवश्यक असतं. मी संन्याशांकडे पाहत होतो, त्या वेळी ते कुठली तरी योग्य गोष्ट करत असल्याचं मी पाहू शकत होतो. मॅथ्यू रिकार्ड हा 'जगातील सर्वाधिक आनंदी माणूस' आठवतो आहे का? मी ज्यांना भेटलो होतो, ते सगळे संन्यासी तरुण आणि आनंदी दिसत होते. माझ्या शृंगारिक गुंतागुंतींनी मला समाधान मिळवून दिलं नव्हतं म्हणून मला आत्मनियंत्रणाचा आणि शिस्तीचा प्रयोग करण्यासाठी प्रयत्न करण्याची इच्छा होती.

मी संन्यासी बनल्यावर माझ्या एका महाविद्यालयीन मित्राने मला विचारलं होतं, 'आता आपण कशावर बोलणार आहोत? आपण तर नेहमीच फक्त मुलींविषयी बोलत होतो.' त्याचं बरोबर होतं. माझं बरंचसं आयुष्य हे शृंगारिक संबंधांना दिशा देण्यातच गेलं होतं. आम्ही असंख्य शृंगारिक सिटकॉम आणि चित्रपट बघितले होते, त्यामागेही हेच कारण होतं. ते अमर्यादपणे मनोरंजक असतात - पण इतर मनोरंजक कार्यक्रमांप्रमाणेच त्या वेळेपुरतं गंभीर गोष्टींपासून ते आपल्याला दूर

नेतात. आश्रमात जाण्याऐवजी त्या तीन वर्षांत जर मी डेटिंग करत असतो किंवा एखाद्या बांधिलकी असलेल्या नातेसंबंधात असतो, तर माझ्या ताकदी ओळखून आणि मी कोण आहे हे समजून घेऊन आज मी जिथे आहे तिथपर्यंत कधीच पोहोचलो नसतो.

संन्यास या शब्दासाठी *ब्रह्मचर्य* हा संस्कृत शब्द असून, त्याचा अर्थ 'ऊर्जेचा योग्य वापर' असा आहे. डेटिंगच्या जगात तुम्ही बारमध्ये जाता त्या वेळी कोण आकर्षक आहे ते पाहण्यासाठी आजूबाजूला बघता किंवा संभाव्य जोडीदारांचा तुम्ही ऑनलाइन शोध घेता. या सगळ्या प्रयत्नांमध्ये तुम्ही किती वेळ घालवता, याचा तुम्ही विचारही करत नाही; पण तोच वेळ तुम्ही तुमच्यासाठी पुन्हा परत मिळवू शकलात तर काय होईल, याची कल्पना करून पाहा. जे नातेसंबंध यशस्वी झाले नाहीत, त्यांच्यामध्ये तुम्ही आतापर्यंत गुंतवलेली प्रत्येक गोष्ट तुम्हाला परत मिळवता आली तर काय होईल, याची कल्पना करा. ते अवधान आणि चित्तएकाग्रता यांचा वापर तुम्ही सर्जनशीलता, मैत्री, आत्मपरीक्षण, उद्योग-व्यवसाय यांच्यात वापरू शकला असता. आता प्रत्येक अपयशी नातेसंबंध म्हणजे वेळेचा अपव्ययच असतो, असा याचा अर्थ नाही. उलटपक्षी, प्रत्येक चुकीतून आपण शिकतो; पण नातेसंबंधाभोवती फिरण्यात, टेक्स्टची वाट पाहण्यात, त्यांना तुम्ही आवडता का याचा विचार करण्यात, तुम्हाला त्या व्यक्ती कशा असाव्यात असं वाटतं तसं त्यांनी बनावं, यासाठी त्यांच्यात बदल घडवून आणण्याचा प्रयत्न करण्यात तुम्ही घालवलेल्या वेळाचा विचार करा. आपल्या गरजा आणि अपेक्षा यांविषयी आपण विचारीपणाने वागलो, तर आपला वेळ आणि ऊर्जा यांचा खूपच चांगला वापर होऊ शकतो.

लैंगिक ऊर्जा ही फक्त आनंद मिळवण्यापुरती नाही. ती पवित्र आहे – तिच्यात मुळात निर्मिती करण्याची शक्ती असते. जर तिला कामाला लावलं तर ती आपल्यात कशाची निर्मिती करेल, याची कल्पना करून पाहा. लैंगिक शिक्षण देणारी प्रमाणित शिक्षक माला मॅड्रोन असं म्हणते की, 'सजगतेने ब्रह्मचर्याची निवड करणं हा तुमच्या स्वतःच्या ऊर्जेवर काम करण्याचा आणि जीवनऊर्जेच्या क्षमतेवर नियंत्रण ठेवून तिला कामाला जुंपण्याचा प्रभावशाली मार्ग असतो. तुमची अंतर्दृष्टी, तुमच्या मर्यादा आणि संमती याचा खरा अर्थ काय होतो, याविषयीच्या तुमच्या आकलनात वाढ करून त्यांना बळकटी आणण्यासाठीही तिचा उपयोग होतो. तुमच्या आयुष्यात तुमच्या शरीराद्वारे कोणत्या प्रकारचे संपर्क आणि आंतरक्रिया आणणं खरोखरच स्वागतार्ह आहे आणि कोणते संपर्क व आंतरक्रिया स्वागतार्ह नाहीत, यात कसा फरक करावा, याचाही त्यात समावेश होतो.' पण दुसऱ्या कोणाचा तरी आदर्श म्हणून स्वतःला तयार करण्यात किंवा त्याला हव्या असलेल्या व्यक्तीप्रमाणे स्वतःला आकार देण्यात किंवा ती व्यक्ती तुम्हाला फसवत आहे,

असा संशय घेण्यात तुमच्या ऊर्जेचा अपव्यय होतो. डेटिंगच्या सभोवताली खूपच चिंताग्रस्तता आणि नकारात्मकता असते आणि 'त्या एकाला/एकीला' शोधण्याचा खूप मोठा दबावही असतो. आपण एखाद्याबरोबर स्थिर आयुष्य जगण्यास तयार असलो किंवा सक्षम असलो तरीही यात काहीच फरक पडत नाही.

शृंगारिक ध्यासाचा घटक एकदा दूर करण्यात आल्यावर मी स्वतःला प्रियकर म्हणून चांगलं दिसण्यासाठी, महिलांना माझ्याविषयी एखादा विचार करायला भाग पाडण्यासाठी, वासनेचे लाड पुरवण्यासाठी स्वतःला अधिक चांगला असल्याचं दाखवण्याचा प्रयत्न करत नव्हतो. माझ्या सगळ्या मैत्रिणींशी - माझ्या सगळ्याच मित्रांशी असलेले माझे संबंध अधिक गाढ बनल्याचं माझ्या लक्षात आलं. त्यांच्या आत्म्यांसाठी माझ्याकडे अधिक शारीरिक आणि मानसिक जागा होती. माझा वेळ आणि अवधान चांगल्या प्रकारे खर्च केलं जात होतं.

पुन्हा एकदा मी तुम्हाला सांगतो की, मी तुम्हाला लैंगिक जीवन सोडून देण्यास सुचवत नाही (तुम्ही नक्कीच तसं करू शकत असलात तरीही); पण जर तुम्ही स्वतःला एकटे ठेवू शकलात आणि तुमच्या करिअरवर, तुमच्या मित्रांवर आणि तुमच्या मनःशांतीवर लक्ष केंद्रित करू शकलात तर काय होईल? मंत्री आणि तत्त्वज्ञ पॉल टिल्लीचने असं म्हटलं होतं की, 'एकट्या पुरुषाच्या दोन बाजूंची आपल्या भाषेने सुज्ञपणाने जाणीव करून घेतली आहे. तिने एकटेपणाच्या दुःखाची अभिव्यक्ती करण्यासाठी 'एकाकीपणा' हा शब्द निर्माण केला आहे आणि एकटं असल्याचा गौरव व्यक्त करण्यासाठी 'एकांतवास' हा शब्द निर्माण केला आहे.'

संन्यासी म्हणून माझ्या आत्मजाणिवेचा विकास करण्यासाठी मी तीन वर्षं व्यतीत केली. त्या तीन वर्षांच्या अखेरीस नातेसंबंधांविषयी मी स्वतःला योग्य प्रश्न विचारण्यास सक्षम बनलो होतो. माझे जागेपणीचे सगळे तास मी *सत्त्वात* - चांगुलपणाच्या मार्गात व्यतीत करत नव्हतो; पण मला कुठे असावं असं वाटत होतं आणि मला कसं वाटत होतं ते मला माहिती होतं. आज मी जो कोणी आहे तो होण्याची माझी इच्छा होती आणि मला ती संधी मिळाली होती. मला आनंदी बनवण्यासाठी इतरांचा शोध घेण्याऐवजी तशी व्यक्ती स्वतःच बनण्यास मी सक्षम होतो.

आकर्षण विरुद्ध संलग्नता

आपली वाढती संकल्पक्षमता आपल्याला अधिक स्पष्ट दृष्टिकोन मिळवून देते. त्याच्या साहाय्याने सुरुवातीला आपण लोकांकडे का आकर्षित झालो आहोत आणि ती कारणं आपल्या मूल्यांना आधार, पाठबळ देणारी आहेत का याचं आपण

मूल्यमापन करू शकतो. संलग्नतेसाठी पाच प्राथमिक प्रेरणा असतात आणि त्या पूर्णपणे शृंगारिक दृष्टिकोनांना लागू होत नाहीत, या गोष्टीची नोंद घ्या.

१. *शारीरिक आकर्षण.* ते कसे दिसतात ते तुम्हाला आवडतं – त्यांच्या दिसण्याकडे, शैलीकडे किंवा उपस्थितीकडे तुम्ही ओढले जाता किंवा त्यांच्याबरोबर दिसण्याची, असण्याची कल्पना तुम्हाला आवडते.
२. *भौतिक.* त्यांची यशं आणि सत्ता आणि/किंवा त्यामुळे त्यांच्या ताब्यात असलेल्या गोष्टी अगर मालमत्ता तुम्हाला आवडतात.
३. *बौद्धिक.* ते कसा विचार करतात ते तुम्हाला आवडतं – त्यांच्या संभाषणातून आणि कल्पनांमधून तुम्हाला उत्तेजन मिळतं किंवा तुम्ही कार्यप्रवण होता.
४. *भावनिक.* तुम्ही त्यांच्याशी व्यवस्थित जोडले जाता. त्यांना तुमच्या भावना समजतात आणि तुमच्या हिताच्या अगर कल्याणाच्या जाणिवेत ते वाढ करतात.
५. *आध्यात्मिक.* तुमच्या अत्यंत सखोल उद्दिष्टांमध्ये आणि मूल्यांमध्ये ते सहभागी असतात.

तुम्हाला कशामुळे आकर्षण वाटत आहे हे तुम्ही ओळखता, त्या वेळी तुम्ही त्या संपूर्ण व्यक्तीकडे आकर्षित झाला आहात की, त्याच्यातील फक्त एखाद्या भागाकडे आकर्षित झाला आहात ते स्पष्ट होतं. माझ्या अनुभवानुसार, तुम्ही बहुतांश लोकांना ते कशामुळे त्यांच्याकडे आकर्षित झाले आहेत ते विचारलं तर ते दिसणं, यश आणि बुद्धी या वर दिलेल्या तीन गुणधर्मांपैकी कोणत्या ना कोणत्या गुणधर्मांच्या मिश्रणामुळे आकर्षित झाल्याचं सांगतील; पण दीर्घकालीन, भक्कम नातेसंबंधांशी फक्त याच गुणधर्मांचा संबंध नसतो.

संन्याशांचा असा विश्वास असतो की, एखाद्याचं दिसणं हे तो कसा असतो हे सांगत नाही. शरीर हे फक्त आत्मा ठेवण्याचं भांडं आहे. त्याचप्रमाणे शरीर तुम्हाला व्यक्तीच्या गुणधर्माविषयी, चारित्र्याविषयी निश्चितपणे काहीही सांगत नाही! अगदी तुम्ही एखाद्याच्या बुद्धीकडे आकर्षित झालात तरीही त्यातून अर्थपूर्ण बंध निर्माण होतील, याची खात्री देता येत नाही. हे तिन्ही गुणधर्म आणि दीर्घकालीन, भक्कम नातेसंबंध हे परस्पर-संबंधित नसतात; पण ते नक्कीच दुसऱ्या व्यक्तीशी असलेला तुमचा मेळ दर्शवतात. भावनिक आणि आध्यात्मिक हे दोन गुणधर्म अधिक गहन आणि टिकाऊ संबंधाकडे निर्देश करतात. ते तुमची अनुरूपता दर्शवतात.

संख्यात्मकता नव्हे, गुणात्मकता

नातेसंबंधांवर आपण खर्च करत असलेल्या आणि नातेसंबंधातून मिळवत असलेल्या ऊर्जेचा प्रश्न येतो, त्या वेळी त्याच्या केंद्रस्थानी संख्यात्मकता नव्हे, तर गुणात्मकता असते. अपराधीपणाची भावना बाळगणारे पालक (बहुतेक वेळा आया) नेहमीच असं सांगताना मी ऐकतो की, दीर्घकाळ काम करणं त्यांना आवडत नाही. कारण, त्यामुळे मुलांसोबत घालवायला मिळणारा त्यांचा वेळ कमी होतो. आईच्या वेळेच्या परिणामाविषयी पहिल्यांदाच मोठ्या प्रमाणात झालेल्या अभ्यासातून असं दिसून आलं आहे की, मुलांबरोबर किती वेळ घालवला यापेक्षाही किती *गुणात्मक* वेळ घालवला हे महत्त्वाचं असतं (याचा अर्थ कौटुंबिक वेळाच्या वेळी तुमचा फोन बाजूला ठेवा). मी पालक नाही; पण एक मूल म्हणून मला हे माहिती आहे की, माझ्या आईची ऊर्जा मला सतत जाणवली होती. तिने माझ्या समवेत किती वेळ घालवला हे मी कधीच मोजलं नव्हतं. माझी आई नोकरी करत होती आणि लहानपणी मला पाळणाघरात राहावं लागत होतं. माझ्या मनात पाळणाघराची एकही स्मृती नाही, तिच्या अनुपस्थितीविषयीची एकही दुःखद आठवण नाही; पण ती मला घेऊन जाण्यासाठी येत असे ते मला आठवतं. ती नेहमीच स्मित करत असे आणि माझा दिवस कसा गेला ते मला विचारत असे.

सर्वच नातेसंबंधांच्या बाबतीत हे खरं असतं. रात्रीच्या जेवणाच्या वेळी तुम्ही फोनवर बोलत राहिलात, तर तुमच्याबरोबर कोणालाही एकत्र बसावं असं वाटणार नाही. इथेच आपण वेळ आणि ऊर्जा यांची गल्लत करतो. एखाद्याबरोबर तुम्ही संपूर्ण दिवस घालवू शकता; पण तुम्ही त्यांना फक्त ऊर्जा भरली, चैतन्यपूर्ण अशी दहा मिनिटं द्या, तुमच्या दिवसभरापेक्षा त्यांना ती दहा मिनिटं अधिक आवडतील. मला कुटुंबाबरोबर फार वेळ घालवता येत नाही; पण ज्या वेळी मी त्यांच्यासोबत असतो, त्या वेळी मी १०० टक्के तिथेच असतो. लक्ष विचलित असलेल्या अवस्थेत, अंशतः ऊर्जेसह संपूर्ण आठवडाअखेर त्यांच्या सोबत घालवण्याऐवजी मी पूर्ण लक्ष केंद्रित करून आणि त्यांच्याशी संलग्न होऊन त्यांना दोनच तासांचा वेळ देतो.

उपस्थिती आणि अवधान यांच्या माध्यमातून संन्यासी प्रेम दर्शवतो. आश्रमात कधीही गुंतवलेल्या वेळाकडे काळजी किंवा गुंतवणुकीचं विश्वासार्ह मापन म्हणून पाहिलं जात नव्हतं. मी आधी उल्लेख केला आहे त्याप्रमाणे, ध्यानानंतर कोणीही तुम्ही किती दीर्घकाळ ध्यान केलं ते विचारत नव्हतं. तुम्ही किती खोलवर गेलात हेच ते विचारत होते. जर रोज रात्री तुम्ही एकत्रितपणे जेवण करत असाल तर ते खूपच छान आहे; पण तुमच्या संभाषणाची गुणवत्ता काय असते? संन्यासी करतात त्याप्रमाणे वेळेच्या व्यवस्थापनाऐवजी ऊर्जेच्या व्यवस्थापनाविषयी विचार करा. तुम्ही एखाद्याला तुमची संपूर्ण उपस्थिती आणि अवधान देत आहात का?

हे करून पाहा : अवधानाच्या चोरांना बेड्या ठोका

अलीकडच्या काळात आपल्यापैकी बहुतेक जण आपल्या अवधानासाठीची लढाई हरत आहेत. आपले मोबाईल फोनचे किंवा टीव्हीचे पडदे विजयी ठरत आहेत. ही साधने पूर्ण बंद करणं हा एखाद्या व्यक्तीकडे पूर्ण लक्ष देण्याचा एकमेव मार्ग आहे. तुमच्या आयुष्यातील एखाद्याकडे त्याच्याकडे जितकं लक्ष देण्यास तो पात्र असतो, तितकं संपूर्ण लक्ष देण्यासाठी त्याच्याबरोबर बसून फोन, लॅपटॉप आणि टीव्ही यांच्या संदर्भातील नियम ठरवून घ्या. लक्ष विचलित होऊ न देता तुमच्या गुणात्मक वेळात तुम्ही करणार असलेल्या विशिष्ट कृतींची निवड करा. तुमचे फोन बंद करण्याचं मान्य करा. फोन दुसऱ्या खोलीत ठेवा किंवा ते घरात ठेवून बाहेर पडा. मुळात ही गोष्टच आव्हानात्मक आहे. यामुळे कदाचित संभाषणं रेंगाळतील किंवा तुमच्यापर्यंत पोहोचता न आल्यामुळे तुमचे मित्र आणि सहकारी निराश होतील. अशा प्रकारच्या मर्यादा घालून घेतल्यामुळे या दोन्ही आघाड्यांवर नवीन अपेक्षा निर्माण होतील : संभाषणात खंड पडल्यामुळे किंवा ती रेंगाळल्यामुळे संभाषण करणाऱ्यांचं अवघडलेपण दूर होईल आणि तुम्ही ट्वेन्टी फोर बाय सेव्हन उपलब्ध नसाल हे मित्र आणि सहकारी मान्य करतील.

सहा प्रेमळ देवाणघेवाणी

बहुतांश जोडपी एकत्र बसून मूल्यांची यादी तयार करत नाहीत आणि त्या मूल्यांमध्ये दोन्ही जोडीदार सहभागी आहेत का ते पाहत नाहीत; पण एकदा आपल्या मनात आपल्याविषयीची स्पष्टता असली की आपण अधिक संकल्पपूर्वक, सहेतुक मार्गाने दुसऱ्याशी जोडले जाऊ शकतो. उपदेशामृतात बंधांना उत्तेजन देण्यासाठी आणि एकत्रितपणे वाढण्यासाठी सहा प्रेमळ देवाणघेवाणींवर भाष्य करण्यात आलं आहे (तीन प्रकारच्या देवाणघेवाणींमध्ये देणं *आणि* घेणं या दोन्ही गोष्टींचा अंतर्भाव असतो, त्यामुळे देणं-घेणं मिळून सहा प्रकार होतात.) या देवाणघेवाणी आपल्याला औदार्य, कृतज्ञता *आणि* सेवा यांच्या आधारावर नातेसंबंधांची उभारणी करण्यास मदत करतात.

भेटवस्तू : औदार्य किंवा बंधुभाव देणं आणि त्या बदल्यात जे दिलं जातं ते घेणं. ही गोष्ट स्पष्ट असल्यासारखी वाटते किंवा अगदीच भौतिक स्वरूपाचीही वाटते - इथे आपल्याला एकमेकांचं प्रेम विकत घेण्याची इच्छा नसते; पण संकल्पासह, हेतूपूर्वक दुसऱ्या व्यक्तीला देण्याचा काय अर्थ होतो याचा विचार करा. व्हॅलेंटाईन डेला तुमच्या जोडीदारासाठी तुम्ही फुलं आणता का? ही अगदीच पारंपरिक पद्धत आहे म्हणून तुमच्या जोडीदाराला सर्वांत जास्त हर्ष होण्याजोगी

कोणती वस्तू आहे, त्याचा विचार करा. जर ती वस्तू म्हणजे फुलंच असतील, तर या दिवसाच्या तयारीसाठी सहा महिन्यांपूर्वीच तुम्ही फुलांच्या दुकानात जाऊन तुमच्या जोडीदाराची आवड लक्षात घेऊन त्यांची निवड करून ठेवली होती का, की त्यासाठी त्या संदर्भात गोपनीय चौकशी करण्यासाठी त्याच्या/तिच्या जिवलग मित्राला/मैत्रिणीला एखादा संदेश पाठवला होता? (फक्त काही गुलाबांची ऑनलाइन ऑर्डर देण्याऐवजी या दोन्ही कृती खूपच अधिक संकल्प दर्शवतात. अर्थातच तो दिवस पूर्ण विसरून जाण्यापेक्षा गुलाबांची ऑनलाइन ऑर्डर देणंही अधिक चांगलं असतं!) तुमचं प्रेम व्यक्त करण्यासाठी व्हॅलेंटाईन डे हा उत्तम क्षण असतो की एखादं अनपेक्षित सुखद वर्तनही अधिक अर्थपूर्ण असतं? एखाद्या आजारी मित्राला काय आवडू शकेल, यावर सखोल विचार करण्यासाठी तुम्ही वेळ काढला आहे का? कदाचित, ती एखादी वस्तू असणार नाही; पण एखादी कृती, एखादी सेवा, आपला वेळ असू शकेल. त्याची कार स्वच्छ करणं, काही कृतींचं आयोजन करणं, काही गोष्टी एकत्रितपणे करणं, कर्तव्यभावनेतून त्याला मदत करणं किंवा एखाद्या सुंदर ठिकाणी त्याला घेऊन जाणं यांसारखं ते काहीतरी असू शकेल.

भेटवस्तू स्वीकारण्याच्या बाबतीतही तुम्ही असेच विचारीपणाने वागू शकता. ती भेटवस्तू देण्यासाठी करण्यात आलेल्या प्रयत्नांविषयी तुम्ही कृतज्ञ आहात का? देणाऱ्याच्या दृष्टीने याचा का आणि काय अर्थ आहे ते तुम्हाला समजलं आहे का?

संभाषण : लक्षपूर्वक ऐकून घेणं ही आपण देऊ शकत असलेली एक अत्यंत विचारपूर्ण भेट आहे. दुसऱ्या व्यक्तीच्या अनुभवाची आपल्याला काळजी आहे हे दाखवण्याचा याहून अधिक चांगला मार्ग नाही. शब्दांमागच्या भावनांचा शोध घेणं, आणखी समजून घेण्यासाठी प्रश्न विचारणं, त्या व्यक्तीविषयी संकल्पपूर्वक लक्ष देऊन ऐकून घेणं याचा अर्थ तुमच्याकडे असलेल्या माहितीतून तुम्ही तिच्याविषयी काय शिकलात ते पाहणं, त्यांनी काय म्हटलं ते लक्षात ठेवण्यासाठी शक्य तितके उत्तम प्रयत्न करणं आणि जिथे सुसंगत असेल तिथे त्यांच्या शब्दांचं अनुसरण करणं असा असतो. लक्षपूर्वक ऐकण्यात त्या व्यक्तीला स्वागतार्हता आणि सुरक्षितपणा जाणवेल, अशा विश्वासार्ह वातावरणाची निर्मिती करण्याचाही समावेश होतो.

तुमचे स्वतःचे विचार आणि स्वप्नं, आशा आणि काळज्या सांगणं हेसुद्धा महत्त्वाचं असतं. स्वतःचं मन उघड करण्याची संवेदनशीलता दाखवणं हा विश्वास देण्याचा आणि दुसऱ्या व्यक्तीच्या मताविषयी आदर दाखवण्याचा मार्ग आहे, त्यामुळे त्या दुसऱ्या व्यक्तीला, तुम्ही तिच्यासह जे एकत्रितपणे करत असता त्याविषयीचे तुमचे आधीचे अनुभव आणि विश्वास समजून घेणं शक्य होतं.

सहा प्रेमळ देवाणघेवाणी

१. संकल्पपूर्वक देणं.
२. कृतज्ञतेने स्वीकारणं.

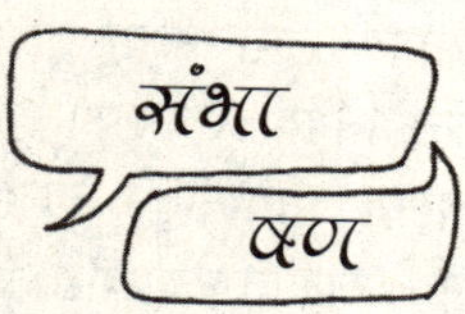

३. निवाडा न करता लक्षपूर्वक ऐकून घेणं.
४. संवेदनशीलतेने बोलणं

५. कोणत्याही कार्यक्रमाशिवाय तयार करणं.
६. उपस्थित राहून मनापासून स्वीकारणं.

हे करून पाहा : संभाषणाला भेटवस्तूत बदला.

सहसा, नेहमीच तुम्ही संभाषणात हे करण्याचा प्रयत्न करता; पण या वेळी लक्षपूर्वक आणि संकल्पपूर्वक करा. तुमच्याकडे येणाऱ्या मित्र, नातेवाईक, तुमचा जोडीदार यांसारख्या तुमच्या दृष्टीने महत्त्वाच्या असलेल्या व्यक्तीबरोबरचा एक क्षण निवडा. कदाचित, तुम्ही एकत्र जेवायला किंवा फिरायला गेलेला तो क्षण असू शकेल. त्यादरम्यान तुमचा फोन बंद करा. त्या व्यक्तीकडेच तुमचं सगळं लक्ष केंद्रित करा. एखादा विषय काढण्याऐवजी चौकस राहा. जर कोणताच विषय समोर आला नाही, तर त्यांच्या दृष्टीने महत्त्वाच्या असलेल्या विषयावर येण्यासाठी काही खुले प्रश्न विचारा : अगदी आता तुझ्या मनात काय आहे? एक्सबरोबरचा तुझा नातेसंबंध कसा आहे? अशा स्वरूपाचे ते प्रश्न असतील. त्यांचं म्हणणं काळजीपूर्वक ऐकून घ्या, त्यांच्या बोलण्याला जोडून काही प्रश्न विचारा. संभाषणाचा रोख आपल्याकडे न वळवता तुमचे अनुभव सांगा. त्यानंतर काही दिवसांनी त्या मित्राला त्या संदर्भातील पुढची माहिती मिळवण्यासाठी ई-मेल करा किंवा संदेश पाठवा.

अन्न : उपदेशामृत लिहिलं गेलं होतं त्या काळी, अर्थातच जग अतिशय भिन्न होतं, त्यामुळे अन्नाची देवाणघेवाण याचा अन्वयार्थ मी अनुभवांची देवाण-घेवाण असा काढला आहे : संदेश देणं, घरात दुसऱ्या व्यक्तीसाठी आरामदायक जागा तयार करणं किंवा त्यांना आवडत असलेलं संगीत लावणं यांसारखी काळजी आणि सेवा यांची कोणतीही स्पष्ट अभिव्यक्ती शरीराचं आणि आत्म्याचं पोषण करते. माझ्या पत्नीने तिच्या प्रिय कुटुंबाला सोडलं आणि माझ्या सोबत राहणं शक्य व्हावं म्हणून ती न्यू यॉर्कला आली. तिच्या या काळजीच्या आणि औदार्याच्या अभिव्यक्तीमुळे मी सांगू शकत नाही, इतकं माझं पोषण झालं. आम्ही एकदा न्यूयॉर्कमध्ये आल्यावर तिला सामाजिक जीवन मिळावं म्हणून मी तिची इतर महिलांशी ओळख करून दिली. आम्ही घेतलेले अनुभव परिपूर्णपणे एकमेकांच्या अनुभवांशी जुळणारेच असले पाहिजेत असं नव्हतं. आम्ही दुसऱ्या व्यक्तीला कशाची जास्त गरज आहे, त्याचा शोध घेतो.

या सहा देवाणघेवाणी या एक तर विचारशून्य आणि रिक्त ठरू शकतील किंवा त्यांच्यामध्ये खरी खोली आणि अर्थपूर्णताही असू शकेल; पण लोकांना यशस्वी होण्याची संधी न देताच त्यांच्या प्रयत्नांचा निवाडा करू नका. कोणीही मन वाचू शकत नाही. जर तुमच्या वाढदिवसाची पार्टी त्यांनी आयोजित करावी, असं तुम्हाला वाटत असल्याचं तुमच्या खोलीत राहणाऱ्या तुमच्या मित्राला किंवा जोडीदाराला समजलं नाही, तर ती त्यांची चूक नसते. त्याऐवजी तुम्हाला कशाची गरज आहे, याविषयी त्यांच्याशी स्पष्टतेने आणि प्रामाणिकपणाने वागा.

हे करून पाहा : तुम्हाला काय हवं असेल ते मागा

तुम्हाला कशा प्रकारे प्रेम स्वीकारायचं आहे ते तुमच्या आयुष्यातील महत्त्वाच्या लोकांना सांगा. आपल्याला काय हवं आहे, ते आपण लोकांना सांगत नाही आणि त्यांनी आपलं मन वाचावं अशी अपेक्षा ठेवतो, त्या वेळी नेहमीच तसं करण्यात ते लोक अयशस्वी ठरले, तर आपण त्यांचा निवाडा करतो. या आठवड्यात तुम्हाला काय हवं आहे, त्याचा लोकांनी अंदाज बांधण्याची वाट न पाहता, त्यांच्याकडे मदत मागण्यासाठी अधिक प्रामाणिकपणाने वागा.

१. तुमच्या प्रिय व्यक्तीच्या वर्तनाविषयीच्या तुमच्या तक्रारीचा विचार करा (पण चुकांकडे खूपच कठोरपणे पाहू नका! जर अशी कोणतीच गोष्ट मनात उफाळून आली नाही, तर ते एक खूपच चांगलं चिन्ह आहे आणि मग तुम्ही हा स्वाध्याय करणं सोडून द्या).
२. समस्येच्या मुळापर्यंत जा. खरं असमाधान कुठे आहे? कदाचित, तुमच्या लक्षात असं येईल की, प्रेमळ देवाणघेवाणींशी तुमची गरज संबंधित आहे. तुम्हाला एकमेकांबरोबर अधिक वेळ घालवण्याची आणि जोडलं जाण्याची इच्छा आहे का? (संभाषण); तुम्हाला कौतुक केलं जात नसल्यासारखं वाटतं का? (भेटवस्तू); तुम्हाला अधिक आधार हवा आहे का? (अन्न किंवा सेवेच्या इतर कृती).
३. टीका न करता याची मांडणी करा. उदा. तू ही चुकीची गोष्ट केलीस, असं म्हणण्याऐवजी असं म्हणा की, 'मला अमुक गोष्टीमुळे आपल्यावर अधिक प्रेम आणि कौतुक केलं जात असल्यासारखं वाटतं.'

अशा प्रकारे तुमच्या जोडीदाराला तुम्ही तुमच्याशी जोडलं जाण्याचा मार्ग देता. तो त्याच्यासाठी अधिक सोपा असतो आणि त्यामुळे तुम्हालाही अधिक समाधान मिळण्याची शक्यता असते.

प्रेमासाठी तयार

या सहा प्रेमळ देवाणघेवाणींतून कोणत्याही निकटच्या नातेसंबंधाचा पाया घातला जातो; पण आपल्यापैकी बहुतेक लोक 'त्या एकाच्या' शोधात असतात. हार्वर्ड ग्रँट स्टडीने हार्वर्डमधील पदवीचा अभ्यास करणाऱ्या २६८ जणांचा सुमारे पंचाहत्तर वर्षं मागोवा घेतला. यादरम्यान त्यांनी या माजी विद्यार्थ्यांविषयीच्या माहितीचे मोठे ढिगारे जमा केले. ज्या वेळी संशोधकांनी या माहितीचं विश्लेषण केलं, त्या वेळी त्यांना असं आढळलं की, सहभागी व्यक्तींच्या आयुष्यांच्या गुणवत्तेचा अंदाज

फक्त एकाच घटकाद्वारे विश्वासार्हपणे मिळतो आणि तो आहे : प्रेम. सहभागी व्यक्तींकडे पैसा, भरभराटीला आलेली करिअर, चांगलं शारीरिक आरोग्य असा यशाचा इतर प्रत्येक निकष होता; पण जर त्यांच्याकडे प्रेमाचा नातेसंबंध नसला तर ते आनंदी नव्हते.

जाणिवेच्या विविध पातळ्यांसह आपण नातेसंबंधांकडे जातो. ऑनलाइन प्रश्नमंजुषा आणि डेटिंग ॲप्सकडून मिळणाऱ्या उत्तेजनांच्या साहाय्याने आपल्या जोडीदारामध्ये आपल्याला कोणते गुणधर्म हवे असतात, त्याची आपण यादी करतो. विनोदबुद्धी, काळजी घेणं, दिसायला चांगला असणं असे ते गुणधर्म असतात; पण आपल्याला खरोखरची कशाची गरज असते, त्याकडे आपण पाहत नाही. आपल्याला कशा प्रकारे काळजी घेतली जावी, असं वाटत असतं? कोणत्या गोष्टीमुळे आपल्याला आपल्यावर प्रेम केलं गेलं असं वाटतं?

हाऊ टू लव्हमध्ये थिच न्हाट हान्ह लिहितात, 'एखाद्याविषयी आपल्याला खरोखरचं प्रेम वाटतं आणि आपल्याला एखादा समजलेला असतो म्हणून आपण नेहमीच झटकन त्या व्यक्तीच्या प्रेमात पडत नाही, तर आपल्या दुःखांपासून आपलं लक्ष दुसरीकडे वेधण्यासाठी आपण त्या व्यक्तीच्या प्रेमात झटकन पडतो. ज्या वेळी आपण स्वतःवर प्रेम करण्यास आणि स्वतःला समजून घेण्यास शिकतो आणि ज्या वेळी आपल्याला स्वतःविषयी खरी करुणा वाटते, त्या वेळीच आपण इतर व्यक्तीवर खरं प्रेम करू शकतो आणि तिला खरोखरचं समजून घेऊ शकतो.' आश्रमातून बाहेर पडल्यानंतर नातेसंबंध जोडण्यासाठी मी तयार झालो होतो (मी आश्रम सोडलेल्या क्षणीच माझ्या काही मित्रांनी कल्पना केली होती, तसा तो नातेसंबंध नव्हता). त्या वेळी जोडीदारामध्ये मला काय हवं आहे, याविषयीची माझी जाणीव ही आत्मज्ञानातून दिशा मिळालेली होती. मला कोणत्या गोष्टी पूरक ठरतील आणि कोणत्या ठरणार नाहीत ते मला माहिती होतं. माझ्या आयुष्यात मला कशाची गरज होती आणि माझ्याकडे देऊ करण्यासारखं काय होतं ते मला माहिती होतं. मी उत्क्रांत, विकसित झालो होतो म्हणूनच योग्य नातेसंबंध शोधण्याची माझी क्षमताही विकसित झाली होती.

हे घडलं त्या वेळी – राधी देवलुकिया या नंतरच्या काळात माझी पत्नी बनणार असलेल्या स्त्रीकडे आधीच हे आत्मज्ञान होतं. तिला मी पार पाडलेल्या प्रवासाची गरज नव्हती, तिला आधीच आध्यात्मिकतेशी संबंधित असलेला, उच्च मूल्यं आणि नीतिमूल्यं असलेला कोणीतरी हवा होता, हे माहिती होतं. माझा असा विश्वास आहे की, तिने माझ्याशिवाय सारं काही व्यवस्थितपणे केलं असतं; पण मला हेही माहिती आहे की, गंभीर नातेसंबंधात बुडी मारण्याआधी मी जर स्वतःवर काम करण्यासाठी वेळ काढला नसता तर माझं आयुष्य वेगळं झालं असतं. ते दुःखाने भरून गेलं असतं.

मासिव्ह अटॅकच्या मते, प्रेम हे क्रियापद आहे, तो क्रिया दर्शवणारा शब्द आहे. *रिअल लाइफमधला* डॅन म्हणतो, 'प्रेम सहनशीलही असतं. ते दयाळू असतं आणि वरवर पाहता तुम्हाला ज्या कशाची गरज असते ते सगळं म्हणजे प्रेम असतं.' आपल्या संस्कृतीत प्रेमाच्या अनेक व्याख्या असल्या तरी प्रेम थोडंसं गोंधळात टाकणारं असतं आणि माझ्याकडे संन्यस्त जीवनाचा - आत्मशोधाचा, संकल्पविषयक आणि करुणेचा अनुभव असूनही लंडनमध्ये परतल्यानंतर पहिल्यांदाच डेटवर जाताना मीही गोंधळून गेलो होतो.

मला आधीच हे माहिती होतं की, ती मला आवडत होती. महाविद्यालयात असताना मी सुरू केलेला थिंक आऊट लाऊड हा गट मी आश्रमातून बाहेर पडल्यानंतर काही वर्षं तसाच सुरू होता आणि मी लंडनमध्ये परतल्यानंतरही मी तिथे जाणं, व्याख्याने देणं यांद्वारे त्यांच्या संपर्कात होतो. राधी या समाजाचा एक भाग होती. ती माझ्या काही व्याख्यानांना आली होती आणि माझ्या बहिणीशी तिची मैत्री झाली होती. मी आणि राधीसह त्या समाजाचे लोक त्या वेळी वंशवादाच्या आणि इंग्लंडमधील लहान मुलांच्या छळणुकीच्या विरोधात एका धर्मादाय कार्यक्रमाचं आयोजन करत होतो. तिच्या डेटिंगमधील माहितीपेक्षा किंवा काही डेट्सला गेल्यानंतरही मला तिच्याविषयी जितकं समजलं होतं त्याहून अधिक काही या संदर्भात राधीला पाहताना मला तिच्याविषयी समजलं होतं. संघातील प्रत्येकाबरोबर ती कशी आदराने वागते ते मी पाहिलं होतं. तिची मतं रोचक आणि कल्पना छान होत्या. ती कोण आहे यावर खरा दृष्टिक्षेप टाकण्याची संधी मला मिळाली होती. एक तासाच्या डेटच्या माहितीत कोणीही बरोबर असू शकत होतं आणि कदाचित ते त्यांचं उत्तम स्वत्व असत होतं; पण त्याच्यातून संपूर्ण चित्र तयार होत नव्हतं.

मला अजूनही पूर्ण वेळ नोकरी मिळालेली नव्हती; पण थोडेफार पैसे मिळवण्यासाठी मी शिकवण्या घेत होतो. मी महिन्याभराच्या मिळकतीची बचत केली आणि राधीला विकेंड चित्रपट बघायला घेऊन गेलो. त्यानंतर मी तिला लोकांडा लोकाटेली या अद्ययावत रेस्टॉरंटमध्ये नेलं. खरं तर मी जेवढे पैसे कमवत होतो, त्या तुलनेत ते मला न परवडणारं नव्हतं.

ती विनम्र होती; पण तिच्यावर या गोष्टींचा प्रभाव पडला नव्हता. त्यानंतर तिने मला सांगितलं की, 'तुम्ही हे करण्याची गरज नव्हती.' आणि तिने अशीही कबुली दिली की, सुपरमार्केटमध्ये जाणं, खुर्च्यांच्या रांगामधील मार्गिकांमधून फिरणं आणि काही ब्रेड विकत घेणं ही तिची आदर्श डेट होती. माझी मती गुंग झाली होती. हे करायला कोणाला आवडलं असतं?

संन्यासी बनल्यापासून माझे कोणाशीही प्रेमसंबंध नव्हते आणि आध्यात्मिकदृष्ट्या मी कोण होतो आणि कोणत्या प्रकारच्या डेट्सची मला सवय

होती, याच्याशी मी अजूनही जुळवून घेऊ शकलो नव्हतो. दोन्ही जगात एकेक पाऊल ठेवून जगत असल्यासारखं मला वाटत होतं. मी संन्याशाचं प्रशिक्षण घेतलं असलं तरीही लगेच पुन्हा माझ्या जुन्या नातेसंबंधाच्या पद्धतीत चटकन शिरलो होतो. त्या पद्धतीत प्रसारमाध्यमांनी, चित्रपटांनी आणि संगीताने डेटवर गेल्यावर लोकांना काय हवं असतं ते सांगितलं होतं, त्यानुसारच मी दुसऱ्या व्यक्तीला सारं काही देण्याचा प्रयत्न करत होतो. ती व्यक्ती कोण होती, याविषयीची जाणीव मी विकसित केली नव्हती. मला स्वतःला भेटवस्तू आणि प्रेमाच्या खर्चिक प्रदर्शनाची आवड होती आणि त्या वेळी मूर्खासारखा मी राधीवर मोठमोठ्या भेटवस्तूंचा आणि इतर गोष्टींचा वर्षाव करणं सुरू ठेवलं होतं. मी ते पूर्णपणे चुकीचं करत होतो, हे माझ्या लक्षात आलं. त्यापैकी कशानेही ती प्रभावित झाली नव्हती. ती फारशी भपकेबाज नव्हती. मी आश्रमात काही वर्षं घालवूनही तिला काय आवडत होतं, याचं काळजीपूर्वक निरीक्षण करण्याऐवजी बाह्य प्रभावांनी किंवा माझ्या स्वतःच्या प्राधान्यांनी वाहून गेलो होतो; पण माझ्या सुरुवातीच्या पावलांनंतर हे शोधून काढण्याएवढी जाण मला आली आणि देवाचे आभारच मानले पाहिजेत की, तिने माझ्याशी विवाह केला.

तुम्हाला काय हवं आहे हे तुम्हाला माहिती नसेल, तर तुम्ही बाहेर चुकीचे संदेश पाठवता आणि चुकीच्या लोकांना स्वतःकडे आकर्षित करता. तुम्हाला जर आत्मजाणीव नसेल तर तुम्ही चुकीच्या गुणधर्मांच्या शोधात असता आणि चुकीच्या लोकांची निवड करता. या संपूर्ण पुस्तकभर आपण हेच बोलत आलो आहे आणि त्याविषयीचंच हे कामही आहे. ते म्हणजे जोपर्यंत तुम्ही स्वतःला समजून घेत नाही, तोपर्यंत तुम्ही प्रेमासाठी तयार असणार नाही.

काही वेळा आपण पुनःपुन्हा त्याच त्या चुका करून एकाच प्रकारच्या विजोड जोडीदारांना आकर्षिक करत राहिल्याचं किंवा त्यांची निवड करत असल्याचं आपल्याला दिसून येतं. जर हे घडत असेल तर ते दुर्दैव नसतं – आपल्याला आपल्यावर काम करावं लागणार असल्याचं ते चिन्ह असतं. याविषयीचा संन्याशांचा असा दृष्टिकोन असतो की, तुमच्याकडे दुःख असतं. ते दुःख हलकं करण्यासाठी तुम्ही लोकांना शोधण्याचा प्रयत्न करता; पण ते करत असताना तुम्ही फक्त एवढंच करू शकता. तुम्ही यातून काम केलं नाही तर ते दुःख तुमच्यासोबत राहतं आणि तुमच्या निर्णयांमध्ये हस्तक्षेप करतं. तुमच्यासमोर येणारे समस्यायुक्त, समजण्यास आणि हाताळण्यास कठीण असलेले लोक हे तुमच्या सोडवल्या न गेलेल्या समस्यांची प्रतीकं असतात आणि तुम्ही जो धडा शिकण्याची गरज असते तो शिकेपर्यंत असे लोक तुमच्यासमोर पुनःपुन्हा येत राहतात. इयान्ला वान्झंट हा ऑपराला असं म्हणतो की, '...तुझ्या भूतकाळाच्या जखमा तू भरून काढेपर्यंत तुझ्या जखमा अशाच भळभळत राहतील. अन्नाच्या, दारूच्या, मादक पदार्थांच्या,

कामाच्या, सिगारेटच्या, लैंगिकतेच्या साहाय्याने तू त्यांच्यावर मलमपट्टी करू शकशील; पण अंतिमतः त्या जखमा त्या सगळ्यांतून झिरपून बाहेर पडतील आणि तुझ्या आयुष्यावर डाग पडतील. त्या जखमा उघडण्याची, त्यांच्यात तुझा हात घालून तुला भूतकाळात, आठवणींमध्ये पकडून ठेवणाऱ्या दुःखाचा गाभा बाहेर काढण्याची ताकद तू शोधलीच पाहिजेस आणि त्या दुःखांशी शांततेचा तह केलाच पाहिजेस.'

एकदा तुम्ही तुमच्या पिशव्या उघडल्या आणि स्वतःच्या जखमा (बहुतांश) भरून काढल्या की, मग तुम्ही स्वतःला काहीतरी देणाऱ्या नातेसंबंधांकडे येता. तुम्ही त्यांच्याकडे तुमच्या समस्या सोडवण्यासाठी किंवा तुमच्या मनातील खड्डा भरून काढण्यासाठी पाहत नाही. कोणीही तुम्हाला पूर्णत्व देऊ शकत नाही. तुम्ही अर्धे नसता. तुम्ही परिपूर्ण असण्याची गरज नसते; पण तुम्हाला देण्याच्या जागी यावंच लागतं. इतर कोणाला तरी नष्ट करण्याऐवजी, काढून टाकण्याऐवजी तुम्ही त्यांचं पोषण करता.

प्रेम जिवंत ठेवणं

आपण शिकतो, प्रगती करतो आणि यश मिळवतो, त्या वेळी आपल्याला आनंद मिळतो, असं आपण मनाविषयी बोलताना म्हटलं होतं ते लक्षात घ्या. तरीही ज्या वेळी आपण पहिल्यांदा प्रेमात पडलेले असतो, त्या वेळी नातेसंबंध जास्त काळ टिकल्यावर मधुचंद्राच्या टप्प्याची तीव्र इच्छा बाळगण्याकडे आपला कल असतो. तुम्ही किती वेळा प्रेमसंबंधात अडकला आहात आणि स्वतःशीच असं म्हटलं आहे की, 'मला आतासारखं पुन्हा एकदा वाटावं असं वाटतंय.' किंवा 'आपण पुन्हा एकदा त्या काळात जावं असं मला वाटतंय.' पण रात्रीच्या जेवणासाठी त्याच ठिकाणी जाणं किंवा तुम्ही पहिलं चुंबन ज्या ठिकाणी घेतलं होतं, तिथे पुन्हा जाणं अशा गोष्टींनी ती सगळी जादू परत येत नाही. त्याच अनुभवाची पुनरावृत्ती करण्याचं व्यसन आपल्यापैकी कित्येक जणांना इतकं लागलेलं असतं की, आपण नवीन अनुभवांसाठी जागाच करत नाही. तुमच्या प्रेमसंबंधांच्या सुरुवातीला तुम्ही प्रत्यक्षात जे करत होतात, ती गोष्ट म्हणजे ऊर्जेसह आणि खुलेपणासह नवीन स्मृती तयार करणं ही होती. आणखी नवीन स्मृती तयार करून – शिकणं आणि एकत्रितपणे वाढणं सुरू ठेवून प्रेमाला जिवंत ठेवता येतं. नवीन अनुभव तुमच्या आयुष्यात रोमहर्षकता आणतात आणि अधिक बळकट बंधांची उभारणी करतात. जोडपी एकत्रितपणे करू शकतील अशा कृतींच्या अनेक सूचना माझ्याकडे आहेत; पण इथे माझ्या काही आवडत्या सूचनांची शिफारस मी करत आहे. त्या संन्याशांच्या तत्त्वांतून तयार करण्यात आल्या आहेत.

१. *जुन्या गोष्टीत नावीन्य शोधा :* मी संन्यासी असताना आम्ही रोज ज्या एकाच रस्त्याने फिरायला जात होतो, त्या रस्त्यावर एक खास दगड आम्ही शोधला होता, ते आठवतं का? तुम्हीही ज्या जगात तुम्ही आधीपासूनच जगत आहात, त्याच्याकडे डोळे उघडून पाहू शकता. आठवड्याच्या मध्यावर मेणबत्तीच्या प्रकाशात रात्रीचं जेवण करा. फोनकडे नजर रोखून पाहत बसण्यापेक्षा एकमेकांना झोपण्यापूर्वी एखादं पुस्तक वाचून दाखवा. आजूबाजूच्या परिसरात दोघांनी मिळून फिरायला जा आणि विशिष्ट प्रकारची पत्रपेटी शोधून काढण्याचं किंवा पहिल्यांदा कोणाला पक्षी सापडतो ते पाहण्याचं आव्हान द्या.

२. *एकत्रितपणे वेळ घालवण्याचे नवीन मार्ग शोधा :* मानसोपचारतज्ज्ञ आर्थर ॲरनने केलेल्या अभ्यासातून त्याला असं आढळून आलं की, ज्या वेळी जोडपी नवीन आणि रोमहर्षक गोष्टी एकत्रितपणे करतात, त्या वेळी त्यांच्यातील स्नेहबंध अधिक बळकट होतो. माझ्या पत्नीने आणि मी एकत्रितपणे एस्केप रूम हा खेळ खेळायला सुरुवात केली. एस्केप रूम या खेळात तुम्हा दोघांनाही एकाच खोलीत बंद केलं जातं आणि तुम्हाला तिथून बाहेर पडण्याचा मार्ग शोधावा लागतो. कर्मचारी तुम्हाला काही सुगावे देतात आणि तुम्हाला त्या कोड्याच्या अनेक पायऱ्या सोडवण्यासाठी एकत्रितपणे काम करावं लागतं. ही गोष्ट थोडीशी भीतिदायक वाटू शकते; पण तिच्यात प्रत्यक्षात खूपच गंमत येते. तुम्हाला एकत्रितपणे शिकता येतं. तुम्ही एकत्रितपणे चुका करता. ज्या वेळी तुम्हा दोघांपैकी एकालाही दुसऱ्याहून या खेळाचा जास्त अनुभव नसतो किंवा तज्ज्ञता नसते त्या वेळी तर समांतर पातळीवर राहून तुम्ही खेळता. जोडपं म्हणून तुम्ही एकत्रितपणे प्रयोग करता, त्या वेळी आयुष्याच्या सर्व क्षेत्रांमध्ये आपण एकत्रितपणे वाढत आहोत, असं तुम्हाला वाटू लागतं. तुम्ही खरोखरच भीतिदायक असलेली अशीही एखादी गोष्ट करून पाहू शकता – यात स्कायडायव्हिंगचा किंवा तुम्ही ज्या बाबतीत आरामशीर नसता अशा क्षेत्रातील एखादी गोष्ट करण्याचा समावेश होतो. आपल्या भीतींच्या जवळ जाण्यातून आपल्याला कोणते लाभ होतात हे आपण पाहिलं होतं ते आठवतं का? भीतीसह एकत्रितपणे खेळणं हा तुमच्या भीतींमध्ये आणखी खोलवर शिरण्याचा, तुमच्या जोडीदाराबरोबर त्या भीती वाटून घेण्याचा, त्यांचा आधार असल्याची जाणीव करून घेण्याचा आणि एकत्रितपणाने भीतीचा कायापालट करण्याचा सराव आहे.

३. *एकत्रितपणे सेवा करा :* ज्याप्रमाणे सेवा केल्यामुळे तुमच्या आयुष्याला अर्थ प्राप्त होतो, त्याप्रमाणेच तुमच्या जोडीदारासोबत सेवा करण्याने तुमच्या संबंधात अर्थपूर्णतेची भर पडते. धर्मादाय कार्यक्रमांचं आयोजन, बेघरांना अन्न देणं किंवा एकत्रितपणाने एखादी गोष्ट शिकवणं यांसारख्या गोष्टींचा त्यात समावेश होतो. संन्याशाच्या जीवनातील माझे एकत्र जोडणाऱ्या बंधाचे सर्वाधिक अनुभव हे मी सामुदायिक प्रकल्पांत भाग घेतले तेव्हाचे आहेत. ट्रेनमधील दोन दिवसांच्या

अतिशय वाईट प्रवासाचा मी आधीच उल्लेख केला आहे. एकत्रितपणे वृक्षारोपण करणं, शाळा बांधणं असेही काही प्रकल्प होते. नातेसंबंधातील आव्हानांवर लक्ष केंद्रित करण्याऐवजी आम्ही खऱ्या आयुष्यातील समस्यांवर सहभागी दृष्टिकोन विकसित केले होते. उच्चतर हेतूसाठी एकमेकांशी जोडलं जाण्याने आम्हाला कृतज्ञतेची जाणीव होत होती आणि तीच जाणीव आम्ही आमच्या नातेसंबंधांतही परत आणत होतो. स्वयंसेवी कामांतून एकमेकांना भेटलेली अनेक जोडपी मला माहिती आहेत म्हणून तुम्ही जर अधिक अनुरूप जोडीदाराच्या शोधात असाल तर तुमच्या हृदयाच्या अगदी जवळ असलेलं कारण शोधा. स्वयंसेवी कामासारख्या एखाद्या कृतीतून तुम्ही भेटलात तर सुरुवातीला तुमच्यामध्ये अत्यंत तीव्र अशी एखादी सामाईक गोष्ट असल्यानेच त्याची सुरुवात होते आणि त्यानंतर तुमच्यात अधिक गाढ बंध निर्माण होण्याची शक्यता असते.

४. *एकत्रितपणे ध्यान आणि जप करा :* (पान क्र. ३१३ पाहा.) नुकताच वाद झालेलं एखादं जोडपं खोलीत आलं, तर तुम्हाला त्यांच्यादरम्यान कंपन पावत असलेली नकारात्मक ऊर्जा जाणवते. तुम्ही आणि तुमचा जोडीदार एकत्रितपणे जप करता, त्या वेळी बरोबर याच्या विरुद्ध गोष्ट सत्य असते. तुम्ही तुमच्या ऊर्जा एकाच स्थानी आणता आणि अक्षरशः एकमेकांशी मेळ साधला गेल्याचं तुम्हाला जाणवतं.

५. *अखेरीस, या नातेसंबंधातून तुम्हा दोघांना काय हवं आहे, त्याचं कल्पनाचित्र नजरेसमोर आणा :* एकमेकांसाठी काय महत्त्वाचं आहे, याची तुम्हाला जाणीव असते, त्या वेळी तुम्हाला एकमेकांशी कितपत जुळवून घेण्याची इच्छा आहे, ते तुम्ही शोधून काढू शकता. आदर्श दृष्टीने विचार करता, तुमच्यापैकी प्रत्येकालाच आपल्या स्वतःच्या धर्मात जगण्याची तळमळ असते. उत्तम नातेसंबंधांमध्ये तुम्ही दोघंही तिथे एकत्रितपणे पोहोचता.

हृदयभंगावर मात करणं

तुमचं हृदय केव्हा पणाला लागतं हे स्पष्टपणे पाहणं कठीण असू शकतं; पण इथे मला एक मुद्दा अगदी मोठ्या प्रमाणात स्पष्ट करायचा आहे. तो म्हणजे तुमच्याकडे जे असतं, त्यासाठी कृतज्ञ असणं आणि तुम्ही पात्र असता त्याहून कमी असलेल्या गोष्टींवर स्थिरावणं यात फरक आहे. आपण जर आपल्या 'मूल (अजाण) मनाचं' अजूनही ऐकत असलो, तर आपल्यासाठी चांगल्या नसलेल्या; पण त्या क्षणापुरतं आपल्याला अधिक चांगलं वाटायला लावणाऱ्या लोकांकडे आपण आकर्षित होतो. तुमच्या आत्मप्रतिष्ठेला इतर कोणाभोवती गुंडाळू नका. कारण, कोणतीही व्यक्ती मौखिक, भावनिक किंवा शारीरिक छळासाठी, गैरवर्तनासाठी पात्र नसते. त्यापेक्षा एकटं असणं अधिक चांगलं असतं. शिवाय तुम्ही गैरवर्तनात्मक, लबाड

किंवा विषारी नातेसंबंधाला मैत्रीत रूपांतरित होऊ देऊ नका. मी तुम्हाला खात्रीने सांगतो की, त्यामुळे त्यांच्या वर्तनात बदल होत नाही.

प्रत्येक नातेसंबंधात तुम्हाला अपेक्षित असलेली हर्षाची पातळी आणि तुम्ही स्वीकारू शकत असलेली दुःखाची पातळी निश्चित करण्याची तुम्हाला संधी असते. कोणताही नातेसंबंध परिपूर्ण नसतो; पण एका विशिष्ट उंचीपर्यंत हर्ष पोहोचत नसेल किंवा सरासरीहून कमी पातळीपर्यंतच तो राहत असेल, तर त्या पातळीत तुम्ही दोघांनी भरपूर काम केल्याखेरीज बदल होणार नाही. हीच गोष्ट किती प्रमाणात नैराश्य सहन करू शकण्याची तुमची इच्छा असते, या गोष्टीलाही लागू होते. तुम्ही कदाचित सुरुवातीला एकमेकांशी जोडलं जाण्याची प्रक्रिया संथ असू शकेल – एकमेकांना समजून घेण्यासाठी तुम्हाला कदाचित थोडा वेळ लागू शकेल; पण जर ती कधीच समाधानकारक पातळीपर्यंत पोहोचली नाही तर तुम्ही त्याचा स्वीकार करावा की त्यापासून दूर जावं, हे तुम्हाला ठरवावं लागतं.

ही गोष्ट सोपी नसते हे मला माहिती आहे. ज्या वेळी तुम्ही एखाद्याबरोबर गुणात्मक वेळ व्यतीत केला असेल, ज्या वेळी तुम्ही एखाद्या व्यक्तीत गुंतवणूक केली असेल, ज्या वेळी तुम्ही स्वतःला दुसऱ्याला देऊन टाकलं असेल, त्या वेळी ते सगळं तसंच सोडून देणं अतिशय कठीण असतं. आपण नेहमीच ओढ किंवा जिव्हाळा यांनाच प्रेम समजण्याची गल्लत करतो, याकडे तिबेटी बौद्ध संन्यासिनी जेत्सुन्मा तेन्झिन पामो हिने लक्ष वेधलं आहे. ती म्हणते, 'आपण अशी कल्पना करतो की, आपल्या नात्यातील आकलन आणि जवळीक म्हणजेच प्रेम आहे. मात्र प्रत्यक्षात ती फक्त जवळीक असते आणि तिच्यातूनच दुःख निर्माण होतं. आपण एखाद्या गोष्टीला जितकं अधिक स्वीकारतो, पकडून ठेवतो, तितकी ती गोष्ट गमावण्याची आपल्याला भीती वाटते आणि अशा वेळी आपण ती गोष्ट गमावली तर आपल्याला अर्थातच दुःखही होणारच असतं.' अंतिमतः, चुकीच्या माणसाला धरून ठेवण्यामुळे आपल्याला त्याला सोडून देण्यापेक्षाही जास्त दुःख होतं.

हृदयभंगावर मात करण्यासाठी मी ज्या व्यूहरचनांची शिफारस करतो, त्या संन्याशांच्या स्वत्वाच्या कल्पनांशी आणि आपण शांततेच्या व हेतूपूर्णतेच्या दिशेने आपला मार्ग कसा शोधतो, त्याच्याशी थेट जोडल्या गेल्या आहेत. आपल्या मनात काहीही विचार असला तरीही आपण त्यापासून पळून दूर जात नाही. आपण त्या विचाराचं मूल्यमापन करण्यास आणि बदल करण्यास स्वतःला अवकाश देतो. **शोधा, थांबा, अदलाबदल करा.**

प्रत्येक भावनेची जाणीव करून घ्या. हृदयभंगापासून तुमचं लक्ष विचलित करून घेणं शक्य आहे; पण हा केवळ तात्पुरता उपाय आहे. तुम्ही तुमच्या भावनांना नाकारलं, तर दुसऱ्या मार्गांनी दुःख भोगण्यात त्याची अखेर होते. महाविद्यालयात नव्याने प्रवेश करणारी मुलं या स्थित्यंतराचा किती चांगल्या प्रकारे स्वीकार करतात,

यासाठी संशोधकांनी त्यांचा मागोवा घेतला. त्यांना असं आढळलं की, भावना दडपून टाकण्याची प्रवृत्ती असलेल्या मुलांचे जवळचे नातेसंबंध अधिक कमी होते आणि त्यांना कमी सामाजिक आधार मिळत असल्यासारखंही वाटत होतं. आता हृदयभंगाच्या या परिस्थितीत दुसऱ्या व्यक्तीने तुम्हाला कसं वाटायला लावलं आहे, याचा विचार करा. कदाचित, आपल्या भावना लिहून काढून तुम्ही त्या स्पष्ट करू शकाल किंवा त्यांचं ध्वनिमुद्रण करा. तुम्ही काय लिहिलं आहे ते वस्तुनिष्ठपणे वाचा किंवा पुन्हा एकदा ऐका. तुम्हाला त्यात पुनःपुन्हा येणाऱ्या काही संरचना आढळतात का?

तुम्ही स्वतःला नुकसानाविषयी प्रश्न विचारून प्रश्न ध्यानही करू शकता. आपल्याला भावनांची पुनरुक्ती करायला आवडते. त्या पुन्हा ऐकायला किंवा वाचायला आवडतं : ते कसं परिपूर्ण होतं, ते कसं असू शकलं असतं, ते कसं चाललं होतं, असं आपल्याला वाटत होतं – या भावना आपल्याला पुनःपुन्हा ऐकायला किंवा वाचायला आवडतात. तो नातेसंबंध तुटून भस्मसात होण्याआधी किती शृंगारिक होता, यावर विचार करण्याऐवजी सत्य परिस्थितीवर लक्ष केंद्रित करा. या नातेसंबंधाविषयी तुम्हाला काय आशा होत्या? तुम्ही काय गमावलं? ती व्यक्ती कोण होती याच्याशी की ती व्यक्ती कोण नव्हती, याच्याशी तुमची निराशा निगडित आहे? तुम्ही दुःखाचं आणि फाटाफुटीचं मूळ उघड करेपर्यंत तुमच्या भावनांचा शोध घेत राहा.

परिस्थितीकडून शिका : चित्रपट, संगीत आणि इतर प्रसारमाध्यमं आपल्याला प्रेम कसं असतं, याविषयीचे मर्यादित आणि सहसा नेहमीच चुकीचे संदेश पाठवतात. प्रेमसंबंध तुटल्याच्या वस्तुस्थितीचा उपयोग करून घेऊन नवीन नातेसंबंधाकडून तुम्ही काय मिळवण्यासाठी पात्र आहात आणि तुम्हाला कशाची गरज आहे, याविषयीच्या खऱ्या अपेक्षा निश्चित करा. एक गोष्ट लक्षात ठेवा, तुमचा ज्या व्यक्तीशी असलेला नातेसंबंध तुटला आहे, त्याच्या आणि/किंवा तुमच्या नंतरच्या नातेसंबंधात येणाऱ्या व्यक्तीच्या अपेक्षांहून तुमच्या अपेक्षा भिन्न असू शकतील. तुमची सगळ्यात मोठी कोणती अपेक्षा प्रत्यक्षात उतरली नव्हती? तुमच्या दृष्टीने काय महत्त्वाचं होतं? त्या नातेसंबंधात काय चांगलं आणि काय वाईट होतं? तो नातेसंबंध संपुष्टात येण्यातील तुमची भूमिका काय होती? तुमच्या दुःखाचा शोध घेण्याऐवजी, तुमच्या पुढच्या नातेसंबंधाकडून तुम्हाला काय हवं आहे ते ओळखण्यासाठी तुम्हाला नातेसंबंध कसे काम करतात आणि स्वतःवर काय काम करावं लागेल, त्याचा शोध घेण्याची इच्छा असली पाहिजे.

स्वतःच्या मूल्यावर विश्वास ठेवा : प्रेमभंगाच्या क्षणी तुम्ही कदाचित तुमचं अवमूल्यन करता; पण तुमचं संपूर्ण मूल्यमापन करण्याच्या एखाद्या क्षमतेवर तुमचं मूल्य अवलंबून नसतं. तुम्ही जर तुमची ओळख त्या नातेसंबंधाभोवती गुंडाळून

ठेवली असेल तर तुमच्या ओळखीच्या त्या भागाचा तुम्हाला त्याग करावा लागला, याचं तुम्हाला दुःख होत असतं. तुमच्या सगळ्या गरजा एकाच व्यक्तीने पूर्ण कराव्यात अशी तुमची अपेक्षा होती/असेल तर अर्थातच ती व्यक्ती गेल्यानंतर तिथे पोकळी निर्माण होते. आता तुम्ही एकटे असता, त्या वेळी त्याच वेळेचा उपयोग करून तुमच्या आयुष्यात जे लोक कायमच असावेत, असं तुम्हाला वाटतं त्या समान रुची असलेल्या लोकांचा समाज किंवा गट निर्माण करा. स्वतःला संपूर्ण बनवा. तुम्ही स्वतःच तुम्हाला आनंदी बनवणारी व्यक्ती बनलं पाहिजे.

पुन्हा डेटिंग करण्याआधी थांबा : लक्षात ठेवा, तुम्ही भूतकाळातील जखमा भरून काढल्या नाहीत, तर एखाद्या विलक्षण व्यक्तीसोबत एखादा विलक्षण बंध जोडण्याची पुढची संधी तुम्ही कदाचित गमावून बसाल. उसळून उलटणाऱ्या किंवा सूड उगवणाऱ्या डेटवर जाऊ नका, त्यामुळे तुम्ही फक्त आणखी जखमी व्हाल आणि तुमचा पश्चात्ताप आणखी पसरेल. ते एक विषाणूच्या फैलावासारखं दुःख असेल. त्याऐवजी तुम्हाला स्वतःला समजून घेण्यासाठी थोडा वेळ घ्या. आत्मप्रतिष्ठेची उभारणी करा. तुमच्या विकासात गुंतवणूक करा. **तुम्ही जर त्या नातेसंबंधात हरवून गेला असाल तर हृदयभंगातून स्वतःचा शोध घ्या.**

जाणीव निर्माण करणं, हाताळणं किंवा उपाय करणं आणि दुरुस्ती करणं हा संन्याशाचा मार्ग आहे. आपल्याला आपले स्वतःचे संकल्प समजल्याची खात्री करून घेण्यासाठी नातेसंबंधात असताना किंवा एखाद्या नातेसंबंधात प्रवेश करण्याच्या आधी आपण एक पाऊल मागे जातो. त्यानंतर आपण डेटिंगच्या जगात प्रवेश करण्याचं धाडस करतो किंवा आत्मजाणीव आणि प्रेम यांच्यासह त्या नातेसंबंधाकडे परत जातो. **शोधा, थांबा, अदलाबदल करा.**

आपल्या आयुष्यातील व्यक्तिगत जिव्हाळ्याचे नातेसंबंध हाताळण्यासाठी आपलं लक्ष आपण बाहेरच्या बाजूला वळवलं आहे. आता अधिक मोठ्या जगासह आपण आपल्या नातेसंबंधाकडे आलो आहोत. मी असा उल्लेख केला होता की, आश्रमात असताना माझ्या कुटुंबाशी असलेल्या बंधांच्या पलीकडच्या बंधांची मला जाणीव झाली. आपल्याला सर्वांना एकत्र आणणारी आणि जोडणारी शक्ती मला जाणवली. खगोल भौतिकशास्त्रज्ञ नील डीग्रेस टायसननी असं म्हटलं आहे की, 'आपण सगळेच जण जैवशास्त्रीयदृष्ट्या एकमेकांशी, रासायनिकदृष्ट्या पृथ्वीशी आणि आण्विकदृष्ट्या उर्वरित संपूर्ण विश्वाशी जोडले गेलो आहोत,' हे जाणून घेऊन आपल्या आयुष्यातील खरा अर्थ शोधण्यासाठी आपण विश्वाकडे पाहिलं पाहिजे.

प्रकरण ११

सेवा

ज्या वृक्षांच्या सावलीत बसण्याचं तुमचं नियोजन
नसेल, त्यांची लागवड करा.

आपल्या स्वतःच्या लाभासाठी केलेलं काम हे अज्ञानातून केलेलं काम असतं... जगाच्या कल्याणासाठी केलेलं काम हे विद्वत्तेतून, ज्ञानातून केलेलं काम असतं.

– भगवत् गीता, ३:२५

मी आश्रमात नवखा होतो आणि तीस दिवस आपला स्वतःचा मार्ग शोधण्याच्या मोहिमेवर आम्हाला एका खेड्यात पैशाशिवाय आणि अन्नाशिवाय सोडून देण्यात आलं होतं.

हवा प्रसन्न होती आणि निवाऱ्यासाठी आम्हाला गोदाम देण्यात आलं होतं. आमच्या चटया आम्ही तिथेच ठेवल्या होत्या आणि मोठ्या धाडसाने खेड्यात फिरत होतो. तिथे साध्या झोपड्या होत्या. लोक या झोपड्यांतूनच अन्नाची, मसाल्याच्या पदार्थांची आणि उन्हात वाळवलेल्या सांडगे, कुरडया, पापड यांसारख्या पदार्थांची विक्री करत होते. झोपड्यांच्या मधल्या भागात धुतलेले कपडे दोऱ्यांवर वाळत घालण्यात आले होते. बहुतांश लोक दुचाकीवरून किंवा चालत फिरत होते – काही मुलं अनवाणी फिरत होती.

अनिर्बंध, योजनाहीन अवस्थेत आम्हाला पहिल्यांदा भीतीची जाणीव होत होती, त्यातूनच जगण्यासाठी जे करणं आवश्यक होतं ते करण्यास आम्ही प्रवृत्त होत होतो. आम्ही लोकांकडे मदत मागितली – भारतातील लोक उदार आहेत आणि ते नेहमीच भगव्या कफन्यांमधील लोकांना चपाती, भाकरी, फळं किंवा नाणी देतात. आम्ही मंदिरात जात होतो. तिथे यात्रेकरूंना प्रसादाचं वाटप केलं जात असे. हा प्रसाद म्हणजे पवित्र अन्न असून तो देवाला दाखवला जातो आणि नंतर वाटला जातो. आमच्या जगण्याविषयी चिंता वाटत असल्यामुळे आम्ही सुरुवातीला स्वार्थीपणाचा आणि आपल्याभोवती कुंपणं घालून घेण्याचा अवलंब केला.

दुसऱ्या आठवड्यापर्यंत आम्ही अधिक चांगल्या स्थितीत आलो. खेड्यातील लोकांना मदत करून आमच्या गरजा आम्ही भागवू शकत होतो, हे आमच्या लक्षात आलं. आम्ही जड ओझी वाहून नेणाऱ्या लोकांना किंवा हातगाडी नेणाऱ्या लोकांना मदत करू लागलो. आपण आपली हृदयं आणि आत्मे खुले केले तर इतरांनाही तेच करण्यास प्रोत्साहन मिळतं हे आम्ही लवकरच शिकलो. आम्ही पहिल्यांदा आलो होतो, त्या वेळी आम्हाला ज्या देणग्या दिल्या जात होत्या, त्याहून आता मिळणाऱ्या देणग्या फार मोठ्या प्रमाणात वेगळ्या नव्हत्या; पण देवाणघेवाणीमुळे आम्हाला सामुदायिक करुणेचा आणि औदार्याचा उबदारपणा जाणवत होता. आमच्या प्रवासाचा धडा मी आत्मसात केला असावा, असं मला वाटलं. आम्हाला असं वाटत होतं की आमच्याकडे काहीच नव्हतं आणि खरोखरच आमच्याकडे कुठलीही भौतिक वस्तू किंवा मालमत्ता नव्हती; पण तरीही आम्ही लोकांना आमचे कष्ट देऊ शकत होतो.

अखेरच्या आठवड्यापर्यंत आम्हाला व्यवस्थित खायला मिळालं होतं आणि आम्ही सुरक्षितही राहिलो होतो आणि आणखी एक सखोल गोष्ट आमच्या लक्षात आली होती. आम्ही काहीही न घेता आलो होतो, तरीही आमच्याकडे विशिष्ट प्रकारची संपत्ती होती : खेड्यातील अनेक लोकांच्या तुलनेत आम्ही अधिक बळकट आणि अधिक सक्षम होतो. रस्त्यावर ज्येष्ठ नागरिक, मुलं, अपंग लोक होते. त्या सगळ्यांनाच आमच्यापेक्षा जास्त गरज होती.

'मला वाईट वाटतं,' एक संन्यासी म्हणाला. 'आपल्यासाठी हे सगळं अल्पकालीन आहे; पण त्यांच्यासाठी ते कायमचंच आहे.'

'मला वाटतं की आपलं काहीतरी चुकतंय,' मी भर घातली. 'आपण या खेड्यात जगण्याहून जास्त काही करू शकतो.' आम्हाला हेलन केलरने जे म्हटलं होतं त्याची आठवण झाली. तिने म्हटलं होतं, 'ज्याला पायच नव्हते, अशा माणसाला भेटेपर्यंत, माझ्याकडे शूज नसल्याबद्दल मी रडत होते.' दुर्दैवाने ही गोष्ट म्हणजे अतिशयोक्ती नाही. भारतात हात-पाय नसलेले लोक तुम्हाला वरचेवर दिसतात.

माझ्या लक्षात आलं की, आता आम्हाला आमचा मार्ग सापडला होता, त्यामुळे आम्ही जितके सक्षम होतो, तितके सक्षम नसलेल्या लोकांबरोबर आम्हाला मिळालेलं अन्न आणि पैसे आम्ही वाटून घेऊ शकत होतो. मी जेव्हा हा विचार केला त्या वेळी आमच्या प्रवासाचा धडा मी शिकलो, असं मला वाटलं. मला झालेल्या या साक्षात्काराचा माझ्यावर प्रचंड परिणाम झाला होता : प्रत्येक जण आणि अगदी ज्यांनी आधीच आपली आयुष्यं सेवेला वाहून घेतली आहेत, ते नेहमीच अधिक देऊ शकतात.

कायापालटाचे हे तीन टप्पे म्हणजे संपूर्ण संन्यासी अनुभवाची सूक्ष्म प्रतिकृती असल्यासारखं वाटलं होतं. पहिली गोष्ट म्हणजे आम्ही बाह्य गोष्टी आणि अहंकार जाऊ दिला होता, दुसरी गोष्ट म्हणजे आम्ही आमची मूल्यं ओळखली होती आणि सेवा करण्यासाठी आपल्याकडे आपल्या मालकीचं काहीही असण्याची गरज नसते हे आम्ही शिकलो होतो. तिसरी गोष्ट म्हणजे आम्ही सातत्याने सेवेची उच्चतर पातळी शोधत होती. त्या ट्रिपमध्ये माझ्या असं लक्षात आलं की, नेहमीच उन्नती करून घेण्यास, वाढण्यास वाव असतो, नेहमीच देण्यासाठी अधिक काहीतरी असतं. सिस्टर ख्रिस्तीन व्लादिमिरॉफ या बेनेडिक्टिन संन्यासिनीने द *मोनॅस्टिक वेमध्ये* नमूद करण्यात आल्याप्रमाणे असं लिहिलं आहे की, 'मठवासीयांची आध्यात्मिकता आपल्याला असं शिकवते की, आपण प्रवास करत आहोत. हा प्रवास आतल्या दिशेचा असून तो प्रार्थनेत आणि मौनात देवाचा शोध घेण्याचा प्रवास आहे. तो एकट्यानेच केला तर आपल्या आयुष्याच्या या पैलूला आपण अतिरंजित बनवू शकतो... पण मठवासीय असल्याने एक समांतर प्रवास असतो – तो बाह्य प्रवास असतो. इतरांच्या गरजांविषयीची संवेदनशीलता वाढवण्यासाठी आम्ही समाजात राहतो... अशा वेळी मठ हे त्याच्या बाहेर पडण्याचं आणि इतरांना आत बोलावण्याचं केंद्र बनतं. आतल्या दिशेचा आणि बाहेरच्या दिशेचा... असे दोन्ही प्रवास सतत करत राहणं, ही यातली गुरूकिल्ली असते.'

सर्वोच्च हेतू

गौरांग दासांनी माझ्या महाविद्यालयात केलेल्या व्याख्यानात ज्या वेळी असं म्हटलं होतं की, 'ज्या वृक्षांच्या सावलीत बसण्याची तुमची योजना नसेल, त्या झाडांची लागवड करा,' त्या वेळी मला त्यांच्यापासून स्फूर्ती मिळाली होती. त्या वाक्याने माझी पकड घेतली होती आणि मी ज्याची कधी कल्पनाही केली नव्हती, त्या विक्षेपमार्गावर मला आणून सोडलं होतं आणि आता मला एक कबुलीही दिलीच पाहिजे. मी हे तुमच्यासमोर उघड करतो. बाह्य कोलाहल, भीती, असूया आणि चुकीची उद्दिष्टं यांचा प्रभाव कसा सोडून दिला पाहिजे, जाऊ दिला पाहिजे यांविषयी

आपण बोललो आहोत. आपल्या मनांची, आपल्या अहंकारांची आणि आपल्या धर्मात जगण्यासाठी आपल्या दैनंदिन आचरणांची मशागत करून कसं वाढावं, त्याचाही आपण शोध घेतला आहे. या सगळ्या गोष्टी म्हणजे समाधानाच्या, अर्थपूर्ण जीवनाच्या उद्दिष्टाकडे नेणारा उचित मार्ग आहे; पण इथे आणि समाजमाध्यमांवर आणि माझ्या वर्गांमध्ये आणि मी शिकवत असलेल्या प्रत्येक माध्यमात संन्यासी म्हणून मी शिकलेला सर्वाधिक महत्त्वाचा धडा मी उघड केलेला नाही. माझ्या आयुष्यात मी रोज तो माझ्याबरोबर नेतो. कृपा करून ढोल वाजवा बरं (मी घोषणा करणार आहे).

सेवाभावात जगणं हा सर्वोच्च हेतू आहे.

मी सेवा करणं गोपनीय ठेवलं आहे असं नाही, मी त्याचा नेहमीच उल्लेख करतो; पण आपल्या सर्वांच्या आयुष्यात सेवा मध्यवर्ती भूमिका बजावत असावी, हे बोलण्यासाठी मी आतापर्यंत वाट पाहिली. कारण, मोकळेपणाने सांगायचं झालं तर मला असं वाटतं की, आपल्यापैकी बहुतांश लोकांचा या कल्पनेला थोडाफार विरोध असेल. आपल्याला गरजू लोकांना मदत करण्याची नक्कीच इच्छा असते आणि कदाचित तसं करण्याचे मार्गही आपण आधीच शोधलेले असतील; पण आपलं स्वतःचं काम आणि आयुष्यं यांच्या दबावामुळे आणि गरजांमुळे आपल्याला मर्यादा पडतात. आपल्या समस्या आपल्याला पहिल्यांदा सोडवायच्या असतात. 'जय, मलाच मदतीची गरज आहे! इतरांना मदत करण्यासाठी स्वतःला वाहून घेता येण्याआधी मला बऱ्याच गोष्टी व्यवस्थित पार पाडायच्या आहेत,' असं तुम्ही म्हणाल. ते खरं आहे. आपण स्वतः संघर्ष करत असताना निःस्वार्थीपणाविषयी विचार करणं कठीण असतं आणि तरीही संन्यासी म्हणून मी नेमकं हेच शिकलो. निःस्वार्थीपणा हा अंतर्यामीच्या शांततेकडे आणि अर्थपूर्ण आयुष्याकडे नेणारा खात्रीशीर मार्ग आहे. **निःस्वार्थीपणा स्वत्वाच्या जखमा भरून काढतो.**

संन्यासी सेवाभावाने, सेवेतच जगतात आणि संन्याशांसारखा विचार करणं याचा अंतिम अर्थ सेवा करणं असा आहे. द *मोनॅस्टिक वे*मध्ये बेनेडिक्टिन संन्यासी डॉम एल्रेड ग्रॅहॅमने असं म्हटल्याचं नमूद करण्यात आलं आहे की, 'संन्याशाला असं वाटू शकतं की, तो शांतता, सुरक्षितता, प्रार्थनेचं किंवा अभ्यासाचं अगर अध्यापनाचं आयुष्य - असं स्वतःकरिता काहीतरी मिळवण्यासाठी इथे (मठात) आला आहे; पण जर त्याला वाटणारी ओढ प्रामाणिक असेल, तर तो इथे घेण्यासाठी नव्हे, तर देण्यासाठी आला आहे हे त्याला समजून येईल.' **आपण आलो असताना आपल्याला जेवढी आढळली होती त्याहून अधिक स्वच्छ जागा आपण तिथून निघताना सोडणं, लोक जेवढे आनंदी आढळले होते, त्याहून आपण तिथून निघताना ते अधिक आनंदी असणं, जग जसं आढळलं होतं त्याहून आपण तिथून निघताना अधिक चांगलं असणं या गोष्टी करण्याचा आपण प्रयत्न करतो.**

आपण निसर्ग आहोत आणि जर आपण निसर्गाकडे काळजीपूर्वक पाहिलं आणि त्याचं निरीक्षण केलं तर निसर्ग नेहमीच सेवा करत असतो. सूर्य उष्णता आणि प्रकाश पुरवतो. झाडं प्राणवायू आणि सावली देतात. पाणी आपली तहान भागवतं. निसर्गातील प्रत्येक गोष्ट सेवा करत असल्याचं आपण पाहू शकतो आणि संन्यासीही नक्कीच पाहतात. भगवत् गीता असं सांगते की, 'त्या नशीबवान वृक्षांकडे पाहा. इतरांना लाभ मिळावा म्हणूनच ते आयुष्यभर जगतात. वारा, पाऊस, उष्णता आणि हिमवर्षाव सहन करतात; पण तरीही सर्वांना लाभ मिळावा म्हणून सावली देऊ करतात.' सेवा हा निसर्गाशी एकरूप होण्याचा एकमेव मार्ग आहे. याचाच अर्थ सेवा हा विश्वाशी योग्य प्रकारे मेळ राखण्याचाही एकमेव मार्ग आहे. कारण, विश्वही हेच करतं.

सोळाव्या शतकातील गुरू रूपा गोस्वामी हे *युक्त वैराग्याविषयी* भाष्य करतात. प्रत्येक गोष्ट उच्चतर हेतूसाठी करणं असा युक्त वैराग्य याचा अर्थ आहे. खरी अलिप्तता, निखालस सर्वसंगपरित्याग, परिपूर्णता यांचा त्यात समावेश होतो. भौतिक मालमत्तांचा, ताब्यातील प्रत्येक वस्तूचा संपूर्ण त्याग करून संन्याशांचे काही पंथ त्यांच्या आचरणात या मानांकनांचं कठोर पालन करतात; पण प्रत्यक्षात आपल्यासारख्या सर्व उर्वरित लोकांना उदरनिर्वाहासाठी काम करण्याची गरज असते. आपल्या सगळ्यांकडेच अखेरीस आपल्या मालकीच्या वस्तू असतात; पण आपल्याकडे असलेल्या गोष्टींचा आपण कसा वापर करतो त्याकडे आपण लक्ष देऊ शकतो. आपल्या घरांचा वापर आपण समाजाला साहाय्य करण्यासाठी करू शकतो. आपला विश्वास असलेल्या हिताच्या गोष्टींना पाठबळ देण्यासाठी आपल्या पैशाचा आणि संसाधनांचा आपण वापर करू शकतो. ज्यांना गरज असेल अशा लोकांसाठी आपली बुद्धी आपण स्वयंसेवीपणे वापरू शकतो. जर आपण चांगल्यासाठी वापर केला तर आपल्याकडे वस्तू असण्यात काहीही गैर नाही.

संपूर्ण जग हे आपल्याला ते एक सत्य ओळखता यावं, यासाठी रचना करण्यात आलेली एक शाळा आहे, एक शैक्षणिक संस्था आहे, या दृष्टिकोनातून भगवत् गीता जगाकडे पाहते. आपल्याला सेवा करावीच लागते आणि फक्त सेवेतच आपण आनंदी राहू शकतो. तप्तता हे अग्नीचं, प्रकाश आणि उबदारपणा हे सूर्याचं सार आहे, त्याप्रमाणेच सेवा हे मानवतेचं सार आहे. तुम्ही जगत असलेल्या जगाची वास्तविकता समजून घ्या. ते अशाश्वत, काल्पनिक आणि तुमच्या दुःखाचा व आभासाचा स्रोत आहे हे समजून घ्या. पंचेंद्रियांची तृप्ती हा जगण्याचा हेतू आहे असं वाटणं, आपल्याला त्यातून चांगलं वाटून घ्यायला लावणं या गोष्टी आपल्याला दुःखाकडे आणि असमाधानाकडे नेतात. सेवा हा जगण्याचा हेतू असल्याचं पाहण्यातून आपण समाधानाकडे जातो.

सेवा शरीरासाठी आणि आत्म्यासाठी चांगली असते

सेवा अनेक पातळ्यांवर आपल्याला समाधान मिळवून देते. इतरांच्या सेवेसाठी आपला जन्म झाला आहे, अशा माझ्या साध्या विश्वासापासून सुरुवात करू या. ही अंतःप्रेरणा मुलांमध्ये सर्वाधिक प्रमाणात दिसून येते. तोपर्यंत वेळेकडून आणि अवधानांकडून आलेल्या इतर मागण्यांमुळे त्यांचं लक्ष विचलित झालेलं नसतं. मध्यंतरी, एक छायाचित्र जगभर सगळीकडे प्रसारित झालं होतं. त्यात सुमारे दोन वर्षांची एक छोटी मुलगी जॅपनीज टीव्हीवर एका राजकारण्याला रडताना बघते आणि टीव्हीजवळ जाते आणि त्या रडणाऱ्या राजकारण्याचे अश्रू पुसण्याचे प्रयत्न करते, असं दाखवण्यात आलं होतं. अशा गोष्टी लगेच सगळीकडे पसरतात. कारण, त्यांच्यातून दुसऱ्या व्यक्तीविषयी आणि अगदी अनोळखी व्यक्तीविषयीही त्या छोट्या मुलीकडे असलेली आणि कदाचित आपल्याकडे नसलेली करुणा आपल्या लक्षात येते.

लाँग वॉक टू फ्रीडममध्ये नेल्सन मंडेलांनी असं म्हटलं होतं की, 'जन्मतःच कोणीही दुसऱ्या व्यक्तीचा तिच्या त्वचेच्या रंगामुळे किंवा तिच्या पार्श्वभूमीमुळे किंवा तिच्या धर्मामुळे तिरस्कार करत जन्मत नाही. लोकांना तिरस्कार करणं ही गोष्ट शिकावीच लागते आणि जर ते तिरस्कार करायला शिकू शकत असतील, तर त्यांना प्रेम करायला शिकवणंही शक्य आहे. कारण, प्रेम हे त्याच्या विरुद्धच्या तिरस्काराच्या भावनेपेक्षाही अधिक स्वाभाविकपणे मानवी हृदयात निर्माण होतं.' लोक प्रेम करण्यासाठीच जन्मले होते; पण त्यांना तिरस्कार करण्यास शिकवलं गेलं होतं, असा मंडेलांचा विश्वास होता. त्याप्रमाणेच संन्याशांचा असा विश्वास असतो की आपण सेवा करण्यासाठी जन्मलो आहोत; पण बाह्य जगातील लक्ष विचलित करणाऱ्या गोष्टी आपल्याला आपला हेतू विसरायला लावतात. आयुष्याला अर्थ आहे असं वाटावं, यासाठी आपण त्या अंतःप्रेरणेशी पुन्हा एकदा जोडलं जाण्याची गरज असते.

दंतकथांमधील नायकाच्या प्रवासाची जोसेफ कॅम्पबेल यांची संकल्पना माझ्या अंतःकरणाला आधीच स्पर्शून गेली होती. नायक एखादी धाडसी मोहीम सुरू करतो, त्याला काही परीक्षा द्याव्या लागतात आणि अडथळ्यांचा सामना करावा लागतो आणि मग तो विजयी होऊन परततो, त्या वेळी त्याला ज्या पायऱ्यांमधून जावं लागतं त्यांचं वर्णन करणारं हे सूत्र आहे. नायकाच्या या प्रवासाच्या एका प्रमुख घटकाकडे आपण नेहमीच दुर्लक्ष करतो. तो या प्रवासातील अंतिम टप्पा असून, कॅम्पबेल त्याला 'हीन धातूचं सोन्यात रूपांतर करण्याच्या किमयेसह परतणं' असं म्हणतात. जोपर्यंत नायक सुरक्षितपणे घरी परतत नाही आणि त्याने मिळवलेल्या गोष्टी (किमया) तो इतरांसोबत वाटून घेत नाही, तोपर्यंत त्याचा प्रवास

सुफळ ठरत नाही. सुखान्त भाग म्हणून अभिजात कथेच्या रचनेत सेवेची कल्पना गुंफलेली असते.

सीन कॉर्न हा प्रवास प्रत्यक्ष जगत आहे. तिने योगासनाची शिक्षिका म्हणून नाव कमावलं. जगभरातील योगविषयक परिषदांमध्ये आणि समारंभांमध्ये तिची उपस्थिती विशेष मानली जात होती (आणि अजूनही मानली जाते); पण तिच्या करिअरच्या एका टप्प्यावर तिच्या असं लक्षात आलं की, तिच्या या व्यासपीठाच्या साहाय्याने ती जगात आणखी अर्थपूर्ण प्रभाव निर्माण करू शकत होती, त्यामुळे तिने आपलं लक्ष जोखमींमध्ये जगत असलेल्या समाजांकडे वळवलं. कॉर्नने या गरजूंसाठी श्वसनाच्या आणि ध्यानाच्या तंत्रांचा वापर करण्याचा प्रयत्न करण्याचं ठरवलं. लैंगिक छळ झालेल्या मुलांपासून तिने त्याची सुरुवात केली. त्यानंतर समाजाने ज्यांना वाळीत टाकलेलं असतं अशा वेश्यांबरोबर आणि मादक पदार्थांच्या सेवनाचं व्यसन लागलेल्या लोकांबरोबर मोठ्या प्रमाणात काम करण्यास तिने सुरुवात केली. या मोक्याच्या ठिकाणापासून ती पुन्हा योग करणाऱ्या समाजाकडे परत केली आणि तिने ऑफ द मॅटची सहस्थापना केली. योगाला उपक्रमाशी जोडणारी ही 'ना नफा' तत्त्वावरची संस्था आहे. तिने स्वतःला सेवेसाठी जितक्या जास्त प्रमाणात वाहून घेतलं, तितकं तिला तिने जेवढं दिलं होतं, त्याहून अधिक मिळत गेलं असं कॉर्न सांगते. ती म्हणते, 'आपल्या स्वतःच्या चरित्रातील सर्वाधिक काळोख्या, वाईट भागांपर्यंत पोहोचलेली आणि आत्मविनाशाच्या अतिशय जवळ जाऊन जागृत होण्याचा आणि त्यांच्यातून बाहेर पडण्याचा मार्ग सापडलेली एखादी व्यक्ती माझ्यासमोर आणा. मी तिच्यासमोर नतमस्तक होईल आणि म्हणेन की... तूच माझी गुरू आहेस.'

कॉर्नला आढळलं त्याप्रमाणे सेवा आपल्याला काही ना काही परत देते.

अभ्यासांतून असं दिसून आलं आहे की, आपल्या स्वतःच्या दर्जाचं किंवा पदाचं संरक्षण करणं किंवा त्याच्यात सुधारणा करणं, यांसारख्या गोष्टींवर लक्ष केंद्रित करण्याऐवजी आपण इतरांना मदत करण्याचा उद्देश असणं किंवा जगाला अधिक चांगली जागा बनवण्यासाठी इतर मार्गांनी मदत करणं यांसारख्या करुणेच्या उद्दिष्टांचा पाठपुरावा करतो, त्या वेळी आपल्यामध्ये चिंतेची आणि नैराश्याची लक्षणं दिसण्याची शक्यताही कमी असते. इतरांना देण्याची कृती आपल्या मेंदूतील आनंदाच्या केंद्राला सक्रिय करते. हे सगळ्याच बाजूंनी जिंकणं, जिंकणं आणि जिंकणंच असतं म्हणूनच कदाचित ज्या लोकांची दुसऱ्यांना देण्याची प्रवृत्ती असते, ते अधिक दीर्घायुषी, अधिक निरोगी असतात आणि त्यांच्याकडे हिताची, कल्याणाची एकूणच अधिक चांगली जाणीव असते.

संन्याशांचा असा विश्वास असतो की, सेवेचा स्तंभ आपली आयुष्यं अनेक प्रकारे अधिक चांगली बनवतो.

सेवा आपल्याला एकमेकांशी जोडते. तुम्ही सेवा करता त्या वेळी एकाकी राहणं ही गोष्ट कठीण असते. बहुतेक वेळा लोकांना मदत करण्यासाठी तुम्हाला बाह्य जगात जावंच लागतं.

सेवा कृतज्ञतेची व्याप्ती वाढवते. सेवा तुमच्याकडे असलेल्या सगळ्या गोष्टींविषयी तुम्हाला व्यापक दृष्टिकोन बहाल करते.

सेवा करुणा किंवा कनवाळूपणा वाढवते. तुम्ही सेवा करता त्या वेळी तुम्हाला असं आढळतं की, तुम्ही जे देऊ करता त्याची जगाला गरज असते.

सेवेमुळे आत्मप्रतिष्ठेची उभारणी होते. इतरांना मदत करण्यातून तुम्ही जगात बदल घडवून आणत असल्याचं जाणवतं. तुमच्या मनात अर्थपूर्णतेची आणि हेतूची जाणीव होते.

आश्रमाची उभारणी ही सेवा करण्याच्या संकल्पाभोवती झालेली असते आणि ज्या वेळी तुमच्या सभोवतालचे सगळे लोक त्यासाठी तयार असतात, त्या वेळी तोच तुमचा सर्वोच्च संकल्प असल्याचं मानून जगणं ही अधिक सोपी बाब असते. आधुनिक जगात सेवेचं आयुष्य ही खूपच अधिक आव्हानात्मक बाब आहे आणि बारा महिने चोवीस तास संन्यासी असण्याचा नमुना आपण सर्वच जण अनुसरू शकत नाही; पण आपण सेवेची मनोरचना का आणि कशी स्वीकारावी, हे संन्याशाचं आचरण आपल्याला दाखवून देतं.

सेवेची मनोरचना

सेवा हा संस्कृत शब्द असून निःस्वार्थी सेवा या अर्थाने तो वापरला जातो. भगवत् गीता असं सांगते की, 'देणं ही योग्य गोष्ट आहे म्हणून आपल्याला परत काय मिळेल, याचा विचार मनात न आणता, योग्य वेळी, योग्य वातावरणात आणि योग्य व्यक्तीला देणं म्हणजे सात्त्विक दान होय. चांगुलपणाच्या पद्धतीने देणं म्हणजे सात्त्विक दान.' संन्यासी पूर्णपणे निःस्वार्थी सेवेने प्रेरित झालेले असतात – आपल्याला मिळालेली आणि न मिळालेलीही संधी इतरांना देण्यासाठी, इतरांची आयुष्यं आणि मानवी स्थिती अधिक चांगली करण्यासाठी ते प्रेरित झालेले असतात. आम्ही लहान आणि मोठ्या मार्गांनी ही मोहीम हृदयापासून सुरू केली होती. आश्रमात आम्ही रोज एकमेकांची सेवा करण्याचा प्रयत्न करत होतो. संन्यासी खूप मोठ्या कृती करत नाहीत. लहान गोष्टींमध्ये प्रेम असतं. एखाद्याला वेळेवर उठण्यात अडचण असेल तर आम्ही त्याला त्यासाठी मदत करत होतो. जर एखादा उशिरापर्यंत काम करत असेल, तर आम्ही त्याच्यासाठी अन्न बाजूला काढून, राखून ठेवत होतो. आम्ही सातत्यपूर्ण आणि संकल्पात्मक काम करतो. एखादी व्यक्ती कशातून जात असते ते आपल्याला कधीही समजत नाही हे आम्ही लक्षात घेतो म्हणून एखाद्याला

दुःख होत असताना त्याला तुम्ही जसं दयाळूपणाने वागवाल तसंच आम्ही नेहमीच सगळ्यांशी दयाळूपणाने वागतो. तुम्ही एखाद्या भुकेल्याला देताना जसे औदार्याने वागाल त्या औदार्याने आणि एखाद्याविषयी गैरसमज झाला असेल तर त्याच्याशी तुम्ही जसे करुणेने वागाल त्याच कनवाळूपणाने आम्ही नेहमीच सगळ्यांशी वागतो.

हा दृष्टिकोन आम्ही आश्रमाच्या बाहेरही बाळगत होतो. ज्या वेळी आम्ही प्रवास करत होतो, त्या वेळी काही अन्न इतरांनाही देता यावं, यासाठी आम्ही नेहमीच आमच्यासोबत अतिरिक्त अन्न घेऊन जात होतो. आम्ही जगाची भूक भागवण्याचा प्रयत्न करत नव्हतो; पण करुणेच्या बीजांना पाणी घालण्यासाठी एखाद्या भुकेल्या माणसाला मदत करत होतो.

अधिक व्यापक प्रमाणात आम्ही अन्नामृत या कार्यक्रमात सहभागी झालो होतो. या कार्यक्रमाद्वारे आम्ही एका दिवसात भारतातील दहा लाखांहून अधिक वंचित, उपेक्षित मुलांना जेवण देत होतो. शाळांमध्ये जेवण देणाऱ्या मुंबईतील स्वयंपाकघरांमध्ये आम्ही नेहमी जात होतो. आयुर्वेदिक जेवणात ज्याला मुख्य अन्न म्हटलं जातं ती खिचडी तिथून विद्यार्थ्यांना दिली जात होती आणि नंतर त्यांना गोड पदार्थ म्हणून तांदळाची *खीर* दिली जात होती. ज्या वेळी पहिल्यांदा मी एका मुलीला *खीर* दिली त्या वेळी तिच्या चेहऱ्यावर दिसणारी कृतज्ञता एवढी स्पष्ट होती की, मी एकदम लीन बनलो. दर वेळी प्रत्येक मुलाच्या बाबतीत असंच घडत होतं. प्रत्येक चेहरा हर्षाने उजळून निघत होता. मला स्वयंपाक करण्याचा तिटकारा आहे – लोकांनी भरलेल्या उष्ण वातावरणातील स्वयंपाकघरं, तिथे मांडलेली भली मोठी भांडी या सगळ्याचा मला तिटकारा वाटतो; पण त्या मुलांचे चेहरे आणि ते अन्न त्यांना किती क्वचित वेळा मिळत होतं व त्यांच्यासाठी ते किती खास होतं हे त्यांनी सांगितलेलं दुःखद सत्य यामुळे सेवेची संधी मिळाल्यावर कृतज्ञता बाळगणं सोपं होऊन गेलं.

'काम कसं होतं?' असं न विचारता आश्रमात आम्ही एकमेकांना 'तुम्ही आज सेवा केली का?' असं विचारत असू. संन्याशांचं परस्परांशी अनौपचारिक बोलणं कसं असतं, असा तुम्ही विचार करत असाल तर ते असं असतं. क्षणभरासाठी सगळे अडथळे दूर सारा आणि प्रत्येकाकडे सेवेची मनोरचना असती तर काय झालं असतं, अशी कल्पना करा. आपण स्वतःला पुढील नवीन प्रश्न विचारले असते : *यामुळे अधिक व्यापक हेतू कसा साध्य होऊ शकतो? माझ्या सभोवतालच्या म्हणजे कामाच्या ठिकाणच्या, घरातील, समाजातील लोकांची सेवा मी कशी करू शकतो? इतरांच्या सेवेसाठी आणि बदल घडवून आणण्यासाठी माझ्या बुद्धीचा वापर मी कसा करून घेऊ शकतो?* वित्त क्षेत्रातील आपल्या बुद्धिकौशल्याचा वापर तिच्या धर्मादाय कामासाठी करून घेणाऱ्या एम्मा स्लेडला आठवा आणि स्वतःला विचारा, 'ज्याचा काहीतरी उपयोग होईल, असं मला काय माहिती आहे?'

आनंद आणि कृतज्ञता समाजांमधून पसरतात हे आपण पाहिलं आहे. सेवेच्या बाबतीतही हीच गोष्ट लागू होते. ज्या वेळी तुम्ही सेवा करता, त्या वेळी तुम्ही त्याबद्दल तुमच्या मित्रांना सांगता. कदाचित, तुम्ही तुमच्याबरोबर आणखी कोणाला तरी घेऊन येता. कोणीतरी तुमच्या कामात सहभागी होतं आणि ते त्यांच्या मित्रांना सांगतात. तुम्ही सेवेत सहभागी होता, त्या वेळी आपल्या संस्कृतीत सेवेचं मूल्य पसरवण्यातील तुमची भूमिका तुम्ही पार पाडता.

बहुतांश लोक फक्त एकाच व्यक्तीचा विचार करतात : त्यांच्या स्वतःचा. कदाचित त्यांचं काळजीचं वर्तुळ थोडंसं आणखी मोठं असू शकेल. त्यात त्यांच्या कुटुंबाचा समावेश असू शकेल म्हणजे त्यात पाच ते दहा लोक एकमेकांची काळजी घेत असतील; पण जर तुम्ही काळजीचं तुमचं वर्तुळ विस्तारलं तर लोकांना ते जाणवतं, असा माझा विश्वास आहे आणि प्रत्येकानेच असा विचार केला असता तर अशी कल्पना करण्याचं धाडस आपण केलं तर काय होईल? मग तुमच्याकडे तुमचा विचार करणारे ७.८ अब्ज लोक असते आणि तुम्हीही इतक्या लोकांचा विचार केला असता. आपण मोठी स्वप्नं न पाहण्याचं मला तरी काही कारण दिसत नाही.

हे करून पाहा : तुमच्या काळजीची त्रिज्या वाढवा

ज्या चार किंवा सहा लोकांना मदत करण्यासाठी तुम्ही हातातलं सगळं काम टाकून जाल त्यांचा विचार करा. तुम्ही त्यांचा किती वरचेवर विचार करता? त्यांच्याविषयी तुम्हाला वाटत असलेली काळजी दाखवण्याची संधी तुम्हाला प्रत्यक्षात कधी मिळाली आहे का? मग आता तुम्ही याची सुरुवात करू शकता का?

आता जर त्यांनी मदत मागितली, तर तुम्ही त्यांना मदत कराल, अशा वीस लोकांचा विचार करा. तुम्ही हे वाचन सोडून देण्याआधी मी तुमच्यासाठी ही गोष्ट आणखी जास्त सोपी करतो. तुम्ही मदत करू शकाल अशा वीस लोकांच्या गटाचा विचार करा. तुमच्या समाजातील तो एक भाग असू शकेल किंवा एखादी धर्मादाय संस्था आधीपासूनच ज्यांची सेवा करत असेल, असाही तो एखादा गट असू शकेल. या लोकांना काळजीच्या अधिक निकटच्या वर्तुळात आणू या.

तुम्ही जर त्यांना ओळखत नसाल तर त्या गटातील वीस लोकांची नावं शोधून काढा किंवा किमान वीस लोकांच्या नावांच्या यादीचं संकलन करण्याचा आणखी एखादा मार्ग शोधू काढा. तुम्ही दात घासत असलेल्या आरशावर ही यादी चिकटवून ठेवा. आता निदान दिवसातून दोनदा तरी तुम्ही त्यांचा विचार कराल (दोनदा – अशी मला आशा आहे). त्यांची सेवा करण्याच्या तुमच्या प्रेरणेत ही गोष्ट कशी बदल घडवून आणते, त्याचं निरीक्षण करा.

सेवा करायला तुम्ही कधी तयार असाल?

आश्रमाबाहेरच्या आधुनिक जगात आपल्याला इतरांना मदत करण्याची कितीही इच्छा असली तरीही आर्थिकदृष्ट्या आणि भावनिकदृष्ट्या स्थिर आणि सुरक्षित बनण्याच्या तीव्र इच्छेमुळे आपण सेवा करण्याच्या मनोरचनेपासून विचलित होतो. जर तुम्ही हरवलेले असाल आणि विस्कळित बनला असाल तर तुमची सेवा ही त्रासदायक आणि कमी समाधान मिळवून देणारी असेल; पण मग कोणती वेळ योग्य असेल? ती कधीतरी योग्य असेल का? अंतर्गत शोध कधीच संपत नाही. ते सतत सुरू राहणारं आचरण असतं. तुमच्या समस्या कधीही पूर्णपणे सोडवल्या जाणार नाहीत.

स्वतःची काळजी घ्या – होय; पण सेवा करण्यासाठी तुमच्याकडे पुरेसा वेळ आणि पैसा येण्याची वाट पाहत बसू नका. तुमच्याकडे कधीही या गोष्टी पुरेशा प्रमाणात असणार नाहीत. पैसा आणि भौतिक संपत्ती यांच्याशी असलेल्या आपल्या नात्याचं वर्णन करण्याच्या तीन साध्या पद्धती आहेत. पहिली पद्धत ही स्वार्थीपणाची आहे – मला जास्त हवं आहे – मला जितकं मिळेल तितकं हवंच आहे आणि – मला हे सगळंच माझ्यासाठी हवं आहे. दुसरी पद्धत ही पुरेशापणाची आहे. – माझ्याकडे चरितार्थ चालवण्यासाठी फक्त पुरेशा प्रमाणात सारं काही आहे. मला दुःख नाही; पण माझ्याकडे देण्यासारखंही काही नाही. तिसरी पद्धत ही सेवेची आहे. – माझ्याकडे जे आहे ते देण्याची माझी इच्छा आहे आणि मला आणखी देता यावं, यासाठी मला आणखी हवं आहे.

पुरेशा प्रमाणात असण्याच्या मनोरचनेतून सेवेच्या मनोरचनेकडे जाणं, याचा अर्थ मालकीशी असलेल्या आपल्या नातेसंबंधात बदल घडवून आणणं असा आहे. आपण जितके अधिक अलिप्त असू, तितकं आपला वेळ आणि पैसा जाऊ देणं, त्याचा त्याग करणं आपल्यासाठी अधिक सोपं बनेल.

संन्यासी म्हणून आम्ही करत असलेल्या काही सहली या पवित्र नद्यांमध्ये स्नान करण्यासाठी करण्यात आलेल्या तीर्थयात्रा असत. मी गंगा, यमुना आणि कावेरी या नद्यांमध्ये स्नान करण्यासाठी गेलो आहे. आम्ही त्या पवित्र पाण्यात पोहत किंवा खेळत नव्हतो. त्याऐवजी आम्ही तिथे विविध विधी पार पाडत होतो. एका विधीत आमच्या हातांच्या ओंजळीत शक्य तितकं पाणी घेणं आणि नंतर ते पुन्हा नदीत सोडून देणं याचा समावेश होता. आमची कशावरही मालकी नव्हती, याची आठवण म्हणून आम्ही नदीतून पाणी घेत होतो आणि पुन्हा नदीतच ते सोडून देत होतो. धर्मादाय कार्यात तुम्ही स्वतः काहीच देत नसता. पृथ्वीवर आधीपासूनच असलेलं काहीतरी तुम्ही घेता आणि पृथ्वीला तेच परत देता. **तुमच्याकडे देण्यासारखं तुमच्या मालकीचं असं मुळातच काहीही नसतं.**

सिंधूताई सपकाळ यांचं बाराव्या वर्षी एका तीस वर्षांच्या पुरुषाशी लग्न झालं. त्या वीस वर्षांच्या असताना त्यांना तीन मुलगे होते आणि त्या नऊ महिन्यांच्या गर्भवती होत्या, त्या वेळी त्यांना मारझोड करून गाईच्या गोठ्यात फेकून देण्यात आलं. तिथेच त्यांनी बाळाला जन्म दिला आणि तिथल्याच एका टोकदार दगडाने स्वतःची नाळही कापली. त्यांच्या माहेरच्या गावाने त्यांना टाळल्यामुळे त्या आपल्या नवजात बाळासह भिक्षा मागत आणि पैशासाठी गाणं गात रस्त्यावर राहिल्या. तिथे त्यांनी कित्येक अनाथ मुलांना बघितलं आणि त्यामुळे त्या हादरून गेल्या आणि मग त्यांनी त्या सगळ्यांनाच आपल्या मायेच्या पंखाखाली घेतलं. त्यांच्या आणि स्वतःच्याही वतीने त्यांनी भीक मागायला सुरुवात केली. त्यांचे प्रयत्न वाढले आणि त्या 'अनाथांची माऊली' म्हणून ओळखल्या जाऊ लागल्या. आता त्यांच्या संघटनेची स्वतःची इमारत आहे आणि तिने भारतातील चौदाशे मुलांना मदत केली आहे. सिंधूताईंकडे देण्यासाठी काही होतं म्हणून त्यांनी सेवा केली नाही. त्यांनी वेदना, दुःख बघितलं म्हणून त्यांनी सेवा केली.

यूसी बर्कलेच्या संशोधकांनी केलेल्या प्रयोगांच्या मालिकेत त्यांना असं आढळून आलं की, कमी पैसा असलेल्या लोकांचा प्रत्यक्षात देण्याकडे जास्त कल असतो. एका परिस्थितीत लोकांना १० डॉलर्स देण्यात आले आणि त्यांनी एका अनामिक अनोळखी व्यक्तीला तिच्यातून किती रक्कम द्यावी ते ठरवावं, असं सांगण्यात आलं. कमी सामाजिक-आर्थिक दर्जाच्या परिस्थितीतून आलेले लोक जास्त श्रीमंत सहभागी व्यक्तींच्या तुलनेत अधिक उदार होते. धर्मादाय कार्यासाठी सन २०११मध्ये करण्यात आलेल्या दानाच्या सर्वेक्षणातूनही या निष्कर्षांना दुजोरा मिळाला. या सर्वेक्षणातून असं दिसून आलं की, सगळ्यात कमी टक्केवारीच्या तळातील उत्पन्न गटातील अमेरिकनांनी त्यांच्या उत्पन्नातील सरासरी ३ टक्के उत्पन्न धर्मादाय कामासाठी दिलं होतं, तर सर्वोच्च उत्पन्न गटातील २० टक्के लोकांनी त्यांच्या निम्मं म्हणजे सुमारे १ टक्का उत्पन्न धर्मादाय कामासाठी दिलं होतं (पण अगदी न्याय्यपणे सांगायचं झालं तर एकूण धर्मादाय कामांवर खर्च केल्या जाणाऱ्या पैशातील श्रीमंत लोकांचा सहभाग हा सुमारे ७० टक्क्यांहून अधिक असतो).

ज्यांच्याकडे कमी असतं ते जास्त का देतात, याचं कारण त्यांनी कष्ट सोसलेले असतात हेच बहुधा असतं. यूसी बर्कलेचे मानसशास्त्रज्ञ डॅकर केलनर असं म्हणतात की, कमी संसाधने असलेल्या लोकांचा कल गरजेच्या वेळी मदतीसाठी कुटुंबीयांकडे, मित्र-मैत्रिणींकडे, त्यांच्या समाजातील लोकांकडे असा - इतरांकडे अधिक झुकण्याचा असतो. त्याउलट जास्त पैसा असलेल्यांचा कल मदत विकत घेण्याकडे असतो आणि म्हणून अशा प्रकारच्या दैनंदिन संघर्षापासून ते जास्त अंतर राखून असतात. गरीब लोकांकडे गरजू लोकांविषयी मोठ्या प्रमाणात समरसता असते. आधीच्या काळातील आपल्याला स्वतःला आलेला गरिबीचा अनुभवच

आपल्यासाठी इतरांना काहीतरी देण्याची – दान करण्याची प्रेरणा बनला, असा उल्लेख ऑपरा विन्फ्रेसारख्या काही मानवतावाद्यांनी केला आहे.

इथे चिंतन करण्याचा प्रश्न असा आहे की : यात जास्त श्रीमंत कोण – ज्याच्याकडे पैसा आहे तो की जो सेवा करतो तो?

संकल्पासह सेवा करा

मी सेवा करण्यासाठी आश्रमात आलो होतो आणि ज्या वेळी मी निरोप घेतला, त्या वेळी मला मोठ्या भावासारख्या असलेल्या एका संन्याशाने मला बाजूला नेलं. तो असं काहीसं म्हणाला होता की, 'जर तुझं आरोग्य आणि संन्यासी असणं या गोष्टी परस्परांसाठी योग्य नसतील, तर याचा अर्थ तू सेवा करू शकत नाहीस, असा नाही. विवाह करून किंवा शेफ बनून किंवा गरजू लोकांचे मोजे रफू करून देऊन तू अधिक चांगली सेवा करू शकतोस, असं तुला वाटत असेल तर ते प्राधान्याने कर. मानवतेची सेवा हे उच्चतर उद्दिष्ट आहे.' त्याच्या शब्दांनी मला दिलासा मिळाला होता की, फक्त मी आश्रम सोडत होतो, याचा अर्थ माझ्या संकल्पात मी बदल करायलाच हवा होता असा नव्हता.

एखादी व्यक्ती व्यापक आणि संकुचित अशा संमिश्र संकल्पांसह सेवा करू शकते. आपण इतरांना आवडावं म्हणून, आपल्याला स्वतःविषयी चांगलं वाटावं म्हणून, चांगलं दिसण्यासाठी, इतर लोकांशी जोडलं जाण्यासाठी, एखाद्या प्रकारचं बक्षीस मिळवण्यासाठी आपण कदाचित हे करत असू; पण तुम्ही जर तुमच्या मित्रांच्या कामात मदत करण्यासाठी बाहेर पडला असाल, त्यांच्यासाठी स्वयंपाक करून, त्यांची प्रशंसा करून तुम्ही त्यांना मदत करत असाल तर कदाचित तुमच्या मनात असा प्रश्न येऊ शकतो की, *माझ्या मदतीसाठी कोणीच का येत नाही? किंवा माझा वाढदिवस सगळेच जण कसे काय विसरले?* – असं घडलं तर मात्र यातला मुद्दाच तुमच्या लक्षात आलेला नाही. तुम्ही स्वतःकडे देणारा किंवा दाता म्हणून आणि इतरांकडे घेणारा किंवा याचक म्हणून पाहत आहात आणि सेवा केल्यानंतर कर्जाची निर्मिती झाली, अशी कल्पना करत आहात. खरी सेवा कशाचीही अपेक्षा ठेवत नाही किंवा तिला बदल्यात काहीही नको असतं. एवढंच नव्हे, तर भगवत् गीतेने आणि विज्ञानानेही दाखवून दिलं आहे, त्याप्रमाणे सेवा स्वतःच नेहमी आनंदाची निर्मिती करते. ज्या वेळी तुमची सेवा करण्यासाठी मी काहीतरी करतो आणि तुम्ही आनंदी होता, त्या वेळी मीही आनंदी होतो.

पण सेवा जर आनंद देत असेल तर ती स्वार्थी असते का? तुमच्या मुलांना ती धडा शिकवत असेल तर अशी सेवा स्वार्थी असते का? अर्थातच नाही! जर विशिष्ट प्रकारे केलेल्या दानामुळे किंवा काही दिल्यामुळे तुम्हाला आनंद होत

असेल किंवा इतर एखाद्या प्रकारे तुमचाही लाभ होत असेल तर सेवेची सुरुवात करण्याचं ते मोठं स्थान आहे. मी आश्रम सोडल्यानंतर यूके आणि युरोपच्या इतर भागातील लोकांना अन्नामृतासह 'माध्यान्ह भोजन' देण्याची सेवा करण्याची संधी मिळावी म्हणून मी लंडनहून मुंबईत येत राहिलो होतो. एकदा माझ्याबरोबर येणाऱ्या एका माणसाने त्याच्याबरोबर त्याच्या तेरा आणि चौदा वर्षांच्या दोन मुलांना आणलं. इथून परत जाताना ज्यांच्या आयुष्यात फार काही नव्हतं, अशा लोकांना वाटत असलेली कृतज्ञता बघून आणि तिची जाणीव करून घेऊन ती परतली होती. आपल्या मुलांमध्ये किती कायापालट झाला आहे ते बघून त्यांचे वडील रोमहर्षित झाले होते. त्यांची ही प्रवासाची फेरी पूर्णपणे निःस्वार्थी नव्हती – त्यांच्या मुलांनी शिकावं आणि वाढावं असं त्यांना वाटत होतं; पण तरीही त्यांनी केलेली गोष्ट योग्यच होती. खरं तर त्यांच्या मुलांच्या अध्ययनाची ही संधी त्यांना त्या प्रवासाच्या फेरीत दिसली होती हे सेवा परस्पर-लाभदायक असते याचं उदाहरण आहे.

आपल्यापैकी काही जण तोंड देत असलेल्या समस्या या मानसिक असतात. त्यात चिंताग्रस्तता, नैराश्य, एकाकीपणा यांचा समावेश होतो. मात्र सेवेची गरज असलेल्या अनेक लोकांसमोरची आव्हाने ही अन्न, वस्त्र, निवारा यांसारखी अधिक मूलभूत स्वरूपाची असतात. त्यांच्या भौतिक गरजा पूर्ण करण्यास त्यांना मदत करून आपण आपल्या मानसिक समस्यांवर उपाय शोधू शकतो, त्या बऱ्या करू शकतो म्हणून सेवा ही अन्योन्य देवाण-घेवाण आहे. इतरांना मदत करून तुम्ही त्यांना वाचवत नसता – तुम्हालाही त्यांच्याइतकीच मदतीची गरज असते.

ज्या वेळी आपण सेवा करत असतो, त्या वेळी आपण कृपेचं आणि करुणेचं साधन असतो. आपल्याला याची जाणीव होते आणि काही वेळा ते आपल्या डोक्यात जातं; पण लक्षात ठेवा, तुम्ही जे देत असता ते तुम्हाला देण्यात आलेलं असतं. तुम्ही ते दुसऱ्यांना देता, त्या वेळी तुम्ही त्याचं श्रेय घेऊ शकत नाही.

तुमच्या धर्मात राहून सेवा करा

सेवा करणं हा मानव असण्याचा नैसर्गिक भाग असल्यामुळे तुम्हाला वाटतं त्याहून हे अधिक सोपं असतं. **फक्त सेवा करा.** आपण नेहमीच, रोजच – अगदी आत्तासुद्धा सेवा करू शकतो!–आपण आधीपासूनच जे करत असतो, त्याच्या माध्यमातून सेवा करण्याचे मार्ग शोधा. तुम्ही संगीतकार असाल तर सेवा करा. तुम्ही कोडर असाल तर सेवा करा. तुम्ही उद्योजक असाल तर सेवा करा. तुम्हाला तुमचा व्यवसाय बदलण्याची गरज नाही. तुम्हाला तुमचं वेळापत्रक बदलण्याची गरज नाही. तुम्ही कोणत्याही परिस्थितीतून सेवा करू शकता.

तुम्ही आजूबाजूला पाहिलं तर तुम्हाला सर्वत्र सेवेच्या संधी दिसतील. शाळांमध्ये, धार्मिक संस्थांमध्ये, रस्त्यावरच्या लोकांमध्ये, धर्मादाय संस्थांमध्ये अशा सगळीकडे या संधी असतात. ना नफा तत्त्वावर गरिबांना अन्नवाटप करण्याच्या मोहिमा असतात. शाळांमध्ये वापरलेले गणवेश घेऊन ते गरजूंना वाटण्याच्या मोहिमा असतात. धर्मादाय कामासाठी तुम्ही एखाद्या शर्यतीचं आयोजन करू शकता किंवा 'लेमोनेड स्टँड' उभारू शकता. आपत्तीग्रस्तांना पाठवण्यासाठी साबण, शाम्पू, टूथपेस्ट यांसारख्या शरीर स्वच्छतेच्या वस्तू गोळा करण्यासाठी मित्राला मदत करू शकता. एखाद्या आजारी किंवा वृद्ध नातेवाइकाला भेटायला जाऊ शकता. तुम्ही शहरात राहत असाल तर तुम्ही रेस्टॉरंटमध्ये उरलेलं अन्न गोळा करून ते बेघर लोकांना वाटण्यासाठी नेऊ शकता. तुमच्या खूपच निकट असलेल्यांची आणि जे तुमचे कोणीही नाहीत, अशांची सेवा करण्याचे असंख्य मार्ग आहेत. तुम्ही रोजच्या रोज धर्मादाय कार्य केलंच पाहिजे किंवा तुमचा सगळा पैसा देऊन टाकला पाहिजे असंही नाही. फक्त एवढीच जाणीव करून घ्या की, तुम्ही सेवेत आहात आणि तुम्ही आधीच जे करत आहात, त्याचा संबंध उच्चतर हेतूशी कसा जोडता येईल ते

हे करून पाहा : सेवेचे मार्ग

आठवडाभरात तुम्ही वेळ घालवत असलेलं प्रत्येक ठिकाण लिहून काढा. प्रत्येक परिस्थितीत एक संधी शोधून सेवेच्या संधींविषयी तुमचे डोळे उघडा. काही वेळा तुम्हाला संधी शोधण्याची गरज असते, काही वेळा तिथल्या एखाद्या आधीपासूनच अस्तित्वात असलेल्या प्रकल्पात तुम्ही सहभागी होऊ शकता. काही वेळा तुम्ही आधीपासूनच करत असलेल्या एखाद्या कृतीला किंवा कार्यक्रमाला निधी उभारणीची जोड देऊ शकता. काही वेळा तो तुमच्या मित्राचा सेवेचा प्रयत्न असतो. त्यात तुम्ही सहभागी होऊ शकता. आठवड्याच्या अखेरीला तुम्हाला सर्वाधिक रुची वाटलेल्या तीन संधींची निवड करा आणि त्यांच्यापैकी एकीपर्यंत पोहोचा.

तुम्हाला संधी शोधता येण्याजोगी काही नमुना ठिकाणं इथे देत आहे.

कामाचं ठिकाण.

शाळा.

मित्रांबरोबरचा सामाजिक कार्यक्रम.

ऑनलाइन कम्युनिटी.

धार्मिक किंवा इतर सामाजिक गट.

व्यायामशाळा.

भूतकाळात तुम्ही पाठिंबा दिलेल्या एखाद्या कामाकडून आलेल्या मदतीच्या विनंती.

शोधून काढा. ज्याप्रमाणे तुमच्या कामात तुम्ही तुमचा धर्म आणता, त्याप्रमाणेच तुमच्या धर्मात सेवा आणा. तेच काम तुम्ही कोणत्या उत्साहाने, चैतन्याने करता त्याविषयीचं हे सारं काही आहे. तुम्ही जगाकडे एक तर प्रेमाच्या आणि कर्तव्याच्या भिंगातून पाहू शकता किंवा गरजेच्या आणि शक्तीच्या भिंगातून पाहू शकता. प्रेमातून आणि कर्तव्यातून तुम्ही आनंदाकडे जाण्याच्या शक्यता अधिक असतात.

सगळी दुःखं आपल्या सगळ्यांची असतात

संन्यासी आणि मी खेड्यात आमच्या पोटापाण्याची सोय करत होतो, त्या वेळी मला मिळालेला अंतिम धडा असा होता की, नेहमीच सेवेची इतर पातळीही असते. आमच्या स्वतःच्या गरजांच्या पलीकडे पाहिल्यानंतर आणि आमच्या भोवताली असलेल्यांच्या गरजा पाहणं, त्यांची जाणीव करून घेणं आणि त्यांना प्रतिसाद देणं या गोष्टी केल्यानंतर हा धडा समोर आला होता.

मी करुणेचा विचार *सक्रिय* समरसता म्हणून करतो. करुणा म्हणजे फक्त इतरांचं दुःख पाहणं, त्याची जाणीव करून घेणं आणि हलकं करणं नव्हे, तर त्यांपैकी काही दुःखं आपण घेण्याची इच्छा असणं होय. जगाला विटलेल्या आणि खिन्न, उद्विग्न बनलेल्या एका तरुणाची झेन कथा सांगितली जाते. कोणतंही नियोजन किंवा भवितव्य नसल्यामुळे तो मठात जातो. तिथे गुरूंना असं सांगतो की, त्याला अधिक चांगला मार्ग शोधण्याची इच्छा आहे; पण तो हे मान्य करतो की, त्याच्याकडे सहनशीलता नाही. 'हे सगळे उपासतापास आणि ध्यानधारणा वगैरे न करताच मला ज्ञानप्राप्ती होऊ शकेल का?' असं तो विचारतो. 'कारण हे सगळं मी करू शकेन, असं मला वाटत नाही. दुसरा काही मार्ग आहे का?' तो पुढे विचारतो.

'कदाचित असूही शकतो; पण तुला आधी तुझ्या क्षमतेवर लक्ष केंद्रित करावं लागेल. तू काही कौशल्यं विकसित केली आहेस का?'

तो तरुण नजर झुकवतो. त्याच्या अभ्यासामुळे किंवा इतर कोणत्याही विशिष्ट आवडीमुळे त्याला कधीही स्फूर्ती मिळालेली नसते. नंतर तो खांदे उडवतो आणि म्हणतो, 'मी बुद्धिबळ खेळण्यात वाईट नाही.'

गुरू तिथल्या एका ज्येष्ठ संन्याशाला हाक मारतो आणि म्हणतो, 'तू आणि या तरुणाने बुद्धिबळ खेळावं असं मला वाटतं. काळजीपूर्वक खेळ, कारण जो कोणी हरेल, त्याचं मी मुंडकं उडवेन.'

त्या तरुणाला घाम फुटतो. तो त्याच्या आयुष्यासाठी खेळत असतो! पहिल्यांदा तो कसाबसा खेळतो; पण त्याच्या लक्षात येतं की, त्याच्या प्रतिस्पर्ध्याकडे खेळाचं फक्त बऱ्यापैकी कौशल्य आहे आणि तो त्याच्या प्रतिस्पर्धी संन्याशाला सहजगत्या हरवू शकतो. आपण खेळात लक्ष घातलं तर तो नक्कीच जिंकू शकतो हे त्याच्या

लक्षात येतं. लवकरच तो लक्ष एकाग्र करतो आणि त्या वृद्ध संन्याशावर मात करू लागतो. गुरू तलवारीला धार लावण्यास सुरुवात करतो.

आता तो तरुण आपल्या समोरच्या व्यक्तीकडे पाहतो. तिथे त्याला विद्वत्तापूर्ण, शांत चेहऱ्याचा वृद्ध संन्यासी दिसतो. तो आज्ञाधारकपणे आणि अलिप्तपणे खेळत असतो आणि त्याच्या चेहऱ्यावर त्याची नक्कीच वाट पाहत उभ्या असलेल्या मृत्यूच्या भीतीचा लवलेशही नसतो. भ्रमनिरास झालेला तो तरुण विचार करतो की, *या माणसाच्या मृत्यूला मी जबाबदार असू शकणार नाही. या माणसाचं आयुष्य माझ्या आयुष्याहून अधिक महत्त्वाचं आहे.* मग त्या तरुणाचा खेळ बदलतो. तो जाणीवपूर्वक हरू लागतो.

कोणतीही सूचना न देता तो गुरू पट उधळून टाकतो आणि सोंगट्या इतरत्र विखुरल्या जातात. 'आज कोणीही जिंकलं नाही आणि कोणीही हरलं नाही,' तो सांगतो. हरणाऱ्या संन्याशाच्या शांत आचरणात कसलाही बदल होत नाही; पण त्या आश्चर्यचकित झालेल्या तरुणाला मोठा दिलासा मिळाल्याची जाणीव होते. तो ज्येष्ठ संन्यासी त्याला सांगतो की, 'तुझ्याकडे लक्ष एकाग्र करण्याची क्षमता आहे आणि दुसऱ्यासाठी आपलं आयुष्य देण्याची इच्छाही आहे. ही करुणा आहे. आमच्यात सहभागी हो आणि याच वृत्तीने पुढील मार्गक्रमण करत राहा. तू संन्यासी होण्यासाठी तयार आहेस.'

जगात सुमारे १५ कोटी २० लाख बालकामगार आहेत. कैलाश सत्यार्थींनी बालमजुरी संपुष्टात आणण्याच्या प्रयत्नांत प्रचंड कष्ट घेतले आणि यातनाही सहन केल्या. सन २०१६मध्ये या शांततेच्या नोबेल पारितोषिक विजेत्याने १० कोटी तरुणांनी बालमजुरीविरोधात बोलावं आणि कृती करावी, यासाठी या तरुणांची नावनोंदणी करण्याची मोहीम हाती घेतली. सत्यार्थींना त्यांच्या कामाच्या दरम्यान त्यांना अनेक वेळा धमक्या देण्यात आल्या आणि मारहाणही करण्यात आली. ते म्हणतात, 'बालमजुरीचा अंत करण्यास जग समर्थ आहे. आपल्याकडे तंत्रज्ञान आहे. आपल्याकडे संसाधने आहेत. आपल्याकडे कायदे आणि आंतरराष्ट्रीय करार आहेत. आपल्याकडे सारं काही आहे; पण आपल्याकडे इतरांविषयीची करुणा, कनवाळूपणा नाही, या एकाच गोष्टीची आपल्याकडे कमतरता आहे. करुणेच्या जागतिकीकरणासाठी माझा हा संघर्ष आहे.'

सत्यार्थी यांच्याप्रमाणे ज्या वेळी आपण संपूर्ण जगाचा एक कुटुंब म्हणून विचार करतो, त्याच वेळी आपण सेवेसाठी प्रेरित होतो. तुमच्या मुलाने गुलामगिरी करावी, अशी तुमची इच्छा नसते किंवा तुमचे पालक बेघर बनावेत, असंही तुम्हाला वाटत नाही. मग इतर कोणाच्या मुलाने किंवा पालकाने अशा हालअपेष्टा सहन कराव्यात, अशी तुमची इच्छा का असेल? तुमच्या जगात बंद होऊन तुम्ही राहिलात आणि इतर लोक कसे जगत आहेत ते कधीही पाहिलं नाही, तर तुम्ही

कधीही सेवेवर लक्ष केंद्रित करू शकणार नाही. ज्या वेळी आपण इतर लोकांच्या दुःखाचे साक्षीदार बनतो, त्या वेळी आपण मानवतेत सहभागी असल्याची जाणीव आपल्याला होते आणि आपण कृती करण्यासाठी प्रेरित होतो.

सत्यार्थीसारख्या नायकांसाठी आणि संन्याशांसाठी आणि खरं तर आपल्या सर्वांसाठीच – 'आपण' आणि 'ते' असं काहीही नसतं.

तुमच्या हृदयातील दुःखाचं अनुकरण करा

अनेक लोकांना आणि कामांना आता आपल्या मदतीची गरज आहे. जगातील प्रत्येकानी प्रत्येक गोष्ट करण्याची आपल्याला गरज आहे. आपल्याला आणि त्यांनाही याचे लाभ तत्काळ मिळतात.

ज्या वेळी आपण लोकांची गरज पाहतो, त्या वेळी आपण कधीही त्यांना मदत करणं टाळता कामा नये, हे खरं असलं तरीही आपण कोणत्या प्रकारच्या सेवांमध्ये उत्तम आहोत, त्याविषयीची जाणीवही विकसित केली पाहिजे आणि त्या सेवांवरच लक्ष केंद्रित केलं पाहिजे. तुमच्या स्वतःच्या करुणेच्या आधारावर तुम्ही कुठे सेवा करावी, त्याची निवड करा. बौद्ध विद्वान संन्यासिनी आणि पर्यावरणविषयक चळवळीतील कार्यकर्ती जोॲना मॅसी असे म्हणते की, 'तुम्ही प्रत्येक गोष्ट करण्याची गरज नसते. तुमचं हृदय सांगेल तेच करा. प्रेमातून प्रभावी कृती निर्माण होते. ती रोखणं शक्य नसतं आणि ती पुरेशीही असते.'

हे करून पाहा : तुम्हाला ज्या दुःखाची उत्तम माहिती आहे, त्याचीच सेवा करा

ज्या दुःखाची आपल्याला उत्तम माहिती असते, ते भरून काढण्याच्या माध्यमातून सेवा करणं हा सेवेचा एक मार्ग आहे. तुम्हाला हरवल्यासारखं किंवा गरज असल्यासारखं वाटलं असेल असे तुमच्या आयुष्यातील तीन क्षण लिहून काढा. तुम्ही कदाचित निराश झाला असाल किंवा तुम्हाला मार्गदर्शनाची गरज असेल; पण तुम्हाला योग्य शिक्षक मिळाला नसेल. दुःखाच्या या प्रत्येक क्षेत्राशी धर्मादाय काम किंवा कृती यांचा मेळ घाला. किशोरवयीन हॉटलाइन. शिष्यवृत्तीचा निधी. मार्गदर्शक कार्यक्रम. राजकारणी असे काही पर्याय असतील. आता यांपैकी तुमच्या धर्माशी सुसंगत असलेल्या एखाद्या पर्यायात सेवेच्या संधी आहेत का, ते पाहा.

तुमच्या धर्माच्या माध्यमातून सेवा करणं, तुम्ही ज्याच्याशी जोडले गेला आहात ते दुःख भरून काढणं हा दृष्टिकोन भगवत् गीतेच्या तत्त्वज्ञानाच्या धर्तीवर

आहे. तुम्ही जिथे कुठे असाल तिथे तुमच्यापर्यंत पोहोचून तुम्हाला उच्चतर जागी पोहोचण्यास प्रोत्साहन देणारा हा दृष्टिकोन आहे. मी संन्यासी असताना अन्नामृताच्या साहाय्याने मी मुलांसाठी जेवण तयार केलं, मंदिरांची सफाई केली, अनोळखी लोकांना देण्यासाठी नेहमीच अन्न बरोबर घेऊन गेलो आणि त्या वेळी मला अर्थपूर्ण वाटलेल्या सगळ्या मार्गांनी सेवा केली. आता वेगळ्या व्यासपीठावरून काम करताना यू ट्यूब मोहिमेच्या माध्यमातून कैलाश सत्यार्थी चिल्ड्रेन्स फाउंडेशन ऑफ अमेरिकासाठी मी सुमारे १,५०,००० डॉलर्सचा निधी उभारण्यास मदत करू शकलो. फेसबुकवर माझ्या समुदायाने पेन्सिल्स ऑफ प्रॉमिससाठी ६०,००० डॉलर्सचा निधी जमा केला (एका मुलाच्या शिक्षणासाठी वार्षिक सुमारे ७५ डॉलर्सची मदत केली जाते). देण्याचा किंवा दानाचा माझा मार्ग विकसित झाल्यापासून माझ्या मनात सातत्याने अर्थपूर्णतेची आणि कृतज्ञतेची जाणीव आहे.

आता इथे क्षमता आणि उत्पादकता वाढवणारी नावीन्यपूर्ण पद्धत आहे : सेवा हे नेहमीच उत्तर असतं. ती वाईट दिवसांवर उपाय शोधते. आपल्या मनावर असलेली ओझी ती हलकी करते. सेवा इतर लोकांना मदत करते आणि आपल्यालाही मदत करते. आपल्याला बदल्यात कशाचीही अपेक्षा नसते; पण आपल्याला सेवेचा आनंद मिळतो. ती प्रेमाची देवाण-घेवाण असते.

तुम्ही सेवेत जगता त्या वेळी तुमच्याकडे तक्रार आणि टीका करण्यासाठी वेळ नसतो.

तुम्ही सेवेत जगता त्या वेळी तुमची भीती दूर निघून जाते.

तुम्ही सेवेत जगता त्या वेळी तुम्हाला कृतज्ञता वाटते. तुमच्या भौतिक आसक्ती नष्ट होतात.

सेवा हा अर्थपूर्ण जीवनाकडे नेणारा थेट मार्ग आहे.

ध्यान

मंत्रपठण

कृतज्ञता, नातेसंबंध आणि सेवा यांच्या माध्यमातून आपल्या सभोवतालच्या लोकांशी कशा प्रकारे जोडलं जावं, याचा आपण शोध घेतला. हे करत असताना विश्वाच्या ऊर्जेशी जोडलं जाण्यासाठी आपल्या आचरणात ध्वनी ध्यानाचा समावेशही होतो.

ध्वनी आपल्याला एका ठिकाणाहून दुसऱ्या ठिकाणी वाहून नेतो. एखादं गाणं आपल्याला हायस्कूलमधील स्मृतींकडे मागे नेतं, आपल्याला नाचावंसं वाटतं, आपण एकदम उल्हसित होतो. शब्दांकडे त्यांची स्वतःची शक्ती असते - ते आपली जगाकडे पाहण्याची दृष्टी बदलतात आणि आपल्या वाढीतही बदल घडवून आणतात. आपण मंत्रपठण करतो, त्या वेळी आपण स्वतःच ऊर्जेची निर्मिती करतो. ध्वनी ध्यानांमुळे शब्दांच्या आणि गाण्याच्या माध्यमातून आपल्याला आपल्या आत्म्यांशी आणि विश्वाशी संलग्न होणं शक्य असतं.

अग्नी पुराण आणि वायू पुराण यांसारखे प्राचीन आध्यात्मिक ग्रंथ मंत्रपठण का आणि कसं करावं यांवर चर्चा करतात आणि ध्वनीच्या पुनरुच्चारणामुळे आपली शुद्धी होते, असं सुचवतात. ध्वनी हा आत्म्याला नियमित स्नान घातल्याप्रमाणे त्याला स्वतःमध्ये बुडवून, तल्लीन करून टाकतो. तुम्ही शरीरावर पाण्याचा फक्त एक थेंब टाकून स्वच्छ होऊ शकत नाही. त्यासाठी तुम्हाला पाण्याच्या फवाऱ्याखाली जावं लागतं.

ध्वनीचं मूल्य ओळखण्याची क्रिया आधुनिक काळापर्यंत सुरू आहे. दंतकथा बनून गेलेला संशोधक निकोला टेस्ला म्हणतो की, 'तुम्हाला विश्वाची रहस्यं जाणून घ्यायची असतील तर ऊर्जेच्या, वारंवारतेच्या आणि कंपनांच्या संदर्भात विचार करा.' कंपनांचा वापर करून वेदनाशामक क्षेत्रं तयार करणाऱ्या यंत्रांवर टेस्लाने प्रचंड प्रमाणात प्रयोग केले. अशा आध्यात्मिक गोष्टीमागे तुम्हाला वैज्ञानिक

आधार नसल्यासारखं वाटू शकेल; पण आधुनिक विज्ञान प्रत्यक्षात कंपनात्मक वेदनाशमनाच्या टेस्लाच्या संशोधनाचं पुनरुज्जीवन करत आहे. पुनःपुन्हा ढोल वाजवल्यामुळे किंवा गाणं म्हटल्यामुळे सुप्तमनाचे दरवाजे कसे उघडणं शक्य आहे, यांसारख्या शामन या प्राचीन सैबेरियन जमातींच्या विधींच्या वेदनाशामक शक्तींच्या वैज्ञानिक स्पष्टीकरणाची उकल करण्यास आधुनिक मज्जाशास्त्राने सुरुवात केली आहे.

ध्यानाच्या दरम्यान खात्रीशीर सत्य वचनांचा किंवा मंत्रांचा जप करून संन्यासी शक्तीचा वापर करून घेतात. सत्य वचन म्हणजेच संकल्प म्हणून तुम्ही एखादा शब्द किंवा अर्थपूर्ण शब्दसमूह निश्चित करायचा असतो. तसं पाहता ज्याच्यामुळे तुम्हाला स्फूर्ती मिळते, अशी कोणतीही गोष्ट यासाठी उपयुक्त ठरते. माझी एक अनुयायी 'ॲट युअर ओन पीस, इन युअर ओन टाइम' या तिच्या आवडत्या वाक्याचा जप करते. माझ्या आणखी एका मैत्रिणीने *ब्रेव्ह, नॉट परफेक्ट* हे रेश्मा सौजानीने लिहिलेलं पुस्तक वाचलं आणि थोड्या वेळापुरतं त्या पुस्तकाच्या शीर्षकालाच तिचा मंत्र बनवलं. मलासुद्धा 'ही वेळही निघून जाईल,' किंवा 'प्रत्येक गोष्टीत जगा,' (कवी रिल्क) यांसारख्या एखाद्या कवीने वापरलेला अगर 'हा क्षण तुमचा आहे,' यांसारखं एखादं क्रीडा क्षेत्रातील विधान (ऑलिम्पिक स्पर्धांमध्ये आइस हॉकी प्रशिक्षक हर्ब ब्रूक्स याचं हे विधान आहे), 'ब्रश युवर शोल्डर्स ऑफ'सारखे एखाद्या गाण्याचे शब्द (जय-झेडचे हे शब्द आहेत) किंवा एखाद्या चित्रपटातील वूसाह (सौजन्य : *बॅड बॉईज II)* सारखा शब्द – असे अर्थपूर्ण शब्दसमूह आवडतात. तुमच्या आयुष्यात तुम्हाला ज्या ऊर्जेची किंवा कल्पनेची रुजवणूक करायची असते, त्यासाठीचा शब्द किंवा शब्दसमूह असं काहीही परिणामकारक ठरतं. तुमच्या सकाळच्या आणि/किंवा संध्याकाळच्या ध्यानाच्या आचरणात तुम्ही मंत्राची भर टाकावी, असं मी तुम्हाला सुचवतो. तुमच्या स्वतःच्या आवाजातील मंत्रजपाचा ध्वनी ऐकत झोपी जाणं किंवा उठणं ही सुंदर गोष्ट असते.

सत्य वचनं तुमच्या स्वतःशी बोलण्याच्या पद्धतीत बदल घडवून आणतात, तर मंत्र विश्वाशी बोलण्याच्या तुमच्या पद्धतीत बदल घडवून आणतात. *मंत्र* हे सखोल अर्थाने मनाला श्रेष्ठ बनवण्याचं साधन आहे आणि मंत्र हा आपल्याहून महान असलेल्या शक्तीला आवाहन करणारा विचार आणि अर्थ व्यक्त करणारा आध्यात्मिक ध्वनी आहे. मंत्रांचा जप करणं शक्य असतं किंवा ते एकसुरात गाणंही शक्य असतं. आपण स्पष्टतेत ऐकणं आणि स्पष्टतेचा शोध घेणं यांसाठी ध्यान करतो. उच्च शक्तीशी संबंध वाटून घेण्यासाठी आणि शोधण्यासाठी आपण प्रार्थना करतो. जपात या दोन्ही गोष्टी असतात – ते विश्वाशी केलेलं संभाषण असतं.

ओम हा अत्यंत प्राचीन, अतिशय सर्वसामान्य आणि सर्वाधिक पवित्र असा मंत्र आहे. अथांग ज्ञानापासून ते संपूर्ण वेदात असलेल्या प्रत्येक गोष्टीचं सार अशा अर्थापर्यंत वेदकालीन ग्रंथांमध्ये ध्वनीला अर्थाच्या अनेक छटा देण्यात आल्या आहेत. ओमला

प्रणव असंही म्हटलं जातं, त्याचा अर्थ 'परमेश्वराची स्तुती करण्याचा ध्वनी' असा आहे. मंत्रजप करताना ओममध्ये तीन अक्षरं अंतर्भूत असतात - अ-उ-म. वेदकालीन परंपरेत हे महत्त्वाचं आहे. कारण, प्रत्येक ध्वनीमध्ये विविध अवस्था (जागृती, स्वप्नावस्था आणि गाढ निद्रा) किंवा कालावधी असतात (भूत, वर्तमान आणि भविष्य). *ओम* हा शब्द प्रत्येक गोष्टीचं प्रतिनिधित्व करतो, असं तुम्ही म्हणू शकता.

ओमपासून निघणाऱ्या कंपनांमुळे दाह कमी करणारा व्हेगास मज्जातंतू उत्तेजित होत असल्याचं दाखवून देण्यात आलं आहे. व्हेगास मज्जातंतूच्या उत्तेजनाचा वापर नैराश्यावर उपचार करण्यासाठीही केला जातो. ओमच्या जपाचा मनःस्थितीवर थेट परिणाम होतो का, यावरही संशोधक संशोधन करत आहेत (मेंदूच्या भावनिक केंद्रांपैकी एक केंद्र या जपामुळे शांत होत असल्याचं आधीच दाखवून देण्यात आलं आहे).

ज्या वेळी संगीतात मंत्र बांधले जातात, त्या वेळी त्याला *कीर्तन* असं म्हटलं जातं. यात साद आणि प्रतिसाद अशा स्वरूपात जप केला जातो. आम्ही आश्रमात याचा नेहमीच वापर करत होतो. अशा प्रकारचा अनुभव एखाद्या स्टेडियममधील चाहत्यांच्या एकत्रित ध्वनिघोषातूनही येतो, फक्त या ध्वनिघोषातून दारू आणि वाईट भाषा वजा करावी लागेल; पण तिथेही निर्माण होऊ शकत असलेल्या वातावरणात संयुक्त ऊर्जेची तीच भावना असते.

ध्वनीला स्वतःचं मूल्य असतं. काही वैद्यकीय कारणांमुळे तात्पुरत्या स्वरूपात मला माझा आवाज गमवावा लागला होता, त्या वेळी मी माझ्या संन्यासी गुरूंकडे गेलो होतो. मी त्यांना विचारलं, 'मी मंत्रजप करू शकत नाही. मी ध्यान कसं करू शकेन?'

ते म्हणाले, 'मंत्रजप हा तुझ्या तोंडातून होत नव्हता. तो नेहमीच तुझ्या हृदयातून होत होता.' त्यांच्या बोलण्याचा असा अर्थ होता की, माझा संकल्प, निष्ठा आणि प्रेम यांनी सर्वच कृतींप्रमाणे, मंत्रजपही परिपूर्ण होता का याला महत्त्व होतं. सूचना आणि परिपूर्णत्व याहून हृदय श्रेष्ठ असतं.

हे करून पाहा : ध्वनीतून पाहणं

मी पुढे वर्णन केलेल्या ध्वनीच्या स्वाध्यायांसाठी पुढील पायऱ्यांसह तुमच्या सरावाची सुरुवात करा.

१. तुम्हाला आरामशीर वाटणाऱ्या स्थितीत बसा किंवा झोपा : खुर्चीत बसणं, उशीच्या साहाय्याने ताठ बसणं किंवा खाली झोपणं (खरोखरचं न झोपता आडवं पडणं) याचा यात समावेश होतो.

२. डोळे मिटा.

३. नजर खाली झुकवा.

४. या स्थितीत स्वतःला आरामशीर बनवा.

५. स्थिरता, समतोलपणा, सुलभता, निःस्तब्धता आणि शांतता यांची जाणीव करून घ्या.
६. ज्या ज्या वेळी तुमचं मन भरकटेल, त्या त्या वेळी फक्त हळुवारपणे आणि मृदूपणे त्याला पुन्हा स्थिरता, समतोलपणा, सुलभता, निःस्तब्धता आणि शांतता यांच्या जाणिवेकडे परत आणा.
७. पुढे दिलेल्या मंत्रांपैकी प्रत्येक मंत्राचा तीन वेळा जप करा. ज्या वेळी तुम्ही त्यांचा जप करता, त्या वेळी मंत्राच्या प्रत्येक अक्षराकडे लक्ष द्या. तुम्हाला त्याची कंपने स्पष्टपणे ऐकू यावीत, यासाठी त्यांचा स्वच्छ उच्चार करा. त्याचा मनापासून आणि प्रामाणिकपणे जप करून आणि अधिक अंतर्दृष्टी, कृपाप्रसाद लाभलेल्या आणि सेवेने भरलेल्या आयुष्याचं कल्पनाचित्र मनश्चक्षूंसमोर आणून खरोखरच त्या मंत्राची जाणीव करून घ्या.

१. ओम नमो भगवते वासुदेवाय

'प्रत्येक हृदयात वसत असलेल्या त्या सर्वव्यापी परमेश्वराला मी नमन करतो. तोच सौंदर्य, बुद्धिमत्ता, शक्ती, संपत्ती, प्रसिद्धी आणि अलिप्तता या सर्वांचं मूर्त स्वरूप आहे.'

योगी आणि साधू-संन्यासी लोक या मंत्राचा कोट्यवधी वर्षांपासून जप करत आले आहेत. तो मनाची स्वच्छता करणारा, सक्षमता प्रदान करणारा आणि प्रत्येक गोष्टीतील देवत्वाशी जोडणारा मंत्र आहे. ज्या वेळी तुम्ही अंतर्दृष्टीच्या आणि मार्गदर्शनाच्या शोधात असता त्या वेळी विशेषतः या मंत्राचा जप तुम्ही करू शकता.

२. ओम तत् सत्

संपूर्ण सत्य हे शाश्वत आहे.

हा मंत्र भगवत् गीतेतील आहे. तो दैवी ऊर्जेचं प्रतिनिधित्व करतो आणि शक्तिशाली कृपाप्रसादांचा धावा करतो. प्रेमपूर्वक आणि सेवाभावाने वाहण्यासाठी सर्व काम केलं जातं. हा मंत्र विशेषतः कोणत्याही महत्त्वाच्या कामाची सुरुवात करण्याआधी, आपले संकल्प परिपूर्ण आणि शुद्ध होण्यास मदत व्हावी म्हणून आणि समतोलपणा व संपूर्णत्व आणण्यासाठी जपला जातो.

३. लोकाः समस्त सुखिनो भवन्तु

सगळीकडे असलेले सजीव आनंदी आणि मुक्त असू देत आणि माझ्या स्वतःच्या आयुष्यातील विचार, शब्द व कृती या कोणत्या ना कोणत्या प्रकारे त्या सर्वांच्या आनंदाला आणि मुक्तीला कारणीभूत होऊ दे.

हा मंत्र जीवमुक्ती योगाने लोकप्रिय बनवला. हा मंत्र आपल्याला, आपल्या स्वतःच्या पलीकडे पाहण्याची सुंदर आठवण करून देणारा आणि विश्वातील आपल्या स्थानाचीही आठवण करून देणारा आहे.

निष्कर्ष

या पुस्तकामुळे तुम्हाला स्फूर्ती मिळाली असेल आणि कदाचित नव्याने सुरुवात करण्याचं नियोजनही तुम्ही करत असाल. कदाचित, आपल्या दिनक्रमांमध्ये कसा बदल करावा, आपल्या मनाचं नवीन प्रकारे कसं ऐकावं, तुमच्या आयुष्यात अधिक कृतज्ञता कशी आणावी या आणि आणखीही काही गोष्टींचा तुम्ही विचार करत असाल; पण उद्या सकाळी तुम्ही उठलात की सारंच बिनसतं. कदाचित, तुम्ही गजर झाला तरीही झोपूनच राहाल. काहीतरी तुटेल-फुटेल. एखादी महत्त्वाची भेट रद्द होईल. काम करण्यासाठी विश्व तुम्हाला अचानकच हिरवा कंदिल दाखवणार नाही. ज्या वेळी आपण पुस्तक वाचतो, वर्गाला उपस्थित राहतो आणि बदलांची अंमलबजावणी करतो, त्या वेळी लगेच प्रत्येक गोष्ट निश्चित बनेल, असा विचार करणं चुकीचं आहे. बाह्य गोष्टी कधीही परिपूर्ण नसतात आणि परिपूर्णता हे उद्दिष्टही नाही. आयुष्य तुमच्या मार्गाने जाणार नाही. तुम्हाला तुमच्या मार्गाने जावंच लागेल आणि तुमच्याबरोबर तुमच्या आयुष्याला न्यावं लागेल. हे समजून घेण्याने काहीही समोर आलं तरी त्याला तोंड देण्याच्या तयारीत राहण्यास तुम्हाला मदत होईल.

शांतता आणि हेतूपूर्णता यांच्यासाठीची सार्वत्रिक, वैश्विक स्वरूपाची योजना नाही. आपल्या स्वतःच्या गतीने, आपल्याला हव्या त्या वेळी कशा प्रकारे प्रतिक्रिया द्यावी, प्रतिसाद व्यक्त करावा आणि आपल्याला आयुष्यात जे हवं असतं, त्याच्याशी कसं बांधील राहावं, यावर लक्ष केंद्रित करण्यासाठी आपल्या मनांना प्रशिक्षित करणं हा आपल्याला तिथपर्यंत नेणारा मार्ग असतो. नंतर, ज्या वेळी आयुष्य एकदम दिशा बदलतं, त्या वेळी आपण पुन्हा एकदा लक्ष केंद्रित केलेल्या गोष्टीकडे वळतो. तुम्ही दयाळू होण्याचं ठरवलं असेल आणि तुमच्याशी कोणीतरी उद्धटपणाने वागलं तर तुम्हाला पुन्हा कोणत्या गोष्टीकडे मागे यायचं आहे ते माहिती असतं. कामाच्या ठिकाणी तुमच्या धर्मावर लक्ष केंद्रित करण्याचा निर्धार

करून तुम्ही सकाळी जागे झाला असाल आणि तुमच्या वरिष्ठाने तुमच्या ताकदींशी, क्षमतांशी मेळ नसलेलं काम तुम्हाला दिलं तर तुमच्या धर्माचा वापर करण्यासाठी मार्ग शोधणं हे तुमचं काम असतं. तुम्ही अपयशी होता, त्या वेळी त्या प्रक्रियेचा आणि तुमचाही निवाडा करू नका. स्वतःला त्यातून बाहेर पडण्यास वाव द्या आणि तुम्हाला जे हवं असतं त्यावर लवचीकपणे लक्ष केंद्रित करण्याकडे परत या. जग तुमच्या बरोबर किंवा तुमच्या विरोधातही नसतं. प्रत्येक क्षणात तुम्ही तुमच्या स्वतःच्या वास्तविकतेची निर्मिती करता.

या पुस्तकात सर्वत्र आपल्याला विरोधाभासयुक्त विधाने आढळतील. आपण भीतीच्या जवळ जाण्याविषयी आणि नंतर तिच्यापासून दूर जाण्याविषयी बोललो आहोत. आपल्या दिनक्रमांमधील नवीन गोष्ट शोधण्याविषयी आणि असलेल्या गोष्टींविषयी आत्मविश्वास व विनयशीलता राखण्याविषयी बोललो आहोत. निःस्वार्थी होण्यासाठी स्वार्थी होण्याविषयी बोललो आहोत. आपण दुहेरी जगात राहतो; पण दोन परस्परविरुद्ध कल्पना सहअस्तित्वात असतात, हेच विरोधाभासातील सौंदर्य असतं. आयुष्य हा संगणकीय प्रोग्रॅम नव्हे – ते एक नृत्य आहे.

द *कराटे कीडमध्ये* श्री. मियागी असं म्हणतात की, 'नृत्य करू न शकणाऱ्या आध्यात्मिक नेत्यावर कधीही विश्वास ठेवू नका.' आपण नृत्य करतो, त्या वेळी त्यासाठी कोणतेही नियम नसतात. कोणतंही गाणं लावलं गेलं तरी आपण त्याच्यावर नृत्य करण्यासाठी खुलं असलंच पाहिजे. आपल्याकडे आपल्या ताकदी आणि दुर्बलता असतात. आपण कदाचित पडतो किंवा आपल्या पुढच्या चालीविषयी बिचकतो किंवा आपल्यासमोर काही अतिउत्साही क्षणही येतात; पण आपण तसंच वाहतं राहिलं पाहिजे, आपल्याला काहीसं गबाळं आणि सुंदरही राहू दिलं पाहिजे. एखाद्या नर्तकाप्रमाणे संन्याशाचं मन लवचीक आणि नियंत्रित असतं आणि नेहमीच त्या क्षणात उपस्थित असतं.

संन्याशाची पद्धती

तुम्हाला लवचीकता आणि नियंत्रण प्राप्त करता यावं, यासाठी ध्यानाहून आणखी अधिक चांगलं कोणतंही साधन आहे, असं मला वाटत नाही. ध्यान तुम्हाला नृत्यात कोणती हालचाल करावी, ते शोधण्यास मदत करतं. ध्यानातून आपण त्या क्षणी कोण असण्याची गरज आहे, याविषयीची स्पष्टता प्राप्त होते. आपला श्वास आपल्या मनांशी जोडला जातो, आपले आत्मे गायनातून उन्नत होतात आणि ऊर्जेच्या व एकात्मतेच्या त्या जागी आपल्याला उत्तरं सापडतात.

मी तुम्हाला तीन वेगवेगळ्या प्रकारच्या ध्यानांची ओळख करून दिली आणि आता या तिन्ही प्रकारांचा समावेश असलेलं दैनंदिन आचरणासाठीचं किंवा

सरावासाठीचं ध्यान मी तुम्हाला सांगणार आहे. दात घासल्यानंतर आणि अंघोळ घेतल्यानंतर सकाळी पहिल्यांदा आणि रात्री झोपण्याआधी पहिल्यांदा तुम्ही हीच गोष्ट करावी, असं मी तुम्हाला सुचवतो. दिवसातून एकदा एकवीस मिनिटांच्या ध्यानाने सुरुवात करा. यासाठी टायमरचा वापर करा. श्वसनकार्य किंवा प्राणायाम, कल्पनाचित्र आणि मंत्रपठण यांसाठी प्रत्येकी सात मिनिटं द्या. याहून अधिक काळ ध्यान करण्यासाठी ज्या वेळी तुम्ही तयार असाल त्या वेळी रोज दोन वेळा प्रत्येकी एकवीस मिनिटं असा ध्यानाच्या वेळेचा विस्तार करा. तुम्ही नेहमीच प्राणायामाने सुरुवात करत आहात ना, याची खात्री करून घ्या. व्यायामाच्या आधी ज्याप्रमाणे वॉर्म अप केला जातो, त्याप्रमाणे ध्यानाआधी प्राणायाम करणंही कधीच चुकवू नये.

१. तुम्हाला आरामशीर वाटणाऱ्या स्थितीत बसा किंवा खाली झोपा (खरोखरचं न झोपता पडून राहा) : खुर्चीत बसणं, उशीच्या साहाय्याने ताठ बसणं किंवा खाली झोपणं याचा यात समावेश होतो.
२. डोळे मिटा आणि नजर खाली झुकवा. स्थिरता, समतोलपणा, सुलभता, निःस्तब्धता आणि शांतता यांची जाणीव करून घ्या. तुमच्या मनात कोलाहल आणि गोंधळ सुरू असणं ही गोष्ट स्वाभाविक आहे.
   ज्या ज्या वेळी तुमचं मन भरकटेल, त्या त्या वेळी फक्त हळुवारपणे आणि मृदूपणे त्याला पुन्हा स्थिरता, समतोलपणा, सुलभता, निःस्तब्धता आणि शांतता यांच्या जाणिवेकडे परत आणा.
३. या स्थितीशी जुळवून घेऊन आरामशीरपणाची जाणीव करून घ्या. खांदे मागे घ्या. मान आणि शरीर ताठ ठेवा आणि स्थिरता, समतोलपणा, सुलभता, निःस्तब्धता आणि शांतता यांची भौतिक जागा शोधा.
४. आता तुमच्या नैसर्गिक श्वसन संरचनेची जाणीव करून घ्या. नाकाने श्वास घ्या आणि तोंडाने उच्छ्वास सोडा.
५. दीर्घ श्वास घ्या. १-२-३-४ असे आकडे मनातल्या मनात मोजत श्वास आत घ्या. १-२-३-४ असे आकडे मनातल्या मनात मोजत उच्छ्वास सोडा.
६. तुम्ही जितका वेळ उच्छ्वास बाहेर सोडता, तितकाच वेळ श्वास आत घेऊन शरीर आणि श्वास यांचा एकमेकांशी मेळ साधा.
७. पाच मिनिटांपर्यंत आपण केलं असावं असं वाटेपर्यंत हे करत राहा. पहिल्यांदा तुम्हाला ही पाच मिनिटं झाल्याचं सांगण्यासाठी प्रसन्न आवाजाचा टायमर लावून ठेवावा असं वाटू शकेल.

८. 'आज मी कशाविषयी कृतज्ञ आहे?' असं स्वतःला विचारा. कृतज्ञतेला श्वासाबरोबर आत घ्या आणि नकारात्मक, विषारी ऊर्जेला उच्छ्वासावाटे बाहेर सोडा.

९. आता उल्हास, आनंद आणि कृतज्ञता यांनी भरलेली एखादी स्मृती डोळ्यांसमोर आणा. तुम्ही पाहू शकत असलेल्या पाच गोष्टी, स्पर्श करू शकत असलेल्या चार गोष्टी, ऐकू शकत असलेल्या तीन गोष्टी, गंध घेता येत असलेल्या दोन गोष्टी आणि चव घेता येणारी एक गोष्ट यांचा विचार करा. प्रेम, हर्षोल्हास आणि आनंदीपणा आत्मसात करा. त्या क्षणातील प्रेम घ्या आणि तुमच्या संपूर्ण शरीरभर ते वाहत असल्याची कल्पना करा. तुमच्या पावलांपासून, पायांपासून, नितंबांपर्यंत आणि पोटापर्यंत, छातीपर्यंत, हातांपर्यंत, मानेपर्यंत, गळ्यापर्यंत, डोक्यापर्यंत ती वाहत गेल्याची कल्पना करा. तुमच्या शरीराच्या प्रत्येक अवयवाला प्रेम, हर्षोल्हास आणि कृतज्ञता द्या. हे पाच मिनिटांपर्यंत करा.

१०. 'माझा आजचा संकल्प काय आहे?' हे स्वतःला विचारा. दयाळू असणं, आत्मविश्वासू राहणं की लक्ष एकवटणं हा तुमचा संकल्प आहे? तो संकल्प आताच निश्चित करा.

११. पुढील वाक्यं प्रत्येकी तीन वेळा स्वतःशी उच्चारा : 'मी जो कोणी बनत आहे, त्याविषयी मी आनंदी आहे. मी सगळ्या संधींसाठी आणि शक्यतांसाठी खुला आहे. मी खरं प्रेम मिळण्याच्या पात्रतेचा आहे. माझ्याकडे असलेल्या सगळ्या गोष्टींसह सेवा करण्यासाठी मी तयार आहे.'

१२. तुमचा सराव संपुष्टात आणण्यासाठी पुढील मंत्राचा तीन वेळा जप करा: *लोकाः समस्तः सुखिनो भवन्तु* (पान क्र. ३१६ पाहा.)

ध्यान काम करत आहे ते कसं समजावं?

एक नवशिका संन्यासी त्याच्या गुरूकडे गेला आणि म्हणाला, 'मी ध्यान करण्यात अतिशय वाईट आहे. माझे पाय दुखतात किंवा मी गाढ झोपी जातो आणि बाह्य गोंधळांमुळे माझं लक्ष विचलित होतं. मी असा झोपी जात असल्यामुळेच मी अस्वस्थ होत आहे.'

'ते सगळं निघून जाईल,' त्याच्या गुरूंनी त्याला सांगितलं आणि त्यांच्या चेहऱ्यांवरच्या भावांवरून त्या शिष्याच्या लक्षात आलं की, ते संभाषण आता संपलं होतं.

त्यानंतर एक महिना निघून गेला आणि त्या नवोदिताने मोठ्या प्रौढीने स्मित करत त्याच्या गुरूला बाजूला घेतलं आणि तो म्हणाला, 'मला वाटतं की मी ते शोधून काढलंय. आता मला पूर्वी कधीही वाटत नव्हतं इतकं शांत, अधिक चित्त एकाग्रता झाल्यासारखं आणि पूर्ण अवधान प्राप्त झाल्यासारखं वाटतं. माझं ध्यान सुंदर बनलं आहे.'

'ते सगळं निघून जाईल,' त्याच्या गुरूंनी त्याला उत्तर दिलं.

यशाचं कुठलंही मापन नसतं. ध्यानाचं कुठलंही उद्दिष्ट नसतं आणि त्याचा अंतही नसतो. त्याच्या फलितांचा, परिणामांचा शोध घेऊ नका. फक्त ते करत राहा. चार ते बारा आठवड्यांपर्यंत सातत्याने सराव करत राहा आणि मग तुम्हाला त्याचे परिणाम दिसू लागतील.

तुम्ही ध्यान योग्य प्रकारे करत असल्याचं पहिलं चिन्ह म्हणजे तुम्ही ते थांबवलं तर तुम्हाला चुकल्या-चुकल्यासारखं वाटेल. ज्या वेळी तुम्ही एखाद्याला भेटत नाही, त्याच वेळी तुम्हाला त्या व्यक्तीची आठवण होते आणि तो न भेटल्यामुळे चुकल्यासारखं वाटतं. तुम्ही रोज खाता, त्या वेळी तुम्ही पोषणाविषयी आणि शरीराला आवश्यक इंधनाविषयी फारसा विचार करत नाही; पण तुम्ही दिवसभर खाल्लं नाही, तर तुमच्या लक्षात झटकन त्याची ताकद येते. ध्यानाच्या बाबतीतही हीच गोष्ट खरी असते - तुम्ही कशाला मुकला आहात हे तुम्हाला समजण्याच्या आधी तुम्हाला त्याचं आचरण, त्याचा सराव विकसित करावाच लागतो.

तुमच्या मनात काय चाललं आहे, याविषयीची वाढती जाणीव निर्माण होते - हा तुमच्या लक्षात येणारा दुसरा परिणाम असतो. जर तुम्ही ध्यान करत असाल आणि तुम्हाला थकल्यासारखं वाटलं तर ध्यान तुम्हाला जास्त झोप घ्यायला सांगत आहे हे तुमच्या लक्षात येईल. ध्यान हा एखादा इशारा किंवा आरसा असतो. जर तुम्ही ध्यान करत असाल आणि तुमचं लक्ष एकाग्र होत नसेल तर तुम्ही विस्कळित आयुष्य जगत आहात आणि तुम्हाला शिस्त, समतोल आणि साधेपणा यांची गरज आहे हे तुमच्या लक्षात येईल. तुम्ही आपल्या विचारांसमवेत पंधरा मिनिटं बसू शकत नसाल, तर त्यावर काम केलं पाहिजे, याचा हा स्पष्ट निदर्शक असतो.

ध्यानाचा तिसरा आणि सर्वाधिक महत्त्वाचा लाभ म्हणजे दर वेळी तुम्हाला शांतता आणि परिपूर्णतेची जाणीव झाली नाही, तरीही तुम्हाला हळूहळू स्वत्वावर दीर्घकालीन प्रभुत्व प्राप्त करता येईल. तुम्ही ग्रीन ज्युस पिता त्या वेळी तो नेहमीच अतिशय चवदार लागत नाही. ताज्या संत्र्याचा रस अधिक चांगला दिसतो आणि त्याची चवही जास्त चांगली लागते; पण दीर्घकाळासाठी तो कमी चविष्ट असलेला ग्रीन ज्युस तुमची अधिक सेवा करेल. ज्या वेळी तुम्ही ध्यानात निपुण बनता, त्या वेळी तुम्हाला तुमच्या सर्वसामान्य दृष्टिकोनात बदल झाल्याचं जाणवेल. तुमची अंतःप्रेरणा, अंतर्ज्ञान अधिक प्रखर बनेल. आत्मकेंद्रित न बनता तुमच्या

आयुष्याकडे तुम्ही अधिक वस्तुनिष्ठपणे बघू शकाल. तुमचं विस्तारित आकलन तुम्हाला शांततेची आणि हेतूपूर्णतेची जाणीव करून देईल.

आता आणि कायमसाठी

आयुष्याची सुरुवात श्वासाने होते, श्वासच तुम्हाला तुमच्या सगळ्या दिवसांमधून पुढे नेत असतो. श्वास आणि आयुष्य एकत्रितपणेच संपतात. संन्यासी प्रत्येक क्षणात उपस्थित राहण्याचा प्रयत्न करतात; पण आम्ही आता आणि कायमसाठी – या दोहोंविषयी नेहमीच सजग, जागृत असतो. आपला प्रभाव किती कमी किंवा जास्त आहे, यावरून आम्ही आयुष्याचं मापन करत नाही, तर आपल्यामुळे लोकांना आपण कसं वाटायला लावतो, त्यावरून आपल्या आयुष्याचं मापन करतो. प्रेम आणि काळजी देण्याच्या, आधार देण्याच्या, संपर्काच्या, सर्जनशीलतेच्या माध्यमातून – म्हणजेच मानवेतवर परिणाम करण्याच्या माध्यमातून आपण पुढच्या काळात कसे जगणार आहोत, ते निश्चित करण्यासाठी आम्ही आमच्या वेळेचा वापर करतो.

आपली कशा प्रकारे आठवण काढली जाईल? आपण मागे काय सोडून जाणार आहोत?

अखेरीस मृत्यूच्या क्षणापर्यंत तुम्हाला नेणाऱ्या प्रत्येक गोष्टीवर तुम्ही विचार करू शकाल, अशा अखेरच्या क्षणाची कल्पना करून – मृत्यूकडे सखोल मनन करण्याचं एक महानतम स्थान म्हणून पाहणं शक्य आहे.

मरणोन्मुख लोक व्यक्त करत असलेले सर्वाधिक सर्वसामान्य पश्चात्ताप असे असतात :

> मला काळजी वाटत असलेल्या लोकांविषयीचं माझं प्रेम मी व्यक्त करायला हवं होतं, असं मला वाटतं.
>
> मी खूप काम केलं नाही, असं मला वाटतं.
>
> आयुष्यात मी अधिक आनंद घेतला असता तर बरं झालं असतं असं मला वाटतं.
>
> इतर लोकांसाठी मी अधिक काही केलं असतं तर बरं झालं असतं असं मला वाटतं.

इथे एक गोष्ट लक्षात घ्या, त्या व्यक्तींनी जे केलेलं नसतं, अशा कोणत्या तरी गोष्टीविषयी त्यांना पश्चात्ताप वाटतो. आपण मृत्यूसाठी तयारी केली पाहिजे, असा संन्याशांचा विश्वास असतो. आपण हेतूपूर्ण, सेवाधारित, अर्थपूर्ण आयुष्य

जगलो नाही, हे लक्षात घेऊन आपण आपल्या दिवसांच्या अखेरीला पोहोचावं असं आम्हाला वाटत नाही.

या पुस्तकात आपण ज्या विषयांवर चर्चा केली आहे, त्यांचा विचार करा. मृत्यूच्या वेळी तुम्ही पूर्णपणे स्वच्छ असावं, तुम्ही जे करायला हवं होतं, असं तुम्हाला वाटेल अशा विचारापासून तुम्ही मुक्त असलं पाहिजे. तुलना आणि टीका यांच्यापासून मुक्त असावं. तुमच्या भीतीच्या मुळाला तुम्ही तोंड दिलेलं असावं. तीव्र ऐहिक इच्छांपासून मुक्त असलं पाहिजे. तुमच्या धर्मात जगत असावं. तुमच्या वेळेचा चांगला वापर केलेला असावा. मनाच्या मागण्यांमध्ये तुम्ही वाहून गेलेले नसावेत. अहंकारापासून मुक्त असावं, तुम्ही जे घेतलं असेल त्याहून अधिक दिलेलं असावं; पण नंतर तुम्ही जे घेतलं आहे ते सगळंच तुम्ही दिलेलं असावं. उपाधीपासून मुक्त असावं, खोट्या संबंधांपासून आणि अपेक्षांपासून मुक्त असावं. विद्यार्थी राहूनच तुम्ही शिक्षक बनलेल्या आयुष्याकडे वळून पाहणं ही गोष्ट किती समाधान मिळवून देणारी असेल याची कल्पना करा.

आपण एखाद्या दिवशी मरणार आहोत, या ज्ञानावर विचार केल्यामुळे आपल्याकडे असलेल्या वेळेला किंमत देणं आणि आपल्या ऊर्जेचा विचारपूर्वक वापर करणं आपल्याला भाग पडतं. आयुष्य खूपच कमी आहे, त्यामुळे निरुद्देशपणे जगणं, सेवेची संधी गमावणं, आपल्या स्वप्नांना आणि महत्त्वाकांक्षांनाही आपल्यासोबतच मरू देणं असं करता येणार नाही. या सगळ्यांपेक्षाही महत्त्वाचं म्हणजे तुम्ही लोकांजवळ आणि जागांजवळ पोहोचल्यावर तुम्हाला लोक आणि जागा जितक्या आनंदी आढळल्या असतील, त्याहून त्यांना जास्त आनंदी बनवून त्यांना सोडा.

आपल्या स्वतःवरच काम करणं हे कधीही न संपणारं आचरण आहे. धीर धरा. एक शिष्य त्याच्या गुरूकडे गेला आणि त्याने त्याला विचारलं, 'मी माझ्या धर्माशी वचनबद्ध आहे. मला ज्ञानप्राप्तीसाठी किती काळ लागेल?'

एका क्षणाचाही विचार न करता गुरूने उत्तर दिलं, 'दहा वर्षं.'

उतावळेपणाने तो शिष्य आग्रहाने म्हणाला, 'पण मी खूप परिश्रम केले तर? गरज असेल तर मी दिवसात दहा-दहा तास किंवा त्याहून अधिक काळ तप करेन, सराव करेन. तसं केलं तर किती काळ लागेल?'

या वेळी गुरूने क्षणभर विचार केला आणि तो म्हणाला, 'वीस वर्षं.'

आपलं काम घाईने पूर्ण करण्याचा शिष्याचा प्रयत्न असल्याची स्पष्ट कल्पना हा त्याला अभ्यासासाठी अतिरिक्त दहा वर्षं लागणार असल्याचा पुरावा होता.

मी आधीच उल्लेख केला आहे, त्याप्रमाणे संन्यास या अर्थाने *ब्रह्मचर्य* हा शब्द वापरला जातो; पण 'ऊर्जेचा योग्य वापर' असाही त्याचा अर्थ आहे. तुमच्याकडे

एकदा संन्याशाची मनोरचना असली की, तुम्ही प्रत्येक गोष्ट शोधून काढली आहे असं नसतं. त्याऐवजी विद्यार्थीच राहणं हा ऊर्जेचा योग्य उपयोग आहे, हे संन्याशाची मनोरचना मान्य करते. तुम्ही कधीही अध्ययन थांबवू शकत नाही. तुम्ही फक्त एकदाच तुमचे केस किंवा तुमच्या बागेतील हिरवळ कापत नाही. तुम्हाला त्यावर लक्ष ठेवून ते काम पुनःपुन्हा करावं लागतं. त्याप्रमाणेच संन्याशाची मनोरचना *टिकवून ठेवण्यासाठी* आत्मजाणीव, शिस्त, मेहनत, चित्तएकाग्रता आणि सातत्यपूर्ण सराव यांची आवश्यकता असते. ही कठोर परिश्रमाची बाब असते; पण त्यासाठीची साधने आधीपासूनच तुमच्या डोक्यात, हृदयात आणि हातांत असतात.

संन्याशासारखा विचार करण्यासाठी गरज असलेल्या सगळ्या गोष्टी तुमच्याकडे असतात.

हे करून पाहा : दोन प्रकारचं मृत्यू ध्यान

आपल्या स्वतःच्या मृत्यूची कल्पना करण्याने तुम्हाला तुमच्या आयुष्याचा सारांश प्राप्त होतो. एखादा लक्षणीय बदल घडवून आणणं, नवीन कौशल्य शिकणं, एखाद्या सहलीला जाणं यांसारखी एखादी गोष्ट करावी की करू नये, याविषयी तुमच्या मनात प्रश्न निर्माण होत असेल, त्या वेळी मृत्यू ध्यान करा. आगामी वर्षात नवीन मार्ग स्वीकारण्यासाठी स्फूर्ती मिळावी म्हणून नवीन वर्षाच्या सुरुवातीला तुम्ही नेहमीच मृत्यू ध्यान करावं, असं मी सुचवतो.

१. अटळ गोष्टीचं कल्पनाचित्र डोळ्यासंमोर आणल्यामुळे समाधानकारक आयुष्य जगण्यासाठी आवश्यक असलेला प्रत्येक धडा तुम्हाला मिळेल. तुम्हाला जितकी वर्षं जगण्याची इच्छा असेल, तितक्या वर्षांपर्यंत म्हणजे समजा ऐंशी किंवा नव्वद वर्षांपर्यंत – स्वतःला झपाट्याने पुढे नेल्याची आणि मृत्युशय्येवर असल्याची कल्पना करा. तुमच्या भविष्यातील स्वत्वाला पुढील प्रश्न विचारा :

    मी काय करायला हवं होतं, असं मला वाटतं?
    मी कोणते अनुभव घ्यायला हवे होते असं मला वाटतं?
    मी कशाकडे अधिक न लक्ष दिल्याबद्दल मला पश्चात्ताप वाटतो?
    मी कोणत्या कौशल्यांवर काम करायला हवं होतं?
    मी कशापासून अलिप्त राहायला हवं होतं?

स्वतःला प्रेरित करण्यासाठी या प्रश्नांच्या उत्तरांचा वापर करा. मृत्युशय्येवर पडून पश्चात्ताप करण्याऐवजी तुमच्या त्या इच्छा अगदी आजपासूनच कृतीत उतरवा.

२. तुमच्या स्वतःच्या अंत्ययात्रेच्या वेळी तुमची कशी आठवण काढली जाणं तुम्हाला आवडेल, याची कल्पना करा. लोकांनी तुमच्याविषयी काय विचार केला, कोणी तुमच्यावर प्रेम केलं आणि तुम्ही नसल्यामुळे त्यांना कसं वाईट वाटेल यावर लक्ष एकवटू नका. त्याऐवजी तुम्ही तयार केलेल्या प्रभावाचा विचार करा. त्यानंतर आज तुम्ही मरण पावलात तर तुमची आठवण कशी काढली जाईल, याचा विचार करा. या दोन प्रतिमांमध्ये काय फरक आहे? यामुळेही तुमच्या वारशाची उभारणी करण्यासाठी काम करण्यास तुम्ही प्रवृत्त व्हाल.

तुम्ही प्रामाणिकपणे प्रश्न विचारून विश्वातून आपला मार्ग शोधण्यास सुरुवात केलीच पाहिजे. तुम्ही एखाद्या नवीन ठिकाणी जाऊ शकता किंवा जिथे तुम्हाला कोणीही ओळखत नसेल, अशा एखाद्या ठिकाणी जाऊ शकता. अशा वेळी स्वतःकडे आणि तुमच्या सभोवतालच्या जगाकडे नवीन दृष्टीने पाहण्यासाठी तुमच्या स्वयंचलित यंत्रणेला बंद करा. **शोधा, थांबा आणि अदलाबदल करा.** तुमच्यावर प्रभाव टाकणाऱ्या शक्तींचं निरीक्षण करण्यासाठी तुमच्या मनाला प्रशिक्षित करा, भ्रमापासून आणि चुकीच्या समजुतींपासून अलिप्त बना आणि तुम्हाला कशामुळे प्रेरणा मिळते आणि तुम्हाला काय अर्थपूर्ण वाटतं याचा सातत्याने शोध घ्या.

या क्षणात संन्याशाने काय केलं असतं?
ज्या वेळी तुम्ही निर्णय घेता, ज्या वेळी तुम्ही युक्तिवाद करता, वाद घालता, ज्या वेळी तुम्ही आठवडाअखेरीचं नियोजन करता, ज्या वेळी तुम्ही घाबरलेले किंवा अस्वस्थ अगर हरवलेले असता त्या वेळी वर दिलेला हा प्रश्न विचारा. जवळजवळ ९९ टक्के वेळा तुम्हाला उत्तर सापडेल.

अखेरीस ज्या वेळी तुमच्या खऱ्या स्वत्वाचा तुम्हाला शोध लागतो, तुम्ही त्याला उघड करता, त्या वेळी तुम्हाला संन्याशाने काय केलं असतं, हा प्रश्न स्वतःला विचारण्याचीही गरज उरत नाही. तुम्ही फक्त हा प्रश्न विचारू शकता, 'मी काय करेन?'

परिशिष्ट

वेदकालीन व्यक्तिमत्त्व चाचणी

तुमच्या मित्र–मैत्रिणींनी, कुटुंबाने, समाजाने तुम्हाला ज्याची निवड करायला लावली असेल, त्याच्या पलीकडे जाऊन तुम्ही कोणत्या उत्तरांच्या गाभ्याशी जुळता, असं तुम्हाला वाटतं ते पाहून पुढील प्रश्नांची उत्तरं द्या.

१. खालीलपैकी कोणत्या गोष्टी तुमच्यात *बहुतांश* प्रमाणात आहेत, असं तुम्हाला वाटतं?

अ) मूल्यं आणि विद्वत्ता.

ब) निष्ठा आणि परिपूर्णता.

क) भरपूर कष्ट करणं, भरपूर मजा करणं.

ड) स्थैर्य आणि समतोलपणा.

२. तुमच्या मित्र–मैत्रिणींच्या वर्तुळात व कुटुंबात तुम्ही कोणती भूमिका पार पाडता?

अ) मला संघर्ष हाताळून लोकांना तडजोडीचा मुद्दा शोधण्यास मदत करायला आवडतं. माझी भूमिका मध्यस्थाची असते.

ब) प्रत्येक गोष्टीची आणि प्रत्येकाची काळजी घेतली गेली आहे, याची मी खात्री करून घेतो. माझी भूमिका संरक्षकाची असते.

क) माझ्या कुटुंबाला कामाची नीतिमूल्यं, धांदल आणि संसाधने असण्याची किंमत समजून घेण्यास मी मदत करतो. माझी भूमिका भौतिक आधार देण्याची असते.

ड) कुटुंबाच्या पोषणावर आणि आरोग्यसंपन्न, समाधानी कुटुंब असण्यावर मी लक्ष केंद्रित करतो. माझी भूमिका भावनिक आधार देण्याची असते.

३. जोडीदारातील कोणती गोष्ट तुम्हाला सर्वाधिक महत्त्वाची वाटते?

अ) प्रामाणिकपणा आणि हुशारी.

ब) भक्कम उपस्थिती आणि ताकद.

क) गमतीजमती करणं आणि जोशपूर्णता.

ड) विश्वासार्हता आणि आदरणीयता.

४. टीव्हीवर तुम्ही वरचेवर काय पाहता?

अ) माहितीपट, चरित्रपट, मानवी निरीक्षणं.

ब) मनोरंजन, राजकारण, चालू घडामोडी.

क) विनोदी, क्रीडा, नाट्य, प्रेरक कथा.

ड) सोप ऑपेरा, रिॲलिटी टीव्ही, कौटुंबिक, गॉसिप, दिवसाचे कार्यक्रम.

५. तणावात असताना खालीलपैकी कोणत्या प्रकारे तुमचं उत्तम वर्णन होऊ शकतं?

अ) शांत, संघटित, समतोल.

ब) त्रस्त, निराश, संतप्त.

क) लहरी, आरडाओरडा करणारा, अस्वस्थ.

ड) आळशी, नैराश्यग्रस्त, चिंताग्रस्त.

६. तुम्हाला कशामुळे अधिक दुःख होतं?

अ) माझ्या स्वतःच्या अपेक्षा मी पूर्ण करू न शकल्याचं वाटल्यामुळे.

ब) जगाच्या स्थितीमुळे.

क) नाकारलं गेल्याच्या जाणिवेमुळे.

ड) मित्र-मैत्रिणींपासून आणि कुटुंबापासून दुरावल्याच्या भावनेमुळे.

७. तुमची काम करण्याची आवडती पद्धत काय आहे?

अ) एकट्याने; पण मार्गदर्शकांसमवेत आणि सल्लागारांसमवेत.

ब) नेता म्हणून संघात.

क) स्वतंत्र; पण भक्कम जाळ्यासह.

ड) संघातील एक सदस्य म्हणून.

८. तुमचं आदर्श स्वत्व फावला वेळ कसा घालवेल?
अ) वाचन, सखोल चर्चा आणि चिंतन.
ब) समस्यांचं आकलन करून घेणं आणि किंवा राजकीय कार्यक्रमांना उपस्थित राहणं.
क) फावला वेळ असं काही नसतंच! जाळं तयार करणं, संबंध जोडणं, काम करणं.
ड) कुटुंबाबरोबर आणि मित्र-मैत्रिणींबरोबर मजेत वेळ घालवणं.

९. तुमचं स्वतःचं तुम्ही तीन शब्दांत कसं वर्णन कराल?
अ) आदर्शवादी, अंतर्मुख, मर्मदृष्टी असलेला.
ब) गतिमानतेने काम करणारा, वाहून घेतलेला, निश्चयी.
क) प्रेरित झालेला, भावनाप्रधान, मैत्रीपूर्ण.
ड) काळजी घेणारा, प्रेमळ, निष्ठावान.

१०. कोणत्या प्रकारच्या वातावरणात तुम्ही उत्तम काम करता?
अ) दुर्गम, शांत आणि स्तब्ध, नैसर्गिक.
ब) बैठकीची खोली किंवा एकत्रित जमण्याची जागा.
क) कुठेही आणि सर्वत्र (कार्यालयात जाण्या-येण्यासाठी मी करत असलेल्या प्रवासादरम्यान, कॉफी शॉपमध्ये, माझ्या झोपण्याच्या खोलीत).
ड) माझ्या कामाच्या प्रकारानुसार विशिष्ट जागी (घर, कार्यालय, प्रयोगशाळा).

११. तुमची कामाची शैली काय आहे?
अ) मंद आणि चिंतनशील.
ब) लक्ष केंद्रित करून आणि संघटित.
क) जलद आणि घाईची.
ड) नेमकी आणि साधकबाधक विचार करण्याची.

१२. तुम्हाला जगात कशा प्रकारे फरक आणायला आवडेल?
अ) ज्ञानाचा प्रसार करून.
ब) राजकारणातून आणि चळवळीच्या माध्यमातून.
क) व्यवसायातून आणि/किंवा नेतृत्वातून.
ड) स्थानिक समाजाच्या माध्यमातून.

१३. सुट्टीसाठी तुम्ही कशी तयारी करता?

अ) माझं वाचनाचं साहित्य गोळा करून.

ब) भेट देण्याच्या महत्त्वाच्या स्थळांवर लक्ष एकाग्र करून योजना आखून.

क) उत्तम बार, क्लब आणि रेस्टॉरंट यांची यादी करून.

ड) निश्चिंत, सुखासीन दृष्टिकोनातून.

१४. कठीण संभाषणं तुम्ही कशी हाताळता?

अ) तडजोड शोधून.

ब) सर्वाधिक वस्तुनिष्ठ सत्यासाठी भांडून.

क) माझंच बरोबर आहे हे सिद्ध करण्यासाठी भांडून.

ड) कडवा विरोध किंवा शत्रुत्व टाळून.

१५. तुमच्या आयुष्यातील कोणाला तरी एखादा आठवडा वाईट गेला तर तुम्ही काय करता?

अ) त्यांना सल्ला देता आणि मार्गदर्शन करता.

ब) संरक्षक बनता आणि त्यांना सुधारणा करण्यास प्रोत्साहन देता.

क) तुमच्याबरोबर एखादं पेय घेण्याचा आग्रह करता किंवा फिरायला नेता.

ड) त्यांच्याकडे जाता आणि त्यांना सोबत करता.

१६. तुम्ही नाकारलं जाण्याकडे कसं पाहता?

अ) तो आयुष्याचा एक भाग आहे.

ब) हे एक आव्हान असून ते मी पेलून दाखवेन.

क) ती नैराश्यजनक बाब आहे; पण मी पुढे जाईन.

ड) ही खरोखरच एक माघार आहे.

१७. एखाद्या कार्यक्रमात/पार्टीत तुम्ही तुमचा वेळ कसा घालवता?

अ) मी एका किंवा दोन व्यक्तींबरोबर अर्थपूर्ण चर्चा करतो.

ब) मी सहसा लोकांच्या गटाबरोबर बोलतो.

क) मी कसं कोण जाणे; पण सगळ्यांचं लक्ष वेधून घेतो.

ड) जे काही करण्याची गरज असते, ते करून मी मदत करतो.

१८. तुम्ही चूक केली तर तुम्हाला कसं वाटतं?
अ) मला अपराधीपणा जाणवतो आणि लाजही वाटते.
ब) मला ते कोणाला तरी सांगितलंच पाहिजे असं वाटतं.
क) मला ती लपवण्याची इच्छा असते.
ड) पाठबळ किंवा आधार देणाऱ्या एखाद्या व्यक्तीकडे मी जातो.

१९. तुम्हाला एखादा मोठा निर्णय घ्यायचा असेल तर तुम्ही काय करता?
अ) मी त्यावर खासगीपणे विचार करतो.
ब) माझ्या विश्वासू सल्लागारांना आणि मार्गदर्शकांना मी विचारतो.
क) मी त्या निर्णयाच्या धन आणि ऋण बाजू तोलून बघतो.
ड) मी कुटुंबाबरोबर आणि मित्र-मैत्रिणींबरोबर बोलतो.

२०. तुमच्या नियमित दिनक्रमाचं खालीलपैकी कोणत्या वाक्याने उत्तम वर्णन होतं?
अ) तो क्षणाक्षणाला बदलतो.
ब) तो अत्यंत नेमका आणि संघटित असतो.
क) मी समोर आलेली उत्तम संधी स्वीकारतो.
ड) तो साधा आणि वेळापत्रकानुसार असतो.

उत्तरसूची

तुमची उत्तरं आताच तपासून पाहा. तुम्ही जास्त प्रमाणात ज्या अक्षराची निवड केली असेल, त्यावरून तोच तुमचा *वर्ण* असण्याची शक्यता आहे.

अ. मार्गदर्शक
ब. नेता
क. नवनिर्माता
ड. उत्पादक

ऋणपत्रिका

ही कालातीत आणि कायापालट घडवून आणणारी विद्वत्ता तुम्हाला सांगताना मला खरोखरच विनयशीलतेची आणि कृतज्ञतेची जाणीव झाली; पण मी हे एकट्याने करू शकलो नसतो. भगवत् गीतेचं संकलन, जतन, ती इतरांना सांगणं आणि तिचं पुनरुज्जीवन या गोष्टी सांघिक स्वरूपाच्या होत्या आणि याबाबतीत हे पुस्तकही त्याहून भिन्न नाही. अत्यंत अलौकिक एजंट असलेल्या जेम्स लेविनची तीन वर्षांपूर्वी ओळख करून दिल्याबद्दल मी डॅन शॉबेलचे आभार मानतो. जिम हा खरोखरच एक विलक्षण माणूस असून, तो काम करत असलेल्या प्रत्येक प्रकल्पावर त्याचा गाढ विश्वास असतो. त्याचं मार्गदर्शन, व्यूहरचना आणि मैत्री यांमुळे हे पुस्तक लिहिणं हा एक अत्यंत हर्षोल्हासाचा प्रवास बनला. ट्रुडी ग्रीनचेही मी आभार मानतो. तिने या पुस्तकासाठी अमर्याद दयाळूपणा दाखवला. रात्र-रात्र न झोपता तिने काम केलं आणि शाश्वत निष्ठा व्यक्त केली. ईमॉन डोलनकडे आधीपासूनच संन्याशाचं मन असून तो परिपूर्णतेसाठी अथकपणे उत्तेजन देत राहिला, त्याबद्दल मी त्याचेही आभार मानतो. जॉन कार्पचाही मी आभारी आहे. त्याने माझ्यावर विश्वास ठेवला आणि या संपूर्ण प्रक्रियेत तो माझ्यासोबत राहिला. सहकार्यपूर्ण संभाषणाबद्दल आणि चैतन्यमय चर्चेबद्दल मी हिलरी लिफ्टिन यांचेही आभार मानतो. शाश्वत उत्साहाबद्दल आणि आपण हे करू शकतो, या दृष्टिकोनाबद्दल केली मॅड्रोनचा आणि मी कधीही अंतिम मुदत चुकवू नये, याची खात्री करून घेणाऱ्या रुला झाब्री यांचाही मी आभारी आहे. वस्तुस्थिती तपासण्याबाबतच्या अथक बांधिलकीबद्दल बेन कालीन यांचे आणि उत्तम रेखाचित्रांच्या साहाय्याने या कालातीत संकल्पनांना जिवंत केल्याबद्दल क्रिस्ती यंग यांचे मी आभार मानतो. संसाधनांची आणि श्रेयनामावलींची तपासणी करण्यात मदत केल्याबद्दल ऑक्सफर्ड सेंटर फॉर हिंदू स्टडीज आणि त्यातही विशेषतः शौनक ऋषी दास यांचे मी आभार

मानतो. जगातील काही आघाडीच्या वैज्ञानिकांनी संन्याशांविषयी केलेली संशोधने माझ्या नजरेस आणून देण्याच्या दयाळूपणाबद्दल लॉरी सँटोस यांचा मी ऋणी आहे. माझी कल्पना प्रत्यक्षात उतरवण्यात कसलीच तफावत न ठेवणाऱ्या सायमन अँड शुस्टरमधील संपूर्ण टीमचा मी आभारी आहे. हार्पर कोलीन्स, यूकेमधील ऑलिव्हर माल्कोम आणि त्याच्या संघाने सुरुवातीपासूनच उत्साह, निष्ठा दाखवली आणि कठोर परिश्रम केले. त्याबद्दल मी त्यांचा आभारी आहे.

माझा स्वतःचाच स्वतःवर विश्वास नसताना मला आग्रहाने माझी क्षमता ओळखायला भाग पाडणाऱ्या थॉमस पॉवरचे मनापासून आभार. एलीन शूकने माझ्या तीव्र इच्छेवर विश्वास ठेवला आणि माझं काम ॲरिआना हफिंग्टनसमोर ठेवलं. डॅनी शिया आणि डॅन कॅट्झ यांनी *हफ पोस्टमध्ये* माझं करिअर सुरू करण्यासाठी मला मदत केली. कारा प्रीस यांना २०१६मध्ये मी पहिल्यांदा या पुस्तकाची माझी कल्पना सांगितली आणि त्या अमेरिकेतील माझ्या मोठ्या पाठीराख्या व माझ्या कल्पनानिर्मितीतील भागीदार बनल्या. सवाना, होडा, क्रेग, अल आणि कार्सन यांनी टुडे कार्यक्रमांमध्ये आपलं सामुदायिक अवधान दिलं. या सर्वांचेच मी आभार मानतो. एलेनने माझ्यावर विश्वास ठेवून तिच्या प्रेक्षकांपर्यंत पोहोचण्यासाठी मला तिचं व्यासपीठ दिलं. जेड पिंकेट स्मिथ, विलो स्मिथ आणि ॲड्रिनी बॅनफिल्ड-नोरीस यांनी मला रेड टेबलपर्यंत नेलं. या सर्वांचाही मी आभारी आहे.

माझी काही वर्षं खरोखरच अत्यंत विलक्षण गेली; पण तुम्ही ऑनलाइन जे काही पाहिलं ते या सगळ्या लोकांनी ऑफलाइन केलेल्या गुंतवणुकीमुळेच शक्य झालं. आयुष्याच्या खऱ्या अर्थाची मला सतत आठवण करून देत राहिल्याबद्दल पवित्र महाराज राधानाथ स्वामी यांच्याप्रती मी कृतज्ञ आहे. हे सगळं पाहणाऱ्या आणि पहिल्या दिवसापासूनच माझ्या मार्गदर्शनासाठी असलेल्या गौरांग दासांचाही मी ऋणी आहे. माझे सल्लागार श्रुतीधर्म दास हे नेहमीच काहीही झालं तरी या पुस्तकात देण्यात आलेल्या सर्व गुणधर्मांचं सर्वोच्च पातळीवरचं प्रदर्शन करतात, त्यांचे मी आभार मानतो. मला फक्त व्याख्यान देण्याची इच्छा आहे, असं मी सांगितल्यानंतर मला सतत लिहिण्यासाठी प्रोत्साहन देणाऱ्या सुतापा दास यांचा मी आभारी आहे. पवित्र दलाई लामा आणि थिच न्हाट हान या मार्गदर्शकांना आतुरतेने भेटण्याची आणि आभार मानण्याची माझी तीव्र इच्छा आहे. त्यांचे मी आभार मानतो. तुम्हाला सल्ला देण्याची ज्यांनी मला परवानगी दिली त्यांचे सर्वांचेही मी आभार मानतो. या प्रक्रियेत त्यांनी माझ्या कल्पनेहूनही खूप काही मला शिकवलं.

वेद, भगवत् गीता या ग्रंथांखेरीज आणि ज्या गुरूंनी यामधील ज्ञानाचा अथकपणे जगभर प्रसार केला, त्यांच्याखेरीज हे पुस्तक अस्तित्वातच येऊ शकलं नसतं. सध्याच्या जगात मोठ्या व्यापकपणे वितरित होणाऱ्या भगवत् गीतांची निर्मिती करणाऱ्या श्रील प्रभुपाद आणि एकनाथ ईश्वरन् यांचेही आभार. आश्रमातील

माझ्या सर्व गुरूंचे आणि जगभरातील सर्व गुरूंचे मी आभार मानतो. या सर्वांनी मला किती भरभरून दिलं आहे, त्याची त्यांना कल्पनाही नाही.

निःस्वार्थी सेवेचं मूर्त स्वरूप असलेल्या माझ्या आईचा आणि मला हवं ते बनू देणाऱ्या माझ्या वडिलांचा मी ऋणी आहे. माझ्या वेडगळ निर्णयांना नेहमीच पाठिंबा देणाऱ्या आणि काहीही झालं तरी माझ्यावर प्रेम करणाऱ्या माझ्या बहिणीचे मी आभार मानतो.

...आणि अर्थातच हे पुस्तक वाचणाऱ्या तुम्हा प्रत्येक वाचकाचाही मी आभारी आहे. तुम्ही आधीपासूनच संन्याशांसारखा विचार करत आहात, फक्त आता ते तुमच्या लक्षात आलं आहे, इतकंच!

लेखकाचे निवेदन

या पुस्तकात मी अनेक धर्मांतील, संस्कृतींमधील तसंच स्फूर्तिदायक नेत्यांची आणि वैज्ञानिकांची विद्वत्ता घेतली आहे. या प्रत्येक ठिकाणी मूळ स्रोतांचा संदर्भ आणि कल्पना देण्याचा मी आटोकाट प्रयत्न केला आहे. काही बाबतीत मला अत्यंत विलक्षण विधाने किंवा कल्पना आढळल्या; पण त्यांचा उगम विविध स्रोतांमध्ये असल्याचं सांगितलं गेल्याचं मला आढळलं. शिवाय काही विधाने किंवा कल्पना या कोणत्याही विशिष्ट स्रोताशी संलग्न करण्यात आलेल्या नव्हत्या किंवा त्यांचा प्राचीन ग्रंथांमध्ये उल्लेख असल्याने मी त्यांचे मूळ श्लोक किंवा लेखन शोधून काढू शकलो नाही. अशा प्रकरणांमध्ये संशोधकांच्या मदतीने त्यांच्या स्रोतांची शक्य तितकी उपयुक्त माहिती वाचकांना देण्याचा प्रयत्न केला आहे.

पुढची पावलं

जिनियस कोचिंग कम्युनिटी

तुम्हाला हे पुस्तक आवडलं असेल आणि तुमच्या आयुष्यातील प्रत्येक क्षेत्रात तुम्ही कशा प्रकारे सुधारणा घडवून आणू शकता आणि जास्तीत जास्त लाभ मिळवू शकता, याचा तुम्हाला आणखी शोध घेण्याची इच्छा असेल, तर जय शेट्टीज जिनियस कोचिंग कम्युनिटीमध्ये (Jay Shetty's Genius Coaching Community) नाव नोंदवा.

जवळपास १०० पेक्षा जास्त देशांमध्ये सुमारे १२,०००हून अधिक सदस्यांसह तुम्ही जगातील सर्वाधिक परिवर्तनवादी वैयक्तिक विकास समाजाचा भाग व्हाल.

ध्यानाच्या प्रभावी मार्गदर्शनासाठी आणि रचनात्मक प्रशिक्षण सत्रांसाठी जय यांच्याशी दर आठवड्यात संलग्न व्हा. या सत्रांमध्ये ते तुम्हाला तुमच्या महानतम क्षमता मुक्त करण्यासाठी आणि तुमची अंतर्गत बुद्धिमत्ता खुली करण्यासाठी, संन्यासी म्हणून त्यांच्या स्वतःच्या प्रत्यक्ष अनुभवावर आणि अनेक वर्षांच्या अभ्यासावर आधारित असलेल्या व्यूहरचना, साधने आणि रचना-चौकटी सांगतील.

सदस्य म्हणून तुम्हाला त्यांच्या प्रत्यक्ष (लाइव्ह) सत्रांमध्ये आणि आधीच तयार करण्यात आलेल्या (रेकॉर्डेड) शेकडो सत्रांमध्ये सहभागी होता येईल. या सत्रांमध्ये नातेसंबंधापासून ते करिअरपर्यंत आणि आध्यात्मिक विकासापासून ते आरोग्यापर्यंतचा व कल्याणापर्यंतचा प्रत्येक विषय हाताळला जाईल.

जगभरातील १४०हून अधिक ठिकाणी होणाऱ्या आमच्या प्रत्यक्ष मासिक बैठकांमध्येही तुम्ही सहभागी होऊ शकता आणि समान विचारांच्या लोकांशी जोडले जाऊ शकता.

अधिक माहितीसाठी कृपया, www.jayshetty.me/genius वर जा.

जय शेट्टी सर्टिफिकेशन स्कूल

इतरांना त्यांच्या वैयक्तिक बदलाच्या प्रवासात मार्गदर्शन करण्याची तुमची इच्छा असेल तर विज्ञान, व्यवहारज्ञान आणि संन्याशांची प्राचीन विद्वत्ता यांचं पाठबळ लाभलेलं जय शेट्टी सर्टिफिकेशन स्कूल तुमच्यासाठीच आहे.

अधिकृत मान्यताप्राप्त प्रशिक्षक बनून जगाला स्फूर्ती देण्याच्या आणि त्याच्यावर प्रभाव टाकण्याच्या जय यांच्या या ध्यासात त्यांच्याबरोबर राहा. मार्गदर्शक अभ्यास, समविचारी गटांचं पर्यवेक्षित प्रशिक्षण आणि आंतरक्रियात्मक गट सत्रं या गोष्टींचा समावेश असलेल्या अभ्यासक्रमातून, इतर कोणालाही नवीन दृष्टिकोन आणि वैयक्तिक बदल याबाबत मार्गदर्शन करण्यासाठी आवश्यक असलेली कौशल्यं, तंत्रं आणि व्यूहरचना तुम्हाला शिकवल्या जातील.

याखेरीज भरभराटीला येणाऱ्या व्यावसायिक मार्गदर्शन पद्धतीची कशी उभारणी करावी, याविषयीही तुम्ही शिकाल, तसंच जय शेट्टी यांनी मान्यता दिलेल्या मार्गदर्शकांच्या आमच्या जागतिक डेटाबेसच्या यादीतही तुमचा समावेश केला जाईल.

जगातल्या कोणत्याही भागातून तुम्ही ऑनलाइन शिकू शकता - तुमच्या स्वतःच्या गतीने आणि स्वतःच्या वेळेत. याशिवाय विविध देशांमध्ये आखण्यात येणाऱ्या प्रशिक्षणांदरम्यान जय शेट्टी यांच्याकडून प्रत्यक्ष प्रशिक्षण घेण्याची निवडही तुम्ही करू शकता.

अधिक माहितीसाठी कृपया, www.jayshettycoaching.comला भेट द्या.